அண்ணல் அடிச்சுவட்டில்

அண்ணல் அடிச்சுவட்டில்

ஏ. கே. செட்டியார் (1911–1983)

பதிப்பு: **ஆ. இரா. வேங்கடாசலபதி**

1937 அக்டோபர் 2. நியூயார்க்கிலிருந்து டப்ளின் செல்லும் கப்பலில் ஒரு தமிழ் இளைஞர் கனவொன்று கண்டார் – மகாத்மா காந்தியின் வாழ்க்கையை ‘டாகுமெண்டரி’ படமாக எடுக்கவேண்டுமென்று. இரண்டரை ஆண்டுகள். இருமுறை உலகை வலம் வந்தார். ஒரு லட்சம் மைல் பயணம். முப்பது ஆண்டுகளில், நூறு காமிராகாரர்கள் படம்பிடித்த 50,000 அடி நீளப் படச் சுருள்களைத் திரட்டினார். 1940இல் படம் வெளிவந்தது. பிறகு தெலுங்கு, இந்தி விளக்கவுரையுடன் அதை வெளியிட்டார். 1953இல் ஹாலிவுட்டில் அதன் ஆங்கில வடிவத்தைத் தயாரித்தார்.

அவர்தான் ஏ. கே. செட்டியார். தமிழில் பயண இலக்கியத்தின் முன்னோடி. *குமரி மலர்* ஆசிரியர். தமிழ்ச் சமூக வரலாற்றை ஆவணப்படுத்தியவர்.

காந்தி பட உருவாக்கத்தைப் பற்றி ஏ. கே. செட்டியார் எளிய நடையில், சுவையாகவும் சிறுசிறு நிகழ்ச்சிக் குறிப்புகளாகவும் எழுதிய பதிவு இந்நூல்.

அரிய பல பிற்சேர்க்கைகளோடு இந்நூலைப் பதிப்பித் துள்ள ஆ. இரா. வேங்கடாசலபதி, ஏ. கே. செட்டியாரின் வாழ்வையும் பணியையும் அறிமுகப்படுத்தும் ஒரு விரிவான முன்னுரையினை வழங்கியுள்ளார். விரிவாக்கப்பட்ட பதிப்பில் மேலும் பல புதிய செய்திகள் அடங்கியுள்ளன.

ஆ.இரா. வேங்கடாசலபதி தமிழ்ச் சமூக வரலாறு தொடர்பாகக் குறிப்பிடத்தகுந்த ஆய்வுகள் செய்துவருபவர். சென்னை வளர்ச்சி ஆராய்ச்சி நிறுவனத்தில் (Madras Institute of Development Studies) பேராசிரியராக இருக்கும் இவர், மனோன்மணியம் சுந்தரனார் (திருநெல்வேலி), சென்னை, சிகாகோ, சிங்கப்பூர் பல்கலைக் கழகங்களில் பணியாற்றியிருக்கிறார்.

ஏ. கே. செட்டியார்

அண்ணல் அடிச்சுவட்டில்
மகாத்மா காந்தி ஆவணப்படம் உருவான கதை

பதிப்பாசிரியர்
ஆ. இரா. வேங்கடாசலபதி

காலச்சுவடு பதிப்பகம்

அண்ணல் அடிச்சுவட்டில் ♦ கட்டுரைகள் ♦ ஆசிரியர் ஏ.கே. செட்டியார் ♦ பதிப்பாசிரியர்: ஆ. இரா. வேங்கடாசலபதி ♦ பதிப்பும் அமைப்பும்: © ஆ. இரா. வேங்கடாசலபதி முதல் பதிப்பு: டிசம்பர் 2003, விரிவாக்கப்பட்ட இரண்டாம் பதிப்பு: மே 2016 ♦ வெளியீடு: காலச்சுவடு பப்ளிகேஷன்ஸ் (பி) லிட்., 669 கே.பி. சாலை, நாகர்கோவில் 629001

Annal Adichuvattil ♦ The Making of Documentary Film on Gandhi ♦ A.K. Chettair ♦ Edited by A.R. Venkatachalapathy ♦ Text, editorial arrangement and introduction © A.R. Venkatachalapathy ♦ Language: Tamil ♦ First Edition: December 2003, Revised and Expanded Second Edition: May 2016 ♦ Size: Demy 1 x 8 ♦ Paper: 18.6 kg maplitho ♦ Pages: 288

Published by Kalachuvadu Publications Pvt. Ltd., 669, K.P. Road, Nagercoil 629001, India ♦ Phone: 91-4652-278525 ♦ e-mail: publications@kalachuvadu.com ♦ Wrapper Printed at Print Specialities, Chennai 600014 ♦ Printed at Mani Offset, Chennai 600005

ISBN 978-81-87477-56-3

05/2016/S.No. 72, kcp 1549, 18.6 (2) ILL

பொருளடக்கம்

நன்றியுரை	9
இரண்டாம் பதிப்பைப் பற்றி...	11
ஏ.கே. செட்டியார்: படம், பயணம், பதிவு – ஆ. இரா. வேங்கடாசலபதி	13
முன்னுரை	41
அண்ணல் அடிச்சுவட்டில்	49 – 196
பின்னுரை 1 : சுதந்திர தின நினைவுகள்	197 – 208
பின்னுரை 2 : அமெரிக்காவில் 'காந்தி'	209 – 242

பின்னிணைப்புகள்

1.	'காந்தி' படப் பாடல்கள்	245
2.	'காந்தி' பட விளம்பர நூலின் முகப்பு	248
3.	படத்தில் பங்காற்றியவர்கள்	249
4.	பட வெளியீட்டு விளம்பரம்	250
5.	காந்திப் பைத்தியம் – வை. மு. கோதைநாயகி அம்மாள்	251
6.	மகாத்மா காந்தி படம் – எஸ். வி. சாரி	255
7.	பட உலகில் ஒரு புதுமை – 'குடிநூல்'	260
8.	காந்தி படம் – கோவை அ. அய்யாமுத்து	263
9.	மகாத்மா ஓடுகிறார்! – 'கர்நாடகம்' (கல்கி)	268

10.	அவதாரமூர்த்தியின் படம்	
	– *சங்கு சுப்ரஹ்மணியன்*	274
11.	காந்தி வாழ்க்கைக் காட்சிகள்	
	– *வ.ரா.*	278
12.	படங்கள்	283

நன்றியுரை

இந்நூலும் பலருடைய உதவியினாலும் ஒத்துழைப்பினாலுமே இயல்வதாயிற்று.

ஏ.கே. செட்டியார் என்ற ஆளுமையை எனக்கு முதலில் அறிமுகப்படுத்தியவர் புலவர் த. கோவேந்தன்.

ஏ.கே. செட்டியார் பற்றித் தஞ்சை பாரதி தமிழ்ச் சங்கத்தில் தாம் ஆற்றிய சொற்பொழிவுக் குறிப்புகளைப் பகிர்ந்துகொண்டதோடு, தம்மிடம் உள்ள நூல்களையும் இதழ்களையும் பார்வை யிடவும், படங்களை மறுபடியாக்கம் செய்யவும் அனுமதி வழங்கியவர் புதுக்கோட்டை ஞானாலயா திரு. பா. கிருஷ்ணமூர்த்தி – திருமதி டோரதி கிருஷ்ணமூர்த்தி இணையர்.

காந்தி பட உருவாக்கம் பற்றி ஆங்கிலத்தில் முன்னரே கட்டுரை எழுதிய திரு. சு. தியடோர் பாஸ்கரன், மேல்விவரங்களைப் பகிர்ந்துகொண்ட தோடு, அப்படத்தில் இடம்பெற்ற இராட்டை சுற்றும் காட்சியினையும் பயன்படுத்திக்கொள்ள அனுமதி வழங்கினார்.

தமிழ்நாட்டில் மௌனப் படங்களைப் பற்றி மிக விரிவாக ஆராய்ந்துள்ள ஸ்டீவ் ஹியூஸ் பல செய்திகளைப் பகிர்ந்துகொண்டு உதவினார்.

ஏ.கே. செட்டியாரின் நண்பராக விளங்கிய திரு. இரா. முத்துக்குமாரசாமி அவர்கள், என் வினாக்களுக்கெல்லாம் விரிவாக விடையளித்து உதவினார். செந்தமிழ்ச் செல்வியில் அவர்

எழுதிய இரங்கலுரை சில செய்திகளைத் தெளிவுபடுத்திக் கொள்ள உதவியது.

ஏ.கே. செட்டியார் பற்றிய தம் நினைவுகளைப் பகிர்ந்து கொண்டவர்கள் பாரதி அறிஞர் ரா.அ. பத்மநாபன் அவர்கள் மற்றும் திரு. தெ. மெய்யப்பன்.

முதல் பதிப்பின் முன்னுரையை மேற்பார்த்துக் கருத்துரைத்தவர்கள் பழ. அதியமான், தி.அ. ஸ்ரீநிவாஸன். விரிவாக்கப்பட்ட புதிய முன்னுரையை மேற்பார்த்துக் கொடுத்தவர்கள் பழ. அதியமான், பா. மதிவாணன்.

இந்நூலுக்குத் தேவையான சில பழைய ஆவணங்களைப் பார்வையிட்டுப் படியெடுத்துக்கொள்ள அனுமதி வழங்கியவை மறைமலையடிகள் நூல் நிலையமும் ரோஜா முத்தையா ஆராய்ச்சி நூலகமும்.

முதல் பதிப்பின் அச்சாக்கத்தில் துணைபுரிந்தவர் திரு. எம். எஸ்.

காந்தி படத்தின் ஹாலிவுட் வடிவத்தை இனங் காண்பதற்குப் பேருதவி புரிந்தவர்கள் பிளேக் வெண்ட்வொர்த், விட்னி காக்ஸ்.

இவர்கள் அனைவர்க்கும் என் ஆழ்ந்த நன்றி உரியது.

சென்னை   சலபதி
25 ஜனவரி 2016

இரண்டாம் பதிப்பைப் பற்றி

2003 டிசம்பரில் '*அண்ணல் அடிச்சுவட்டில்*' வெளிவந்து, பல்வேறு தரப்புகளிலும் நல்ல வரவேற்பைப் பெற்றது. ஒரு சிறிய வட்டத்துக்குள் 'உலகம் சுற்றும் தமிழன்' என்ற அளவில் மேலோட்டமான அறிமுகம் பெற்றிருந்த ஏ.கே. செட்டியாரின் சாதனைகளைப் பலரும் அறிந்துகொள்வதற்கு இந்நூல் வழிசமைத்தது.

முதல் பதிப்பாக அச்சிட்ட ஆயிரம் படிகளை விற்பதற்குப் பத்தாண்டுகளானாலும், இப்புத்தகம் வெளிவந்ததன் காரணமாக ஏ.கே. செட்டியார் பற்றிய மேலதிக கவனம் என்பதோடு வேறு சில முன்னேற்றங்களும் ஏற்பட்டுள்ளது மகிழ்ச்சிக் குரியது.

இன்றுவரை காந்தி ஆவணப்படத்தின் மூல வடிவம் கிடைக்காவிட்டாலும்கூட அதன் அடிப்படை யில் *1953*இல் தயாரிக்கப்பட்ட ***Mahatma Gandhi: Twentieth Century Prophet*** படத்தின் சுருக்க வடிவத்தை *2005*ஆம் ஆண்டிலே அடையாளம் காண்பதற்கு இந்நூலே காரணமாகும். *81* நிமிட நீளமுள்ள மூலப் படத்தை *45* நிமிடங்களுக்குச் சுருக்கிய வடிவம் இது. சிகாகோ பல்கலைக்கழகத் தில் என்னிடம் பயின்று இன்று பேராசிரியர்களாக விளங்கும் பிளேக் வெண்ட்வொர்த், விட்னி காக்ஸ் ஆகியோருடைய ஒத்துழைப்பு இதற்கு இன்றியமையாததாக இருந்தது. *1953*ஆம் ஆண்டு படத்தின் தயாரிப்புக் குழுவில் *(Stanley Neal Productions)* பங்காற்றிய டக் ஷார்பிள்ஸ், டான்

லேன் ஆகியோரின் தொடர்பும் பிளேக் வெண்ட்வொர்த் மூலம் கிடைத்தது. அவர்களிருவரும் சில செய்திகளைப் பகிர்ந்துகொண்டு உதவினர்.

'இந்து' முதலான பத்திரிகைகளில் இந்த அடையாளங் காணலுக்குக் கிடைத்த கவனத்தினால் உந்துதல் பெற்ற சென்னை காந்தி படிப்பு வட்டத்தின் இயக்குநர் அ. அண்ணாமலை *1953*இல் தயாரிக்கப்பட்ட படத்தின் முழு வடிவத்தை (முதல் சில நிமிடங்கள் நீங்கலாக) மதுரை காந்தி அமைதி நிறுவனத்தின் பழங்குப்பையில் கண்டெடுத்தார். அதன் பிறகு இந்த வடிவம் பலமுறை திரையிடப்பட்டுள்ளது. *1940*இல் வெளியான மூலத் தமிழ் வடிவம் கிடைக்காத நிலையில் இதைக் கொண்டுதான் ஆறுதல் அடைய வேண்டும்.

இந்நூலின் ஆங்கில வடிவத்தை (மொழியாக்கம்: ச. தில்லைநாயகம்) ஓரியண்ட் லாங்மென் மூலம் *2006*இல் வெளியிட்டேன். ஆங்கிலப் பதிப்பும் விற்பனையில் சிறக்க வில்லை என்றாலும் தமிழ்நாட்டுக்கு வெளியே ஏ.கே. செட்டியா ரின் சாதனை அறியப்படும் வாய்ப்பு அமைந்தது. வெளியான மதிப்புரைகளில் எல்லாம் வியப்பு இழையோடியது. சுந்தர ராமசாமி, மறைந்த ஆங்கிலப் பேராசிரியர் மீனாட்சி முக்கர்ஜி, பிரையன் ஸ்டோடார்ட் வரைந்த மதிப்புரைகள் இந்நூல் பெற்ற பேறு. ஆங்கில மொழிபெயர்ப்பைப் பதிப்பித்த அனுபவம் இந்த இரண்டாம் பதிப்பு செழுமையும் செம்மையும் பெற இன்றியமையாத பங்காற்றியிருக்கிறது.

ஏராளமான புதிய விவரங்களுடன் முன்னுரை விரிவு பெற்றுள்ளதை வாசகர்கள் காணலாம். முதல் பதிப்பில் நேர்ந்துவிட்ட சில அச்சுப் பிழைகளும் தகவல் பிழைகளும் இதில் களையப்பட்டுள்ளன. வ.ரா. எழுதிய கட்டுரை பின்னிணைப்பில் புதிதாகச் சேர்க்கப்பட்டுள்ளது. இரண்டொரு புதிய படங்களையும் இணைத்துள்ளேன்.

காந்தி ஆவணப்படம் என்றேனும் ஒரு நாள் கண்டுபிடிக்கப் படும் என்ற நம்பிக்கை இருக்கிறது. அதுவரை *அண்ணல் அடிச்சுவட்டில்* ஏ.கே. செட்டியாரின் சாதனையை நினைவூட்டிக் கொண்டிருக்கும்.

சென்னை **சலபதி**
25 ஜனவரி 2016

ஏ.கே. செட்டியார்
படம், பயணம், பதிவு

ஆ. இரா. வேங்கடாசலபதி

1937 அக்டோபர் 2. நியூயார்க்கிலிருந்து டப்ளின் நகருக்கு அட்லாண்டிக் கடலில் பயணித்துக்கொண்டிருந்த *சமாரியா* கப்பலில் 26 வயதுகூட நிரம்பாத ஒரு தமிழ் இளைஞர் கனவொன்று கண்டார் – காந்தியின் வாழ்க்கையை ஓர் ஆவணப்படமாக எடுக்க வேண்டும் என்று. இரண்டரை ஆண்டுகள். இருமுறை உலகைச் சுற்றினார். கப்பலிலும் விமானத்திலும் இரயிலி லும் ஒரு லட்சம் மைல் பயணித்தார். முப்பது ஆண்டுகளில், நூறு காமிராகாரர்கள் படம் பிடித்த 50,000 அடி நீளப் படச் சுருள்களைக் கண்டெடுத்தார். 1940இல் 'மகாத்மா காந்தி: அவரது வாழ்க்கையின் சம்பவங்கள்' என்ற இரண்டு மணிநேரம் ஓடக்கூடிய படம் ஆகஸ்டு 1940இல் வெளிவந்தது. காந்தியைப் பற்றிய முதல் முழுநீளப் படம் என்ற பெருமை இதற்கு உண்டு. தமிழ் வடிவம் வெளிவந்த சில மாதங் களில் அப்படம் தெலுங்கு விவரணையுடன் வெளிவந்தது. 'வெள்ளையனே வெளியேறு' இயக்கம் சூடுபிடித்த வேளையில் சில ஆண்டுகள் அதன் படச்சுருள்கள் தலைமறைவாயின. சுதந்திரக் கொண்டாட்டம் கோலாகலமாக அரங்கேறிக்கொண்டிருந்த வேளையில் 14

ஆகஸ்டு 1947 இரவு புது தில்லியில் இப்படம் திரையிடப்பட்டது. காந்தியின் இறுதிக்கட்ட வாழ்க்கைவரையுள்ள நிகழ்ச்சிகளையும் சேர்த்து முழுமைப்படுத்தி அதனை 1950இல் இந்தியில் தயாரித்தார் அவ்விளைஞர். சில ஆண்டுகள் கழித்து, ஜோசப் மக்கார்த்தியின் கம்யூனிச எதிர்ப்பு வேட்டை ஹாலிவுட்டைப் பதம் பார்த்துக்கொண்டிருந்த வேளையில் அப்படத்தை ஆங்கிலத்திலும் தயாரித்து, அமெரிக்காவிலும் வெளியிட்டார். இப்படி சாதனைக்கு மேல் சாதனை புரிந்த இளைஞர் ஏ.கே. செட்டியார்.

~

குடத்திலிட்ட விளக்குகளுக்குத் தமிழுலகில் பஞ்சமில்லை. அவர்களுள் ஒருவர் அ.ராம. அண்ணாமலை கருப்பன் செட்டியார் என்ற ஏ.கே. செட்டியார் (4. 11. 1911 – 10. 9. 1983). ('ஏ.கே. செட்டியார்' என்ற பெயரிலேயே தம் நூல்களை யெல்லாம் வெளியிட்டபோதும் பல இடங்களில் 'அ.க. செட்டியார்' எனவும் கையெழுத்திடும் வழக்கம் அவருக்கு இருந்துள்ளது.) தமிழ்ப் பண்பாட்டு வரலாற்றை – தம்மை முதன்மைப்படுத்திக் கொள்ளாமல் – ஆவணப்படுத்தியவர்களில் அவர் மிக முக்கியமானவர்.

ஏ.கே. செட்டியாரின் அடக்கத்தின் காரணமாக அவர் பெருமை பரவலாக அறியப்படாமல் போய்விட்டது. தமிழக அரசு பாரதி நூற்றாண்டு விழா எடுத்தபோது பாரதியியலுக்கு அவர் ஆற்றிய பங்கைப் பாராட்டி ஒரு கேடயம் வழங்க முன் வந்தது. அதனைப் பெற்றுக்கொள்ள மறுத்த ஏ.கே. செட்டியார், விழா நாளன்று பனகல் பூங்காவில் அமர்ந்திருந்ததாகச் சொல்வார்கள். தமக்குப் பதிலாக விழா மேடையில் தமிழக அரசின் செய்தி – மக்கள் தொடர்புத் துறை இயக்குநர் சி.என். கிருஷ்ண பாரதி அக்கேடயத்தைப் பெற்றுக்கொண்ட தற்கும் ஏ.கே. செட்டியார் கண்டனம் தெரிவித்தாராம். (மேற்கண்ட செய்தியைத் தெரிவிக்கும் சோமலெ, அந்தக் கேடயம் கோட்டையூர் முத்தையா அழகப்பா மேனிலைப் பள்ளியில் காட்சிக்கு வைக்கப்பட்டுள்ளதெனவும் குறிப்பிடு கிறார்.)

விளம்பரத்தை விழையாததால் ஏ.கே. செட்டியாரின் புகைப்படம் கிடைப்பதுகூட அரிதாக இருக்கிறது. 1930களின் கடைசியிலும் 1940களின் தொடக்கத்திலும் *சக்தி* போன்ற இதழ்களில் அவருடைய படங்கள் பலமுறை வெளிவந்தன. அவர் எழுதிய கட்டுரைகளோடு மட்டுமன்றி, உலகம் சுற்றும் தமிழன் நூல் விளம்பரத்திலும் அவர் படம் இடம்பெற்றது.

ஹனுமான் 1938 ஆண்டு மலரில், அமெரிக்க நிலக்கரிச் சுரங்கத் தொழிலாளி ஒருவரோடு எடுத்துக்கொண்ட படம் வெளிவந்தது. 1937 ஆனந்த விகடனில் வெளிவந்த ஒரு படம் இந்நூலில் இடம்பெறுகிறது; கதரையே எப்போதும் உடுத்திய ஏ.கே. செட்டியார் இதில் முழு 'சூட்'டில் இருக்கிறார். இந்தப் படத்தின் முகத் தோற்றமே சக்தி வெளியீடான *அமெரிக்கா* நூலின் ஓரத்தாளில் இடம்பெற்றுள்ளது. (இதே உடையில், ராம் பிரகாஷ் கோலி என்ற தம் நண்பருடன் எடுத்துக்கொண்ட படம் *ஹிந்துஸ்தான், 10* ஏப்ரல் 1938 இதழில் வெளிவந்தது.) ஆனால், பின்னாளில், அவர் தம் புகைப்படம் வெளிவருவதை முற்றிலுமாகத் தவிர்த்திருக் கிறார். நண்பர்கள் தம்மைப் புகைப்படம் எடுக்கும்பொழுது அதனைப் பத்திரிகைகளுக்குத் தரக்கூடாது என்ற நிபந்தனை யின் பேரிலேயே அதற்கு இணங்கியிருக்கிறார். ஆனந்த விகடன் பொன் விழா ஆண்டில், ஒவ்வோர் ஆண்டு இதழை யும் தொகுத்து அறிமுகம் செய்யும் பொறுப்பு, பெயர் பெற்ற எழுத்தாளர்களுக்கு வழங்கப்பட்டு, அத்தொகுப்புகள் அவ்வவ் வெழுத்தாளரின் படத்தோடு வெளியிடப்பட்டன. 1959ஆம் ஆண்டுத் தொகுப்பை ஏ.கே. செட்டியார் தொகுத்தளித்தபோது 'திரு. ஏ.கே. செட்டியார் தமது புகைப்படத்தைப் பிரசுரிக்கக் கொடுப்பதில்லை என்ற கொள்கையுடையவராதலால் அவரது புகைப்படத்தைப் பிரசுரிக்க இயலவில்லை' என்ற விகடன் ஆசிரியக் குறிப்பு மட்டுமே இடம்பெற்றது. இந் நிலையில், கிடைக்கப்பெறும் படங்கள் அனைத்தையும் கூடுமானவரை இந்நூலில் வெளியிட முயற்சி மேற்கொள்ளப் பட்டுள்ளது. ஒரு படம் 'குமரிமலர்' அச்சாளர் திரு. மூவேந்தர் முத்து வழி கிடைத்தது. பிற படங்கள் புதுக்கோட்டை பா. கிருஷ்ணமூர்த்தி அவர்கள் கொடுத்துதவியவை.

ஏ.கே. செட்டியாரின் வாழ்க்கைக் குறிப்புகளை நிறைவாகத் தொகுக்க முடியாமலிருப்பதற்கும் அவருடைய அடக்கமே காரணம் என்று சொல்லலாம். ஏ.கே. செட்டியார் பற்றிய செய்திகளை எல்லாம் அவரோடு பழகிய நண்பர்களிட மிருந்தே கேட்டுப் பெறவேண்டியுள்ளது. அவர் மீது பேரன்பும் மதிப்பும் கொண்ட இந்த நண்பர்கள் தரும் செய்திகளும் குறைவே. உற்ற நண்பர்களிடம்கூடத் தம் வாழ்க்கைக் குறிப்பு களைப் பகிர்ந்துகொள்ளாத அவரது ஆளுமையைக் காட்டுவ தாகவே இதைக் கொள்ள வேண்டியுள்ளது.

ஏ.கே. செட்டியார் மறைந்தபொழுது அவர் நினைவாக வெளியான *குமரி மலர்* இதழில்கூட (செப்டம்பர் 1983 என்று இலக்கமிட்டிருந்தாலும் நவம்பர் கடைசியில்தான்

அது வெளிவந்தது.) அவருடைய வாழ்க்கைக் குறிப்பு சுருக்கமாகத்தான் இடம்பெற்றது. 'புண்ணியர்' என்ற தலைப்பில் 'நண்பன்' என்ற புனைபெயரில் நினைவுரை எழுதிய அவரது உற்ற நண்பர் எஸ். கோபாலன் சிற்சில குறிப்புகளையே வழங்கியிருக்கிறார். இக்கட்டுரையைத் தழுவியே சோமலெ (*செட்டி நாடும் செந்தமிழும்*, வானதி பதிப்பகம், 1984 & 1999), *நகரத்தார் கலைக்களஞ்சியம்* (மணிவாசகர் பதிப்பகம், 1998), சா. கந்தசாமி (*ஏ.கே. செட்டியார்*, சாகித்திய அக்காதெமி, 2000) ஆகியோர் தம் குறிப்புகளை அமைத்துள்ளனர். எஸ். ஆர். சுப்பிரமணியனின் *ஸ்ரீ சுப்பிரமணிய பாரதி கவிதா மண்டலம்* (ஆவணி – புரட்டாசி 1983) இதழில் மூன்று படங்களுடன் சில புதிய செய்திகள் உள்ளன. இவ்விதழ் எவரின் கவனத்திற்கும் வந்ததாகத் தெரியவில்லை. அவர் மறைந்த ஓராண்டுக்குப் பின் வந்த *குமரி* மலரிலும் அதிகம் செய்திகள் இல்லை. சு. தியடோர் பாஸ்கரன் காந்தி படத்தைப் பற்றிப் பல இடங்களில், பல சமயங்களில் எழுதியிருக்கிறார்.

ஏ. கே. செட்டியார் பிறந்தது செட்டிநாட்டுக் கோட்டையூரில். பிறந்த நாள் 3. 11. 1911 என்று எஸ். கோபாலன் குறிப்பிடுகிறார். (ஆனால், ஏ.கே. செட்டியாரே தமது *அமெரிக்க நாட்டில்* நூலில் நவம்பர் 4, 1911 என்று தெளிவாகக் குறிப்பிட்டிருக்கிறார்.) லைப்ரரி ஆஃப் காங்கிரஸ் நூற்பட்டியிலிருந்து அவருடைய முதலெழுத்தின் விரிவு 'அண்ணாமலை' என்று அறிய முடிகிறது. ஆகவே இது அவருடைய தந்தையின் பெயராகும். தாயார் பெயரைக் கண்டறிய இயலவில்லை. 1937ஆம் ஆண்டு பிறந்தபொழுது அமெரிக்காவிலிருந்த ஏ.கே. செட்டியார் தம்முடைய தாயாருக்கு ஒரு கடிதம் எழுதி அதை அஞ்சலில் சேர்க்கச் சென்றிருக்கிறார். வழியில் ஓர் ஒலிப்பதிவுக் கம்பெனி தென்பட்டிருக்கிறது. ஒரு பக்கம் பதிய ஒன்றரை ரூபாதான் கட்டணம் என்பதால், 'அன்புள்ள அன்னையே, இப்புதிய ஆண்டின் உதயத்தில், பத்தாயிரம் மைல்களுக்கப்பாலுள்ள அமெரிக்க நாட்டிலிருந்து எனது வளாகத்தைத் தெரிவிக்கிறேன்' என்று தொடங்கி ஒரு செய்தியை ஒலித்தட்டில் பதிவுசெய்திருக்கிறார்! பெற்றோரைப் பற்றிய பிற செய்திகளையும் அறிய முடியவில்லை. திருவண்ணாமலையில் படித்திருக்கிறார். எட்டாண்டுகள் பள்ளியிலும், 24 நாள்கள் சிறையிலுமாகத் திருவண்ணாமலையில் கழித்ததாக அவரே குறிப்பிட்டுள்ளார். தேசிய இயக்கத்தில் ஈடுபட்டுச் சிறை சென்றார் என்பதற்கு மேல் வேறு செய்தி

அறிய இயலவில்லை. தம் பதினாறாம் வயதில் சொந்த ஊரான கோட்டையூருக்குத் திரும்பியிருக்கிறார்.

ஏ.கே. செட்டியாருக்குத் திருமணம் நடந்திருக்கிறது; ஆனால் அவர் மனைவியின் பெயர்தானும் தெரியவில்லை; திருமணம் நிகழ்ந்த காலமும் தெரியவில்லை; அறியவரும் செவிவழிச் செய்திகள் வள்ளலாரின் இல்லற வாழ்க்கையை நினைவூட்டுகின்றன.

இளம் வயதிலேயே பத்திரிகை படிக்கும் ஆர்வம் அவருக்கு மிகுந்திருந்தது. அவரின் பெரியப்பா சந்தா கட்டி வரவழைத்த *சுதேசமித்திரனையும்*, அக்காலத்தில் செட்டி நாட்டில் கோலோச்சிய *குமரன்* (சுயமரியாதை இயக்க இதழ்; ஆசிரியர்: சொ. முருகப்பா), *ஊழியன்* (இந்திய தேசிய இயக்க இதழ்; ஆசிரியர்: ராய. சொக்கலிங்கன்) ஆகிய வற்றையும் படித்திருக்கிறார். *நவசக்தி, தமிழ்நாடு, ஆனந்த போதினி, லக்ஷ்மி* ஆகிய இதழ்களையும் நண்பர்களிடமிருந்து வாங்கிப் படித்திருக்கிறார். எம்.எஸ்.காமத் நடத்திய *To-day, Doodle* ஆகிய இதழ்களுக்கும் உறுப்பினர் கட்டணம் கட்டி, அவற்றை வரவழைத்திருக்கிறார். இந்தப் பத்திரிகை ஆர்வத ்தின் காரணமாக, ஆனந்த விகடனை நிறுவிய விகடகவி பூதூர் வைத்தியநாதையருடன் தொடர்பு ஏற்பட்டிருக்கிறது. ஆனந்த விகடனை எஸ்.எஸ். வாசனுக்கு விற்றுவிட்டு, ஆனந்த விஜய விகடனைத் தொடங்கியிருந்த பூதூர் வைத்தியநாதையர் சந்தா சேர்ப்பதற்காகச் செட்டிநாடு வந்தபொழுது சில நாள்கள் ஏ.கே. செட்டியாரோடு தங்கியிருந்திருக்கிறார்.

1928ஆம் ஆண்டு ஆனந்த விகடனில் 'சாரதாம்பாள் – சிறு தமாஷ்' என்ற (ஒரே) கதை கோட்டையூர் ஏ.கே. செட்டியார் என்ற பெயரில் வெளிவந்திருக்கிறது. அப்பொழுது அவருக்கு வயது பதினேழு.

5 அக்டோபர் 1930இல் செட்டிநாட்டில் பெரும்புயலைக் கிளப்பிய, பெரியார் முன்னின்று நடத்திய, நீலாவதி – இராமசுப்பிரமணியம் ஆகியோரின் சீர்திருத்தக் கலப்புத் திருமணத்தில் ஏ.கே. செட்டியார் கலந்துகொண்டிருக்கிறார்.

1930ஆம் ஆண்டின் கடைப்பகுதியில் தனவணிகன் என்ற மாத இதழுக்கு நிர்வாக ஆசிரியராக அவர் அமர்ந்தார். கோட்டையூரிலிருந்து வெளியான இவ்விதழின் ஆசிரியர் குழுவில் வி. ஆர். எம். செட்டியார், அரு.சோமசுந்தரம் முதலான ஐந்து இளைஞர்கள் இருந்திருக்கின்றனர். 1931 ஜூலை வரை

எட்டு இதழ்கள் (இவற்றில் ஓர் இதழ் மட்டும் இணைப்பு இதழ்) வெளியாயின. பின்பு 1932 நவம்பரில் ஒரு சிறப்பிதழும் வெளியாகியுள்ளது. அதற்குப் பின் கோட்டையூர் *தனவணிகன்* வெளியானதாகத் தெரியவில்லை. *தனவணிகனில்* டாக்டர் எஸ். முத்துலட்சுமி ரெட்டி, சொ. பனையப்ப செட்டியார், பண்டிதமணி மு. கதிரேசன் செட்டியார், கா.சு. பிள்ளை முதலானோர் எழுதியுள்ளனர். காந்தியின் தீண்டாமை ஒழிப்பு இயக்கம் போன்றவை பற்றிய குறிப்புகள் இடம்பெற்றிருந் தாலும், *தனவணிகன்* பொது இதழாகவே வெளிவந்திருக் கிறது. 'உலகெங்கும் ஒலிக்கும் பெயர்' என்று காந்தி பற்றிய ஒரு (மொழிபெயர்ப்புக்?) கட்டுரையும் வெளியிடப்பட்டுள்ளது. இத்தலைப்பைப் பின்பொருமுறை ஏ.கே. செட்டியார் தம் கட்டுரையொன்றுக்கும் பயன்படுத்தியிருக்கிறார். அக்காலப் பகுதியில் செட்டிநாட்டில் வலுப்பெற்றிருந்த சமூக – அரசியல் இயக்கங்களால் ஏற்பட்ட பிணக்குகளைக் கண்டித்தும் அதில் ஏ.கே. செட்டியார் எழுதியிருக்கிறார். அனுபவக் குறைவினாலும், பொருள் இழப்பினாலும் இதழ் வெளியாவது தடைப்படுவ தாகவும் *தனவணிகன்* ஆசிரியக் குறிப்பு கூறுகிறது.

அதன் பின்பு, ஏ.கே. செட்டியார் பர்மா சென்றிருக்கிறார். இது 1933 இறுதியாக இருக்கலாம். பர்மா நாட்டுக்கோட்டை நகரத்தார் சங்கம் நடத்திய *தனவணிகன்* இதழுக்கு ஆசிரியராக அவர் சென்றதாகச் சோமலெ குறிப்பிடுகிறார். இந்த இதழை வரவேற்று எழுதிய குறிப்பு, கோட்டையூர் *தனவணிகனிலேயே* வெளிவந்திருக்கிறது. எனவே, பின்னர்தான் ஏ.கே. செட்டியார் பர்மா இதழுக்குப் பொறுப்பேற்றிருக்க வேண்டும்.

எனக்குப் பார்க்கக் கிடைத்த 1934, 1936 பர்மா *தனவணிகன்* பொங்கல் மலர்களில், ஆசிரியர் A. Rm. A. Karuppan Chettiar (அ. ராம. அ. கருப்பன் செட்டியார்) எனக் குறிப்பிடப்பட்டுள்ளது. 1937 பொங்கல் மலர் ஏ.கே. பூங்காவனம் என்பவரை ஆசிரியராகக் குறிப்பிடுகிறது. எனவே 1933 கடைசியிலிருந்து 1936 இடைப்பகுதி வரை பர்மா *தனவணிகன்* ஆசிரியராக ஏ.கே. செட்டியார் விளங்கினார் எனக் கொள்ளலாம். 1936 பொங்கல் மலரில் 'அ. கரு.' என்ற பெயரில் எழுதிய 'ஜப்பானில் பத்திரிகைகள்' என்ற கட்டுரை, 1936இல், ரங்கூனி லிருந்து வெளியிட்ட அவருடைய முதல் நூலுக்கு (*ஜப்பான்*, அ. ராம. அ. கருப்பன் செட்டியார், ஆசிரியர்: 'தனவணிகன்') அடிப்படையாக விளங்கியது. (இரண்டாம் உலகப் போரின் பொழுது இந்நூல் தடைசெய்யப்பட்டது.)

பர்மாவிலிருந்த காலத்தில், உ.வே. சாமிநாதையரின் எண்பதாமாண்டு நிறைவுக் (1935) கொண்டாட்டத்துக்காக

ஒரு குழுவினை அமைத்து, வெ. சாமிநாத சர்மாவுடன் தாமும் அதற்கு ஒரு செயலாளராக விளங்கி, ஒரு சிறப்புக் கூட்டம் நடத்தியதோடு **500** ரூபாவும் உ.வே. சாமிநாதையருக்கு அனுப்பிவைத்திருக்கிறார். **1936–37**ஆம் ஆண்டுகளில், பட மெடுக்கும் தொழில் நுட்பத்தில் ஜப்பானிலும் அமெரிக்கா விலும் முறையான பயிற்சி பெற்றார் ஏ.கே. செட்டியார். டோக்கியோவின் பேரரசப் புகைப்படக் கல்லூரியில் **(Imperial College of Photography)** படித்தபோது டோக்கியோ அசாஹியின் உருத்துலக்கும் துறையில் பயின்றார். அக்காலத்தில் அரைகுறை யாக ஜப்பானிய மொழியில் பேசக் கற்றுக்கொண்டிருக்கிறார். நியூயார்க் புகைப்பட நிறுவனத்தில் **(New York Institute of Photography)** படித்தபோது பதே செய்தி நிறுவனத்தில் பயின்றார். நியூயார்க்கில் உடன்பயின்ற மாணவர்கள் பலர் காந்தி படத் தயாரிப்புத் தொடர்பான அவருடைய அயல் பயணங்களில் துணைநின்றிருக்கின்றனர். இதற்குப் பிறகு, **1937**ஆம் ஆண்டின் பிற்பகுதியில் பெர்லினுக்குச் சென்று, நாஜி பரப்புரை வாரியத்தின் காரல் வாஸ் என்பவரிடமும் பயிற்சி பெற்றிருக்கிறார். இருப்பினும் அவர் நாஜிக்களையும், நாஜிக்களின் யூத வெறுப்பையும் கடுமையாகவும் கேலியாகவும் பலமுறை கண்டித்திருக்கிறார். (தம்முடைய வெளிநாட்டுப் படிப்புக்கு அவர் எவ்வாறு பணம் திரட்டினார் என்று அறியக்கூடவில்லை.) இந்தச் சமயத்தில்தான் – டிசம்பர் **1937**இல் – அவர் ஆஸ்திரியாவிலுள்ள பாட்காஸ்டீனுக்குச் சென்று நேதாஜி சுபாஷ் சந்திர போஸைச் சந்தித்து அவரைப் படமும் பிடித்திருக்கிறார்.

டி. வி. எஸ்., டி. டி. கே., ஏ. பி. டி. பார்சல், ஏசியன் டிராவல்ஸ் போன்ற தொழில் குழுமங்களின் ஆதரவைப் பெற்றே ஏ. கே. செட்டியார் பின்னாளில் தம் முயற்சிகளை மேற்கொண்டிருக்கிறார். தம் தகுதிக்கும் தன்மானத்துக்கும் எந்த வகையிலும் குறைவு வராமலேயே இப்புரவலர்களின் ஆதரவைப் பெற்றார் என்று எல்லாரும் சொல்கிறார்கள். குமரி மலர் அச்சகம் என்று ஒரு அச்சகத்தையும் அவர் பல காலம் நடத்தியிருக்கிறார். இவ்வச்சகம், சென்னை ஆழ்வார்ப் பேட்டையில் இப்போதுள்ள நாரத கான சபாவுக்கு அடுத்து இருந்திருக்கிறது. கடைசி பத்தாண்டுகளில் *குமரி மலர்* மூவேந்தர் அச்சகத்தில் அச்சிடப்பட்டிருக்கிறது.

கொண்ட கொள்கையில் பிடிவாதம் என்று கூறுமளவுக்கு உறுதி கொண்டவர் ஏ. கே. செட்டியார். காலம் தவறாமையும், நடந்தே எங்கும் செல்வதும் இவர் வழக்கம். *குமரி மலர்* குறிப்பிட்ட படிகளே (ஏறத்தாழ ஐந்நூறு) அச்சிடுவார்

என்றும், ஒரு சந்தாதாரர் நீங்கும்வரை இன்னொரு சந்தாவைச் சேர்க்கமாட்டார் என்றும் அறிய முடிகின்றது.

~

பயண நூல்கள் பல எழுதியவர் என்று இன்றளவும் பரவலாக அறியப்படும் ஏ. கே. செட்டியாருக்கு, அவர் எழுதிய உலகம் சுற்றும் தமிழன் என்ற நூற்பெயரே அடைமொழியாகவும் சிறப்புப் பெயராகவும் அமைந்துவிட்டது. ஏ. கே. செட்டியாரின் பயண நூல்களைப் பற்றிக் குறிப்பிடும்பொழுது அவர் மேற்கொண்ட உலகச் சுற்றுப் பயணங்கள் மூன்றில் இரண்டு பயணங்கள் காந்தி படத் தயாரிப்புக்காகவே செய்யப்பட்டவை என்பதை மறந்துவிடக் கூடாது. உலகின் பல நாடுகளைச் சுற்றிப் பார்த்து அவர் எழுதிய பயணக் கட்டுரைகளும் நூல்களும், அயல் நாடுகளையும் பண்பாடுகளையும் அறிமுகப் படுத்துவதை மட்டுமே நோக்கமாகக் கொள்ளாமல், உறழ்ந்து நோக்கும் பார்வையில் நம் நாட்டையும் பண்பாட்டையும் உணர்ந்தும் அறிந்தும் கொள்வதற்கான வழிமுறையாகவே அமைந்துள்ளன. 'ஒரு நாட்டைப் பற்றி எழுதுவதென்றால் அந்நாட்டில் குறைந்தது இரண்டு ஆண்டுகள் தங்கி, அந் நாட்டு மொழியை நன்கு பயின்று, அந்நாட்டு மக்களோடு நெருங்கிப் பழகுதல் வேண்டும்' என்ற கருத்துடையவர் ஏ.கே. செட்டியார். 1930களின் பிற்பகுதியிலிருந்து ஏறத்தாழப் பத்துப் பதினைந்து ஆண்டுகளில் *சக்தி, ஆனந்த விகடன், ஹனுமான், ஜோதி, ஹிந்துஸ்தான்* என அவருடைய பயணக் கட்டுரைகள் வெளிவராத சீரிய இதழ்களே இல்லை என்று சொல்லலாம். இவருடைய முக்கியமான பயண நூல்கள்: *ஜப்பான்; பிரயாண நினைவுகள்; மலேயா முதல் கானடா வரை, அமெரிக்கா; அமெரிக்க நாட்டில்* (இவை இரண்டும் வேறுவேறு நூல்கள்); *கரிபியன் கடலும் கயானாவும்; குடகு.* (பயண நூல்கள் விரைவில் காலாவதியாகிவிடும் என்று கருதிய ஏ.கே. செட்டியார், ஒரு குறிப்பிட்ட காலத்திற்குப் பிறகு அவற்றை மறுபதிப்பிட அனுமதிக்கவில்லை.)

அறிஞர்களின் பொன்மொழிகளைத் தொகுப்பதில் ஏ.கே. செட்டியாருக்குப் பேரார்வம் இருந்துள்ளது. *குமரி மலரின்* ஒவ்வொரு இதழிலும் பொன்மொழித் திரட்டு 'கொய்த மலர்கள்' என்ற தலைப்பில் இடம்பெறும். பின்பு இவற்றையெல்லாம் பொருள் வாரியாகத் தொகுத்து ஒரு பென்னம்பெரிய நூலாக அதே பெயரில் வெளியிட்டிருக்கிறார். இந்நூலைப் புரவலர் உதவியுடன் ஆயிரக்கணக்கில் அச்சிட்டு, கல்வி நிறுவனங்களுக்கு இலவசமாக வழங்கியிருக்கிறார்.

இவ்வகையில் அவர் தொகுத்த *பண்பு*, *உணவு* ஆகிய நூல்களும் குறிப்பிடத் தகுந்தன. பொன்மொழித் தொகுப்புகளால் விளையும் பெரும் பயன் என்னவென்று அறிய முடியவில்லை; ஏ.கே. செட்டியாரின் பிற சாதனைகளோடு ஒப்பிட இப்பணி அவ்வளவு முக்கியத்துவமுடையதல்ல என்றாலும் இதில் அவர் செலுத்திய ஆர்வமும் உழைப்பும் குறிப்பிடத் தகுந்தன.

அவர் நாற்பதாண்டுக் காலம் நடத்திய *குமரி மலர்* என்ற மாத இதழைத் தமிழ்ப் பண்பாட்டு வரலாற்றை ஆவணப்படுத்துவதற்கு முக்கியக் கருவியாகக் கைக்கொண்டார். இரண்டாம் உலகப் போரையொட்டிக் கடுமையான காகிதப் பஞ்சம் நிலவியதால் புதிய இதழ்களை வெளியிட அரசு அனுமதியளிக்காத சூழ்நிலை இருந்தது. 'காகிதப் பஞ்சத்தை எவ்விதமாகவாவது சமாளித்து, நாட்டில் அறிவுப் பஞ்சம் உண்டாகாமல் தடுக்க வேண்டுமென்ற ஆவலில்' அப்பொழுது இங்கிலாந்திலிருந்து வெளிவந்துகொண்டிருந்த ***Penguin New Writing*** என்ற தொடர் வெளியீட்டை முன்மாதிரியாகக் கொண்டு, மாதம் ஒரு புத்தகமாக **1943**இல் தொடங்கிய *குமரி மலர்*, ஏ.கே. செட்டியார் மறையும்வரை ஒரு சிறு இடைவெளி நீங்கலாக மாதந்தவறாமல் வெளிவந்தது. அதன் பிறகும்கூட, ஜனவரி **1985** வரை, எஸ். கோபாலன் அப்பணியைத் தொடர்ந்தார். (**1944 – 46**ஆம் ஆண்டுகளில் ஏ.கே. செட்டியார் வெளிநாடு சென்றிருந்தபொழுது, **20** முதல் **33**ஆம் இதழ் வரை ஏறத்தாழ இரண்டாண்டுகள் வெ. சாமிநாத சர்மா *குமரி மலருக்கு* ஆசிரியராகப் பணியாற்றியிருக்கிறார். பர்மாவிலிருந்த காலத்தில் ஏ.கே. செட்டியாரோடு வெ. சாமிநாத சர்மாவுக்குப் பழக்கம் ஏற்பட்டுள்ளது.) முதற் கட்டத்தில் – ஏறத்தாழ முதல் பத்துப் பதினைந்து ஆண்டுகள் – பலர் சுயமாக எழுதிய கட்டுரைகளைக் *குமரி மலர்* தாங்கி வந்தது. ச. வையாபுரிப் பிள்ளை, க. அ. நீலகண்ட சாஸ்திரி, தி. நா. சுப்பிரமணியன், கி. ஸ்வாமிநாதன், அ. முத்தையா போன்ற அறிஞர்களும், டி. எஸ். சொக்கலிங்கம், ராய. சொக்கலிங்கன், '*ரசிகர்*' வை. கோவிந்தன், ஏ.என். சிவராமன், ஏ.ஜி. வேங்கடாச்சாரி போன்ற இதழாளர்களும், பாரதிதாசன், டி. கே. சி., வ. ரா., தி. ஜ. ர., கல்கி, க. நா. சுப்ரமண்யம், த. நா. குமாரசாமி, ந. பிச்சமூர்த்தி, கு. ப. ராஜகோபாலன், கு. அழகிரிசாமி போன்ற இலக்கியவாணர்களும் *குமரி மலரில்* எழுதியிருக்கின்றனர். (புதுமைப்பித்தன் ஒரு விதிவிலக்கு. வெளியிடுவதற்கு ஒரு கதை கேட்டு, புதுமைப்பித்தன் கொடுக்க மறுத்ததாகச் சூசகமான ஒரு குறிப்பு ரகுநாதனின் புதுமைப்பித்தன் வரலாற்றில் உண்டு. எப்படியிருப்பினும், புதுமைப்பித்தன் *குமரி மலரைக்* 'கிழவி நரை' என்று ஓர் இடத்தில் கேலியாகக் குறிப்பிட்டிருக்

கிறார்.) அதன் இரண்டாம் கட்டத்திலிருந்து பழம் இதழ்களி லிருந்தும் நூல்களிலிருந்தும் தமிழ்ச் சமூகம், அரசியல், பண்பாடு ஆகியவை பற்றிய முக்கியமான கட்டுரைகளையும் குறிப்புகளையும் மறுபதிப்பிடுவதே குமரி மலரின் தலையாய பணியாக மாறியது. தமிழகத்திலும் அதற்கு வெளியிலும் ஏ.கே. செட்டியார் தேடித்தேடிக் கண்டெடுத்த ஆவணங்களை வாசகர்கள் அறிந்துகொள்ளும்வண்ணம் வெளியிட்டுவந்தார். (அவர் தேடியெடுத்த பழம் நூல்களையும் இதழ்களையும் மறைமலையடிகள் நூல்நிலையம், அவருடைய அண்டை வீட்டுக்காரரான கோட்டையூர் ரோஜா முத்தையா, புதுக்கோட்டை பா. கிருஷ்ணமூர்த்தி முதலானோரோடும் பகிர்ந்துகொண்டார்.)

ஏ.கே. செட்டியார் மறுபதிப்பிட்ட ஆவணங்களை இந்திய தேசிய இயக்கத்தில் தமிழரின் பங்கு, தமிழ்ச் சமூக-பண்பாட்டு மாற்றங்கள் என்ற இரு பெரும் பிரிவுகளில் அடக்கலாம். காந்தியின் மீது அவருக்கு மாளாத ஈடுபாடு. காந்தியைப் பற்றிய புதுச் செய்திகளையும் குறிப்புகளையும் அவர் இடையறாது தேடிக் கண்டெடுத்து வெளியிட்டு வந்தார். காந்தி 1915இல் இந்தியாவிற்குத் திரும்பி, 'மகாத்மா' என்று பெயர் பெறுவதற்கு முன்பே, அவரது தென்னாப்பிரிக்க வாழ்க்கையின்போதே தமிழ் இதழ்களில் அவரைப் பற்றிய பல குறிப்புகள் வெளிவந்திருக்கின்றன. அவற்றையெல்லாம் தொகுத்துப் *புண்ணியவான் காந்தி* (1969) என்ற நூலை ஏ.கே. செட்டியார் வெளியிட்டார். (மேலும் இரண்டு தொகுப்பு களை இதே பொருளில் அவர் தயாரித்து வைத்திருந்தார் என்று அதன் முன்னுரையில் *சுதேசமித்திரன்* ஆசிரியர் ஸி. எஸ். நரஸிம்மன் குறிப்பிட்டுள்ளார். இச்செய்தியை எஸ். கோபாலன் தம் இரங்கலுரையில் வழிமொழிந்துள்ளார். ஆனால் அவை என்னவாயின என்று தெரியவில்லை.)

பாரதியிடம் ஆழ்ந்த ஈடுபாடு கொண்டிருந்த ஏ.கே. செட்டியார், அவருடைய தொகுக்கப்படாத படைப்பு களைக் கண்டெடுத்து வெளியிடுவதில் பெரும்பங்காற்றினார். ரா. அ. பத்மநாபன் 'பாரதி புதையல்' பலவற்றை முதலில் *குமரி மலரிலேயே* வெளியிட்டார் என்பதும் குறிப்பிடத் தகுந்தது. பாரதியின் *இந்தியா, சக்கரவர்த்தினி, கர்மயோகி* மற்றும் சில *சுதேசமித்திரன்* கட்டுரைகளை முதலில் வெளியிட்டதில் குமரி மலருக்கு முக்கியப் பங்குண்டு. பாரதியின் பயணக் கட்டுரைகளையும் அவர் தனியே சிறு நூலாகத் தொகுத்து வெளியிட்டிருக்கிறார்.

ராஜாஜியின் மீது அவர் கொண்ட பெரும்பற்றும் குமரி மலரில் வெளிப்படுகின்றது. வ. உ. சி., திரு. வி. க.,

வ.வே.சு. அய்யர், சுப்பிரமணிய சிவா முதலானோரின் எழுத்துகளையும் அவர்களைப் பற்றிய செய்திகளையும் பெருமளவில் அவர் தொகுத்து வெளியிட்டார். தேசிய இயக்கத் தலைவர்கள் பற்றி அவர்கள் புகழ் பெறுவதற்கு முன்பே வெளியான பத்திரிகைக் குறிப்புகளை வெளியிடுவ தில் அவருக்குப் பெருவிருப்பம் இருந்திருக்கிறது.

தமிழ் இதழியல் வரலாற்றைத் துலக்கமுறக் காட்டும் பெரும் பணியையும் ஏ.கே. செட்டியார் செய்தார். *சுதேசமித்திரன்* நிறுவனர் ஜி. சுப்பிரமணிய ஐயர் பற்றிய சிறப்பிதழ், பழந் தமிழ் இதழ்களின் முதல் இதழ்களின் ஆசிரியவுரைகளை மறுபதிப்பிட்ட 'முதல் தலையங்கம்' என்ற தொடர், எஸ்.ஜி. இராமாநுஜலு நாயுடுவின் கட்டுரைகள், ரா.அ. பத்மநாபன் எழுதிய இதழியல் வரலாற்றுத் தொடர் போன்றவை தனியே குறிப்பிட வேண்டியவை.

காந்தியம் சார்ந்த சமூகச் சீர்திருத்தம் தொடர்பான செய்திகளுக்கும் ஏ.கே. செட்டியார் முதன்மை அளித்தார். கதர், கள் ஒழிப்பு, தீண்டாமை ஒழிப்பு, கோயில் நுழைவு முதலானவை பற்றிய அரிய ஆவணங்களைக் *குமரி மலரில்* பரக்கக் காணலாம்.

தமிழ்ப் பண்பாட்டு மாற்றங்களின் நுட்பமான பதிவு களையும் ஏ.கே. செட்டியாரிடம் காண முடியும். புதிய வாகனங்களின் வருகை (முக்கியமாக ரயில் வண்டி, பேருந்து, மின்சார சாதனங்களின் நுழைவு), சென்னையில் பால்காரர்கள் கலப்படம் செய்வது, பிளேக், காலரா நோய்களின் பரவல் எனத் தமிழ்ச் சமூக மாற்றங்களைப் பழம் ஏடுகளிலிருந்து அவர் பதிவு செய்திருக்கிறார். 'பஸ் பிரயாணம்' என்ற தலைப்பில் அவர் தொகுத்த குறிப்புகள் மிகச் சுவையானவை, செய்திகள் நிரம்பியவை. *தமிழ்நாடு: பயணக் கட்டுரைகள்* **(1968)** என்ற தலைப்பில் பத்தொன்பதாம் நூற்றாண்டின் இறுதியிலிருந்து 'நூறு ஆண்டுகளில் தமிழர் எழுதிய சுமார் நூற்றுநாற்பது பயணக் குறிப்புகளையும் கட்டுரைகளையும் பாடல்களையும்' அவர் தொகுத்த நூல், பயண இலக்கிய வரலாறு என்பதற்கு மேலாகத் தமிழ்ப் பண்பாட்டு வரலாற்றுப் பலகணியாகவே விளங்குகின்றது.

இந்திய தேசியத்திற்கு மாறான பார்வைகளை முற்றிலும் புறக்கணித்ததை ஏ.கே. செட்டியாருடைய ஆவணப்படுத்தல் முயற்சி களின் முக்கியக் குறைபாடு என்று சொல்லலாம். திராவிட இயக்கம் சார்ந்த எந்தப் பதிவையும் அவரிடம் காண முடிவதில்லை. அரசியல், சமூகச் சீர்திருத்தம்,

இதழியல் என்ற பொருள்களில் திராவிட இயக்கம் பற்றிய பதிவுகள் இடம்பெற எவ்வளவோ வாய்ப்புகள் இருக்க, அவை இடம் பெறாமல்போனது தற்செயல் அல்ல. சுயமரியாதை இயக்கத்தில் நாட்டுக்கோட்டைச் செட்டியார்கள் முக்கியப் பங்காற்றியதுகூட அவரைப் பாதித்ததாகத் தெரியவில்லை. எடுத்துக்காட்டாக மு. சின்னையா செட்டியார், சொ. முருகப்பா, வயி. சு. சண்முகம் செட்டியார் போன்றோரின் சுயமரியாதை இயக்கக் காலச் செயல்பாடுகள் பற்றி எதுவும் *குமரி மலரில்* இல்லை. பெரியார், அயோத்திதாச பண்டிதர், அத்திப்பாக்கம் வெங்கடாசல நாயகர், இரட்டைமலை சீனிவாசன் போன்ற பெயர்களைக்கூடக் *குமரி மலரில்* காண்பது அரிது. (நீதிக் கட்சி பற்றிய எதிர்மறையான குறிப்புகள் இரண்டொன்று இந்நூலில் உள்ளன.)

அதே சமயம் பாரதிதாசன்மீது ஏ.கே. செட்டியாருக்கு இருந்த ஈடுபாட்டையும் இங்குச் சுட்ட வேண்டும். பாரதிதாசனைப் புதுச்சேரியில் அவர் சந்தித்தது, ஒரு சுவையான பேட்டிக் கட்டுரையாக *சக்தியில்* (டிசம்பர் 1942) வெளிவந்தது. 'விசேஷ நிருபர்' என்ற பெயரில் வெளியிடப்பட்ட அக்கட்டுரை, சில ஆண்டுகளுக்குப் பின்பு (1946), முல்லை முத்தையா தொகுத்த *புரட்சிக் கவிஞர்* நூலில் இடம்பெற்றது. மேலும் *குமரி மலர்* முதல் இதழில் 'சிற்றூர்' கவிதையும், மூன்றாம் இதழில் 'பட்டணம்' கவிதையும் இடம்பெற்றன. பின்னர் *அழகின் சிரிப்பில்* இவையிரண்டும் தொகுக்கப்பட்டன. பாரதிதாசனின் அரசியல் நிலைப்பாடுகள் ஏ. கே. செட்டியாருக்கு உவப்பளிக்க வில்லை என்பது பேட்டிக் கட்டுரை மற்றும் கவிதைத் தேர்வுவழித் தெரிகிறது.

~

ஏ.கே. செட்டியார் காந்தி ஆவணப்படத்தைச் 'செய்திப் படச் சம்பிரதாய'த்தில் (*news reel*) தயாரிக்கப்பட்ட படமாகக் கருதினார். 'ஒரு தனிப்பட்ட மனிதரின் வாழ்க்கையை, அவரது வாழ்க்கையின் மூலமாகச் சித்தரிக்கும் ஒரு முழு நீள முள்ள சரித்திரப் படம் முதன்முதலாகத் தயாரிக்கப்படுவது இதுதான் முதல்முறை' என்றும் அவர் நம்பினார்.

காந்தி படம் ஒரு கப்பல் பயணத்தில் கருக்கொண்டது. உடன் பயணித்த ஒரு நண்பருடன் விவாதித்துக் குறித்துக் கொண்ட தாளே திட்டத்திற்கான வரைபடமாக அமைந்தது. 'உலக முழுமையும் . . . அலைவேன். ஒவ்வொரு செய்திப்படக் கம்பெனிக்கும் செல்வேன். உலகத்தில் பல்வேறு பாகங்களி

லுள்ள படக் குவியல்களில் தேடுவேன். சினிமாப் பட லைப்ரரிகள் ஒன்று தவறாமல் பார்ப்பேன். எப்படியும் சேகரிப்பேன்' என்று ஏ.கே. செட்டியார் உறுதி பூண்டார். அவருடைய திட்டத்தைக் கேட்டுப் பட முதலாளிகள் நகைத்தனர். பலரால் அவருடைய கருத்தாக்கத்தைப் புரிந்து கொள்ளத்தானும் முடியவில்லை. வெறும் மனக்கோட்டை கட்டும் இளைஞர் என்றும், வெளிநாட்டுக்குச் சென்றுவந்ததால் நடைமுறைக்கு ஒவ்வாத திட்டங்களைப் போடுகிறார் என்றும் பலர் ஏகடியம் பேசினர். அயல்நாட்டில் படத்தொழில் பயின்றவர் என்ற முறையில் கொழுத்த சம்பளம் தருவதாகச் சில பட முதலாளிகள் ஆசைகாட்டினர். காரியப் பித்துப் பிடித்திருந்த ஏ.கே. செட்டியார் இதற்கு மசியவில்லை.

ஏறத்தாழ ஓராண்டு முயற்சிக்குப் பிறகு 1938இல் 'டாக்குமெண்டரி பிலிம்ஸ் லிமிடெட்' என்ற பிரைவேட் லிமிடெட் குழுமத்தை ஏ.கே. செட்டியார் நிறுவினார். அதன் அலுவலக முகவரி: 77, லாயிட்ஸ் சாலை, இராயப்பேட்டை, சென்னை. கம்பெனியின் ஐம்பது பங்குதாரர்களில் நாற்பத்தாறு பேர் நாட்டுக்கோட்டைச் செட்டியார்களாவர்.

ஏ.கே. செட்டியாரும் கொத்தமங்கலம் என்ற ஊரைச் சேர்ந்த லெ. நடேசன் என்பாரும் நிர்வாக இயக்குநர்கள். (படம் வெளியான சமயத்தில் இருவரும் சேர்ந்திருக்கும் படம் பத்திரிகைகளில் வெளிவந்தது. 'மகாத்மா காந்தி பட சரித்திரத்தில் ஸ்ரீமான்களான லெ. நடேசன், மு.அழ. அழகப்ப செட்டியார், க.சா.அ.அ. சம்பந்தம் செட்டியார், குண்டூர் நரசிம்ம ராவ், பி.வி. பதி, பி. சுப்பிரமணியம், சு.வீர. வீரப்ப செட்டியார் பேர்கள் முக்கிய இடம்பெறும்' என்று 1943இல் பதிவு செய்திருக்கிறார் ஏ.கே. செட்டியார். 1953இல் ஹாலிவுட்டில் தயாரிக்கப்பட்ட ஆங்கில வடிவத்திலும் இப்பெயர்களே நன்றியுடன் குறிப்பிடப்படுகின்றன. லெ. நடேசன் பட நிறுவனத்தின் நிர்வாக இயக்குநர்களில் ஒருவர். பி.வி. பதியும் பி. சுப்பிரமணியமும் படத் தயாரிப்பில் பங்குபெற்ற தொழில்நுட்பக் கலைஞர்கள். பிறர் பட நிறுவனத்தின் பங்குதாரர்கள் போலும்.)

முதலில் இந்தியாவில் காந்தி பற்றிய படப் பதிவுகளைத் திரட்டிய ஏ.கே. செட்டியார் பிறகு வெளிநாடுகளில் தம் தேடலைத் தொடர்ந்தார். இரண்டாண்டுகளில் மூன்று கண்டங்களில் ஒரு லட்சம் மைல்களைக் கப்பலிலும் விமானத்திலும் ரயிலிலும் கடந்தார். இரண்டாம் உலகப்போர் வெடிக்கவிருந்த நெருக்கடியான தருணம் இது என்பதை இங்கு

நினைவில் கொள்ள வேண்டும். தென்னாப்பிரிக்காவில் படப்பிடிப்பிலிருந்த பொழுது உலகப் போர் வெடித்தது. எப்படியோ கப்பலேறித் தப்பிவந்தார் ஏ.கே. செட்டியார். தென்னாப்பிரிக்காவில் மட்டுமல்லாமல் ஐரோப்பாவிலும் அமெரிக்காவிலும் அவர் நிறவெறியை எதிர்கொள்ள வேண்டி யிருந்தது. விடுதிகளில் அறை கொடுக்க மறுத்த முதலாளிகள்; பயணச்சீட்டு விற்க மறுத்த கப்பல், ரயில், விமான முகவர்கள்; அவமானப்படுத்திய பணியாளர்கள் – இவர்களைப் புறங்கண்டே ஏ.கே. செட்டியார் தம் பணியை மேற்கொள்ள வேண்டி யிருந்தது.

அமெரிக்காவிலும் ஐரோப்பாவிலும் முப்பதுக்கும் மேற்பட்ட செய்திப்பட நிறுவனங்களை அவர் நாடினார்: சினிசிட்டா (ரோம்); எக்ளர் டிராஸ் (பாரீஸ்); நார்மன் பிலிம் லைப்ரரி (லண்டன்); பிரிட்டிஷ் பாரமவுண்ட் நியூஸ் (லண்டன்); பதே நியூஸ் (அமெரிக்கா). பாஸிஸ்டு ஆட்சி நடந்துவந்த இத்தாலிக்கும், சர்வதேச சபையின் தலைநகரமான ஜெனிவா வுக்கும்கூட அவர் பயணம் செய்தார். சார்ல்ஸ் மாட்டீன் உட்பட நூறு காமிராகாரர்கள் படம்பிடித்திருந்த சுருள்களை ஏ.கே. செட்டியார் சேகரித்தார்.

காகிநாடா (1923) தொடங்கி காங்கிரஸ் மாநாடுகளைப் படம் பிடிப்பதில் பலர் ஆர்வம் காட்டியதை ஏ.கே. செட்டியாரே குறிப்பிட்டுள்ளார். தண்டி யாத்திரை உலகம் முழுவதிலுமிருந்து வந்த செய்திப்பட நிறுவனங்களால் படம் பிடிக்கப்பட்டிருக்கிறது. இப்படி வளமான செய்திப்படக் கடலில்தான் ஏ.கே. செட்டியார் வலை வீசினார்.

படச்சுருள்களைச் சேகரிப்பதற்கு உழைப்பும் பணமும் மட்டும் போதுமானவையல்ல; சாமர்த்தியமும் தேவை. படங்களைத் தேடி வெளிநாடுகளுக்குச் செல்லும்பொழுது பணத்தைப் பற்றிக் கவலைப்படாமல் பெரிய விடுதிகளிலேயே ஏ.கே. செட்டியார் முதலில் தங்குவார்; காரியம் முடிந்ததும் மலிவான விடுதிக்கு இடம்மாறிவிடுவார். லண்டனில் ஒரு பட நிறுவனம் முதலில் அடாத விலை கூறியிருக்கிறது. அப்படியும் வாங்க முன்வந்தபோது பிரிட்டனுக்கு எதிராகப் பயன்படுத்தப்படலாம் என்று கூறி விற்க மறுத்துள்ளது. பின்னர் அப்படங்களை அமெரிக்காவிலிருந்தே ஏ.கே. செட்டியார் பெற வேண்டியிருந்தது. இத்தாலிக்குச் சென்றபொழுது காந்தியின் இத்தாலி பயணம் தொடர்பான சுருள்களை வாங்குமுன்னர் சாதுரியமாக முசோலினி பற்றிய சில நறுக்குகளையும் வாங்கிய ஏ.கே. செட்டியார், ஊர் திரும்பியதும் அவற்றைக் கடாசிவிட்டார்!

குறைந்த நிதி ஆதாரத்தைக் கொண்டு காந்தி படத்தை உருவாக்கிய ஏ.கே. செட்டியார், செலவினங்களில் கறாரான சிக்கனத்தையும் நேர்மையையும் கடைப்பிடித்திருக்கிறார். செலவழிந்த ஒவ்வொரு காசுக்கும் அன்றன்றே கணக்கெழுதி யிருக்கிறார். ஹாலிவுட்டில் படத்தைத் தயாரித்து, உலகப் பிரமுகர்களுக்கு அரங்கேற்றக் காட்சியைத் திரையிட்டுவிட்டு நியூயார்க் புறப்படு முன்னர் வாஷிங்டன் விமான நிலையத்தில் படுத்துறங்கியிருக்கிறார்!

படச் சுருள்களை இனங்காண்பதும், அவற்றைச் சாமர்த்திய மாக வாங்குவதும் மட்டுமல்லாமல் பல தொழில்நுட்பச் சிக்கல் களையும் எதிர்கொள்ள வேண்டியிருந்தது. காந்தி தொடர்பான முதல் சலனப் படம் கோபாலகிருஷ்ண கோகலேயின் 1912ஆம் ஆண்டு தென்னாப்பிரிக்க வருகையின் பொழுது எடுக்கப்பட்டது. ஒரு துருப்பிடித்த படப்பெட்டியிலிருந்து காந்தியின் தென்னாப்பிரிக்க நண்பர் எச்.எஸ்.எல். போலக் எடுத்துக் கொடுத்த 400 அடிப் படச் சுருள் ஏராளமான முறை திரையிடப்பட்டதில் அதன் ஓரத் துளைகள் பெரிதாகி, மீண்டும் படியெடுத்தாலோ திரையிட்டாலோ நாசமாகிவிடும் பேராபத்து இருந்தது. அதை ஒரு வல்லுநரிடம் காட்டியதில் அவர் அதற்கு ஒரு வழி சொன்னார். துளைகளின் மேற்பகுதி மட்டுமே விரிந்திருந்ததால் படச் சுருளைத் தலைகீழாக ஓட்டி அதைப் பிரதி செய்து பிறகு நேராக்கிக் கொண்டார். இப்படித்தான் அந்த அரிய காட்சி மீட்டுருவாக்கம் பெற்றது.

தொடக்க காலப் படங்கள் நொடிக்குப் பதினாறு காட்சிகளாக ஓடும். புதிய தொழில்நுட்பமோ நொடிக்கு இருபத்து நான்காக ஓடும். இந்த வேகத்தில் ஓட்டினால் பழைய படங்களை இயல்பான ஓட்டத்தில் காண முடியாமல் நகைச்சுவையாக இருக்கும். இச்சிக்கலையும் சாதுரியமான முறையில் தீர்த்தார் ஏ.கே. செட்டியார். படியெடுக்கும்போது ஒரு நுட்பத்தைக் கையாண்டார். முதல் படச் சட்டத்தை ஒரு முறையும், இரண்டாம் படச் சட்டத்தை இரண்டு முறையும், மூன்றாவதை ஒரு முறையும், நான்காவதை இரண்டு முறையுமாக மாறிமாறிப் படச் சுருள் முழுவதையும் படியெடுத்தார். இதன்மூலமாகப் படம் ஏறத்தாழ இயல்பாகக் காட்சிதரும்வண்ணம் அமைந்தது. இவ்வாறு திடீர்திடீரென எழும் புதுப்புதுச் சிக்கல்களைச் சூழலுக்கு ஏற்பத் தீர்க்க வேண்டியிருந்தது.

நியூயார்க்கிலும் டோக்கியோவிலும் உயர்நிலைப் படப் பிடிப்புத் தொழில்நுட்பத்தைக் கற்றவராயினும் ஏ.கே. செட்டியார் படப்பிடிப்பைத் தாமே நடத்தவில்லை. மிகச் சிறப்பாகப்

படப்பிடிப்பு அமைய வேண்டும் என்பதில் உறுதியாக இருந்த அவர், தேர்ந்த வல்லுநர்களை மட்டுமே பயன் படுத்தினார். ஆனால் தேவையானபொழுது தாமே படம் பிடிக்கவும் அவர் தயங்கவில்லை. ஹரிபுரா காங்கிரஸ் மாநாட்டை *(1938)* சுபாஷ் சந்திர போஸின் அனுமதியோடு தாமே படம்பிடித்தார்.

ஒருமுறை *35* எம்எம் வண்ணப்படத்தில் காந்தியைப் படம்பிடிக்க முயன்றிருக்கிறார். ஆனால் முயற்சி தோல்வி யுற்றதால் அதைக் கைவிட்டார்.

இந்த ஆவணப்படத்தை உருவாக்குவதற்கு வல்லமையுள்ள பலரை ஒன்றிணைத்தார். திரைப்படத் தொழில்நுட்பமும் தயாரிப்பும் குழவிப் பருவத்தில் இருந்த ஒரு காலத்தில் ஆற்றலுள்ள பலர் திரைத் தொழில் தொடர்பான முன்னநுபவ மும் இல்லாமலிருந்தார்கள் என்பதையும் இங்கே கருத்தில் கொள்ள வேண்டும்.

ஏ.கே. செட்டியாரின் குழுவில் முதன்மை வகித்த பி.வி. பதி என்ற டாக்டர் பித்தமண்டலம் வெங்கடாசலபதி *(1906–1961)* இவர்களில் விதிவிலக்கு. ஏனெனில் இவர் திரைப்படத் தொழில்நுட்பத்தில் உயர் பயிற்சி பெற்றவர். காந்தி ஆவணப் படத்தின் டைட்டில் அட்டைகளில் ‘டெக்னிக்கல் டைரக்டர்’ என்றே இவர் பெயர் இடம்பெற்றது. இவருடைய வாழ்க்கை பல கோலங்கள் கொண்டது. சென்னையில் வளர்ந்த இவருக்குத் தமிழைத் தவிர ஆங்கிலம், பிரெஞ்சு, சமஸ்கிருதம், தெலுங்கு, இந்தி ஆகிய மொழிகளில் பயிற்சி உண்டு. சென்னையில் இயந்திரப் பொறிகளின் விற்பனையாளராக இருந்த இவருடைய தந்தை *1920*களில் ஒரு திரையரங்கத்தை யும் விலைக்கு வாங்கிவிட்டார். இதன்மூலமாகத் திரைப்படத் தொழிலில் இவருக்கு அனுபவம் கிடைத்திருக்கும் என நம்பலாம். *1929*இல் இவர் மேல்படிப்புக்காகப் பாரீசில் உலகப் புகழ்பெற்ற சொர்போன் பல்கலைக்கழகம் சென்றார். புகழ்மிக்க சமஸ்கிருதப் பேராசிரியர்களான ஸில்வியன் லெவி, லூயி ரெனோ ஆகியோரின் செல்வாக்குக்கு ஆளானார். ‘ஆந்திர மக்களின் சமகால நாடக அரங்கு’ என்ற தலைப்பிலான ஆய்வேட்டிற்காகப் பிஎச்.டி. பட்டம் பெற்றார். (இவரை எப்பொழுதும் டாக்டர் பதி என்றே ஏ.கே. செட்டியார் சுட்டுவார்.) தம் உடன் பயின்ற ஃபானி அலான்பேடி என்பவரைத் திருமணம் செய்துகொண்ட பதி *1935*இல் இந்தியா திரும்பிய பொழுது மனைவியிடமிருந்து விலகினார். பாரீசிலிருந்த காலத்தில் அவருக்குத் திரைத்துறையில் ஆர்வம் மேலிட்டு, பாரீசின் புகைப்பட மற்றும் திரைப் படப்பிடிப்புத் தொழில்நுட்பப்

பள்ளியில் *(ETPC)* பயின்றார். சிலகாலம் லண்டன் பல்கலைக் கழகத்தில் புற மாணவராகவும் இருந்திருக்கிறார். இந்தியாவில் முகிழ்த்துவந்த ஆவணப்பட இயக்கத்தில் *1935* முதல் *1939* வரை முனைப்பாகச் செயல்பட்டு இந்திய ஆவணப்படத் தயாரிப்பாளர் *(Indian Documentary Producers Association)* சங்கத்தையும் தோற்றுவித்தார். இந்தியாவின் முதல் செய்திப் படக் கம்பெனியான *B.P.S Newsreels*ஐத் தோற்றுவித்தவர் இவரே. செய்திப்படங்களைப் படம்பிடிப்பவராகத் தம் திரைத்துறை வாழ்க்கையைத் தொடங்கிய பி.வி. பதி பிரிட்டிஷ் பாரமவுண்ட் நியூஸ், யூனிவர்சல் நியூஸ் ஆகியவற்றுக்குப் பணியாற்றினார். குவெட்டா நிலநடுக்கம் *(1934)*, ஹரிபுரா *(1938)*, ஜெய்பூர் *(1948)* காங்கிரஸ் மாநாடுகளையும் படம்பிடித்த பி.வி. பதி இரண்டாம் உலகப் போரின்பொழுது பிரிட்டிஷ் அரசாங்கத்திற்காகவும் பல படங்களை எடுத்தார். காவிரியைப் பற்றி இவர் தயாரித்த *The Golden River (1954)* புகழ்பெற்றது. ஹரிபுரா காங்கிரஸ் மாநாட்டிற்குப் பிறகு ஏ.கே. செட்டியார் இவரை காந்தி படத் தயாரிப்புக்காக பணிக்கமர்த்தினார். திருப்பூரில் நூற்றுக்கணக்கான பெண்கள் இராட்டை சுற்றும் பிரமிக்கத்தக்க பல காட்சிகளைச் சாதாரணக் கருவிகளைக் கொண்டு இவர் பதிவாக்கியதைப் பெருமை பொங்கக் குறிப்பிடுகிறார் ஏ.கே. செட்டியார். இந்தக் காட்சி பலமுறை வெவ்வேறு ஆவணப்படங்களில் பிறகு இடம் பெற்றதையும் இங்குக் குறிப்பிட வேண்டும்.

'டாக்குமெண்டரி காமிராமென், பின்னணி சங்கீதம் மேற்பார்வை: பி. சுப்பிரமணியம்', 'ஆப்பரேடிவ் காமிராமென்: ஆர். ரகுபீர் சிங்', 'ஒலிப்பதிவு: பெஹ்ராம் பரூச்சா, வாடியா மூவிடோன், பம்பாய்' ஆகியோரைப் பற்றி மேலதிக விவரங்களை அறிய முடியவில்லை.

பின்னணி விளக்கவுரையை அளிக்க ஏ.கே. செட்டியார் நால்வரைப் பயன்படுத்தினார்: முதலாமவர் அன்றைய திரை நட்சத்திரமாகக் கோலோச்சிய செருகளத்தூர் சாமா; வயலின் கலைஞர் டி.கே. ஜயராமய்யர்; நூற்றுக்கும் மேற்பட்ட நாவல்களை எழுதிய வை.மு. கோதைநாயகி; நகரத்தார் பிரமுகரும் தேசியவாதியுமான காரைக்குடி சா. கணேசன். விளக்கவுரை அளிப்பவர்களின குரல்வளம் பற்றிய வல்லுநர் கருத்தை அகில இந்திய வானொலியின் பி.வி. ஆசார்யாவிடம் பெற்றார் ஏ.கே. செட்டியார். இதற்குரிய குரல்வளம் இல்லாத சா. கணேசனைக் கட்டாயம் பயன்படுத்த வேண்டியிருந்த நெருக்கடியை எப்படி சமாளித்தார் என்பதையும் ஏ.கே. செட்டியார் சுவையாகப் பதிவு செய்துள்ளார்.

‘ஆடு ராட்டே’, ‘கத்தியின்றி ரத்தமின்றி’ ஆகிய பாடல் களைப் பயன்படுத்திக்கொள்ள நாமக்கல் ராமலிங்கம் பிள்ளையிடமிருந்து உரிமை பெற்றிருந்தாலும் ‘ஆடு ராட்டே’ மட்டுமே படத்தில் இடம்பெற்றது. இந்தப் பாடலை டி.கே. பட்டம்மாள் பாடினார். தெலுங்குப் பாடல்களைச் சென்னை மாநிலத்தின் பிரதமராகப் பின்னாளில் இருந்த தங்குட்டூரி பிரகாசத்தின் அண்ணன் மகளான த. சூர்யகுமாரி, புகழ்பெற்ற தெலுங்கு நடிகர் சித்தூர் வி. நாகையா, பெஜவாடா குமாரி ராஜரத்தினம் ஆகியோர் பாடினர். பாடல்களின் இசைத்தட்டுகளைத் தயாரித்தவர்கள் ஓடியன் கம்பெனி.

‘ஸ்டேட்ஸ்மன்’ நாளிதழில் பணியாற்றிய அனுபவமிக்க பத்திரிகையாளர் எஸ்.வி. சாரியைக் கொண்டு காந்தியின் வாழ்க்கை வரலாற்று நிகழ்ச்சிகளின் கால வரிசையைத் தயாரித்துக்கொண்டார் ஏ.கே. செட்டியார். எழுத்தாளரும், பங்கிம் சந்திரர், தாகூர், சரத் சந்திரர் முதலான வங்காள எழுத்தாளர்களைத் தமிழாக்கியவருமான த.நா. குமாரஸ்வாமியைக் (1907–1982) கொண்டு விளக்கவுரையை எழுதுவித்தார்.

இப்படம் தயாரிக்கப்பட்ட இரண்டரை ஆண்டுக் காலத்தில் காந்தியைச் சந்திப்பதை மிகக் கவனமாகத் தவிர்த்தார் ஏ.கே. செட்டியார். இதற்கொரு முக்கியக் காரணமிருந்தது. என்ன செய்துகொண்டிருக்கிறீர்கள் என்று காந்தி கேட்டால் உண்மையைச் சொல்ல வேண்டியிருக்கும். என்னைப் பற்றிப் படம் தயாரிப்பதைவிட நாட்டுக்குப் பயனுள்ள வேறு காரியத்தைச் செய்யுங்கள் என்று அவர் சொல்லிவிட்டால்? தேசத் தந்தையின் வார்த்தையைத் தட்ட முடியாதல்லவா? படம் வெளியான பிறகு, அதை காந்தி பார்க்க விரும்பினார் என்று அறியப் பெருமகிழ்ச்சி அடைந்தார் ஏ.கே. செட்டியார். ஆனால் காந்தி தம்மைப் பற்றிய படத்தைப் பார்த்தாரா என்று அறியக்கூடவில்லை.

இந்தப் படத் தயாரிப்புக்காக ஏ.கே. செட்டியார் சேகரித்த படச்சுருள்களின் அளவு (ஏறத்தாழ 50,000 அடி) மலைக்க வைக்கிறதென்றால், அவற்றின் பண்பு முக்கியத்துவத்தை என்ன சொல்ல? 1920இல் மறைந்த பாலகங்காதர திலகரின் இறுதிப் பயணத்தையும், அவருடைய பூதவுடலையும் முகத்தையும் நெருக்கக் காட்சிகளாகக் காட்டும் பதிவுகளையும் அவர் கண்டெடுத்தார். இவற்றைப் படம்பிடித்தவர் இந்தியத் திரைப்படத்தின் தந்தை எனப் போற்றப்படும் தாதாசாகேப் பால்கே என்பது கூடுதல் முக்கியத்துவமுடைய செய்தி. கோகலேவின் 1912ஆம் ஆண்டு தென்னாப்பிரிக்க வருகை

பற்றிய பதிவு முன்னரே குறிக்கப்பட்டது. காந்தியின் தொடக்கால வாழ்க்கை வரலாற்றாசிரியர் என்ற பெருமைக்கு உரியவர் பிரெஞ்சுக்காரரான ரொமெய்ன் ரொலாந்து. மேற்குலகில் காந்திக்கு ஆதரவைப் பெருக்கிய நூல் இது. காடாறு மாதம் வெஸிலே என்ற கிராமத்தில் கழித்த அவரைக் கண்டறிந்து அவரைப் படம் பிடித்தார் ஏ.கே. செட்டியார். ரொலாந்துக்கு ஆங்கிலம் பேச வராது. அவரது மனைவி வழியாகவே செய்திப் பரிமாற்றம் நிகழ வேண்டியிருந்தது. திரைக்கேற்ற முகப் பொலிவு தமக்கு இல்லை என்று காமிராவின் முன் தோன்ற மறுத்த அவரை எப்படியோ பேசி இணங்க வைக்க வேண்டியவரானார் ஏ.கே. செட்டியார். உலகப் புகழ்பெற்ற கல்வியாளரான மாண்டிசோரி அம்மையார் இரண்டாம் உலகப் போர்க் காலத்தில், பகைநாட்டவர் என்ற முறையில் சென்னைக்குள் இருக்கக் கட்டாயப்படுத்தப் பட்டிருந்தார். பிரம்மஞான சபையின் அனைத்துலகத் தலைமை யிடமான அடையாற்றில் அவரைப் படம் பிடித்தார் ஏ.கே. செட்டியார்.

இந்தியாவில் சேலம் சி. விஜயராகவாச்சாரியார், பண்டித மதன் மோகன் மாளவியா, சர்வபள்ளி ராதாகிருஷ்ணன், ஆசார்ய கிருபளானி முதலானோரை இந்த ஆவணப் படத்திற்காகப் படம் பிடித்தார் ஏ.கே. செட்டியார். சி.எஃப். ஆண்ட்ரூசைப் படம் பிடிக்கும் வாய்ப்பு மயிரிழையில் தவறியது. அலகாபாத் ஆனந்த பவனத்தில் ஜவகர்லால் நேருவைப் படம் பிடிக்கச் சென்றது ஏ.கே. செட்டியாரின் படக்குழு. எப்படி போஸ் தர வேண்டும் என்று நேரு கேட்டதற்கு, உங்கள் விருப்பம் போல் தரலாம் என்று பி.வி. பதி சொல்ல, திரும்பி நின்று முதுகைக் காட்டியிருக்கிறார் நேரு! பிறகே காமிராவைப் பார்த்து முறுவலித்திருக்கிறார். அந்த முறுவல் படத்தில் இடம் பெற்றது. படத்திற்காக ராட்டை சுற்ற மறுத்த நேரு, தாம் நூற்கும்போது படம் பிடித்துக் கொள்ளலாம் என்று சொல்லி யிருக்கிறார். அவர் நூற்கும்போது நூல் அடிக்கடி அறுந்து போனது கண்டு நேரு முகம் சுளித்தார். பி.வி. பதி இதை நன்கு படம் பிடித்தார். பார்வையாளர்களின் பேராதரவைப் பெற்ற காட்சிகளில் இது ஒன்று.

இனவாதம் கோலோச்சிய தென்னாப்பிரிக்காவுக்கும் ஏ.கே. செட்டியார் சென்றார். காந்தி ஏற்படுத்திய பீனிக்ஸ் குடியிருப்பையும் டால்ஸ்டாய் பண்ணையையும் படம்பிடித்தார்.

படப்பிடிப்பு முடிந்து, தொகுப்பு வேலை நிறைவுறும் தருணத்தில் அதிர்ச்சி தரும் செய்தி ஒன்று ஏ.கே. செட்டியாரின்

காதை எட்டியது. அரசாங்கம் படத்தைக் கைப்பற்றி அதை அழிக்க முடிவு செய்திருப்பதாக அவர் அறிய வந்தார். அப்போது பம்பாயிலிருந்த ஏ.கே. செட்டியார் உடனே படத்திற்கு ஆறு மூலப் படிகளைத் *(master copies)* தயாரித்து அவற்றை ஒளித்துவைக்க ஏற்பாடு செய்தார். ஆறு படிகளையும் சென்னைக்கு அனுப்பி அவற்றை வெவ்வேறு இடங்களில் மறைவாக வைக்கச் சொன்னார். மறைவிடங்களைத் தமக்கு அறிவிக்கக் கூடாது என்றும் கண்டிப்பாக அறிவுறுத்தினார். இரண்டாம் உலகப் போர் முடிந்த பிறகே மூலப் படிகள் ஒளித்துவைக்கப்பட்ட இடங்கள் எவையெவையென அவர் அறிந்துகொண்டார். ஒரு படி ஒரு சுதேச சமஸ்தானத்தின் அரண்மனையிலும், ஒரு படி ஒரு ஆதீன மடத்திலும், பிற படிகள் வெவ்வேறு தனிநபர்களிடமும் கரந்துறைந்திருந்தன. காலனிய போலீசின் கண்காணிப்பிலிருந்து தப்பிய இந்தப் படம் தமிழரின் அக்கறையின்மையை வெல்ல முடியாமல் காணா தொழிந்ததை என்னவென்று சொல்ல!

23 ஆகஸ்டு *1940*இல் காந்தி ஆவணப்படம் சென்னையில் ராக்ஸி அரங்கில் வெளியிடப்பட்டது. அதே நாளில் மதுரை சிந்தாமணி, கோயம்புத்தூர் நியூகர்னாடிக், காரைக்குடி நடராஜா, திருநெல்வேலி ராயல் ஆகிய திரையரங்கங்களிலும் திரையிடப்பட்டது. சில மாதங்கள் கழித்து, தெலுங்கு விளக்கவுரையுடன் வெளியானது.

பிரீமியர் அட்வர்டைசிங் ஏஜென்ஸி என்ற விளம்பர முகவாண்மையை அமர்த்தி இப்படத்திற்குத் தகுந்த விளம்பரம் செய்தார் ஏ.கே. செட்டியார். காந்தி முகத்தைக் கொண்ட இரண்டு லட்சம் விளம்பர அஞ்சல் தலைகள் பள்ளிக் குழந்தைகளுக்கு விநியோகிக்கப்பட்டன. காந்தி படத்தைக் கொண்ட இருவண்ண நாட்காட்டியை அச்சிட்டுப் பல்வேறு கடைகளுக்கு இலவசமாக வழங்கினார். பல ஆண்டுகள் கழித்தும் பல கடைகளில் அது சட்டம் போட்டுத் தொங்க விடப்பட்டிருந்ததைக் கண்டு ஏ.கே. செட்டியார் மகிழ்ந்தார். பெரிய பத்திரிகைகளில் விளம்பரங்களையும் சிறப்பு இணைப்புகளையும் வெளியிடவும் ஏற்பாடு செய்தார். காந்தி ஆவணப்படம் பெரும் வெற்றி பெற்றது.

படம் வெளியான நாளில் வேண்டுமென்றே ஏ.கே. செட்டியார் சென்னையில் இல்லை. ‘நண்பர்கள் பாராட்டு எனக்கு மிகவும் பிடிக்கும். ஆனால் நேரே பாராட்டினால் எனக்கு மிகக் கூச்சமாக இருக்கும். அதைத் தவிர்ப்பதற்காகவே கோயம்புத்தூர் சென்றேன்’ என்று காரணம் கூறினார்.

1941 மே மாதக் கடைசியில் மலேயா அரங்கேற்றக் காட்சி சிங்கப்பூரில் அல்ஹம்ப்ரா அரங்கில் நிகழ்ந்தது. *1942* ஆகஸ்டு கிளர்ச்சியையொட்டி காந்தி கைது செய்யப் பட்டதைத் தொடர்ந்து புதுவை சர்வோதய இயக்கத் தலைவர் எஸ்.ஆர். சுப்பிரமணியன் புதுச்சேரியில் பத்து நாள்கள் பலமுறை காந்தி படத்தைத் திரையிட்டிருக்கிறார். பறிமுதல் செய்யப்படலாம் என்ற அச்சம் இருந்தாலும் எஸ்.ஆர்.எஸ்ஸை நம்பிப் படப்பெட்டியை அவரிடம் கொடுத் திருக்கிறார் ஏ.கே. செட்டியார்.

இந்தியா விடுதலை பெற்ற இரவு புது தில்லியின் கன்னாட் பிளேசிலுள்ள ரீகல் அரங்கில் படத்தைத் திரையிட ஏ.கே. செட்டியார் ஏற்பாடு செய்தார். அரசியல் நிர்ணய அவையின் தலைவர் இராஜேந்திர பிரசாத் உள்ளிட்ட பல முக்கியப் பிரமுகர்கள் பார்வையாளர் வரிசையில் அமர்ந்தனர்.

இந்தப் படத்தை அனைத்துலகுக்கும் எடுத்துச்செல்ல விழைந்திருக்கிறார் ஏ.கே. செட்டியார். இதற்காக *1952*இல் அமெரிக்கா சென்று ஓராண்டு அங்கிருந்து இதற்காக உழைத்தார். மெக்கார்த்தின் கம்யூனிச எதிர்ப்பு வேட்டை ஹாலிவுட்டின் கழுத்தை நெரித்துக்கொண்டிருந்த காலப் பகுதியில் தம் முயற்சியை மேற்கொண்டு வெற்றியும் கண்டார். சான் பிரான்ஸிஸ்கோவின் அமெரிக்கன் அக்காதெமி ஆஃப் ஆசியன் ஸ்டடீஸ் என்ற அமைப்பின் லூயிஸ் கெய்ன்ஸ்பரோவிடம் இதற்காக ஓர் ஒப்பந்தம் செய்து கொண்டார். *81* நிமிடப் படமாக *10* பிப்ரவரி *1953*இல் ***Mahatma Gandhi: Twentieth Century Prophet*** என்ற படத்தின் முதல் காட்சி வாஷிங்டனில் அரங்கேறியது. அமெரிக்க அதிபர் ஐசன்ஹோவர் தொடங்கி ஐ.நா.வின் தலைவரும் உலக நாடுகளின் தூதுவர்களும் இதில் கலந்துகொண்டனர்.

இந்த வெற்றிக் கதையின் எழுத்து வடிவம்தான் *அண்ணல் அடிச்சுவட்டில்.*

புகைப்படம் எடுப்பதிலும் திரைக் கலையிலும் தேர்ச்சி பெற்று, காந்தி ஆவணப்படத்தை வெற்றிகரமாக எடுத்து முடித்த ஏ.கே. செட்டியார் தம் வாழ்நாளில் வேறொரு படத்தையும் எடுக்கவில்லை!

~

வரலாற்றை ஆவணப்படுத்தும் ஏ.கே. செட்டியாரின் வாழ்நாள் பணியின் ஒரு பகுதியாகவே அவர் எடுத்த ‘மகாத்மா காந்தி’

படத்தையும், அதன் உருவாக்கம் பற்றிய *அண்ணல் அடிச்சுவட்டில்* என்ற இந்தக் கட்டுரைத் தொடரையும் நாம் பார்க்க வேண்டும்.

படம் பிடிப்பதில் முறையான பயிற்சியை ஜப்பானிலும் அமெரிக்காவிலும் இளமையிலேயே பெற்றிருந்த ஏ.கே. செட்டியாருக்கு, 1937 அக்டோபர் 2ஆம் நாள், நியூயார்க்கிலிருந்து டப்ளினுக்குக் கப்பலில் பயணம் செய்துகொண்டிருந்தபோது காந்தி பற்றிய 'டாக்குமெண்டரி' படத்தைத் தயாரிக்க வேண்டும் என்ற எண்ணம் ஏற்பட்டது. அதற்கடுத்த இரண்டரை ஆண்டுகளில் இதற்கான முயற்சிகளில் ஈடுபட்டு ஏறத்தாழ நூறு காமிராகாரர்கள் முப்பது ஆண்டுகளில் படம் பிடித்த 50,000 அடி நீளமுள்ள படங்களை, உலகம் முழுவதும் ஒரு லட்சம் மைல் பயணம் செய்து தேடியெடுத்து, 12,000 அடி நீளமுள்ள படமாகத் தொகுத்து 1940இல் வெளியிட்டபோது அவருக்கு வயது 29. இதை ஒரு சாதனை என்று சொல்வது குறைவு நவிற்சியாகவே இருக்க முடியும். இதனைத் தமிழரல்லாதவர் ஒருவர் செய்திருந்தால் இந்தியாவே கொண்டாடியிருக்கும் என்ற எண்ணத்தைத் தவிர்க்க முடியவில்லை.

காந்தி படம் வெளிவந்த பிறகு அங்கொன்றும் இங்கொன்றுமாக காந்தி பட உருவாக்கம் பற்றிச் சில குறிப்புகளையும் கட்டுரைகளையும் ஏ.கே. செட்டியார் எழுதியிருந்தார் என்றாலும், 1978–79இல்தான் இவ்வனுபவங்களை *அண்ணல் அடிச்சுவட்டில்* கட்டுரைத் தொடரில் கோவையாக வெளியிட்டார். இந்தக் கால இடைவெளிக்கு அவரது தன்னடக்கமே தலையாய காரணமாகலாம்.

'காந்தி' படச்சுருள் 'அங்கே இருக்கிறது! இங்கே இருக்கிறது!' என்று சிலரால் சொல்லப்படுகிறது; சோமலெவும் சா. கந்தசாமியும் அது இந்திய அரசிடம் உள்ளது என்று குறிப்பிடுகின்றனர். காந்தி படத்தை 1960களில் ஒரு முறை திரையிட்டுக் காட்டியபோது பார்த்த இரா. முத்துக் குமாரசாமி, பின்பு அதனைப் புனே திரைப்பட ஆவணக் காப்பகத்திற்கு ஏ.கே. செட்டியார் அளித்துவிட்டதாகவே தாம் நினைத்திருந்ததாகக் குறிப்பிடுகிறார். 35 எம்எம் வடிவிலான படத்தைப் புனேவிற்குக் கொடுத்துவிட்டு, 16 எம்எம் படப் பெட்டியைத் தம் கட்டிலுக்கு அடியிலேயே வைத்திருந்ததாக ஏ.கே. செட்டியாரின் உற்ற நண்பர் மெ. தெய்வராயனின் மைந்தர் தெ. மெய்யப்பன் கூறுகிறார். இப்படத்தைப் புனே ஆவணக் காப்பகத்தில் தேடிச்சென்ற முன்னோடித் திரைப்பட வரலாற்றாசிரியர் சு. தியடோர் பாஸ்கரன், அங்கு அப்படம் இல்லை என்று

கூறுகிறார். உண்மையில் அது இருக்கும் இடம் இதுவரை கண்டுபிடிக்கப்படவில்லை. 'காந்தி நினைவு நிதி'யின் சார்பாக 1950களின் தொடக்கத்தில் காந்தியைப் பற்றிய சலனப் படங்களையெல்லாம் தொகுத்த தேவதாஸ் காந்தி, ஏ.கே. செட்டியாரின் தயாரிப்பைப் பெற்றுப் பாதுகாக்க முயன்ற தாகத் தெரியவில்லை. இந்நிலையில், ஏ.கே. செட்டியார் தம் படத்தில் சேர்க்காத பிற 38,000 அடி பிலிம் பற்றி என்ன சொல்வது!

ஏ.கே. செட்டியார் எடுத்த காந்தி படம் கிடைக்காத நிலையில், அதில் என்ன இருக்கிறது என்பதைத் தெரிந்து கொள்ள நமக்கிருக்கும் முதன்மையான வழி *அண்ணல் அடிச்சுவட்டில்*தான். காந்தி படம் காந்தியினுடைய பொது வாழ்க்கையின் நேர்ப்பதிவுகளின் ஆவணத் தொகுப்பு என்றால், *அண்ணல் அடிச்சுவட்டில்* அதன் உருவாக்கம் பற்றிய ஆவணவாக்கமாகும். காந்தி படங்களைத் தேடித் தாம் செய்த பயணங்களையும் பெற்ற பட்டறிவுகளையும் ஏ.கே. செட்டியார் விரிவாகவே பதிவுசெய்துள்ளார். தம்மை முன்னிறுத்திக்கொள்ளாமல், முதன்மை என்று தாம் கருதி யதை அவர் மிக நேர்மையாக விவரித்துள்ளார். அவருடைய நடை ஆரவார நடையல்ல; மிகையும் அலங்காரமும் கூடியது அல்ல; சொல்லவந்ததை எளிய சொற்களில் நேரிடையாக நுவல்வதே ஏ.கே. செட்டியாரின் சொல்முறை. குழப்பமில்லாத எளிய வாக்கியங்களைக் கையாண்டு, தாராளமாகக் காற்புள்ளி களையும் அவர் பயன்படுத்துகிறார். சிறுசிறு பத்திகளாக எழுதுவது அவருடைய உத்தி. (அறிவியல் பூர்வமான பதிப்பு முறை அல்ல என்றாலும் இதே உத்தியைக் *குமரி மலரில்* ஆவணங்களை மறுபதிப்பிடும்போதும் அவர் கையாண்டார். ஓர் ஆராய்ச்சி 'மணி' இவற்றை அவரே கண்டெடுத்தது போல் பயன்படுத்தியபோது இதைக் கொண்டு அவரது முறையற்ற செயலை ஏ.கே. செட்டியார் கண்டுபிடித்து, அவரைக் கடிந்துகொண்டார்.) ஒற்றை வரிப் பத்திகளும் சிறுசிறு பத்திகளுமாக அமைந்த ஏ.கே. செட்டியாரின் நடை, நிகழ்ச்சிக் கோவையாக அமைந்த அவருடைய அனுபவப் பதிவுக்குத் தோதாக விளங்குகின்றது. 'வாழ்க நீ எம்மான்' என்ற பாரதியின் தொடரை ஒவ்வொரு பிரிவின் இறுதியிலும் பல்லவியைப் போல் கையாள்வது நூலுக்கு ஓர் ஊடுசரட்டை யும் கட்டுக்கோப்பையும் தருகிறது. (எழுத்தில் காணும் அதே எளிய எழில் ஏ.கே. செட்டியார் வெளியிட்ட நூல்களின் வடிவமைப்பிலும் அச்சாக்கத்திலும் முகப்பட்டைகளிலும் உண்டு.)

ஒளிவுமறைவு இல்லாமலேயே தம் பதிவுகளை அவர் செய்துள்ளார். ராஜாஜிமீது கொண்டிருந்த பெரும் பற்று, ‘செட்டியார்கள் சினிமா தொழிலில் புகுந்துள்ளீர்கள். மற்ற படங்களில் லாபமில்லை என்று இப்போது காந்தி படம் எடுக்க ஆரம்பித்திருக்கிறீர்களா?’ என்று மனம் புண்படும்படியாக ராஜாஜி கேள்வி கேட்டதைப் பதிவு செய்வதற்குத் தடையாக இருக்கவில்லை. படம் வெளியான பின் அதே ராஜாஜி அதைப் பாராட்டியதையும் ஏ.கே. செட்டியார் விவரித்துள்ளார். படத்தின் விளக்கவுரையைப் படிக்க தேசபக்தர் சத்தியமூர்த்தி ஆயிரம் ரூபாய் கேட்டதையும், காந்தி படப்பெட்டி என்று அறிந்ததும் கூலி வாங்க மறுத்த ரயில் நிலையப் போர்ட்டரையும் மிகையின்றிப் பதிவு செய்கிறார் ஏ.கே. செட்டியார். காந்தியின் மீதும் காந்தியத்தின் மீதும் தீவிரப்பற்று கொண்டவராயினும் காந்திய நிறுவனங்களின் நிர்வாகிகளை விமர்சிப்பதை அவர் தவிர்க்கவில்லை.

எளிய நடைக்குப் பின்னேயும் உரிய இடத்தில் ஓர் அழுத்தத்தைத் தருவது ஏ.கே. செட்டியாரின் பாணி. இங்கிலாந்திலிருந்து தென்னாப்பிரிக்காவிற்குப் பயணம் செய்தபோது, *200* பேர் அமரக்கூடிய உணவுக்கூடத்தில் *60* பயணிகளுக்கு ஓரிடத்திலும் இவருக்கு மட்டும் தனியாகவும் உணவு பரிமாறப்பட்டது. ‘அந்தத் தனித்த இடம் எனக்குக் கௌரவம் அல்ல. அது ஒரு அவமதிப்பு!’ என்று ஒற்றை வரியில் குறிப்பிடுவது நிறவெறி பற்றிய ஒரு நெடும் சொற்பொழிவைவிட அழுத்தமுடையதாகும். (நமக்குச் சேரன்மாதேவி குருகுலம் நினைவுக்கு வருகிறது.)

நுட்பமான நகைச்சுவையும் ஏ.கே.செட்டியார் ஆளுமையின் ஒரு கூறு. (‘நேரு நூல் நூற்றால், அந்த நூலிலிருந்து வேஷ்டி நெய்ய முடியாது; ஜமக்காளம்தான் நெய்யலாம்.’)

ஏ.கே. செட்டியார் தம் மனங்கவர்ந்த நாயகர்களையெல்லாம் நேரில் கண்டு, படம் பிடித்ததை விவரிக்கும் போது மிகையழுத்தம் இல்லாதபோதும் அவ்வனுபவங்களின் தூய்மையும் உணர்வுப் பெருக்கும் நேரிடையாக வாசகரைச் சென்றடைகின்றன.

ஏ.கே. செட்டியாரின் எழுத்து மட்டுமல்ல கையெழுத்தும் அழகாக இருக்கும். இமயமலையடிவாரத்தில் இரவில் உலர்த்திய துணியில் மழை பெய்து, நீர்த்துளிகள் உறைவதால் முத்துக்கோத்ததுபோல் இருப்பதை அவருடைய கையெழுத்துக்கு உவமைகாட்டுகிறார் தி.சா. ராஜு.

மேடைப் பேச்சை விரும்பியவரல்லர் ஏ.கே. செட்டியார். எப்போதாவது மேடை ஏறினால் சுவையாகப் பேசுவார் என்பதற்கு ரசிகமணி டி.கே. சிதம்பரநாத முதலியார் 20.2.1942இல் நீலாவதி இராமசுப்பிரமணியத்துக்கு எழுதிய கடிதம் ஓர் ஆதாரம்.

நேற்று இரவு கிறிஸ்தவ கலாசாலையில் நண்பர் ஏ.கே. செட்டியாரவர்கள் 'உலகச் சுற்றுப் பிரயாணி' என்பதைப் பற்றிப் பேசினார்கள். இதுவரை கேளாத முறையில் இருந்தது. எத்தனையோ விஷயங்களை நன்றாக அனுபவித்திருக்கிறார்கள் என்பது தெரிய வந்தது. அனுபவித்தது மாத்திரம் அல்ல. நல்ல சுகமான தமிழில், கேட்பவர்கள் ரசித்துக்கொண்டே இருக்கும்படி பேசினார்கள்.

ஆங்கிலத்தில் எத்தனையோ பேரைக் (பிரயாணிகள்) கேட்டுத்தான் இருக்கிறேன். ஆனாலும் செட்டியார் அவர்கள் பிரசங்கம் ரொம்ப மேலாகவே இருந்தது. அவர்கள் என்னையும் (தலைவர்), மற்ற சபையோரை யும் சிங்கப்பூர், ஜப்பான், அமெரிக்கா, ஜெர்மனி, தென்னாப்பிரிக்கா முதலிய இடங்களுக்கெல்லாம் **உடன்** அழைத்துச் சென்றார்கள். எங்களுக்குச் **செலவே இல்லை**. கஷ்டமும் கிடையாது.

சமூகத்திற்குப் பயன்தரத்தக்கப் பெருஞ்சாதனைகளை அமைதியாகவும் அடக்கமாகவும் அழுத்தமாகவும் செய்து காட்டிய ஏ.கே. செட்டியார் என்ற ஆளுமையைப் பெருமள வில் பிரதிநிதித்துவப்படுத்தும் பிரதி *அண்ணல் அடிச்சுவட்டில்* என்பதில் ஐயமிருக்க முடியாது.

~

குமரி மலர் ஜூன் 1978 முதல் ஏப்ரல் 1979 வரை (டிசம்பர் 1978 நீங்கலாக) பத்து இதழ்களில் *அண்ணல் அடிச்சுவட்டில்* தொடராக வெளிவந்தது. *தினமணியில்* (காந்தி சினிமா அநுபந்தம், 16 ஆகஸ்ட் 1940) முதலில் வெளிவந்து பின்பு கடைசி இரு பத்திகள் நீக்கப்பட்டு அவருடைய *திரையும் வாழ்வும்* (1943) நூலில் இடம்பெற்ற 'மகாத்மா காந்தி படம்' என்ற கட்டுரை நூலுக்கு முன்னுரையாகவும், *குமரி மலர்* (ஏப்ரல் 1978) இதழில் எழுதிய 'சுதந்திர தின நினைவுகள்' என்ற கட்டுரை பின்னுரையாகவும் பொருத்தம் கருதி இங்கு அமைக்கப்பட்டுள்ளன. காந்தி படத்தை ஆங்கிலத்தில்

தயாரிக்கும்பொருட்டு 1952–53இல் அமெரிக்கா சென்ற அனுபவங்களைக் கொண்டு எழுதப்பட்ட *அமெரிக்க நாட்டில்* (1956) நூலிலிருந்து பொருத்தமான பகுதிகளை எடுத்து ஒரு தனிக் கட்டுரையும் இரண்டாம் பின்னுரையாக அமைக்கப்பட்டுள்ளது. குமரி மலர் மே 1978 இதழில் எஸ். இராதாகிருஷ்ணன் பற்றி ஏ.கே. செட்டியார் எழுதிய கட்டுரை 3ஆம் இயலின் கடைசியில் இணைக்கப்பட்டுள்ளது. அதே போல் *உலகம் சுற்றும் தமிழன்* (முதற் பதிப்பு, 1940; மூன்றாம் பதிப்பு, 1945) நூலில் இடம்பெற்ற 'ரோமெய்ன் ரோலந்து' என்ற கட்டுரை, பொருத்தம் கருதி 5ஆம் இயலில் சேர்க்கப்பட்டுள்ளது. படத்தில் இடம்பெற்ற பாடல்களும் பட விளம்பரங்களும் இணைக்கப்பட்டுள்ளன. படத்தில் விளக்கவுரை யாற்றிய வை.மு. கோதைநாயகியின் அனுபவக் கட்டுரையும், சமகாலத்தில் காந்தி படம் பற்றி வெளியான கல்கி, கோவை அ. அய்யாமுத்து, *குடிநூல்*, சங்கு சுப்பிரமணியன், எஸ்.வி. சாரி, வ.ரா. மதிப்புரைகளும் பின்னிணைப்பாக வழங்கப் பட்டுள்ளன.

~ ~

அண்ணல் அடிச்சுவட்டில்

முன்னுரை

1937ஆம் வருஷம் அக்டோபர் மாதம் இரண்டாந் தேதி நியூயார்க்கிலிருந்து டப்ளினுக்கு (அயர்லாந்து) 'சமரியா' என்னும் கப்பலில் பிரயாணம் செய்துகொண்டிருந்தேன். அந்தத் தினம் இந்தியாவிலுள்ள சிறு குழந்தைக்கும் தெரிந்த புனித தினம். மகாத்மாவின் பிறந்த நாள்.

நியூயார்க்கில் காந்தி ஜெயந்தியைக் கொண்டாட இந்தியாவின் நண்பர்கள் ஏற்பாடு செய்திருந்தனர். ஆனால், அதில் கலந்துகொள்ளத் தக்கவாறு தாமதித்து வரக்கூடிய நிலையில் நான் அன்று இல்லை. கப்பலில் அதை எண்ணி நான் வருந்திக்கொண்டிருக்கும்போது ஓர் எண்ணம் உதித்தது. கடலிலேயே நான் ஏன் அதைக் கொண்டாடக் கூடாது? என்னோடு கப்பலில் இருந்த ஒரே இந்தியர் அவ்வெண்ணத்தை ஆமோதித்தவுடன் அதற்குத் தக்க ஏற்பாடுகளைச் செய்யத் தொடங்கினேன்.

கூட இருந்த சில அமெரிக்க நண்பர்கள் அதில் கலந்துகொள்ள முன்வந்தனர். இந்திய உணவுடன் அச்சிறு கொண்டாட்டம் வெற்றிகர மாகவும் சந்தோஷமாகவும் நடந்தது. விருந்து முடிந்ததும் கப்பலின் மேல் தளத்திற்கு வந்தேன். அச்சம்பவத்திற்குக் காரணமாக இருந்த அந்த மகாத்மாவுக்கு நம் தேசம் எவ்வளவு கடமைப்பட் டிருக்கிறது என்பதை எண்ணி உருகிக்கொண் டிருந்தபோதுதான் இப்படத்தைப் பற்றிய

எண்ணம் முதன்முதலாக எனக்கு உதித்தது. மகாத்மாவின் வாழ்க்கையை, அவருடைய வாழ்க்கையின் அனுபவங்களை ஓர் உண்மையான சரித்திரப் படமாக ஏன் தயாரிக்கலாகாது என்ற எண்ணம் இரவு முழுவதும் என்னை ஆட்கொண்டது.

காலையில் எழுந்தவுடன், இந்திய நண்பரிடம் ஓடி என் எண்ணத்தைத் தெரிவித்தேன். அவர் சிரித்தார். ஆனால் என் ஆர்வத்தை உணர்ந்து, அந்தத் திட்டத்தைப் பற்றி விவாதிக்கச் சம்மதித்தார். நீண்ட நேரம் விவாதித்து ஒரு திட்டம் தயாரித்தோம். அச்சிறு காகிதம்தான் காந்திஜி சரித்திரப் படத்தின் மூலாதாரம்.

அத்திட்டம் ஓர் உரு எடுத்ததும் என் நண்பருக்குச் சிறிது நம்பிக்கை ஏற்பட்டது. எண்ணம் நல்லதுதான் என்று ஒப்புக்கொண்டார். "காந்திஜியைப் பற்றி ஒரு சிறு படம் தயாரிப்பது சாத்தியமாகலாம். ஆனால் ஒரு முழு நீளப்படம் தயாரிக்க வேண்டுமே? அதற்கு வேண்டிய விஷயங்களை ஒருவர் சேகரிக்க வேண்டுமே? சாத்தியமா?" என்றார்.

நான் சொன்னேன், "உலக முழுமையும் அதற்காக அலைவேன். ஒவ்வொரு செய்திப்படக் கம்பெனிக்கும் செல்வேன். உலகத்தில் பல்வேறு பாகங்களிலுள்ள படக் குவியல்களில் தேடுவேன். சினிமாப் பட லைப்ரரிகள் ஒன்று தவறாமல் பார்ப்பேன். எப்படியும் சேகரிப்பேன்."

ஆனால், அவர் நம்பிக்கை கொள்ளவில்லை.

ஐரோப்பா முழுவதும் அலைந்தேன். திரும்பியதும், ஹரிபுரா காங்கிரஸுக்குச் சென்றேன். இந்தியாவில் உள்ள பல்வேறு ஸ்டூடியோக்களைப் பார்வையிட்டேன். அநேகப் பட முதலாளிகளுடன் என் திட்டம் பற்றி விவாதித்தேன்; பலனில்லை.

இதன் நடுவில் இந்தியாவின் தலைசிறந்த ஸ்டூடியோ ஒன்றில் தாங்கள் ஆரம்பிக்கவிருந்த செய்திப்பட இலாகாவிற்கு என்னைத் தலைவராக அழைத்தனர். அதை எண்ணிச் சில காலம் தாமதித்தேன். ஆனால் அவர்கள் செய்திப்படம் ஆரம்பிக்கும் எண்ணத்தைக் கைவிட்டதும் என் பழைய வேலையைத் தொடங்கினேன்.

சென்னையிலுள்ள பல முதலாளிகள் எனது திட்டத்தைப் பார்த்து நகைத்தனர். சிலரால் அதனைப் புரிந்துகொள்ளக் கூட முடியவில்லை. ஒரு பிரபல பிலிம் கம்பெனி மானேஜர், என் எதிரிலேயே தன் முதலாளியிடம், "வாழ்க்கைச் சித்திரப்படம் (டாக்குமெண்டரி பிலிம்) இலவசமாகக்

காண்பித்தால்கூட ஜனங்கள் பார்க்க வரமாட்டார்கள்” என்று கூறினார்.

பலர் நான் வெறும் மனக்கோட்டை கட்டும் இளைஞன் என்றும், வெளிநாட்டிலிருந்து திரும்பி இருப்பதால் சாத்திய மாகாத எண்ணங்களை வைத்துக்கொண்டு குழம்பிக்கொண் டிருப்பதாயும் எண்ணினர். இதன் நடுவில் சில முதலாளிகள், தங்கள் படத்திற்கு டைரக்டராக வரும்படி கொழுத்த சம்பளம் கொடுப்பதாக ஆசை காட்டினர். தொகை மிக வசீகரமாக இருந்தது. ஆனால் நான் எடுத்த காரியத்தை விடுவதில்லை என்று சங்கற்பம் செய்துகொண்டேன்.

அதன் பிறகுதான் ‘டாக்குமெண்டரி பிலிம்ஸ்’ ஸ்தாபிக்கப் பட்டது. அக்கம்பெனி உருவாக ஏறக்குறைய ஒரு வருஷம் சென்றது. அதற்கிடையில் தமிழ்ப்பட முதலாளிகளைப் பற்றி அறிய நல்ல அனுபவமும் கிடைத்தது. நான் என் எண்ணத்தில் பைத்தியம் பிடித்தவன் போல் இருந்தேன்.

இந்தியாவைச் சுற்றிப் பல தடவைகள் அலைந்தேன். உலகத்தில் ஏறக்குறைய பாதிக்கு மேல், வேகமான கப்பல் களிலும் ஆகாய விமானங்களிலும் ஐந்து மாதங்கள் சுற்றினேன்.

பழைய படங்களைச் சேகரிப்பது, விசேஷமாக இந்தியா வில், மிகவும் ரசமாக இருந்தது. ஸ்டூடியோக்களுக்குச் சென்று பழைய படங்களைப் பற்றி விசாரிக்கும்போது அநேகர் என்னை மிகுந்த ஆச்சரியத்துடன் உற்று நோக்கினர். “இந்தக் குப்பைகளை என்ன செய்யப்போகிறாய்?” என்று கேட்டனர். ஆனால் நான் மிகவும் அபூர்வமான சிலவற்றை அந்தக் குப்பைகளிலிருந்துதான் தேடி எடுத்தேன்!

முதல் ஆண்டு முழுவதும் தேடிச் சேகரித்த படங்கள் முழு நீளப்படமாகச் செய்வதற்குப் போதுமானதாக இல்லை. பிறகு ஐரோப்பாவிற்குப் பயணமானேன்.

ஐக்கிய அமெரிக்காவிலும் ஐரோப்பாவிலும் முப்பதுக்கு மேற்பட்ட செய்திப் படக் கம்பெனிகட்குச் சென்றேன். கீழ்நாடுகளிலும் மேல்நாடுகளிலும் காந்திஜியின் வாழ்க்கைக்கு உபயோகமான எல்லாப் படங்களையும் சேகரித்தேன். வெளிநாடுகளில் படங்கள் சேகரிப்பது இந்தியாவைவிடச் சுலபமாகவும் சிக்கனமாகவும் இருந்தது.

பெரும்பாலான நாடுகளில் செய்திப்படக் கம்பெனிகளும் பட லைப்ரரிகளும் இருக்கின்றன. அவர்கள் சில நிமிடங்களில் தங்கள் பட ஜாப்தாவைப் பார்த்து நமக்குத்

தேவையானவை உண்டு, இல்லை என்று சொல்லிவிடு கின்றனர். அநேக இடங்களில் என் வேலை நான் சென்ற 24 மணிக்குள் முடிந்துவிட்டது.

லண்டனுக்குச் சென்றபொழுது மகாத்மாவின் நண்பர் ஸ்ரீ போலக்கைப் பார்க்கச் சென்றேன். என்னுடைய திட்டத்தை அவருக்கு விளக்கிக் கூறியபொழுது, அவர் சாவதானமாக ஒரு பழைய தகர டப்பாவை எடுத்து, 200 அடி கொண்ட மிகப் பழைய சினிமாப் படம் ஒன்றின் 'பாசிட்டிவ்' காப்பியைக் காண்பித்தார். அது ஒரு சரித்திரப் பிரசித்தி பெற்ற படம் என்றும், சென்ற 27 வருஷங்களாய் அதனைத் தாம் பாதுகாத்து வருவதாயும் அவர் சொன்னார். அதற்கு ஒரு காப்பி எடுத்துத் திரையில் போட்டுப் பார்த்த பொழுது, "இது காலஞ்சென்ற அருந்தலைவர் கோபால கிருஷ்ண கோகலே தென்னாப்பிரிக்கா விஜயம் செய்தபோது எடுத்த படம். அதில் மகாத்மா காந்தியை ஐரோப்பிய உடையில் பார்!" என்று ஸ்ரீ போலக் கூறினார். நமது தேசத்தின் அருமையான சரித்திரச் சின்னங்களில் இது ஒன்று என்று துணிந்து கூறலாம். 1912ஆம் ஆண்டில், முன்னேற்றம் அதிகமடையாத ஆப்பிரிக்காக் கண்டத்தில், அதுவும் காந்திஜியையும் கோகலேயையும் சினிமாப் படம் எடுத்திருப்பார்கள் என்று யாராவது எதிர்பார்த்திருக்க முடியுமா? அதைவிடப் பெரிய பாக்கியம் ஸ்ரீ போலக் அதைக் காப்பாற்றி வைத்திருந்து அளித்ததுதான். காந்திஜியின் தென்னாப்பிரிக்காப் போராட்டத்தில் அவருடன் தோள் கொடுத்து நின்ற அதே ஸ்ரீ போலக்தான் இவர். இவ் அருந்தனத்தைக் காப்பாற்றி இந்தியருக்கு அளித்த ஸ்ரீ போலக்குக்கு நாம் என்றென்றும் கடமைப்பட்டிருக்கிறோம்.

பொதுவாக இங்கிலாந்தைப் பொறுத்தவரையில், பிரிட்டிஷ் செய்திப்படக் கம்பெனிகளிடமிருந்து எந்த விதமான ஒத்துழைப்பையும் நான் பெற முடியவில்லை. ஒரு செய்திப் படக் கம்பெனியில் ஓர் அடிக்கு ஒரு பவுன் கேட்டார்கள்! அந்த அதிக விலைக்கு நான் வாங்கத் தயாராய் இருந்தபொழுது அந்தப் படத்தை விற்க மறுத்துவிட்டனர். காந்திஜியின் லண்டன் விஜயம் அரசியல் சம்பந்தமான படமென்றும், அப்படத்தை நான் இந்தியாவுக்கு எடுத்துச் சென்று பிரிட்டிஷ் அரசாங்கத்துக்கு விரோதமாகக் காட்டக் கூடும் என்றும், எனவே எவ்வளவு விலை கொடுத்தாலும் அப்படங்களை எனக்கு விற்க முடியாதென்றும் கூறி விட்டனர். அந்தப் படங்களில் சில பாகங்களை வெளிநாடு களில் நான் அலைந்து வாங்க வேண்டியதாயிற்று.

44

பிரான்ஸில் உள்ள படக் கம்பெனிகள் முழுமனதுடன் உதவி செய்தன. அவைகளுள் விசேஷமாக 'எக்லார் டிராஸ்' என்ற செய்திப்படக் கம்பெனியின் ஒத்துழைப்பு எனக்கு மிகவும் பலனுள்ளதாக இருந்தது. எனது பிரயாணத்தில் மிகவும் சந்தோஷமான நாட்கள், உலகப் பிரசித்திபெற்ற எழுத்தாளரான ஸ்ரீ ரொமெய்ன் ரோலந்துடன் தங்கிய நாட்களாகும். பிரான்ஸில் அவர் பிறந்த இடமான வெஸிலேயில் அவர் வருஷத்தில் ஆறு மாதம் கழிக்கிறார். ரொமெய்ன் ரோலந்திற்கு ஆங்கிலம் தெரியாது. ஆதலால் அவர் மனைவி மூலமாகவே நான் பேச முடிந்தது.

மகாத்மாஜியின் சரித்திரத்தை முதன்முதலாக எழுதி, வெளி உலகத்துக்கு அறிவித்த பெரியவர் ஸ்ரீ ரொமெய்ன் ரோலந்துதான். சினிமாவில் தமது அபிப்பிராயத்தைச் சொல்ல அவர் முதலில் மறுத்துவிட்டார். அவர் மறுத்த காரணம் சினிமாவுக்குத் தகுந்த முகவெட்டு தமக்கு இல்லை என்று அவர் எண்ணியதேயாகும்! கடைசியாக அவர் மனைவியின் உதவியைக் கொண்டு, மிகுந்த சிரமத்தின் பேரில் அவர் சம்மதத்தைப் பெற்றேன். உடனே பிரான்ஸில் பிரபல செய்திப் படக் காமிராகாரரான சார்லஸ் மேத்தானுக்கு டெலிபோன் செய்து அவரை வரவழைத்தேன். மறுநாள் காலை மகாத்மாஜியைப் பற்றி ஸ்ரீ ரொமெய்ன் ரோலந்தின் அபிப்பிராயத்தைப் படத்தில் பிடித்தாகிவிட்டது.

பல ஐரோப்பிய நாடுகளில் காந்திஜி பற்றிய செய்திப் படங்களைத் தேடி முடிந்தவுடன், அமெரிக்காவுக்கு 'பில்ஸுூத்ஸ்கி' என்ற போலிஷ் கப்பலில் பிரயாணமானேன். இந்தப் போலந்து கப்பல்தான் யுத்த ஆரம்பத்தில் விரோதிகளால் மூழ்கடிக்கப்பட்டது.

நியூயார்க்கில் எனது பழைய நண்பர்கள் மலர்ந்த முகத்துடன் வரவேற்றனர். அந்த நகரத்துக்கு எனது இரண்டாவது விஜயம் மிகச் சுருக்கமாகவே இருந்தது. பல செய்திப் படக் கம்பெனிகள் என்னுடன் ஒத்துழைக்க முன்வந்தன. நியூயார்க் பப்ளிக் லைப்ரரியைச் சேர்ந்த ஸ்ரீ பிரிஹாவர், காந்திஜியைப் பற்றிய பல்வேறு ஐரோப்பிய பாஷைகளிலுள்ள சுமார் 200 புஸ்தகங்களைச் சேகரிக்க மிகுந்த சிரமம் எடுத்துக்கொண்டார். ஒரு சிறந்த அமெரிக்கக் காமிராக்காரரைக் கொண்டு இந்த அருமையான பொக்கிஷத்தைப் படம் பிடித்துக்கொண்டேன். வாஷிங்டனிலுள்ள காங்கிரஸ் புத்தகசாலையிலும் காந்திஜியைப் பற்றி உள்ள ஏராளமான புஸ்தகங்களைப் படம் பிடிக்க உதவி செய்தனர்.

அமெரிக்காவை விட்டு நான் உடனே புறப்பட வேண்டியதாயிற்று. சிறிதுகூட எனக்குச் சாவகாசம் இல்லாததால் வாஷிங்டன் ரேடியோ நிலையத்தார், 'மகாத்மா காந்தி' சினிமா படத்தைப் பற்றி என்னைப் பேசுமாறு கேட்டுக் கொண்டதைக்கூட நான் மறுக்க வேண்டியதாயிற்று. அபூர்வமான உலகப் பொருட்காட்சியைக்கூட ஏழு மணி நேரந்தான் பார்க்க அவகாசமிருந்தது.

அமெரிக்காவிலிருந்து 'பிரிமென்' என்ற பிரம்மாண்டமான ஜெர்மன் கப்பல் என்னை இங்கிலாந்தில் சவுத்தாம்டனில் கொண்டுவந்து சேர்த்தது. அடுத்த வேலை தென் ஆப்பிரிக்காவிற்குப் புறப்படுவது மிகவும் சிரமசாத்தியமான காரியமாயிற்று. இங்கிலாந்தை விட்டுத் தென் ஆப்பிரிக்காவிற்குப் புறப்படும் ஒவ்வொரு கப்பலிலும் இந்தியருக்கென்றால் இடமில்லாதிருந்தது. "இடமேயில்லை" என்று சொல்லப்பட்ட ஒரு கப்பலில் மிகுந்த சிரமத்தின் பேரில் இடம் சம்பாதித்தேன். ஆனால் அக்கப்பலில் நான் கண்ட காட்சி ஆச்சரியத்தை அளித்தது! மொத்தம் அக்கப்பலிலேயே நாங்கள் 61 பிரயாணிகள்தான் இருந்தோம். 'விண்ட்சர் காசில்' என்ற அந்தக் கப்பல் 20,000 டன் உள்ள பெரிய கப்பல். அக் கப்பலில் உள்ள சாப்பிடுமிடத்தில் ஒரே சமயத்தில் 200 பேர் சாப்பிடலாம். ஆனால் நான் மட்டும் தனியாக உட்கார வைக்கப்பட்டேன். 60 பிரயாணிகளும் வேறு பாகத்தில் உட்கார்ந்துகொண்டனர். அந்தத் தனித்த இடம் எனக்குக் கௌரவம் அல்ல. அது ஓர் அவமதிப்பு!

ஓரிரு நாட்களல்ல, 13 நாட்கள் இத்தகைய அவமதிப்புகளுக்கு நான் ஆளாக வேண்டியதாயிற்று. கடைசியாக, கேப் டவுனை அடைந்தும்கூட இந்த அவமதிப்புகள் என்னை விடவில்லை. அங்குள்ள ரயில்வே அதிகாரிகள் ரயில்வண்டியில் தனித்த இடந்தான் அளிக்க முடியுமென்றும் அங்கேயே நான் உணவை உட்கொள்ள வேண்டுமென்றும் கூறினர்! கேப் டவுனில் ஆகாய விமான நிலையத்திற்கு டெலிபோன் செய்தேன். அதிர்ஷ்டவசமாக அரைமணி நேரத்தில் புறப்பட இருக்கும் ஓர் ஆகாய விமானத்தில் இடம் காலியிருப்பதாக அறிவித்தார்கள். விரைந்து சென்று அதில் ஏறிக்கொண்டேன். கேப் டவுனிலிருந்து 1200 மைல் தூரமுள்ள டர்பன் நகரைச் சுமார் 7 மணி நேரத்தில் அடைந்தேன்.

தென்னாப்பிரிக்கா தமிழர் நிறைந்த நாடு. இன்றுகூட டர்பன் நகரில் உள்ள சில வீதிகளில் இந்தியர் நடந்து செல்வதற்கு அனுமதிக்கப்படவில்லை. ட்ராம், பஸ்களிலும் ஐரோப்பியர் அல்லாதவர்களுக்காகக் கடைசி மூன்று

ஆசனங்கள் ஒதுக்கப்பட்டிருக்கின்றன. சில பஸ்களில் இந்தியர்களையும் நீக்ரோக்களையும் ஆடுமாடுகளைப் போல் அடைக்கிறார்கள்! பாங்குகளில் இந்தியர்களுக்கெனத் தனி ஜன்னல்கள்! தனித் தபால் ஆபீஸ்களும் இருக்கின்றன! அநேக சினிமா கொட்டகைகளில், ஹோட்டல்களில், காபி சாப்பிடுகிற இடங்களில் இந்தியர்கள் அனுமதிக்கப்படுவதில்லை. ஜோகன்னஸ்பர்க் நகரில் உள்ள ஒரு சிறு கடைக்குச் சென்று நான் சோடா கேட்டபொழுது, அங்குள்ள பெண், "புட்டியில் தருவதற்கு ஒன்றுமில்லை" என்று சொன்னாள்! இந்த நாட்டில்தான் மகாத்மா காந்தி இருபது வருஷ காலத்திற்கு மேலாகத் தங்கி, இவ்வித அநியாயங்களை ஒழிக்க அநேக போராட்டங்களை நடத்தினார்.

ஆனாலும் தென்னாப்பிரிக்காவிலும் இன்பகரமான அனுபவங்கள் இல்லாமலில்லை. காந்தி என்பது ஒரு மந்திரச் சொல்லாக விளங்கிற்று. அதுதான் உண்மையான அனுமதிச் சீட்டு! காந்திஜி ஆரம்பித்த பீனிக்ஸ் குடியேற்றம் இன்றுமிருக்கிறது. காந்திஜியுடன் தோளோடுதோள் நின்று உழைத்த பல ஊழியர்களையும் சகபாடிகளையும் சந்தித்தேன். முதல் சத்தியாகிரகப் போராட்டத்தைப் பற்றி அவர்கள் சொல்லிய அருமையான சம்பவங்கள் என் மனதை விட்டு ஒரு நாளும் அகலாது.

ஸ்ரீ காலன்பாக் என்ற ஐரோப்பிய சிற்பி, காந்திஜியின் தோழர். ஜோகன்னஸ்பர்க்கில் நிரந்தரமாக வசிக்கும் அவர், டால்ஸ்டாய் பண்ணை போன்ற தூரமான இடங்களுக்கு காமிராவைத் தாமே தோளில் தூக்கிக்கொண்டு வந்தார்! காந்திஜியிடம் அவர் கொண்டிருந்த அன்பு அத்தகையது!

நான் ஜோகன்னஸ்பர்க்கில் இருந்தபோது யுத்தம் தொடங்கிவிட்டது. கப்பல் கம்பெனிகள் எல்லாம் "இடமில்லை" என்று கையை விரித்தன. ஒரு கம்பெனியார் இந்தியர்களை முதலாவது வகுப்பில் அனுமதிப்பதில்லை என்றுகூடக் கூறினர். உ னே என்னுடைய உரிமையைப் பற்றிப் போராட ஆரம்பித்தேன். இந்திய அரசாங்கத்தின் ஏஜெண்டு ஜெனரல், வர்த்தக சங்கம் இவர்களின் உதவியைக் கொண்டு நான் வெற்றி பெற்றேன். தாய்நாடு திரும்ப டிக்கட் கிடைத்தது.

இந்தியாவிற்கு வந்த பின்னரும் தேசத்தைச் சுற்றி மீண்டும் படங்களுக்காக அலைய ஆரம்பித்தேன். டாகுமெண்டரி பிலிம்ஸ் காமிராகாரர்கள் பல்வேறு சமயங்களில் மாதக் கணக்காக வார்தாவில் காத்துக்கொண்டிருந்தனர். மகாத்மா காந்தியைப் படம் பிடிப்பது மிகவும் கஷ்டமான காரியம்.

காமிராவுக்காக அவர் சிறிதுகூட நிற்பதில்லை. சாதாரணமாக அவர் மிகவும் வேகமாக நடப்பவர். அதையும்விட அவரைச் சுற்றிலும் எப்பொழுது பார்த்தாலும் ஜனங்கள் நின்றுகொண்டு படத்தில் தாங்களும் விழ வேண்டுமென்று தலையை நீட்டு கின்றனர். காந்திஜியின் வீட்டுக்கு அநேக காமிராக்காரர்கள் அனுமதிக்கப்படுவதில்லை. இத்தகைய மகத்தான கஷ்டங் களுக்கிடையே காந்திஜியின் வாழ்க்கையில் அருமையான சில காட்சிகள் எடுக்கப்பட்டிருக்கின்றன.

மொத்தம் எடுக்கப்பட்ட சுமார் 50,000 அடி நீளமுள்ள படங்களிலிருந்து சுமார் 12,000 அடி நீளமுள்ள ஒரு தொடர்ச்சி யான படம் தயாரித்து இருக்கிறோம். படத்தை இத்தகைய நீளத்திற்குக் கொண்டுவரச் சுமார் மூன்று வருஷங்கள் ஆயின. இவைகளைச் சேகரிக்க நான்கு கண்டங்களில் ஏறக்குறைய லக்ஷம் மைல் பிரயாணம் செய்திருக்கிறேன். உலகம் முழுமையிலும் கடந்த 30 வருஷங்களாகச் சற்றேறக் குறைய 100 காமிராக்காரர்கள் எடுத்த படங்களின் சேகரிப்பு அது. செய்திப்பட சம்பிரதாயத்தைக் கொண்டு ஒரு தனிப்பட்ட மனிதரின் வாழ்க்கையை, அவரது வாழ்க்கையின் மூலமாகச் சித்தரிக்கும் ஒரு முழு நீளமுள்ள சரித்திரப் படம், முதன் முதலாகத் தயாரிக்கப்படுவது இதுதான் என்பது என் நம்பிக்கை. ஒரு மனிதரைப் பற்றிய முழு நீளப் படம் தயாரிக்க வேண்டுமென்றால் இந்தியாவில் காந்திஜியைத் தவிர வேறு எவரைப் பற்றித் தயாரிக்க முடியும்?

<blockquote>
(மகாத்மா காந்தி பட சரித்திரத்தில் ஸ்ரீமான்களான லெ. நடேசன், மு. அழ. அழகப்ப செட்டியார், க. சா. அ. அ. சம்பந்தம் செட்டியார், குண்டூர் நரசிம்ம ராவ், பி.வி. பதி, பி. சுப்பிரமணியம், சு. வீர. வீரப்ப செட்டியார் முதலியோர் பேர்கள் முக்கிய இடம்பெறும்.)
</blockquote>

தினமணி, 16 ஆகஸ்டு 1940;
ஏ. கே. செட்டியார், *திரையும் வாழ்வும்* (1943)

1

"மார்க்கம் என்பது வெறும் வழிமுறை தானே?" என்று சிலர் கூறுவர். மார்க்கம் தான் "சர்வமும்" என்று நான் கூறுவேன். லட்சியத்தையும் மார்க்கத்தையும் பிரிக்கக் கூடிய சுவர் எதுவும் இல்லை. மார்க்கத்தை வித்துக்கும், லட்சியத்தை விருட்சத்துக்கும் ஒப்பிடலாம்.

மார்க்கத்தை ஓரளவு நிர்ணயித்துக்கொள்ளும் உரிமையைத்தான் கடவுள் நமக்கு வழங்கி யிருக்கிறார். லட்சியம் சம்பந்தமாக நமக்கு எவ்வித அதிகாரத்தையும் அவர் வழங்க வில்லை. மார்க்கம் பரிசுத்தமாக இல்லா விடில், லட்சியமும் பரிசுத்தமாக இருக்காது. இந்த விதிக்கு விலக்கே கிடையாது.

– காந்தியடிகள்

நம் நாட்டில் காந்தியடிகளின் வாழ்க்கையை மேற்கோளாகக் காட்டியவர்கள் மிகப் பலர். அதனைக் குறிக்கோளாகக் கொண்டு நடக்க முயன்றவர் சிலர். அவர்களிலும் ஓரளவு வெற்றி பெற்றவர் வெகு சிலர். காந்தீய நெறியில் நூற்றுக்கு நூறு வாழ்வதற்கு காந்தியடிகளால் மட்டும்தான் முடிந்தது என்று கூறுவது மிகையாகாது.

சொந்த வாழ்வில் பலவித ஆசைகளுக்கு அடிமையாகியிருக்கிறோம். எண்ணற்ற தவறுகளைச் செய்திருக்கிறோம். தெரிந்தோ தெரியாமலோ இன்னும் பல தவறுகளைச் செய்து வருகிறோம். ஆனால் காந்தியடிகளின் பிலிமைப் பொறுத்த மட்டில், கூடியவரை காந்தீய நெறியில் ஒழுக வேண்டும் என்று உறுதிகொண்டோம். அதில் எவ்வளவு தூரம் வெற்றி அடைந்தோம் என்று கூற முடியாது. நம்மை அறியாமல் பல தவறுகள்

செய்திருக்கலாம். ஆனால் தவறு என்று உணர்ந்த பின்னர், அத்தவறுகளைச் செய்யவில்லை.

இதற்குக் காரணம் காந்தியடிகளிடம் இருந்த பக்தியும் அச்சமுமேயாகும். அந்த அச்சம் தெய்வத்தின்பால் உள்ள அச்சத்தைப் போன்றது. காந்தியடிகளைத் தெய்வாம்சமாக மனத்தில் அமர்த்தி வழிபட்டதால், இந்த பக்தியும் அச்சமும் ஏற்பட்டிருக்க வேண்டும்.

~

காந்தியடிகள் மறைந்தவுடன் ஏற்பட்ட சோகத்தில் மூழ்கியிருந்த பண்டித ஜவஹர்லால் நேரு, ஒருமுறை, "காந்திஜி நம்மையெல்லாம் நாம் நினைத்துப் பார்க்க முடியாத அளவு, அவ்வளவு உச்சநிலைக்கு உயர்த்தினார். ஆனால் அவர் மறைவுக்குப் பின் நாம் மீண்டும் பழைய நிலைக்கு, இல்லை, பாதாளத்துக்கு வந்துவிட்டோம்" என்று கூறி வருந்தினார்.

பிரபல இந்திய எழுத்தாளர்களிலே ஒருவரான D.F. கராகா, பல ஆண்டுகளுக்கு முன் காந்தியடிகளைப் பற்றி ஆங்கிலத்தில் ஓர் அருமையான நூல் எழுதினார். *Out of Dust* என்பது நூலின் பெயர். அவர் அந்நூலில், *"Out of dust, he made us into men"* – அதாவது, தூசியிலிருந்து அவர் (காந்தியடிகள்) எங்களை மனிதர்களாக உருவாக்கினார் என்பது. அது முற்றிலும் உண்மை.

வெறும் தூசியிலிருந்து காந்தியடிகள் உருவாக்கிய எண்ணற்ற மாந்தருள் எளியேனும் ஒருவன்.

வாழ்க நீ எம்மான்!

~

1940ஆம் ஆண்டு ஆரம்பம். பம்பாயில் காந்தி திரைப்படத் தொகுப்பு வேலை மும்முரமாக நடைபெற்றது. இதுவரை ஹோட்டலில் தங்கியிருந்த நாங்கள், பம்பாய் மாதுங்கா பகுதியில் காலேஜ் ரோடில் ஒரு புதிய மாடிக் கட்டிடத்தின் கீழ்ப்பகுதியை வாடகைக்கு ஏற்பாடு செய்தோம். மாத வாடகை ரூபாய் நாற்பது. சொந்தக்காரர் வெளியூரில் இருந்தார். அதே வீதியில் இருந்த அவருடைய நண்பர் ஒருவர் வாடகை வசூலித்தார். ஒரு முறையாவது அவர் எங்களை வாடகை கேட்டதில்லை. ஒவ்வொரு மாதமும் நாங்கள்தான் அவரைத் தேடிப் பிடித்து வாடகை கொடுப்பது வழக்கம்.

வீட்டில் மேஜை, நாற்காலி, கட்டில் ஒன்றுமே இல்லை. ஓட்டை மடக்கு நாற்காலி ஒன்று இருந்தது. அதுவும் வீட்டுக்

காரருக்குச் சொந்தம். கால் சட்டை அணிந்துவரும் அன்பர்கள் உட்காருவதற்காகவே அந்த ஓட்டை மடக்கு நாற்காலியை உபயோகித்தோம்.

டெலிபோன் வைப்பது என்று ஒருநாள் காலையில் முடிவு செய்தோம். ஹார்ன்பி ரோடில் உள்ள டெலிபோன் ஆபீசுக்குச் சென்று, அச்சடித்த பாரத்தைப் பூர்த்தி செய்து 15 ரூபாய் டிபாசிட் கட்டினேன். அங்கிருந்து நான் வீட்டுக்குத் திரும்பி வருவதற்கு முன்னதாகவே டெலிபோன் இணைப்பை ஏற்படுத்திவிட்டார்கள்.

பம்பாயில் கார் ஒன்று மாத வாடகைக்கு அமர்த்தினோம். மாதம் ரூ. 150 வாடகை. டிரைவர் சம்பளம் ரூ. 40 கார் சொந்தக் காரரே கொடுத்துவிடுவார். பெட்ரோல் செலவு எங்களுடையது. அப்பொழுது பெட்ரோல் விலை மிக மலிவு. எங்கள் டிரைவர் வில்லியம்ஸ் என்பவர் கோவாவைச் சேர்ந்த அடக்கமுள்ள கிறிஸ்தவ இளைஞர்.

எங்கள் காரியாலயத்துக்குப் பெயர்ப் பலகை கிடையாது. அங்கிருந்தது நானும் எனது உதவியாளர் ஒருவரும்தான். காமிராமென் டாக்டர் பி. வி. பதியும் அவருடைய சகாக்களும் ஆபரா ஹவுஸ் என்ற பகுதியில் வசித்தனர். தினந்தோறும் வேலை சம்பந்தமாக ஸ்டூடியோ அல்லது மற்ற இடங்களில் சந்திப்பது வழக்கம்.

அப்பொழுது *பம்பாய் கிராணிகள்* என்னும் பழங் கால ஆங்கிலத் தேசிய தினப்பத்திரிகை உச்ச நிலையில் இருந்தது. அதன் ஆசிரியர் சையத் அகமத் பிரெல்வி. பன்முறை சிறை சென்ற தேசபக்தர். ஒரு முறை காந்தி பிலிம் பார்த்துவிட்டு வெளியே வந்ததும், என்னை அப்படியே கட்டிக்கொண்டார்.

அகமத் அப்பாஸ் அப்பொழுதுதான் *பம்பாய் கிராணிகள்* பத்திரிகையில் உதவி ஆசிரியராகச் சேர்ந்தார். காந்தியடிகள் படம்பற்றி, *கிராணிகள்* பத்திரிகையில் ஓர் அரிய நீண்ட கட்டுரை எழுதினார். அப்பொழுது மிகப் பிரபலமாய் இருந்த *பிலிம் இந்தியா* **(Film India)** பத்திரிகையில் சிறப்புக் கட்டுரை ஒன்று எழுதினார். *நியூயார்க் டைம்ஸ்* பத்திரிகைகளிலும் ஓர் கட்டுரை எழுதினார். அக்கட்டுரையின் முடிவில் "காந்தி படத் தயாரிப்பாளர், படம் பூர்த்தியடைந்ததும் முதலாவது பிரதியை எடுத்துக்கொண்டு, அமெரிக்காவுக்கு விரைந்து சென்று, அமெரிக்க ஜனாதிபதி ரூஸ்வெல்டுக்குக் காட்ட எண்ணியுள்ளார். அமெரிக்க ஜனாதிபதி பார்க்கும் முதலாவது இந்தியப் படம் இதுவாகத்தான் இருக்குமா?" என்று எழுதினார்.

இந்தக் கட்டுரைகளின் காரணமாக, காந்தி பிலிம் பற்றிய செய்தி பொது மக்களிடையிலும், சினிமாத் தொழில் சம்பந்தப் பட்டவர்கள் மத்தியிலும் கண்ணியமான முறையில் நன்கு பரவியது. இந்தியாவின் எல்லாப் பகுதிகளிலும் உள்ள பத்திரிகை களும் இச்செய்திக்கு முக்கியத்துவம் கொடுத்து, தங்கள் மொழியில் வெளியிட்டன.

ஒரு நாள் காலை பத்து மணி இருக்கும். ஒருவர் என்னைத் தேடி வந்தார். வயது 45 இருக்கலாம். குள்ளம். தலை வழுக்கை. கால் சட்டை அணிந்திருந்ததால் ஓட்டை மடக்கு நாற்காலியில் உட்காரும்படிக் கூறினேன்.

வந்தவர் என்னைப் பார்த்து "என் பெயர் கண்பட் ராவ். நான் டிவென்டியத் செஞ்சுரி பாக்ஸ் பம்பாய் கிளையின் மானேஜர். *பிலிம் இந்தியா* பத்திரிகையில் காந்தி பிலிம் சம்பந்தமாகப் படித்தேன். தங்களைச் சந்திப்பதற்காகவே சென்னைக்குச் சென்றேன். தங்கள் காரியாலயத்துக்குச் சென்ற போது தாங்கள் பம்பாயில் இருப்பதாகக் கூறி தங்கள் விலாசம் கொடுத்தார்கள். இந்தியாவில் உள்ள எங்கள் ஜெனரல் மானேஜர் நியூபெரி (Newberry) தங்களைச் சந்திக்கப் பெரிதும் மகிழ்வார். எங்கள் காரியாலயத்துக்கு நீங்கள் வர இயலுமா? உங்களுக்கு எப்பொழுது சௌகரியமோ அப்பொழுது அழைத்துச் செல்கிறேன். இப்பொழுது சௌகரியப்பட்டாலும் அழைத்துச் செல்கிறேன். கார் மூலையில் இருக்கிறது" என்றார்.

அன்று எனக்கு அதிக வேலையில்லாததால், எனது உதவியாளரிடம் சில விவரங்களைக் கூறிவிட்டு, கண்பட் (கணபதி) ராவ் அவர்களுடன் அவர் காரில் சென்றேன். செல்லும் வழியில் அவர் "நாம் பேசுவதெல்லாம் வெளியே யாருக்கும் தெரிய வேண்டாம்" என்றார். எனக்கு ஒன்றுமே புரியவில்லை.

'டிவென்டியத் செஞ்சரி பாக்ஸ்' என்பது அமெரிக்காவில் உள்ள மிகப் பெரிய பிலிம் நிறுவனங்களில் ஒன்று. அமெரிக்கா வில் தங்கியிருந்தபோது ராம் பகாய் என்ற இந்திய நண்பர் இந்த ஸ்டூடியோவுக்குச் சில முறை என்னை அழைத்துச் சென்றுள்ளார்.

நியூபெரி இளைஞர் ஆஸ்திரேலியாவைச் சேர்ந்தவர். மலர்ந்த முகத்துடன் வரவேற்றார்.

"காந்தி பிலிம் பற்றிய கட்டுரையைப் படித்தேன். நீங்கள் ஒரு சிறந்த *salesman* என்பதில் சந்தேகமில்லை. இதைவிட ஒரு நல்ல விஷயத்தை *(subject)* நீங்கள் படம் பிடிக்க

முடியாது. இந்தப் படம் ஒன்றே போதும். இன்னும் பத்து ஆண்டுகளுக்கு நீங்கள் படமே தயாரிக்க வேண்டாம். உங்களுக்கு என்னுடைய பாராட்டுதல்கள்" என்றார் நியூபெரி.

அவர் மேலும் தொடர்ந்து, "இந்தப் படத்தை அமெரிக்காவில் உள்ள எங்கள் கம்பெனியின் மூலமாக வெளியிட எனக்கு ஆவல். நீங்கள் படத்தின் நெகட்டிவைக் கொடுத்தால் போதும். அதற்கு வேண்டிய சங்கீதம், விளக்க உரை எல்லாவற்றையும் சிறந்த முறையில் தயாரித்து வெளியிடுவார்கள். வருமானத்தில் செலவு போக மீதியை ஆளுக்குப் பாதியாகப் பங்கிட்டுக் கொள்ளலாம். 20 லட்சம் ரூபாய்க்குக் குறையாமல் லாபம் கிடைக்கும். உங்கள் பங்கு பத்து லட்சம் ரூபாய்க்குக் குறையாது" என்றார் நியூபெரி.

"பத்து லட்சம் ரூபாய்" என்று அவர் கூறியதும் என் தலை கிறுகிறுத்தது.

நாற்பது ஆண்டுகளுக்கு முன் பத்து லட்சம் ரூபாய் என்றால் இப்போது அதன் மதிப்பு எவ்வளவு என்பதை சுலபமாக ஊகிக்கலாம்.

இந்த அதிர்ச்சியினின்று ஒருவாறு சமாளித்துக்கொண்டு "எங்கள் டைரக்டர்களைக் கலக்காமல் நான் ஒன்றும் முடிவு சொல்வதற்கில்லை. காந்தி பிலிமை நாங்கள் வெறும் வியாபாரப் பொருளாகக் கருதவில்லை. மிகப் புனிதமாகக் கருதுகிறோம். அதன் விளக்க உரையை எங்கள் சம்மதமின்றி சேர்க்க அனுமதியோம்" என்றேன்.

அதற்கு நியூபெரி, "நீங்கள் சொல்லுவது முற்றிலும் சரி. முதலில் எங்கள் கம்பெனியின் பொதுவான சம்மதத்தை நான் பெற்றுக்கொள்கிறேன். விளக்க உரை பற்றி உங்கள் நிபந்தனைகளுக்கெல்லாம் உட்படுவோம். காந்தி பிலிமை உங்களைப் போலவே நாங்களும் புனிதமாகக் கருதுவோம்" என்றார்.

என்னிடம் கூறியபடியே, விரைவாக ஒரு நீண்ட தந்தியை எழுதி, என்னிடம் காட்டினார். எனது சம்மதத்தின் பேரில் அதனை விரைவில் அமெரிக்காவுக்கு அனுப்ப ஏற்பாடு செய்தார்.

"ஒரு வேண்டுகோள். இவ்வளவு முயற்சி எடுத்து, இவ்வளவு செலவு செய்து இந்தக் காரியத்தைச் செய்கிறேன். இன்று முதல் 15 தினங்கள் வரை காந்தி பிலிம் சம்பந்தமாக வேறு யாருடனும் ஒப்பந்தம் செய்துகொள்வதில்லை என்று எனக்கு எழுதிக்கொடுத்தால் உதவியாக இருக்கும்" என்றார்.

"நீங்கள் எனது வார்த்தையை நம்பலாம். என்றாலும் நீங்கள் மன அமைதி பெறுவதற்காக அவ்வாறே எழுதித் தருகிறேன்" என்று கூறி, டைப் செய்த கடிதத்தை அவரிடம் கொடுத்து, அதன் நகலை நான் வைத்துக்கொண்டேன்.

"இன்று ஒரு நல்ல பெரிய காரியத்தைத் தொடங்கி யிருக்கிறோம். இதனைக் கொண்டாட வேண்டும். இன்று பகல் எங்களுடன் நீங்கள் உணவு கொள்ள வேண்டும்" என்றார் நியூபெரி. சம்மதித்தேன். "ரிட்ஸ் ஹோட்டலுக்குப் போகலாம்" என்றார் அவர். அந்த நாளில் தாஜ்மகாலுக்கு அடுத்தபடியாகப் புகழ்பெற்றது ரிட்ஸ் ஹோட்டல். அது பிரிட்டிஷார் காலம். எனவே வேஷ்டி கட்டியவர்களுக்கு மதிப்பில்லை. சில சமயங்களில் அவமரியாதையாகவும் நடத்துவார்கள். இதனை நியூபெரியிடம் கூறி, சிறிது தயங்கினேன். அதற்கு அவர், "என்னுடைய விருந்தினராக நீங்கள் வருகிறீர்கள். எவ்வித அசம்பாவிதமும் நடைபெறாது. உங்களை அவமதித்தால் அது என்னை அவமதித்தது போல" என்றார்.

நியூபெரி, கண்பட் ராவ் முதலியோருடன் ரிட்ஸ் ஹோட்டலுக்குச் சென்றேன்.

சாப்பாட்டு ஹாலுக்குள் நுழைந்தோம். அந்த ஹாலில் சுமார் அறுபது பேர் இருந்தனர். *"Hallo Mr. Chettiar, How are you?"* என்ற குரல் கேட்டது. அந்தப் பெண் குரல் கம்பீரமாக வும் இருந்தது. சுற்றும்முற்றும் பார்த்தேன். சாப்பாட்டு ஹாலில் நடு மேஜையில் நடுநாயகமாக அமர்ந்திருந்த மாரியா மாண்டிஸோரி அம்மையார்தான் இவ்வாறு கூறியது.

மாண்டிஸோரி அம்மையார் உலகப் புகழ் பெற்ற ஆசிரியை. நான் இந்திய முறையில், அதிலும் கதர் வேஷ்டி உடுத்தி யிருந்தேன். எனவே எல்லோரும் என்னையே உற்று நோக்கி னார்கள். எங்கு ஒருவேளை அவமரியாதை நேருமோ என்று பயந்துபயந்து தயங்கிச் சென்ற எனக்கு இம்மாதிரியான ஒரு ராஜ வரவேற்பு காத்திருந்தது!

வாழ்க நீ எம்மான்!

~

டாக்டர் மாரியா மாண்டிஸோரி அம்மையார் இத்தாலி நாட்டைச் சேர்ந்தவர். பிஞ்சு உள்ளங்களில் பீறிட்டுப் பாயும் அன்பையும் ஆர்வத்தையும் நன்குணர்ந்த மேதை. அவரே ஒரு குழந்தையைப் போன்று கள்ளமற்ற உள்ளம் உடையவர்.

வாழ்நாள் முழுவதையும் குழந்தைகளின் கல்வி வளர்ச்சிக் காகவே அர்ப்பணித்தவர். அவருடைய போதனா முறைக்கு மாண்டிஸோரி முறை என்று பெயர். அது உலகின் பல நாடுகளிலும் பரவி, எண்ணற்ற குழந்தைகளுக்கு மகிழ்வூட்டி எளிய முறையில் கல்வியைப் போதிக்க உதவுகிறது.

சென்னை அடையாறு பிரம ஞான சங்கத்தின் (Theosophical Society) விருந்தினராக மாண்டிஸோரி அம்மையார் சென்னைக்கு வந்து, தம் முறைப்படி ஆசிரியைகளைப் பயிற்றுவித்தார். அவர் சென்னையில் தங்கியிருந்தபோது இரண்டாவது உலக யுத்தம் மூண்டது. இத்தாலி அப்பொழுது எதிரி நாடு. எனவே இந்தியாவில் இருந்த இத்தாலியர்களை இந்திய (பிரிட்டிஷ்) அரசாங்கம் சிறைப்படுத்தியது. ஆனால் மாண்டிஸோரி அம்மையாரின் வயது, புகழ், கல்விப் பணி ஆகியவற்றைக் கருதி, அந்த அம்மையாரைச் சிறைப்படுத் தாமல், அவர் தமது கல்வித் தொண்டைத் தொடர்ந்து செய்யப் பல சலுகைகளை அளித்தது.

ஸ்ரீ ராதாகிருஷ்ணன் அவர்கள் காந்தியடிகளின் எழுபதாவது பிறந்த நாளையொட்டி, உலகில் உள்ள பல துறைகளில் புகழ் பெற்ற அறிஞர் பெருமக்களிடம் கட்டுரைகள் வாங்கி, மகாத்மா காந்தி என்னும் தலைப்புடன் ஓர் அரிய தொகுப்பு நூலை வெளியிட்டார். அந்த நூலில் மாண்டிஸோரி அம்மையாரின் கட்டுரையும் உள்ளது. அந்த அம்மையார் அப்போது சென்னையில் இருப்பது பெரிய அதிர்ஷ்டம் என்றும், அவரைப் படம் பிடித்து, அவர் கட்டுரையில் இரண்டு வாக்கியங்களைச் சொல்லும்படி செய்து, அதனை ஒலிப்பதிவு செய்ய வேண்டும் என்றும் எண்ணினேன்.

இதற்காக ஒரு நாள் அடையாறில் தங்கியிருந்த அம்மையாரைச் சந்திக்கச் சென்றேன். அப்பொழுது சங்கர மேனன் என்பவர் என்னைத் தடுத்து நிறுத்தி, "எதற்காக மாண்டிஸோரி அம்மையாரைப் பார்க்க வேண்டும்?" என்றார். சுருக்கமாகப் பதில் கூறினேன். அவர் தொடர்ந்து என்னைக் குறுக்கு விசாரணை செய்ய ஆரம்பித்தார். அவர் கேட்ட கேள்விகளும் நடந்துகொண்ட முறையும் அருவருப்பாய் இருந்தன. சங்கர மேனனை நோக்கி, "நிச்சயமாக நான் உங்களைப் பார்க்க வரவில்லை. மாண்டிஸோரி அம்மையாரைப் பார்க்க வந்திருக்கிறேன்" என்றேன் கடுமையாக. பின்னர் அவர் ஒதுங்கினார்.

மாண்டிஸோரி அம்மையார் மலர்ந்த முகத்துடன், கள்ளங்கபடமற்ற புன்சிரிப்புடன் என்னை வரவேற்றார்.

நான் விவரத்தைக் கூறினேன். காந்தியடிகளைப் பற்றி அவர் கட்டுரையிலிருந்து இரண்டு வாக்கியங்களைச் சொல்ல வேண்டும் என்றும், அதனையே அவர் தாய் மொழியான இத்தாலிய மொழியில் சொல்ல வேண்டும் என்றும் கேட்டுக்கொண்டேன்.

"நீங்கள் செய்வது மிக நல்ல காரியம். எப்பொழுது வேண்டுமானாலும் நான் பேசத் தயாராக இருக்கிறேன்" என்றார் மாண்டிஸோரி அம்மையார்.

மறுவாரத்தில் ஒருநாள் படப்பிடிப்புக்கு ஏற்பாடு செய்து, அந்த விவரத்தை அம்மையாருக்குத் தெரிவித்தேன். ஆனால் அந்த தினத்துக்கு இரண்டு நாட்களுக்கு முன், எதிர்பாராத முக்கிய வேலையின் காரணமாக நான் பம்பாய் செல்ல நேர்ந்தது. படப்பிடிப்புக்கு வேண்டிய எல்லா ஏற்பாடு களையும் செய்து, அம்மையாரைச் சந்தித்து விவரம் சொல்லி, எங்கள் காரியாலய நிர்வாகியிடமும் அந்தப் புண்ணியவதி யிடம் எவ்வாறு மரியாதையுடன் நடந்துகொள்ள வேண்டும் என்பதையும் வலியுறுத்திக் கூறினேன்.

படப்படிப்பின்போது நிகழ்ந்தவை எல்லாம் எனக்குப் பின்னால்தான் தெரிந்தது.

குறிப்பிட்ட நாளில் படப்பிடிப்பு நடைபெற்றது. மாண்டிஸோரி அம்மையார் முதலில் இத்தாலிய மொழியில் பேசினார். அதை ஒலிப்பதிவு செய்தனர்.

ஆங்கிலத்தில் அவர் பேச வேண்டிய வாக்கியங்கள் இரண்டு. ஐரோப்பியர்களுக்குப் பொதுவாக ஆங்கிலம் சுத்தமாகப் பேச வராது. அதற்கு அந்த அம்மையாரும் விதிவிலக்கு 'அல்லர். புத்தகத்தைப் பார்த்துப் படித்தால் படத்தில் அவர் முகம் சரியாக விழாது. எனவே அந்த இரண்டு வாக்கியங்களையும் ஒரு கரும் பலகையில் **(blackboard)** பெரிய எழுத்தில் எழுதி அவர் படிக்கும் அளவு தூரத்தில் எதிரே வைத்தார்கள்.

அந்த வாக்கியங்கள் இவைதாம் :

Every child in every corner of Europe knows Gandhi. When they see his picture, they exclaim in their own language "O! This is Gandhi!"

இதை அந்த அம்மையார் படித்தார். **Exclaim** என்ற வார்த்தையை அவரால் சரியாக உச்சரிக்க முடியவில்லை. தவறாக உச்சரிப்பார். உடனே குழந்தையைப் போல் 'கொல்' என்று நகைத்துவிடுவார். இம்மாதிரி ஆறுமுறை நடைபெற்றது.

ஒவ்வொரு முறையும் பிலிம் நஷ்டம்; பணம் நஷ்டம். ஏழாவது முறை சரியாக உச்சரித்தார். இந்த அம்மையாரைப் படம் பிடித்து, ஒலிப்பதிவு செய்தது பெரிய அதிர்ஷ்டம். அதைக் கருதும்போது அம்மையார் படிப்பிடிப்பில் நேர்ந்த நஷ்டம் மிகவும் சொற்பம்.

வாழ்க நீ எம்மான்!

~

பம்பாய் ரிட்ஸ் ஹோட்டலில் மாண்டிஸோரி அம்மையாரைச் சந்தித்தபோது இவையெல்லாம் என் நினைவுக்கு வந்தன. என்னுடன் வந்த நியூபெரியையும் கண்பட் ராவையும் அம்மையாருக்கு அறிமுகம் செய்துவைத்தேன்.

அம்மையாரிடம் விடைபெற்று, நாங்கள் மூவரும் வேறொரு பகுதியில் உள்ள மேஜைமீது உணவருந்தினோம். அப்பொழுது நியூபெரி என்னிடம் "நீங்கள் இங்கு வரத் தயங்கினீர்கள். ஒருவேளை அவமரியாதை ஏற்படுமோ என்று அஞ்சினீர்கள். வலியுறுத்தி எனது தயவில் நான் உங்களை அழைத்து வந்தேன். அவ்வாறு அழைத்து வரும்போது எனக்கு ஒருவிதமான தற்பெருமையும் உண்டாயிற்று. ஆனால் இங்கு வந்த பின் நிலைமை எப்படி மாறிவிட்டது பாருங்கள். உங்கள் தயவில் உலகப் புகழ்பெற்ற ஓர் அம்மையாருக்கு அறிமுகம் செய்து வைக்கப்பெற்றேன்" என்றார்.

அன்றிரவு நியூபெரி, கண்பட் ராவ் ஆகிய இருவருக்கு மட்டும், யுனைடெட் ஆர்ட்டிஸ்ட்ஸ் பிலிம் கம்பெனியின் பத்துப் பேர் உட்காரக்கூடிய சிறிய திரை அரங்கில் காந்தி பிலிமைத் திரையிட்டுக் காட்டினேன்.

படம் முடிந்ததும் நியூபெரி என்னிடம் "படத்தைப் பார்ப்பதற்கு முன் நான் எதற்காக அமெரிக்காவுக்குத் தந்தி கொடுத்தேன் தெரியுமா?" என்றார். "தெரியாது" என்றேன். "படம் பார்த்தபின் ஒருவேளை என் மனம் மாறிவிட்டால் என்ன செய்வது என்று கருதி, படத்தைப் பார்க்கு முன்னரே தந்தி கொடுத்தேன்" என்றார்.

"படம் பார்த்தாகி விட்டது. இப்பொழுது என்ன நினைக்கிறீர்கள்?" என்று கேட்டேன்.

"படம் இவ்வளவு சிறப்பாக இருக்கும் என்று நான் கொஞ்சங்கூட எதிர்பார்க்கவேயில்லை. எனது பாராட்டுதல்கள்" என்றார்.

இரண்டு நாட்கள் சென்றன. ஒரு வாரமும் ஆயிற்று. இரண்டு வாரங்களும் ஆயின. அமெரிக்காவிலிருந்து பதிலே இல்லை. கிணற்றில் போட்ட கல் மாதிரி இருந்தது.

பின்னர் ஒருநாள் நியூபெரி என்னிடம், "நான் அமெரிக்காவுக்கு அனுப்பிய தந்தி போய்ச் சேரவில்லை. இங்குள்ள தணிக்கை அதிகாரிகள் அதனைத் தடுத்து விட்டார்கள் என்று தோன்றுகிறது. விமானத் தபால் எழுதினாலும் பயனில்லை. இங்குள்ள அரசியல் நிலை காரணமாக காந்தி பிலிமை வெளிநாட்டுக்கு அனுப்ப இந்திய அரசாங்கத்தார் அனுமதிக்க மாட்டார்கள் என்று அஞ்சுகிறேன். என் மனக்கோட்டை இடிந்துவிட்டது. உங்கள் அன்புக்கும் ஒத்துழைப்புக்கும் மனதார நன்றி செலுத்துகிறேன்" என்றார்.

என்னுடைய மனக்கோட்டையும் சுக்குநூறாகத் தகர்ந்து விட்டது. இந்த ஏமாற்றத்தை என்னால் தாங்க முடியவில்லை.

ஆண்டவன் எளியவனைத் தடுத்தாட்கொண்டார் என்பதைப் பிறகே உணர்ந்தேன்.

வாழ்க நீ எம்மான்!

~

இரண்டு நாட்களுக்குப் பின் ஓர் இந்தியர் என்னிடம் வந்தார். அதற்கு முன் அவரை நான் பார்த்ததில்லை. "காந்திஜி பிலிம் சம்பந்தமாகச் சில விவரங்கள் கேள்வியுற்றேன். தாங்கள் விரும்பினால் அதனை அமெரிக்காவிற்கு உடனடியாக அனுப்பலாம்" என்றார்.

"எப்படி?" என்று ஆர்வத்துடன் கேட்டேன்.

"அமெரிக்காவில் பாஸ்டன் நகரில் உள்ள மிருகக் காட்சி சாலைக்கு அடுத்த வாரம் கோவாவிலிருந்து ஒரு சிங்கத்தைக் கப்பல் மூலம் அனுப்புகிறோம். காந்திஜி பிலிம் சுருள்களை, சிங்கக் கூண்டின் அடியில் மறைத்து திணித்து வைத்து விடலாம். இந்திய சுங்க அதிகாரிகள் சிங்கத்திடம் போகப் பயப்படுவார்கள். அமெரிக்காவில் காந்திஜி படத்தை இறக்குமதி செய்வதில் சிரமம் இராது. நீங்கள் சொல்லும் விலாசத்தில் அதனைச் சேர்த்துவிடுகிறோம். இது மிகவும் ஆபத்தான காரியமாதலால் நீங்கள் எங்களுக்குக் கணிசமான தொகை கொடுக்க வேண்டும்" என்றார்.

இது அப்பட்டமான கள்ளக்கடத்தல். வேண்டாம் என்று நான் சொல்லியிருக்க வேண்டும். ஆனால் மனத்தில் ஒருவித ஆசை இருந்ததால் தயங்கினேன்.

அப்பொழுது என் மனத்திலிருந்த ஆசை பணத்தைப் பற்றியது அன்று. அணில் ஸ்ரீ ராமபிரானுக்கு இலங்கை செல்ல அணைகட்ட உதவியது போல இந்திய சுதந்திரப் போருக்கு அமெரிக்கர்களின் மனத்தில் ஓர் அனுதாபத்தை இந்தப் படம் உண்டாக்கலாம் என்று பூரணமாக நம்பினேன்.

எவ்வளவு ஆசையோ, அவ்வளவு பயமும் இருந்தது. இந்த இந்தியரை முன்பின் தெரியாது. இவரிடம் படம் கொடுக்க முதலில் டைரக்டர்கள் அனுமதி வேண்டும். ஒருவேளை அவர்கள் அனுமதித்தாலும் இவரிடம் படம் பெற்றுக் கொண்டதாக நமக்கு ஆதாரம் கிடைக்காது. அமெரிக்கா சென்றபின் இவர் படத்தை யாருக்காவது விற்கலாம். அப்படி யானால் முதலுக்கே மோசம் வந்துவிடும். இத்தனை ஆண்டு உழைப்பெல்லாம் வீணாகிவிடும்.

ஆசையும் பயமும் என்னை மாறிமாறி உலுப்பின.

"மார்க்கம் பரிசுத்தமாக இல்லாவிடில் லட்சியமும் பரிசுத்தமாக இருக்காது" என்று காந்தியடிகளின் பொன்மொழி என் மனத்தை உறுத்தியது.

இறுதியாக, உள்ளொளி காட்டிய ஆண்டவனை வணங்கினேன்.

வாழ்க நீ எம்மான்!

~~

2

1939ஆம் ஆண்டு. ஒருநாள் காலையில் சென்னை *ஹிந்து* பத்திரிகையில், ஒரு மரத்தடியின் கீழ் சுமார் 200 பெண்கள் கைராட்டை சுற்றும் (mass spinning) அரிய படம் ஒன்றைப் பார்த்தேன். படம் எடுத்தவர் பெயர் சி. ஏ. அய்யாமுத்து.

அய்யாமுத்து எங்கள் நண்பர், தேசபக்தர், சிறந்த நிர்வாகி. அப்பொழுது திருப்பூரில் இருந்த தமிழ்நாடு சர்க்கா சங்கத்தின் காரியதரிசியாக இருந்தார். கதர் என்றால் அய்யாமுத்து; அய்யாமுத்து என்றால் கதர் என்றிருந்த காலம் அது. கதர் இயக்கத்துக்காகவே *குடி நூல்* என்ற சிறந்த மாதப் பத்திரிகையைத் திறமையாக நடத்தினார். புகைப்படங்கள் எடுப்பதிலும் அவருக்குத் தேர்ச்சி உண்டு. *ஹிந்து*வில் வெளியான படம் திருப்பூருக்கு அருகில் உள்ள கிராமத்தில் எடுத்தது.

அய்யாமுத்து அவர்களைச் சந்தித்தபோது, "அடுத்த முறை எல்லோரும் சேர்ந்து நூல் நூற்கும் போது தெரிவியுங்கள். அதனைப் படம் பிடித்து, காந்தி பிலிமில் சேர்க்கலாம்" என்றேன்.

"நீங்கள் படம் பிடிப்பதற்காகவே நான் ஏற்பாடு செய்கிறேன். கதர் இயக்கத்துக்கு அது ஒரு நல்ல பிரசாரமாக இருக்கும்" என்றார்.

குறிப்பிட்ட வாரத்தில் படம் பிடிக்க ஏற்பாடு. கைராட்டைகளைக் கொண்டுவந்து நூல் நூற்கச் செய்வது சர்க்கா சங்கத்தின் பொறுப்பு. திருப்பூருக்குச் சென்று திரும்பும் பயணச் செலவு, படம் பிடிக்கும் செலவு எங்களைச் சேர்ந்தது. இது ஒரு கூட்டு முயற்சி.

அய்யாமுத்துவே எதிர்பாராத வகையில், மூன்று கிராமங்களில் சுமார் இரண்டாயிரம்

பெண்கள் நூல் நூற்பில் கலந்துகொள்ள ஆர்வத்துடன் முன் வந்தனர்.

அய்யாமுத்து பார்வைக்கு முரட்டு மனிதராகக் காணப்பட்டாலும் இளகிய மனமுடையவர். "இந்த ஏழைப் பெண்களுக்கு ஒருநாள் பிழைப்புப் போய்விடுமே. எனவே ஒவ்வொருவருக்கும் கால் ரூபாய் கொடுக்க வேண்டும்" என்று தீர்மானித்தார். அவர் செய்த தீர்மானம் சரி; ஆனால் அதைக் கொடுக்க வேண்டுவது சர்க்கா சங்கம்.

"சுமார் இரண்டாயிரம் பெண்களுக்கு ஆளுக்குக் கால் ரூபாய் வீதம் கொடுப்பதற்காக ரூபாய் 500 செலவாகும். அதனை அனுப்புங்கள்" என்று அய்யாமுத்து கடிதம் எழுதினார்.

எங்களுக்குப் பயணச் செலவு, படம் பிடிக்கும் செலவு முதலியன ஆயிரம் ரூபாய்க்கு மேல் ஆகும். எங்களிடம் பண வசதி இல்லை. இந்த ஆயிரம் ரூபாய் தயார் செய்வதே மிகக் கஷ்டம். இந்த நிலையில், நாங்கள் எதிர்பாராத, ஒப்புக் கொள்ளாத ஒரு பெரும் செலவை ஏற்றுக்கொள்ள மறுத்து விட்டேன். எனவே படப்பிடிப்பை ரத்துச் செய்யும்படி ஸ்ரீ அய்யாமுத்து அவர்களுக்குத் தெரிவித்தேன்.

"எல்லா ஏற்பாடுகளும் செய்தாகி விட்டது. இனிப் படப் பிடிப்பை ரத்துச் செய்ய முடியாது, ஐநூறு ரூபாயில் பாதிச் செலவை சர்க்கா சங்கம் ஏற்றுக்கொள்ளும்; பாதியை நீங்கள் ஏற்றுக்கொள்ளுங்கள்" என்று தந்திச் செய்தி அனுப்பினார் அய்யாமுத்து.

வேறு வழி இல்லாததால் ஒப்புக்கொண்டோம்.

குறிப்பிட்ட நாள் அதிகாலையில் திருப்பூர் சேர்ந்தோம். அய்யாமுத்துவும் அவர் சகாக்களும் ரயிலடியில் எங்களை வரவேற்றனர். எங்கள் சௌகரியத்துக்காக இரண்டு கார்களை ஏற்பாடு செய்திருந்தனர். எல்லோரும் சர்க்கா சங்கத்துக்குச் சென்றோம். அய்யாமுத்து மிக்க அன்புடன் நல்ல சிற்றுண்டி வழங்கினார். நாங்கள் அங்கு தங்கியிருந்தவரை அவரும் அவர் துணைவியாரும் சர்க்கா சங்க ஊழியர்களும் எங்களை அன்புடன் உபசரித்ததை ஒருநாளும் மறக்க முடியாது.

மூன்று கிராமங்களுக்குச் சென்று படம் பிடித்தோம். நூற்றுக்கணக்கான தாய்மார்கள் வரிசைவரிசையாக அமர்ந்து நூல் நூற்றது கண்கொள்ளாக் காட்சி. டாக்டர் பதிக்கு ஒரே உற்சாகம். தமது திறமையெல்லாம் காட்டி, எவ்வித நவீன யந்திர வசதியும் இல்லாதபோதும், பல கோணங்களில், கலைக்

கண்ணுடன் படம் பிடித்தார். நூல் நூற்ற கிராமங்களில் எல்லாம் திருவிழா போன்ற காட்சி. நூல் நூற்ற தாய்மார் களில் பெரும்பாலோர் காமிராவைத் திரும்பிக்கூடப் பார்க்க வில்லை.

படப்பிடிப்பு முடிந்ததும் டாக்டர் பதிக்கு ஒரு சந்தேகம். எல்லா ராட்டைகளும் சுழன்றுகொண்டேயிருந்ததால், படத்தில் அது எவ்வாறு (*effect*) இருக்கும் என்றே சந்தேகம். அன்றிரவே தம் உதவியாளர் ஒருவரிடம் பட நெகட்டிவ் களைச் சென்னைக்கு அனுப்பி, உடனே டெவலப் செய்து, படம் எப்படி இருக்கிறது என்பதற்குத் தந்தி கொடுக்க ஏற்பாடு செய்தார்.

நல்ல தந்திச் செய்தி கிடைத்தது.

பின்னர் சர்க்கா சங்க நடைமுறைகளை எல்லாம் படம் பிடித்தோம்.

இந்தப் படத்தின் பின்னணியாக, நாமக்கல் கவிஞர் ராமலிங்கம் பிள்ளை அவர்கள் பாடிய 'ஆடு ராட்டே' என்னும் பாடலை, ஸ்ரீமதி டி.கே.பட்டம்மாள் பாடினார்.

நாமக்கல் கவிஞர் பாடிய

பட்டணத்து வீதிகளில் சுற்றியலைந்து – மிகப்
பாடுபடும் கிராமத்துப் பத்தினிப் பெண்கள்
இட்டமுடன் தங்குடிசை நிழலிருந்து – நூல்
இழைத்துப் பிழைப்பரென்று ஆடுராட்டே

என்ற பாடல் படத்துக்கும் மிகப் பொருத்தமாக இருந்தது.

அய்யாமுத்துவின் நிர்வாகத் திறமை,
டாக்டர் பதியின் படப்பிடிப்புத் திறமை,
நாமக்கல் கவிஞரின் தேசியப் பாடல்,
டி.கே.பட்டம்மாளின் இனிய சங்கீதம்

ஆகியவற்றுக்கு எடுத்துக்காட்டாக மிளிர்ந்தது இரண்டாயிரம் தமிழ்ப் பெண்கள் நூல் நூற்ற நானூறு அடி நீளமுள்ள படக் காட்சி!

ராட்டையைப் புதுப்பித்து, கிராமங்களில் பட்டினியால் வாடிய பல்லாயிரக்கணக்கான பத்தினிப் பெண்கள், மானமிழக்காமல் சுதந்திரமாக உயிர் வாழ வழிகாட்டி, வெற்றி பெற்றவர் ஏழைப் பங்காளரான காந்தியடிகளே ஆகும்.

வாழ்க நீ எம்மான்!

~

1936ஆம் ஆண்டில் ஜப்பானின் தலைநகரான டோக்கியோ வில் கந்தா என்னும் பகுதியில் உள்ள ஒய்.எம்.சி.ஏ. கட்டிடத்தில் தங்கிக் கல்வி பயின்றேன்.

அப்பொழுது ஒருநாள் நடுத்தர வயதுள்ள ஓர் இந்தியர் சாப்பாட்டுக் கூடத்தில் என்னைச் சந்தித்தார். அவர் தம்மைத் தாமே அறிமுகப்படுத்திக்கொண்டார். அவர்தான் இந்தியாவில் புகழ் பெற்ற சர்ஜன்களில் ஒருவரான லெப்டினன்ட் கர்னல் டாக்டர் மிரஜ்கர். மகாராஷ்டிராவில் பிறந்த அவர் லாகூரில் பணி செய்து வந்தார்.

சிறிது நேரத்தில் தமிழ்நாட்டைச் சேர்ந்த ஓர் அம்மையார் எங்களுடன் கலந்துகொண்டார். மூவரும் சிற்றுண்டி அருந்தினோம். அந்த அம்மையாரும் புகழ்பெற்ற வைத்தியர் களின் ஒருவரான டாக்டர் பிச்சமுத்து, மதுரை பந்தடித் தெருவில் வசித்த அவருடைய மூத்த சகோதரி, புகழ்பெற்ற தேசபக்தர் பிச்சமுத்து அம்மாள்.

டாக்டர் மிரஜ்கர், டாக்டர் பிச்சமுத்து இருவரும் உலக யாத்திரையாகச் சென்று, அமெரிக்காவிலிருந்து தாய்நாடு திரும்பும் வழியில் ஜப்பானுக்கு வந்தனர். அவர்கள் தங்கி யிருந்த இரண்டு மூன்று நாட்களும் அவர்களுக்கு உதவியாக இருந்தேன்.

டாக்டர் மிரஜ்கர் விடைபெற்றபோது, தமது 'விசிட்டிங் கார்டு' ஒன்றை என்னிடம் கொடுத்து, லாகூருக்கு வந்தால் தம்மைச் சந்திக்கும்படி கூறினார்.

"இங்கு வருகிற இந்தியர்கள் இம்மாதிரிதான் தங்கள் கார்டுகளைக் கொடுத்து, இந்தியாவில் தங்களைச் சந்திக்கும்படி கூறுகிறார்கள். அவர்களில் பலரைச் சந்திக்கும் வாய்ப்பு ஏற்படுவதில்லை. தப்பித் தவறி சிலரைச் சந்தித்தாலும் அவர்கள் அலட்சியமாக நடத்துகிறார்கள்" என்றேன்.

"நீங்கள் என்னைச் சோதனை செய்து பார்க்கலாம்" என்றார் டாக்டர் மிரஜ்கர்.

~

1939ஆம் ஆண்டில் லாகூர் சென்று அங்குள்ள ஸ்டூடியோக்களில் லாகூர் காங்கிரஸ், லாலா லஜபதி ராய் முதலிய படங்கள் கிடைக்குமா என்று தேட எண்ணினேன். லாகூரில் இருந்த ஒரே பிலிம் ஸ்டூடியோவின் அதிபரான பஞ்சாபி, அமெரிக்கா வில் 'நியூயார்க் இன்ஸ்டிடியூட் ஆப் போட்டோகிராபி'யில்

பயின்றவர். (இந்தியாவில் இருக்கும், எனது பள்ளியின் பழைய மாணவர்கள் விலாசங்களையெல்லாம் குறித்து வைத்திருந்தேன்.)

டாக்டர் மிரஜ்கருடைய நினைவு வந்தது. குறிப்பிட்ட ரயிலில் வருவதாக அவருக்குக் கடிதம் எழுதினேன். அவர் என்னை அழைத்துச் செல்ல ரயிலடிக்கு வந்தார்; அன்புடன் வரவேற்றார். அவர் காருக்கு டிரைவர் இல்லை; அவரே ஓட்டினார். மிகப் பிரபலமானவர்கள் வசிக்கும் லாரன்ஸ் ரோடில் 49 எண்ணுள்ள பரந்த தோட்டத்தின் மத்தியில் உள்ள பெரிய பங்களாவில் எங்கள் கார் நின்றது.

காலைக் கடன்களை முடித்துக்கொண்டு டாக்டர் மிரஜ்கருடன் சிற்றுண்டி அருந்தினேன். எங்களுக்குப் பரிமாறியவர், வடமேற்கு எல்லைப்புறத்தைச் சேர்ந்த ஒரு கம்பீரமான பட்டாணியர்.

டாக்டர் மிரஜ்கர் என்னைப் பார்த்து, "இது ஒரு பிரம்மசாரியின் வீடு. இது உங்கள் சொந்த வீடு போல. உங்களுக்கு வேண்டியவற்றை எல்லாம் நீங்கள்தான் கேட்டு வாங்கிக்கொள்ள வேண்டும். இவர் தான் (பட்டாணியர்) இந்த வீட்டு மேற்பார்வை எல்லாம். உங்களுக்கு வேண்டியதை இவரிடம் கூறினால் போதும். எனது காருக்கு டிரைவர் கிடையாது. நானே ஓட்டுகிறேன்; உங்களுக்காக ஒரு நண்பரிடம் சொல்லி ஒரு கார் வாங்கியிருக்கிறேன்; நீங்கள் இங்கு இருக்கும் வரை அது உங்கள் உபயோகத்துக்காக மட்டும் இருக்கும். எவ்வளவு நாள் வேண்டுமானாலும் நீங்கள் இங்கு தங்கலாம்.

"அன்றியும் உங்களுக்கு ஓர் எச்சரிக்கை; வியாபார விஷயத்தில் நீங்கள் மிகவும் ஜாக்கிரதையாக இருக்க வேண்டும். இவ்வூரில் சுலபமாக ஏமாற்றிவிடுவார்கள். நீங்கள் எங்கு சென்றாலும் என்னுடைய விருந்தினராகத் தங்கியிருப்பதாகச் சொல்லுங்கள்; அது உங்களுக்கு ஓரளவு பாதுகாப்பை அளிக்கக் கூடும்" என்றார்.

டாக்டர் மிரஜ்கரின் பேரன்பும் பெருந்தகைமையும் என்னை அடிமைகொண்டன.

அவரிடம் விடைபெற்று நேராக ஸ்டூடியோவுக்குச் சென்றேன். ஸ்டூடியோவின் அதிபர், அமெரிக்காவில் எனது பழைய பள்ளி மாணவர் ஆதலால் எனக்கு உற்சாகமான வரவேற்புக் கிடைக்குமென்று மனக்கோட்டை கட்டியிருந்தேன். ஆனால் அவர் என்னை ஒரு சாதாரண வியாபாரியைப் போலவே நடத்தினார்.

எதிர்பாராத ஏமாற்றத்தை ஒருவாறு சமாளித்துக்கொண்டு, வந்த காரியத்தில் கவனம் செலுத்தினேன்.

அதிர்ஷ்டவசமாக லாகூர் காங்கிரஸ் (1929) மகாநாட்டின் போது எடுத்த படம் நல்ல நிலையில் இருந்தது. அதில் தேவையான பகுதிகளைத் தேர்ந்தெடுத்தேன். மறுநாள் காலையில் சென்று, பிரதியைப் பெற்றுக்கொண்டு, அதற்குரிய பணத்தை ரொக்கமாகச் செலுத்தி ரசீதும், அதனை உபயோகிக்க அனுமதிக் கடிதமும் பெற்றுக்கொண்டேன்.

பாஞ்சாலச்சிங்கம் லாலா லஜபதி ராய் சம்பந்தமான படங்கள் எதுவும் கிடைக்கவில்லை.

ஸ்டூடியோவின் அதிபர் என்னிடம் "கயா காங்கிரஸ் படம் இருக்கிறது. அதைத் தேடி எடுக்க ஒரு வாரம் ஆகும். நீங்கள் பம்பாய் சென்றதும், குறிப்பிட்ட வங்கியில் ரூ. 150 *irrevocable deposit* செலுத்தி, அதன் விவரத்தை எங்களுக்கு அனுப்புங்கள். ஒரு மாதத்துக்குள் நாங்கள் படம் அனுப்பத் தவறிவிட்டால் அந்த டிபாசிட் தொகை மீண்டும் உங்களுக்கே கிடைக்கும்" என்றார்.

கயா காங்கிரஸ் 1925ஆம் ஆண்டில் தேசபந்து சி. ஆர். தாஸ் தலைமையில் நடைபெற்றது. அது கிடைத்தால் பெரிய அதிர்ஷ்டம். சி. ஆர். தாஸ் சம்பந்தமான பிலிம் எங்களிடம் ஒன்றுதான் இருந்தது; கயா காங்கிரஸ் படம் நிகழ்ச்சிகளைக் கோவைப்படுத்துவதற்கும், காங்கிரஸ் சரித்திரத்தை நன்கு சித்தரிக்கவும் உதவும். ஸ்டூடியோக்காரரின் நிபந்தனை நியாய மானது. ஏற்கெனவே அவர்களிடம் நியாயமான விலைக்கு பிலிம் வாங்கியிருப்பதால் அவர்களிடம் நம்பிக்கை ஏற்பட்டது.

பம்பாய் சென்றதும் குறிப்பிட்டபடி ரூ. 150க்கு லாகூர் ஸ்டூடியோ பேரில் *irrevocable deposit* கட்டி, அதன் விவரத்தைத் தெரிவித்தேன்.

பதினைந்து தினங்களுக்குப் பிறகு லாகூரிலிருந்து எனக்கு ஒரு பிலிம் பார்சல் தபாலில் வந்தது. டாக்டர் பதி, எனது உதவியாளர் முன்னிலையில் மிகப் பெருமையோடு அதனைத் திறந்தேன்.

எத்தகைய மோசடி! ஒன்றரை அல்லது இரண்டு அங்குல நீளத்தில், ஒன்றுக்கும் உதவாத பிலிம் துண்டுகள் சில இருந்தன.

என் முகத்தில் அசடு வழிந்தது.

காந்தி பிலிம் சம்பந்தமாக நான் ஏமாந்தது அல்லது பிறர் ஏமாற்றியது இந்த ஒரே ஒரு முறைதான்.

அனுபவமுள்ள டாக்டர் மிரஜ்கர் புத்திமதிப்படி நடக்காததின் தண்டனை இது.

~

சில தினங்களுக்குப் பிறகு எனக்கு ஒரு கடிதம் வந்தது.

"டில்லியிலிருந்து நாகப்பூருக்கு மகாத்மா காந்தி பிரயாணம் செய்த அதே ரயிலிலேயே பிரயாணம் செய்யும் பாக்கியம் எனக்குக் கிடைத்தது; அப்பொழுது உங்கள் நினைவு வந்தது" என்பது கடிதத்தின் சாரம்.

இதனை எழுதியவர், இந்தியாவின் புகழ்பெற்ற சர்ஜன்களில் ஒருவரான லெப்டினன்ட் கர்னல் டாக்டர் மிரஜ்கர்.

வாழ்க நீ எம்மான்!

~

காந்தியடிகள் பிலிமைப் பொறுத்தவரையில் படம் சேகரித்தலுக்கு ஒரு முடிவே கிடையாது; புதிதாகக் கிடைக்கும் பழைய படங்களைச் சேகரித்துக்கொண்டேயிருந்தோம்.

காந்தியடிகள் படத்தில் மிக முக்கியமானது தண்டி யாத்திரை – உப்பு சத்தியாக்கிரகம் ஆகும். இந்தியாவில் எங்களுக்கு இது சம்பந்தமாக ஒரு படமும் கிடைக்கவில்லை; வெளிநாடுகளில் சேகரித்த சுமார் 200 அடி படத்தைக் கொண்டு, அப்பகுதியை எடிட் செய்து படத்தில் சேர்த்துவிட்டோம்.

தனிப்பட்ட ஒரு நபரிடம் தண்டி யாத்திரை சினிமாப் படம் இரண்டு சுருள்கள் – சுமார் இரண்டாயிரம் அடி இருப்பதாகச் செய்தி கிடைத்தது; உடனே அவரை அணுகினோம். அவர் ஒரு சாதாரண மனிதர்; வசதி உள்ளவர் அல்லர்; காந்தியடிகளின் மீதுள்ள பக்தியால் தம் சொந்தப் பணத்தைச் செலவு செய்து, தண்டி யாத்திரை ஆரம்ப முதல் கடைசிவரை படம் எடுத்ததோடு, பம்பாயில் நடந்த பெரிய ஊர்வலங்கள், போலீஸ் தடியடிப் பிரயோகம் ஆகியவற்றையும் நல்ல முறையில் படம் பிடித்திருந்தார். அரசியல் நிலை காரணமாக அப்படங்களைப் புதைத்து, மறைத்து வைத்திருந்தார்.

"இந்தப் படப்பிடிப்புக்காகச் சுமார் 3000 ரூபாய் செலவு செய்திருக்கிறேன்; எனக்கு இப்பொழுது மிகவும் பணக்கஷ்டம். உங்களுக்கு விருப்பமானதைக் கொடுங்கள்" என்றார்.

எங்களுக்கும் படத்தின் இறுதிக் கட்டம் ஆனதால் பணக் கஷ்டம் இருந்தது. என்னிடம் பணம் இருந்தால்

அந்த அற்புதமான வரலாற்றுப் புதையலுக்கு மூவாயிரம் ரூபாய் கண்ணை மூடிக்கொண்டு கொடுத்திருப்பேன்; அன்றுள்ள நிலையில் ஆயிரம் ரூபாய்க்கு மேல் கொடுக்க வசதியில்லை. அன்றியும் படத்திற்கு நெகட்டிவ் எடுத்து மீண்டும் ஒரு பிரதி தயாரிக்க வேண்டும். அதற்கு ஆகும் செலவு வேறு.

அந்த அன்பருடைய பணக் கஷ்டத்தை எனக்குச் சாதகமாகப் பயன்படுத்திக்கொண்டு, குறைவான விலைக்கு அந்தப் புதையலை வாங்க என் மனம் ஒப்பவில்லை. அவரிடம் "எங்களுக்கு ஆயிரம் ரூபாய்க்கு மேல் கொடுக்க வசதியில்லை. உங்கள் படத்தில் எங்களுக்கு வேண்டிய பகுதிகளை – சுமார் ஆயிரம் அடி – எங்கள் செலவில் பிரதி எடுத்துக்கொண்டு படத்தை உங்களிடம் திருப்பிக் கொடுத்துவிடுகிறோம். இப்படத்திற்கு நல்ல எதிர்காலம் உண்டு. சிலர் விரும்பிக் கேட்பார்கள். அப்பொழுது தங்களுக்குத் தாங்கள் போட்ட முதலோ அல்லது அதற்கு அதிகமாகவோ கிடைக்க வழி உண்டு" என்றேன். அவர் சம்மதித்து எனக்கு நன்றி செலுத்தினார். ஆனால் உண்மையில் நன்றி செலுத்த வேண்டியவன் நான்!

காந்தியடிகளின் தண்டி யாத்திரை மிக அற்புதமான படம். படப்பிடிப்பு மிகவும் தரமுள்ளது. பம்பாயில் போரிபந்தரில் நடைபெற்ற போலீஸ் தடியடிப் பிரயோகத்தை மிகவும் சிறந்த முறையில், தம் உயிரையும் பொருட்படுத்தாது படம் பிடித்தவரின் துணிவையும் தேச பக்தியையும் வியந்து ஊர் பெயர் தெரியாத அவரை வணங்கினேன்.

வாழ்க நீ எம்மான்!

~

'வாழ்க திலகன் நாமம் வாழ்க வாழ்கவே' என்றார் பாரதியார். பாரத தேவியின் அருந்தவப் புதல்வர்களுள் ஒருவர் லோகமான்ய பால கங்காதர திலகர். 'சுதந்திரம் எங்கள் பிறப்புரிமை, அதை அடைந்தே தீருவோம்' என்றார் திலகர். தாய் நாட்டின் விடுதலைக்காக அவர் பட்ட துயரம் கொஞ்ச நஞ்சமல்ல. ரத்தினகிரியில் பிறந்த திலகரை நாடு கடத்தி பர்மாவில் மாந்தலேயில் சிறை வைத்தனர் பிரிட்டிஷார். மாந்தலேயின் அரசரான தீபா மன்னனை நாடு கடத்தி ரத்தினகிரியில் சிறைவைத்தனர் பிரிட்டிஷார்.

பல ஆண்டுகள் சிறைவாசம் செய்தார் திலகர் பெருமான். அப்பொழுது *கீதா ரகஸ்யம்* என்னும் மிக அருமையான

நூலை எழுதினார். சென்னைக் கடற்கரையில் பொதுக் கூட்டம் நடைபெறும் இடத்துக்குத் 'திலகர் கட்டம்' என்ற பெயர் பல ஆண்டுகள் வழங்கி வந்தது.

தாதாபாய் நௌரோஜி, லோகமான்ய திலகர், கோபால கிருஷ்ண கோகலே போன்ற மகான்களின் பிலிம்களை மகாத்மா காந்தி பிலிமில் சேர்க்க இயலவில்லையே என்ற மனக்குறை இருந்தது. ஆனால் அவர்கள் காலத்தில் திரைப்படம் வளர்ச்சி பெறவில்லை.

ஒருநாள் நண்பர் ஒருவர் குறிப்பிட்ட ஒருவரிடம் திலகர் இறுதி யாத்திரை பிலிம் ஒரு டப்பாவில் இருப்பதாகவும், அது 1920ஆம் ஆண்டில் திலகர் பெருமான் பம்பாயில் காலமானபோது எடுத்த படம் என்றும் கூறினார். உடனே அந்த அன்பரிடம் சென்றோம். சில ஆண்டுகளுக்கு முன் அவர் சினிமாத் தொழிலில் ஈடுபட்டிருந்தார். பின்னர் வேறு துறைக்குச் சென்றுவிட்டார்.

நாங்கள் அவரை அணுகியபோது அவர் மிக்க அன்புடன் அந்தப் பிலிம் சுருளை எங்களுக்குக் கொடுத்தார். "என்ன விலை கொடுக்க வேண்டும்?" என்று கேட்டேன். "நீங்கள் செய்வது நல்ல காரியம் – விலை ஒன்றும் தர வேண்டாம்" என்றார்.

"தங்கள் பெருந்தன்மைக்கு மிக்க நன்றி. இப்படத்தைத் தாங்கள் எங்களுக்கு அன்பளிப்பாகக் கொடுத்ததாக ஒரு கடிதம் கொடுத்தால் உதவியாக இருக்கும்" என்றேன். உடனே அவர் ஒரு கடிதம் எழுதிக் கொடுத்தார்.

பிலிம் டப்பா துருப்பிடித்திருந்தது – உள்ளே திறந்தால் சுமார் 400 அடி பிலிம். அது பாசிட்டிவ் பிலிம். நூற்றுக்கணக்கான தியேட்டர்களில் ஏற்கெனவே திரையிடப்பெற்றதால், அதன் துவாரங்கள் அகன்றும் விரிந்தும் இருந்தன. படம் பிடித்து சுமார் இருபது ஆண்டுகள் ஆயின. படத்தைத் திரையிட்டுப் பார்க்க முடியாது. அவ்வாறு முயன்றால் படம் பல முறை அறுந்துவிடும் என்பது உறுதி; அதேபோலவே அந்தப் படத்துக்குப் பிரதி எடுக்கவும் முடியாது. பிரிண்டிங் மெஷினில் போட்டுப் பிரதி எடுக்கும்போது இப்படம் பல முறை அறுந்து போகும் என்பது உறுதி. கிடைத்தற்கரிய படம் கிடைத்தது. ஆனாலும் அதை உபயோகிக்க முடியவில்லையே என்ற ஏக்கம் அதிகரித்தது.

மறுநாள் காலையில் டாக்டர் பதியுடன் இப்படச் சுருளை எடுத்துக்கொண்டு, கோடக் கம்பெனிக்குச் சென்று ஸ்ரீ கியூரி

பேயைச் (Mr. Quribe) சந்தித்தோம். அவர் ஒரு பிரெஞ்சுக்காரர். திரைப்பட விஞ்ஞானத் துறையில் நிபுணர். டாக்டர் பதி அவரிடம் விவரங்களைக் கூறி நாங்கள் எடுத்துச்சென்ற பிலிம் சுருளையும் காண்பித்தார்.

பிலிம் சுருளைக் கையில் எடுத்துச் சில விநாடிகள் பார்த்த பின், ஸ்ரீ கியூரிபே "இது மிகவும் சுலபமான காரியம். துவாரத்தின் மேல் பகுதிதான் அகன்று விரிந்து பலவீனமடைந் திருக்கிறது. எனவே பிலிமைத் தலைகீழாகத் திருப்பிப் போட்டு (upside down) காப்பி எடுங்கள். அது தலைகீழாக அச்சாகும். அப்படி அச்சாகும் பிரதியை எடுத்து, மறுபடியும் தலைகீழாக அச்சிட்டால், பழைய ஒரிஜனல் நிலைமை வந்துவிடும்" என்றார்.

எங்கள் மனக்குழப்பம் தீர்ந்தது! அவர் சொல்லியபடியே அன்று மாலைக்குள் பிரதிகள் எடுத்துத் திரையிட்டோம். என்ன அற்புதமான வரலாற்றுப் படம்! பம்பாயில் சர்தார் கிரஹா என்னும் புகழ் பெற்ற பெரிய மாளிகையில் லோகமான்ய பால கங்காதர திலகர் 1920ஆம் ஆண்டில் காலமானார். அவருடைய இறுதி யாத்திரையைப் படம் பிடித்தவர் இந்திய சினிமாத் தொழிலின் தந்தையான தாதா பால்கே. திலகர் பெருமானின் பூதவுடல் (close up) இரண்டு மூன்று முறை படத்தில் நன்றாகத் தெரிந்தது. 1920இல், இந்தியாவில் ஒரு செய்திப்படம், அதிலும் திலகர் பெருமானைப் பற்றிய ஒரு செய்திப்படம் ஓர் அதிசயம்.

இதைவிடப் பெரிய அதிசயம் ஒன்று எனக்காக லண்டனில் காத்திருந்தது.

லண்டனுக்குச் சென்றபொழுது மகாத்மாவின் தென்னாப்பிரிக்க நண்பரும் சகாவுமான ஹென்றி எஸ். எல். போலக் அவர்களைச் சந்தித்தேன். அவர் ஒரு யூதர். சைவ உணவு உண்பவர். தென்னாப்பிரிக்காவில் காந்தியடிகளின் எல்லாப் போராட்டங்களிலும் கலந்துகொண்டு சிறை சென்றவர். லண்டன் திரும்பிய பின்னர் பாரிஸ்டராகத் தொழில் நடத்தினார்.

ஸ்ரீ போலக்கை அவர் காரியாலயத்தில் சந்தித்தேன். மறுநாள் ஞாயிற்றுக்கிழமை மாலை 4 மணிக்குத் தமது வீட்டுக்கு வந்து தேநீர் அருந்துமாறு அழைத்தார். அவர் வீட்டைக் கண்டுபிடிப்பது சிறிது கஷ்டம். எனவே வழிப்படம் ஒன்றையும் வரைந்து கொடுத்தார்.

மறுநாள் மாலை அவர் வீட்டுக்குச் சென்றேன். தம் மனைவியை அறிமுகப்படுத்தினார்; அந்த அம்மையாரைப் பற்றி காந்தியடிகளின் *சத்திய சோதனையில்* படித்திருக்கிறேன்! அந்த அம்மையாரும் தம் கணவனைப் போலவே காந்தியடி களின் போராட்டங்களுக்குப் பக்கபலமாக இருந்தவர். அன்புடன் என்னை வரவேற்று, சுவை மிக்க தின்பண்டங் களும் தேநீரும் வழங்கினார்.

அவர் உள்ளே சென்று, சிறிய பழைய பிலிம் டப்பா ஒன்றைக் கொண்டுவந்து என்னிடம் கொடுத்தார். உடனே அவர் "இது கோபாலகிருஷ்ண கோகலே தென்னாப்பிரிக்காவுக்கு வந்தபோது 1912இல் எடுத்த படம். இதனைக் கறுப்பர்களுக்கு மட்டும் உள்ள ஜோகன்னஸ்பர்க்கு திரைப்படக் காட்சிச் சாலை ஒன்றில் காண்பித்தனர். பின்னர் அதை நான் வாங்கிப் பத்திரமாக வைத்திருக்கிறேன். இது மிகப் பழைய படம். ஜாக்கிரதையாகப் பிரதி எடுங்கள்; திரையிலிட்டுப் பார்ப்போம்" என்றார் போலக். மட்டற்ற மகிழ்ச்சியடைந்தேன்.

மறுநாள் காலையில் எனக்கு நன்கு பழக்கமுள்ள நார்மன் பிலிம் லைபிரரிக்கு அந்தச் சுருளை எடுத்துச் சென்றேன். அந்தச் சுருள் சுமார் 200 அடி நீளமிருக்கும். படம் பழைய படமாய் இருந்தாலும், அதிக நாள் திரையிடாததால், பிலிம் துவாரங்கள் நல்ல நிலையில் இருந்தன.

"ஜாக்கிரதையாக இதிலிருந்து ஒரு நெகட்டிவ் எடுத்து, உடனே அதிலிருந்து ஒரு காப்பி தயாரிக்கிறோம். மாலை 4 மணிக்கு வாருங்கள்" என்று கூறினர். குறிப்பிட்ட நேரத்தில் ஸ்ரீ போலக் அவர்களையும் அழைத்துக்கொண்டு அங்கு சென்றேன். மிகச் சிறிய பிரத்தியேகமான திரைப்பட அரங்கில் திரையிட்டனர்! 1913இல் எடுத்த படம் ஆதலால், எல்லாமே மிகமிக வேகமாக நடப்பது போல் இருந்தன. கோபாலகிருஷ்ண கோகலே அவர்கள் உயிர் பெற்று நடந்தார்; பலருடன் கைகுலுக்கினார்!

படத்தில் மகாத்மாவை நான் காணவில்லை; சிறிது ஏமாற்றத்துடன் "மகாத்மா எங்கே?" என்று ஸ்ரீ போலக்கைக் கேட்டேன். "அதோ கோகலேயுடன், மேனாட்டு உடையணிந்து கத்தியவார் தலைப்பாகையுடன் காட்சியளிக்கிறாரே அவர் தான் மகாத்மா" என்றார் போலக். ஆச்சரியத்தில் மூழ்கி விட்டேன்!

இந்த ஒப்பற்ற படம், நமது நாட்டின் அருமையான சரித்திரச் சின்னங்களில் ஒன்று என்று துணிந்து கூறலாம். 1913ஆம் ஆண்டில், எந்தத் துறையிலும் பின்தங்கியிருந்த

ஆப்பிரிக்கா கண்டத்தில், ஒரு சினிமா செய்திப்படம், அதிலும் கோகலேயையும் காந்தியையும் கொண்ட சரித்திரப் படம் எடுத்திருப்பார்கள் என்று யாராவது எதிர்பார்க்க முடியுமா? அதைவிடப் பெரிய அதிசயம் ஸ்ரீ போலக் அவர்கள் அதனை 27 ஆண்டுகள் காப்பாற்றி வைத்திருந்ததுதான். இந்த அருந்தனத்தைக் காப்பாற்றி இந்தியருக்கு அளித்த ஸ்ரீ போலக்குக்கு என்றென்றும் நன்றி செலுத்தக் கடமைப் பட்டுள்ளோம்.

படத்தின் பிரதியை மட்டும் நான் வைத்துக்கொண்டு, ஒரிஜினல் காப்பியையும் புதிய காப்பி ஒன்றையும் ஸ்ரீ போலக்கிடம் கொடுத்து விட்டேன். “எவ்வளவு பணம் கொடுக்க வேண்டும்?” என்று தயக்கத்துடன் கேட்டேன்.

“இது எனது அன்பளிப்பு. இப்படம் என்னிடமிருந்து கிடைத்ததாக நீங்கள் குறிப்பிட்டால் போதும்” என்றார்.

இந்தப் படத்தை ஒழுங்குபடுத்துவதிலும் சில சிரமங்கள் இருந்தன. அந்த நாளில் விநாடிக்கு பதினாறு படங்கள் வீதம் எடுத்தனர். பின்னர் விநாடிக்கு 24 படங்கள் என்ற நிலை ஏற்பட்டது. விநாடிக்கு 24 படங்கள் வீதம் எடுத்தால்தான் இயற்கையாக இருக்கும். படங்கள் குறைந்தால் அதிவேகமாக நடப்பது போல இருக்கும்.

ஸ்ரீ கியூரிபே அவர்களின் உதவியுடன் டாக்டர் பதி இந்தப் பிரச்னையையும் தீர்த்து வைத்தார். படம் அச்சிடும் பொழுது முதலாவது படத்தை ஒரு முறையும், இரண்டாவது படத்தை மீண்டும்மீண்டும் அதாவது இரண்டு முறையும், மூன்றாவது படத்தை ஒருமுறையும் நான்காவது படத்தை இருமுறையும் இம்மாதிரி மாற்றிமாற்றி பிரிண்ட் எடுத்தோம். இந்த இயந்திரச் சாதனையால், படத்தின் அதிவேகம் குறைந்து ஏறக்குறைய இயற்கையாக நடப்பது போன்று படம் அமைந்தது.

இவ்வரிய படத்தைப் பல ஆண்டுகள் பாதுகாத்து உதவியவர் காந்தியடிகளின் சிறந்த நண்பர் ஒருவரே!

வாழ்க நீ எம்மான்!

~

லண்டனில் வி.கே. கிருஷ்ண மேனன் அவர்களைச் சந்தித்தேன். “டாக்டர் பண்டாரி என்பவரிடம் சில படங்கள் இருக்கின்றன. அவரை நான் பார்க்கச் சொன்னதாகச் சொல்லி, பாருங்கள்”

என்றார்.

டாக்டர் பந்தாரி இந்திய மருத்துவர். 16 மில்லி மீட்டர் அளவு காமிரா வைத்திருந்தார். இந்திய சுதந்திரத்துக்கு முன் பண்டித ஜவாஹர்லால் நேரு லண்டனுக்கு ஒரு முறை வந்தபோது பிரபலமான டிரபால்கர் ஸ்கொயரில் *(Trafalgar Square)* ஒரு பொதுக் கூட்டத்தில் பேசினார். அந்த நிகழ்ச்சியைப் படமாகப் பிடித்து வைத்திருந்தார் டாக்டர் பந்தாரி. அந்தப் படத்தை அவரிடமிருந்து வாங்கி, பெரிய அளவில் பிரதி எடுத்துக்கொண்டு, அவர் படத்தை மீண்டும் அவரிடமே கொடுத்துவிட்டேன்.

~

1948இல் பம்பாயில் காந்தியடிகளின் இந்திப் படம் தயாரித்த பொழுது, ஒரு குஜராத்தி அன்பர் தம்மிடமிருந்த *I.N.A. (Indian National Army)* சம்பந்தமான சுபாஷ் சந்திர போஸ் மற்றும் பல சரித்திரக் காட்சிகள் கொண்ட பிலிம் சுருளை அன்பளிப்பாக வழங்கினார்.

காந்தியடிகள் மறைவின்போது ஐக்கிய நாடுகள் சபையினர் தம் கொடியைத் தாழ்த்தி புகழ் அஞ்சலி செய்தனர். அந்தப் படங்களை எல்லாம் ஐக்கிய நாடுகள் சபையினர் எங்களுக்கு அன்பளிப்பாகக் கொடுத்தனர்.

அகமதாபாத்தைச் சேர்ந்த ஓர் இளம் குஜராத்தி பம்பாய் அரசாங்க விவசாய இலாகாவில் சிறிய அதிகாரியாக இருந்தார். அவர் அப்பொழுது புனாவில் வசித்து வந்தார். அவர் ஒரு காந்தி பக்தர். காந்தியடிகள் சம்பந்தமான புகைப்படங்களையும் பத்திரிகைகளில் வெளியான படங்களையும் ஆயிரத்து ஐந்நூறுக்குமேல் சேர்த்து வைத்திருந்தார். முக்கியமாகப் படங்களுக்கு ஒரே மாதிரி அளவில் *(quarter plate)* நெகட்டிவ்கள் தயாரித்து வைத்திருந்தார். அவரிடமிருந்த நெகட்டிவ்களிலிருந்து பெரிய என்லார்ஜ்மெண்டுகள் எடுத்துக்கொண்டு, நெகட்டிவ் களை அவரிடமே திருப்பிக் கொடுத்துவிட்டேன்.

தென்னாப்பிரிக்காவில் ஓர் இந்தியப் புகைப்படக்காரர் காந்தியடிகள் தென்னாப்பிரிக்கா சம்பந்தமான படங்கள் பலவற்றைப் பெரிய அளவில் தயாரித்துக் கொடுத்தார்.

காந்தியடிகள் பற்றிய அரிய பிலிம் சுருள்களையும் புகைப் படங்களையும் அன்புடன் அளித்த அனைவர்க்கும் எங்கள் நன்றி.

வாழ்க நீ எம்மான்!

~~

3

1939ஆம் ஆண்டில், காந்தியடிகளுடன் வாழ்ந்த பல பெரியோர்களைப் படம் பிடிக்கும் பாக்கியம் கிடைத்தது.

காசி புண்ணிய பூமி. அங்கு வாழ்ந்த மகாவித்வான்களில் ஒருவர் பூஜ்ய பண்டித மதன் மோகன் மாளவியா. ஆண்டி முதல் அரசர் வரை அவரை வணங்கினர். அவருடைய கல்வித் தொண்டு ஈடு இணையற்றது. தனி ஒரு மனிதரின் அபார முயற்சிக்கும் திறமைக்கும் பொதுநலத் தொண்டுக்கும் சான்றாக விளங்குவது காசி இந்து சர்வகலாசாலை என்னும் கலைக்கோயில். தம் வைதீகத்தை விடாமல் லண்டன் வட்டமேஜை மகாநாட்டுக்குச் சென்றபோதும் கங்கா ஜலத்தை எடுத்துச்சென்றவர் மாளவியா. நாட்டின் விடுதலைக்காக எண்ணற்ற தியாகங்களைச் செய்த பண்டித மாளவியா, நாட்டின் மூத்த தலைவர்களில் முக்கியமான ஒருவராக விளங்கினார்.

வயது முதிர்ந்த மாளவியாஜியைப் படம் பிடிப்பதற்காக காசிக்குச் சென்றேன். அங்கு சுமார் நூறு ஆண்டுகளாக காசி விசுவநாதருக்குப் பணி செய்துவரும் காசி நாட்டுக்கோட்டை நகரத்தார் சத்திரத்தில் தங்கினோம். அதன் மானேஜராக இருந்த ஸ்ரீ முத்துவீரப்ப பிள்ளை மிகுந்த செல்வாக்குடன் இருந்தார். எங்களுக்கு அன்புடன் உதவிகள் செய்தார். அவர் காரிலேயே எங்களை அழைத்துச் சென்றார்.

காசி பாரத மாதா கோயில், சாரநாத் பௌத்த ஆலயங்கள், இந்து சர்வகலாசாலைக் கட்டிடங்கள் ஆகியவற்றைப் படம் பிடித்தோம்.

பண்டித மாளவியாவின் காரியதரிசியான ஸ்ரீ சுந்தரம் அவர்களைச் சந்தித்தேன். அவர்

தமிழ்நாட்டைச் சேர்ந்தவர். இந்து சர்வகலாசாலையில் மாளவியாவின் காரியதரிசியாக இருந்தார். மாளவியாவின் சார்பாக, இந்தியாவில் பல மன்னர்களிடம் சென்று, சர்வகலாசாலைக்குப் பொருள் சேர்த்தவர். காந்தியடிகளிடம் நெருங்கிய தொடர்புள்ளவர். சில தினங்களுக்கு முன்னர் காந்தியடிகள் தமக்கு எழுதிய ஒரு தபால்கார்டை அவர் காண்பித்தார். அதில் *'Last night we sang* முத்தி நெறி' என்றிருந்தது. முத்தி நெறி என்பதை காந்தியடிகள் தமிழில் எழுதியிருந்ததைப் பார்த்ததும் என் உடல் புல்லரித்தது. எத்தனை தமிழருக்கு 'முத்தி நெறி' தெரியும்?

சுந்தரம் பண்டித மாளவியாஜியிடம் அழைத்துச் சென்றார். அந்தத் தொண்டு கிழவர் படுத்திருந்தார். அவருக்குச் சரியான முறையில் ஆடை அணியச் செய்வது ஒரு பிரச்சினையாகிவிட்டது. முகத்தை மட்டும்தான் படம் பிடிப்பதாகவும், இடையில் பஞ்சக் கச்சம் அணிய வேண்டாம் என்றும், அவருடைய கோட்டும் தலைப்பாகையும் அணிந்தால் போதும் என்றும் கூறினேன். சுந்தரம் உதவி செய்ய மாளவியா தம் வீட்டுத் தோட்டத்துக்கு வந்து நாற்காலியில் அமர்ந்தார். பயபக்தியுடன் படம் பிடித்தோம்.

அப்பெரியாருடன் தங்க நேர்ந்த சில நிமிஷங்களும் உணர்ச்சி வசப்பட்டு அவரை வணங்கி நின்றேன்.

மகாத்மா காந்தியின் மந்திர சக்தியால் கட்டுண்ட பெரியார்களில் *'Prince among Beggars'* என்ற பண்டித மதன் மோகன் மாளவியாவும் ஒருவர்.

வாழ்க நீ எம்மான்!

~

பயம் என்பதையே அறியாதவரும் சிறந்த தேசபக்தருமான சேலம் ஸி. விஜயராகவாச்சாரியார் அவர்களை அவருடைய இறுதிக் காலத்தில் படம் பிடிக்கும் பாக்கியம் கிடைத்தது.

வக்கீல் தொழிலில் உச்ச நிலையை அடைந்தவர், கூர்மையான மதிநுட்பம் வாய்ந்தவர், அஞ்சா நெஞ்சம் படைத்தவர். நாகபுரி காங்கிரஸில் தலைமை வகித்தவர் சேலம் சக்ரவர்த்தி விஜயராகவாச்சாரியார்.

அவருடைய புதல்வி ஸ்ரீமதி சீதா அம்மையார் உதவியால் அவரைப் படம் பிடித்தோம். மாளவியாவைப் போலவே இவரும் தொண்டு கிழவர் ஆனதால், சரியானபடி பஞ்சக் கச்சம் அணிய இயலவில்லை. வழக்கமான கோட்டு

தலைப்பாகை ஆகியவை அணிந்தார். அப்படியே அவரைப் படம் பிடித்தோம்.

நல்ல உயரம், முகத்தில் தேஜஸ், பளிச்சென்ற திருநாமம். இவை நினைவுக்கு வருகின்றன.

வாழ்க நீ எம்மான்!

~

ஏழைப் பங்காளரும் காந்தியடிகளால் 'தீனபந்து' என்று அழைக்கப் பெற்றவருமான சார்லி எப். (சி. எப்.) ஆண்ட்ரூஸ் என்னும் ஆங்கிலப் பெருமகனை, அவர் கடைசிக் காலத்தில் சந்தித்தேன். அவரைச் சந்திப்பதற்காகவே தாகூரின் சாந்திநிகேதனம் சென்றேன்.

அதற்குச் சில நாட்களுக்கு முன் பம்பாயில் Mr. Waiz என்ற இந்தியர் வீட்டுக்கு ஒரு நண்பருடன் சென்றேன். அப்பொழுது அவர் வெளிநாட்டில் வசிக்கும் இந்தியர்கள் சங்கத்தின் தலைவராக (President, Overseas Indians Association) இருந்தார். பின்னர் அவர் பிஜித் தீவில் இந்திய அரசாங்கத்தின் பிரதிநிதி (கமிஷனர்) ஆகவும் இருந்தார். தீனபந்து ஆண்ட்ரூஸ் குறித்து அவர் சுவையான நிகழ்ச்சி ஒன்றைக் கூறினார்.

ஸ்ரீ ஆண்ட்ரூஸ் பம்பாயில் சில நாட்கள் அவருடன் தங்கியிருந்தார். பின்னர் சேவாகிராமம் செல்ல விரும்பினார். ஸ்ரீ வைஸ் (Waiz) ஸ்ரீ ஆண்ட்ரூஸிடம் செலவுக்காக ரூபாய் நூறு கொடுத்தார்.

ரயில்வே நிலையத்துக்குச் சென்றார் ஆண்ட்ரூஸ். அங்கு பிரிட்டிஷ் கயானாவிலிருந்து வந்த சில இந்தியர்கள் இவரைக் கண்டு தம் குறைகளைக் கூறி வருந்தினர். ஏழைப் பங்காளரான ஆண்ட்ரூஸ் தம் கையில் இருந்த நூறு ரூபாயை அவர்களிடம் கொடுத்து விட்டு, வீடு திரும்பினார். உடனே ஸ்ரீ வைஸ் அவரை ரயில் நிலையத்துக்கு அழைத்துச் சென்று, பயணச்சீட்டு வாங்கி, அவர் கையில் கொடுத்து, ரயிலில் ஏற்றி அவரை அனுப்பினார்.

இந்த விவரம் அறிந்த காந்தியடிகள், ஆண்ட்ரூஸ் ஒரு குழந்தையைப் போன்றவர் என்றும், அவர் கையில் பணம் கொடுக்கக் கூடாதென்றும், பயணச்சீட்டு வாங்கி ரயிலில் ஏற்றியனுப்பியதுதான் சரி என்றும் கூறினார்.

காந்தியடிகளின் உற்ற தோழராகவும் வெளிநாட்டு இந்தியர்களின் கண்கண்ட தெய்வமாகவும் விளங்கிய தீனபந்து

ஆண்ட்ரூஸைப் படம் பிடித்து அவர் பேசுவதையும் ஒலிப்பதிவு செய்ய விரும்பினேன். சாந்திநிகேதனுக்கு ஒலிப்பதிவு சாதனங்களைக் கல்கத்தாவிலிருந்து எடுத்துச் சென்றால் அதிகச் செலவாகும். ஆதலால் ஆண்ட்ரூஸைச் சந்தித்து, அவர் கல்கத்தாவுக்கு வரும் சமயம் படம் பிடித்து ஒலிப்பதிவு செய்ய எண்ணினேன்.

'என் கடன் பணி செய்து கிடப்பதே' என்பதற்கு எடுத்துக்காட்டாக விளங்கிய ஆண்ட்ரூஸை முதன்முதலாக சாந்திநிகேதனத்தில் தரிசித்தபொழுது ஒரு புனிதர் முன் நிற்பது போன்ற உணர்ச்சி ஏற்பட்டது. என்ன அன்பு! என்ன கனிவு! என்ன அமைதி!

சுமார் பத்து நிமிஷம் அவருடன் இருந்தேன். அவரை ஒரு புகைப்படம் எடுத்தேன். இரண்டு மாதத்தில் அவர் கல்கத்தா வருவதாகவும், பிஷப் வீட்டில் தங்குவதாகவும், அப்பொழுது படம் பிடித்து ஒலிப்பதிவு செய்யலாம் என்றும் கூறினார்.

சில நாட்களில் அவருக்கு உடல்நிலை சரியில்லை. கல்கத்தா வந்தார். சில தினங்களில் காலமானார். அவரைப் படம் பிடித்து ஒலிப்பதிவு செய்யக் கொடுத்து வைக்கவில்லை.

சாந்திநிகேதனத்தில் அவரை எடுத்த புகைப்படம் அற்புதமாக அமைந்தது.

~

காந்தியடிகள் காலத்தில் வாழ்ந்த இந்திய அறிஞர்களில் ஒருவரும், நோபல் பரிசு பெற்றவருமான புகழ்பெற்ற விஞ்ஞானி ஸர் சி. வி. ராமனைப் படம் பிடித்து, காந்தியடிகளைப் பற்றிய அவர் கருத்தை ஒலிப்பதிவு செய்ய விரும்பினேன்.

இது சம்பந்தமாக, பங்களூரில் வசித்த ஸர் சி. வி. ராமனுக்குக் கடிதம் எழுதினேன். தாம் சென்னை வரும்போது படம் பிடிக்கலாம் என்றும், குறிப்பிட்ட தேதியில் வருவதாகவும் எழுதியிருந்தார். சென்னை நியூடோன் ஸ்டூடியோவில் படப்பிடிப்புக்கு ஏற்பாடு செய்தேன்.

படப்பிடிப்பின்போது, எதிர்பாராத விதமாக நான் பம்பாய் செல்ல நேர்ந்தது. எங்கள் காரியாலய நிர்வாகியிடம் அந்தப் பணியை ஒப்படைத்தேன். ஸர் சி. வி. ராமன் காந்தியடிகளை 'மகாத்மா' என்று சொல்லுவதில்லை. அவர் அவ்வாறு சொல்ல வேண்டும் என்று எனக்கு ஆவல்.

"ஸர் சி.வி. ராமன் பொதுவாக மகாத்மா என்று சொல்லுவதில்லை. எனவே படப்பிடிப்பு தொடங்கப்போகும் சமயத்தில், அவரை நமஸ்காரம் செய்து, தயவு செய்து மகாத்மா என்று சொல்ல வேண்டும் என்று கேட்டுக்கொள்ளுங்கள். அவருக்கு யோசிப்பதற்கு அவகாசம் கொடுக்கக்கூடாது" என்று எங்கள் கம்பெனி நிர்வாகியிடம் கூறினேன்.

நான் கூறியபடியே நடந்தது என்பதைப் பின்னால் அறிந்தேன். சி.வி. ராமன் 'மகாத்மா' என்பதை அழுத்தம் திருத்தமாக உச்சரித்து, காந்தியடிகளின் தீண்டாமை ஒழிப்புப் பணியை மனதாரப் புகழ்ந்து இரண்டு வாக்கியங்கள் பேசினார்.

ஒலிப்பதிவு செய்ததில் எனக்கு மகிழ்ச்சி. ஆனால் அன்று அவருடன் இருக்க முடியவில்லையே என்பதில் அதிக வருத்தம்.

சில ஆண்டுகளுக்குப் பிறகு, புது டில்லியில் ஆசிய நல்லுறவு மகாநாட்டின் (Asian Relations Conference) போது, வரவேற்பு அறையில் நின்றுகொண்டிருந்தேன். அங்கு ஒரு பஞ்சாபிப் பெண் பணி செய்தாள். வேறு யாருமே அப்போது இல்லை. திடீரென்று ஒரு கார் வந்து நின்றது. ஸர் சி.வி. ராமன் காரில் இருந்து இறங்கி, அந்தப் பெண்ணிடம் சென்று தகவல் விசாரித்தார். அவள் ராமனைப் பார்த்தது அதுவே முதன்முறை. என்னை நானே அறிமுகப்படுத்திக்கொண்டு, காந்தியடிகள் பிலிம் பற்றியும், அவர் கருத்தை ஒலிப்பதிவு செய்தது பற்றியும் கூறினேன். தலையை அசைத்தார். அந்தப் பெண்ணிடம் ஏதோ கேள்வி கேட்டார். திடீரென்று சிந்தனையில் ஆழ்ந்தார். உடனே புறப்பட்டுப் போய்விட்டார்.

அவர் சென்றவுடன், அந்தப் பெண்ணிடம் "இவர் தான் புகழ்பெற்ற ஸர் சி.வி. ராமன். நோபல் பரிசு பெற்றவர்" என்றேன்.

அந்தப் பெண்ணுக்கு ஒரே ஆச்சரியம்! "என்ன இப்படி திடீரென்று ஒன்றும் சொல்லாமல் போய்விட்டாரே!" என்றாள்.

"அதுதான் சி.வி. ராமன்" என்றேன்.

~

சில ஆண்டுகளுக்குப் பின், திருப்பூரில் நண்பர் பிரதாப் ஆஷர் வீட்டில் சில காலம் தங்கியிருந்தேன். திருப்பூர் ரோட்டரி கிளப் மீட்டிங் வாரந்தோறும் அவர் தோட்டத்தில்தான் நடைபெற்று வந்தது.

ஒரு மீட்டிங்கின்போது நண்பர் பிரதாப் ஒலிப்பதிவு செய்த டேப் ஒன்றைக் கொண்டுவந்தார்! "பங்களூரில் நடைபெற்ற ரோட்டரி மகாநாட்டில் ஸர் சி.வி. ராமன் பேசியதை ஒலிப்பதிவு செய்திருக்கிறேன். அதனை இப்போது கேட்போம்" என்றார்.

எல்லோரும் ஆவலுடன் அந்தப் பேச்சைக் கேட்டோம். கீழ்க்கண்ட வாக்கியங்கள் இன்னும் என் உள்ளத்தில் நன்றாகப் பதிந்துள்ளன.

I attended a conference in Argentina. A man came to me and said "I am a sceintist from Norway". I told him, "I do not care whether you are from Norway or Timbactoo. You are a scientist. That is enough for me."

"அர்ஜெண்டீனாவில் ஒரு மகாநாட்டுக்குச் சென்றிருந் தேன். ஒருவர் என்னிடம் வந்து 'நான் நார்வே தேசத்திலிருந்து வரும் விஞ்ஞானி' என்றார். 'நீங்கள் நார்வேயோ அல்லது டிம்பக்ட்டூவோ, அதைப் பற்றிக் கவலையில்லை; நீங்கள் ஒரு விஞ்ஞானி, அதுவே எனக்குப் போதும்' என்றேன்."

~

1937ஆம் ஆண்டில் அமெரிக்காவில் நியூயார்க் நகரில் 'இண்டர் நாஷனல் ஹவுஸ்' என்னும் சர்வதேச மாணவர் விடுதியில் தங்கியிருந்தேன். உலகின் பல நாடுகளிலுமிருந்து வந்த நூற்றுக் கணக்கான மாணவ மாணவிகள் அங்கு தங்கி வெவ்வேறு விதமான கல்லூரிகளில் பயின்றனர்.

ஒருநாள் இரவு பத்து மணி இருக்கும். பெரிய ஹாலில் உட்கார்ந்திருந்தேன். வரவேற்புக் கூடத்தில் பணிபுரிந்த மாணவி ஒருத்தி என்னிடம் வந்து, "நியூயார்க் டைம்ஸ் ஆபீசிலிருந்து ஒரு போன் வந்திருக்கிறது. ஓர் இந்திய மாணவரிடம் பேச வேண்டும் என்கிறார்கள். நீங்கள் தயவு செய்து பேச முடியுமா?" என்றாள்.

அப்பொழுது விடுதியில் பன்னிரண்டு இந்திய மாணவர்கள் வசித்தனர். நான் ஒருவன்தான் ஊருக்குப் புதிது. எனவே வெளியே செல்லாமல் விடுதியிலேயே இருந்தேன்.

"நியூயார்க் டைம்ஸ் காரியாலயத்திலிருந்து பேசுகிறோம். ராஜகோபாலச்சாரியார் என்ற பெயரை எப்படி உச்சரிப்பது, அந்தப் பெயருக்குச் சரியான *spelling* என்ன?" என்று கேட்டார்கள். நான் சென்னைவாசியாய் இருந்ததால் சரியாகக் கூறினேன். அவர் நன்றி தெரிவித்தார்.

மறுநாள் அதிகாலை *நியூயார்க் டைம்ஸ்* பதிப்பில் ராஜாஜியைப் பற்றி ஓர் உபதலையங்கம் வெளிவந்தது. அமெரிக்காவில் சேலம் என்ற ஊர் உண்டு. அதனை ஸாலம் என்று உச்சரிப்பார்கள். ஆனால் இரண்டு ஊர்களுக்கும் எழுத்து ஒன்றுதான்.

அமெரிக்காவில் உள்ள சேலத்தில் மதுவிலக்கை ஆரம்பித்தார்கள். அது அடியோடு தோல்வியடைந்து விட்டது. ஆனால் சென்னை மாகாணத்தில் உள்ள சேலத்தில், சென்னை முதன் மந்திரி ராஜகோபாலச்சாரியார் மதுவிலக்கை வெற்றி பெறச் செய்துவிட்டார் என்று அந்த உபதலையங்கத்தில் குறிப்பிட்டிருந்தார்கள்.

அந்த உபதலையங்கத்தைக் கத்தரித்து விமானத் தபாலில் ராஜாஜி அவர்களுக்கு அனுப்பினேன். ராஜாஜி திருச்செங்கோடு ஆசிரமத்திலிருந்து நன்றி தெரிவித்தார்.

~

1938ஆம் ஆண்டின் இறுதியில் காந்தியடிகள் டில்லி 'பங்கி காலனி' என்னும் ஹரிஜனங்கள் குடியிருப்பில் தங்கியிருந்தார்கள். காங்கிரஸ் காரியக் கமிட்டிக் கூட்டம் நடைபெற்றது. ராஜாஜி உள்பட காங்கிரஸின் மூத்த தலைவர்கள் பலர் ஹரிஜன காலனியிலேயே தங்கியிருந்தனர். அச்சமயம் டில்லிக்குச் சென்றிருந்தேன். வேதாரண்யம் சர்தார் வேதரத்னம் பிள்ளை என்னை ராஜாஜியிடம் அழைத்துச்சென்று அறிமுகப் படுத்தினார்.

"சேலத்தில் மதுவிலக்கு சம்பந்தமாகப் பிலிம் எடுக்க வேண்டும் என்றும், அதற்கு சேலம் ஜில்லா கலெக்டரிடம் சொல்லி எங்களுக்கு உதவி செய்ய வேண்டும்" என்றும் கேட்டுக்கொண்டேன்.

அதற்கு ராஜாஜி, "சேலத்தில்தான் இப்பொழுது பூரண மது விலக்கு ஆயிற்றே. அதை எப்படிப் படம் பிடிப்பீர்கள்?' என்றார்.

"அடுத்த ஜில்லாவான கோயம்புத்தூரில் உள்ள கள்ளுக் கடைகளைப் படம் பிடித்து சேலத்தில் உள்ள நிலைமையையும் படம் பிடித்து, அதன் வித்தியாசத்தை (contrast) ஒப்பிட்டுக் காட்டினால் பயனுள்ளதாக இருக்கும்" என்றேன்.

ராஜாஜி தலையை அசைத்தார். ஆனால் உதவி செய்ய உறுதியாக மறுத்துவிட்டார்.

~

சேலத்தில் ஸ்ரீ ஸி. விஜயராகவாச்சாரியார் அவர்களைப் படம் பிடிக்கச் சென்ற சமயத்தில், சேலம் மதுவிலக்கு சம்பந்தமாகப் பழைய கள்ளுக்கடைகள் இப்பொழுது டீ கடைகளாக மாறி யிருப்பதைப் படம் பிடிக்க விரும்பினேன். சேலம் கதர்க் கடை மானேஜர் ஸ்ரீ பண்டாரம் பழுத்த தேசபக்தர்களில் ஒருவர். எங்களை மிக்க அன்புடன் உபசரித்தார். இரண்டு குதிரை வண்டிகளில் ஒரு பழைய கள்ளுக்கடைக்குச் சென்றோம். ஸ்ரீ பண்டாரமும் எங்களுடன் வந்தார். படம் பிடித்தோம். கள்ளுக் கடைக்காரருக்கு எங்கள்மீது கோபம். கள்ளுக் கடை வருமானம் போய்விட்டது. அது போதாது என்று பிலிம் எடுக்கிறார்கள் என்று அவருக்கு ஆத்திரம். சில நிமிஷம் கழித்து, இரண்டு மூன்று கற்கள் விழுந்தன – பிறகு சரமாரியாக விழுந்தன. படம் பிடித்தது போதும் என்று உடனே புறப்பட்டுவிட்டோம்.

~

1937ஆம் ஆண்டில் இந்தியாவில் நடைபெற்ற சட்டசபைத் தேர்தல்களில் அகில இந்திய காங்கிரஸ் முதன்முதலாகப் போட்டியிட்டு, மொத்தம் பதினொரு மாகாணங்களில் ஏழு மாகாணங்களைக் கைப்பற்றியது. பம்பாய், சென்னை, உத்தரப் பிரதேசம், மத்தியப் பிரதேசம், ஓரிஸ்ஸா, அஸ்ஸாம், வடமேற்கு எல்லைப்புறம் ஆகிய மாகாணங்களில் காங்கிரஸ் மந்திரி சபை அமைந்தது.

மேற்கண்ட மாகாணங்களின் முதன்மந்திரிகள் படத்தைப் பிலிமில் காட்டி, அவர்கள் பெயரைச் சொல்லாமல், அவர்கள் முதன்மந்திரியாக இருக்கும் மாகாணத்தின் பெயரைச் சொல்வது என்ற முறையைக் கையாண்டோம். பெரும்பாலான முதன்மந்திரிகளின் .படங்கள் எங்கள் படச் சேகரிப்பில் கிடைத்தன. அவை பழைய படங்கள்; பல ஆண்டுகளுக்கு முன் எடுத்தவை. எனவே புதிதாக நல்ல முறையில் படம் பிடிக்க எண்ணினோம்.

இந்த நோக்கத்தோடு சென்னையில் ராஜாஜியைப் படம் பிடிக்க ஏற்பாடு செய்தேன். ராஜாஜி அப்பொழுது தியாகராய நகர் பஸுல்லா ரோட்டில் உள்ள வீட்டில் வசித்தார். ஒருநாள் காலை கல்கி ரா. கிருஷ்ணமூர்த்தி என்னை ராஜாஜி வீட்டுக்கு அழைத்துச் சென்று, என்னை அறிமுகப்படுத்தி, காந்தி படத்தைப் பற்றியும் விளக்கிக் கூறி, அது சம்பந்தமாக அவரைப் படம் பிடிக்க வந்திருப்பதாகவும் கூறினார்.

"செட்டியார்கள் சினிமாத் தொழிலில் புகுந்துள்ளீர்கள். மற்ற படங்களில் லாபமில்லை என்று இப்போது காந்தி படம் எடுக்க ஆரம்பித்திருக்கிறீர்களா?" என்று ராஜாஜி என்னைப் பார்த்துக் கூறினார். நான் பேசாதிருந்தேன்.

காந்தி படம் வியாபார நோக்கத்தோடு எடுக்கும் படம் அல்லவென்றும், தேச பக்தியின் காரணமாகவே எடுக்கும் படம் என்றும், இதைப் பற்றிச் சந்தேகமே வேண்டாம் என்றும், தமக்கு இந்தப் படத்தைப் பற்றிய விவரங்கள் தெரியும் என்றும் கல்கி ராஜாஜியிடம் முழு மூச்சுடன் வாதாடினார். ஆனால் எதையுமே சந்தேகக்கண் கொண்டு பார்க்கும் இயல்புள்ள ராஜாஜி ஒத்துழைக்க மறுத்துவிட்டார்.

"தோட்டத்திற்கு வந்தால் வெளிச்சத்தில் நன்றாகப் படம் பிடிக்கலாம்" என்றோம்.

"வெளியே வர முடியாது. உள்ளே நான் இங்கு உட்கார்ந் திருப்பதை நீங்கள் படம் எடுத்துக்கொள்ளலாம்" என்றார் ராஜாஜி.

ராஜாஜி உட்கார்ந்திருந்த சிறிய ஹாலில் போதுமான வெளிச்சம் இல்லை. வேறு வழியின்றிப் படம் பிடித்தோம். படம் சரியாக வரவில்லை.

இந்த விஷயத்தில் கல்கி மனமுவந்து செய்த உதவியையும், காந்தி படத்தில் அவர் காட்டிய ஆர்வத்தையும், படம் வெளியான பின் அவர் எழுதிய அருமையான விமர்சனத்தை யும் ஒருபோதும் மறக்க முடியாது.

வாழ்க நீ எம்மான்!

~

இந்திய நாட்டில் உள்ள புண்ணிய நதிகளுள் ஒன்று சபர்மதி. அகமதாபாத் நகருக்கு அருகேயுள்ள அந்த ஆற்றின் கரையில் தான் காந்தியடிகள் தென்னாப்பிரிக்காவிலிருந்து திரும்பியதும் சபர்மதி ஆசிரமத்தைத் தொடங்கினார். எளிமை, உண்மை, ஒழுக்கம், தூய்மை, தியாகம், நேர்மை ஆகியவற்றின் நிலைக் களனாக விளங்கியது அந்த ஆசிரமம். 1930ஆம் ஆண்டில் தண்டி உப்பு சத்தியாக்கிரக யாத்திரையை காந்தியடிகள் அங்கிருந்து தான் தொடங்கினார். அந்தப் புனிதமான இடத்தைப் படம் பிடிக்க அகமதாபாத் சென்றோம்.

அப்பொழுது ஆசிரம நிர்வாகியாக இருந்தவர் நரஹரி பாரிக் என்னும் காந்தி பக்தர். காந்தியடிகளுக்குத் தாங்கள்

மட்டுமே வாரிசு என்று கருதும் வினோதமான கூட்டத்தைச் சேர்ந்தவர் அவர்.

ஆசிரமத்தில் அவரைச் சந்தித்து, படம் பிடிக்க அனுமதி கேட்டேன்.

"எவ்வளவு பணம் கொடுப்பீர்கள்?" என்றார்.

"இது நாட்டு விடுதலை சம்பந்தமான படம். படம் முற்றுப் பெறுமா, அப்படி முற்றுப் பெற்றாலும் வெளிவருமா என்பதையே சொல்ல முடியாது. காந்தியடிகள் படத்தின் நிகர லாபத்தில் பத்து சதவிகிதம் காந்தியடிகள் சம்பந்தமான ஸ்தாபனங்களுக்கு ஒதுக்கியிருக்கிறோம்" என்றேன்.

"சபர்மதி ஆசிரமத்துக்கு மட்டும் லாபத்தில் 25 சதவிகிதம் கொடுக்க வேண்டும்" என்று பிடிவாதம் செய்தார்.

படம் எடுக்க இயலாமல் திரும்பினோம். அப்பொழுது காந்தீயக் கோடீசுவரர், மில்களின் அதிபர் அம்பாலால் சாராபாய் அவர்களின் புதல்வி மிருதுளாபென் சாராபாயின் நினைவு வந்தது. தேசத்தொண்டில் அவர் புகழ் அப்போது உச்ச நிலையில் இருந்தது.

மிருதுளாபென் சாராபாய் அன்புடன் வரவேற்றார். காந்தி படம் தயாரிப்பது அவருக்கு மட்டற்ற மகிழ்ச்சியைக் கொடுத்தது. உடனே அவர் ஸ்ரீ நரஹரி பாரிக் அவர்களுக்குக் குஜராத்தி மொழியில் ஒரு கடிதம் எழுதி "இதைக் கொண்டு போய்க் கொடுங்கள், உங்களைப் படம் பிடிக்க அனுமதிப்பார்" என்றார்.

கடிதத்தை எடுத்துக்கொண்டு ஆசிரமத்துக்குச் சென்றோம். அப்பொழுது நரஹரி பாரிக் வெளியே சென்றிருந்தார். எனவே அவருடைய உதவியாளரிடம் அக்கடிதத்தைக் கொடுத்தோம். அக்கடிதத்தைப் படித்ததும் அவர் "நீங்கள் தாராளமாய்ப் படம் பிடிக்கலாம், உங்களுக்கு வேண்டிய எல்லா உதவிகளையும் செய்கிறேன்" என்றார். சுமார் ஒருமணி நேரம் தங்கி அங்கு படம் பிடித்தோம்!

வாழ்க நீ எம்மான்!

~

அகில இந்திய காங்கிரஸ் கமிட்டியின் காரியாலயம் அலகாபாத்தில், நேரு குடும்பத்தார் தேசத்துக்கு அன்பளிப்பாகக் கொடுத்த 'ஆனந்த பவனம்' என்னும் பெரிய மாளிகையில் இருந்தது. அதன் பெயரை 'சுயராஜ்ய பவனம்' என்று

மாற்றினார்கள். அதற்கு அடுத்தாற்போல நேரு குடும்பத்தார் தங்களுக்காகச் சிறுமாளிகை ஒன்றைக் கட்டிக்கொண்டனர். அதன் பெயர் 'ஆனந்த பவனம்'.

சுயராஜ்ய பவனத்தையும் ஜவஹர்லால் நேருவையும் படம் பிடிக்கத் திட்டமிட்டோம்.

ஒரு முறை ஆசார்ய கிருபளானி பம்பாய்க்கு வந்திருந்தார். அவர் அலகாபாத்துக்குத் திரும்பிச் செல்லும் ரயிலிலேயே நானும் பிரயாணம் செய்தேன்.

பழைய இரண்டாவது வகுப்பில் பிரயாணம் செய்தேன். அந்நாளில் 1500 மைல், 3000 மைல் கூப்பன்கள் இருந்தன. அவற்றை முன்பணம் கொடுத்து வாங்க வேண்டும். அதற்குச் சாதாரணக் கட்டணத்தில் இருபது சதவிகிதம் குறைவு. B.N. என்னும் பெங்கால் – நாகப்பூர் ரயில்வே தவிர இந்தியாவில் உள்ள மற்ற எல்லா ரயில்வேக்களிலும் அந்தக் கூப்பனில் நமக்குத் தேவையான மைல் தாள்களைக் கிழித்துக் கொடுத்துப் பயணச்சீட்டு வாங்கிப் பிரயாணம் செய்யலாம். அந்நாளில் இந்தியாவில் பல தனித்தனி ரயில்வே கம்பெனிகள் இருந்தன.

இரண்டாவது வகுப்புப் பிரயாணம் மிகவும் சௌகரிய மானது. சாதாரணமாக ஒரு பெட்டிக்கு நான்கு படுக்கைகள். கீழே இரண்டு, மேலே இரண்டு. சுகாதார வசதிகளும் பெட்டிக்குள்ளேயே உண்டு. இடம் கிடைப்பதில் கஷ்டமே இல்லை. பிரயாணிகள் வெகு சிலர். சில சமயங்களில் நான் மட்டும் பல மணி நேரம் தனியாகப் பிரயாணம் செய்திருக் கிறேன். நீண்ட தூரப் பிரயாணத்தின்போது காலையில் ரயிலிலேயே குளித்துவிட்டு, சலவை ஆடை அணிந்து கொள்வேன். சுவிட்ஸர்லந்தில் 52 ரூபாய்க்கு வாங்கிய ஏழு பவுண்டு கனமுள்ள அழகிய சிறிய டைப்ரைட்டர் என்னுடன் பல்லாயிரக்கணக்கான மைல் பிரயாணம் செய்திருக்கிறது.

குறிப்பிட்ட நாளில் இரவு பத்து மணிக்கு பம்பாய் விக்டோரியா டெர்மினஸ் ரயில் நிலையம் சென்றேன். அங்கு ஆசார்ய கிருபளானி பிளாட்பாரத்தில் நின்றுகொண்டிருந்தார். அவரை வழியனுப்ப வந்த சுமார் பதினைந்து அன்பர்கள் அங்கே நின்றனர்.

ஆசார்ய கிருபளானி இண்டர்கிளாஸ் என்னும் வகுப்பில் பிரயாணம் செய்தார். வசதியுள்ள இரண்டாம் வகுப்புக்கும் வசதியற்ற மூன்றாம் வகுப்புக்கும் இடையில் உள்ள திரிசங்கு சொர்க்கம்தான் இண்டர் வகுப்பு என்பது. சில சமயங்களில் அது தடுப்புள்ள சிறுசிறு பகுதிகளாகவும், சில சமயங்களில்

தடுப்பே இல்லாத 64 பேர் உட்காரக்கூடிய பெரிய நீளமான பெட்டியாகவும் இருக்கும். ஆசார்யர் அன்று பிரயாணம் செய்தது தடுப்பு இல்லாத நீளமான பெட்டி. அதில் கூட்டம் நிறைய இருந்தது.

மறுநாள் காலையில் வண்டி நின்ற ஒரு சந்திப்பு நிலையத்தில் இறங்கி, ஆசார்ய கிருபளானி பிரயாணம் செய்த இண்டர் வகுப்புப் பெட்டிக்குச் சென்றேன். வண்டியிலிருந்த அத்தனை பிரயாணிகளும் இறங்கிவிட்டனர்! அவ்வளவு பெரிய நீளமான பெட்டியில் ஆசார்ய கிருபளானி ஒருவர் மட்டுமே இருந்தார்.

ரயில் பெட்டிக்குள் சென்று அவரை வணங்கினேன். அவர் மிக்க அன்புடன் "இங்குதான் ரயிலில் ஏறுகிறீர்களா?" என்று கேட்டார்! "இல்லை; பம்பாயிலிருந்து வருகிறேன்; நேற்றிரவே தங்களை ரயில் நிலையத்தில் பார்த்தேன்" என்றேன்.

"*You look so fresh!*" என்றார்.

காந்தியடிகள் படத்தயாரிப்பு பற்றி சுருக்கமாக அவரிடம் கூறினேன். மிக்க ஆர்வத்துடன் கேட்டார்! சபர்மதி ஆசிரமம் சென்று படம் பிடித்ததையும், ஸ்ரீ நரஹரி பாரிக் கூறியதையும் அவரிடம் சொன்னேன்.

"உங்கள் லாபத்தில் நரஹரி பங்கு கேட்கிறார். உங்களுக்கு நஷ்டம் வந்தால் அவர் பங்கு கொடுப்பாரா?" என்றார் கிருபளானி.

பேசாதிருந்தேன்.

"நாங்கள் செய்ய வேண்டிய காரியத்தை நீங்கள் செய்கிறீர்கள்! உங்களுக்கு எங்களால் முடிந்த எல்லா உதவிகளையும் செய்ய வேண்டுவது எங்கள் கடமை/ அலகாபாத்துக்கு வாருங்கள். காங்கிரஸ் கட்டிடத்தையே உங்களுக்குத் திறந்துவிடுகிறேன். உங்களுக்குத் தேவையானவற்றையெல்லாம் படம் பிடித்துக்கொள்ளுங்கள்" என்றார் கிருபளானி.

சிந்து மாகாணத்தைச் சேர்ந்த ஆசார்ய கிருபளானி, நம் பாரதத் தாயின் தவப் புதல்வர்களில் ஒருவர். காந்தியடிகள் பீகாரில் உள்ள சம்பரானில் சத்தியாக்கிரகம் நடத்தியபோது அங்கு ஒரு கல்லூரியில் ஆசிரியராக இருந்த கிருபளானி காந்தியடிகளுடன் தொடர்புகொண்டு, தேசபக்தர் திருக்கூட்டத்தில் சேர்ந்தார்.

நுண்ணறிவு, நகைச்சுவை மிக்கவர். பதவியில் ஆசையில்லாதவர்; என் கடன் பணி செய்து கிடப்பதே என்பதை

வாழ்க்கையில் காட்டி வருபவர். காந்தியடிகளைத் தவிர வேறு யாரையும் லட்சியம் செய்யாமல் எதிர்த்து நிற்கும் சுதந்திர மனப்பான்மை உடையவர்; பன்முறை சிறை சென்றவர்; பல ஆண்டுகள் அகில இந்திய காங்கிரஸ் காரியதரிசியாக அருந்தொண்டாற்றியவர்; சில காலம் காங்கிரஸின் தலைவராக இருந்தவர்; குழந்தைபோலப் பழகும் சுபாவமுள்ளவர், பழகுவதற்கு இனிமையானவர். அதிர்ஷ்டவசமாக இன்றும் நம்முடன் வாழும் உத்தம காந்தி பக்தர் ஆசார்ய கிருபளானி.

ஆசார்ய கிருபளானி தம் பழைய நினைவுகளைக் கூறினார்! அப்பெரியாருடன் ரயிலில் தனியாக இரண்டு மணி பிரயாணம் செய்து உரையாடியது எனக்கு வாய்த்த நல்ல அதிர்ஷ்டங்களில் ஒன்று.

~

அலகாபாத் சேர்ந்ததும் காங்கிரஸ் காரியாலயம் சென்று ஆசார்ய கிருபளானியைச் சந்தித்தோம். அவர், காரியாலய நிர்வாகியாக இருந்த சதீக் அலியை (இப்பொழுது மகாராஷ்டிர கவர்னர்) அழைத்து, வேண்டிய உதவிகள் செய்யும்படிக் கூறினார். எல்லா இடங்களையும் படம் பிடித்தோம்; ஜவஹர்லால் நேரு தம் குடும்ப மாளிகையை நாட்டுக்கு வழங்கிய பத்திரத்தையும் படம் பிடித்தோம். ஆசார்ய கிருபளானி நூல் நூற்பதையும் படம் பிடித்தோம்.

"நாளைய தினம் கல்கத்தா செல்கிறேன்; வெளியூரிலிருந்து நாளை இங்கு திரும்பி வரும் ஜவஹர்லால் நேருவைப் படம் பிடிப்பதற்குத் தாங்கள் உதவி செய்ய வேண்டும்" என்று கிருபளானியைக் கேட்டுக்கொண்டேன். அவர் மகிழ்வுடன் சம்மதித்தார்.

மறுநாள் டாக்டர் பதி, நேருவைப் படம் பிடித்த விவரத்தைப் பின்னர் அறிந்தேன்.

ஆசார்ய கிருபளானி டாக்டர் பதியுடன் மறுநாள் காலை 'ஆனந்த பவனம்' சென்று நேருவைப் பார்த்தார். நேரு மாடியில் முன்புற வராந்தாவில் உலவிக்கொண்டிருந்தார். ஆசார்ய கிருபளானி அறிமுகத்தின் பேரில், தம்மைப் படம் பிடிக்க நேரு இசைந்தார். "எப்படி போஸ் (pose) செய்ய வேண்டும்?" என்று கேட்டார் நேரு. "தங்கள் விருப்பப்படி எப்படி வேண்டுமானாலும் நிற்கலாம்" என்றார் டாக்டர் பதி. உடனே நேரு தமது பின்புறத்தைக் காமிராவுக்குக் காட்டிக்கொண்டு நின்றார். டாக்டர் பதி ஒன்றும் சொல்லாமல்

நேருவின் முதுகைப் படம் பிடித்தார்! சில விநாடிகளில் நேரு முன்பக்கமாகத் திரும்பி, புன்முறுவல் பூத்தார்! படத்தில் நேரு புன்முறுவல் பூக்கும் பகுதியை மட்டுமே உபயோகித்தோம்.

“தாங்கள் நூல் நூற்க வேண்டும்” என்றார் டாக்டர் பதி. “நீங்கள் பிலிம் எடுப்பதற்காக நான் நூல் நூற்க முடியாது! நான் நூல் நூற்கும்போது நீங்கள் படம் எடுக்கலாம்?” என்றார் நேரு. “எப்பொழுது நூல் நூற்பீர்கள்?” என்று தயங்கிக்கொண்டே கேட்டார் டாக்டர் பதி. “மாலை நான்கு மணிக்கு” என்றார் நேரு.

மாலை மூன்றே முக்கால் மணிக்கே டாக்டர் பதி ஆனந்த பவனம் சென்றார். வேலையாட்களை விசாரித்ததில் நேரு தூங்குகிறார் என்றனர். அவரை எழுப்ப யாருக்கும் தைரிய மில்லை. ஆனால் சரியாக நான்கு மணிக்கு நேரு உடையணிந்து, ஒரு பெட்டி சர்க்கர்வை எடுத்துக்கொண்டு கீழே அமர்ந்து நூல் நூற்கத் தொடங்கினார். அவரைப் பார்க்க வந்திருந்த டாக்டர் சையத் அகமது, அவருக்கு அருகில் ஒரு நாற்காலியில் அமர்ந்திருந்தார்.

சிலர் நேரில் காண்பதைவிடப் படத்தில் நன்றாகத் தோற்றமளிப்பார்கள். அப்படிப்பட்டவர்களில் நேரு ஒருவர் என்று புகழ்பெற்ற அமெரிக்க எழுத்தாளர் ஜான் கந்தர் எழுதியிருந்தார். அது முற்றிலும் உண்மை.

நேரு நூல் நூற்றால், அந்த நூலிலிருந்து வேஷ்டி நெய்ய முடியாது; ஜமக்காளம்தான் நெய்யலாம். நூல் நூற்கும்போது அடிக்கடி நூல் அறுந்து போகும். அதைச் சரிப்படுத்துவார். நூல் அறுந்து போகும் காட்சிகளை எல்லாம் விடாமல் படம் பிடித்தார் டாக்டர் பதி. அப்பொழுது நேரு முகத்தைச் சுளித்துக்கொண்டு காமிராவைப் பார்ப்பார்; இந்தக் காட்சி படத்தில் வந்தபோதெல்லாம் படம் பார்த்த மக்கள் சிரித்து மகிழ்ந்தார்கள்.

நேருவுக்குக் கதரில் நம்பிக்கை உண்டா என்பதை நிச்சய மாகக் கூறமுடியாது. ஆனால் தேசீயப் போரில் ஈடுபட்ட ஒரு வீரன் ஒழுங்குக்குக் *(discipline)* கட்டுப்பட்ட செயலாகவே நேரு நூல் நூற்றார் என்று கூறலாம்.

நேருவைக் கட்டாயமாக நூல் நூற்கச் செய்ய காந்தியடி களைத் தவிர வேறு யாராலுமே முடியாது என்று கூறலாம்.

வாழ்க நீ எம்மான்!

~

1938ஆம் ஆண்டு. வர்தாவுக்கு அருகே சேவாகிராமத்தில் காந்தியடிகள் வசித்துவந்தார்கள். காந்தியடிகள் பிலிம் தயாரிப்பதற்காகப் பலமுறை வர்தாவில் சில நாட்கள் தங்கி, தினந்தோறும் சேவா கிராமம் சென்றுவந்தோம். டாக்டர் பி. வி. பதியும் அவருடைய உதவியாளர்கள் இருவரும் படப் பிடிப்பு வேலையைச் சிறப்பாகச் செய்தனர்.

ஒருநாள் சேவாகிராமத்தில் ஸ்ரீ மகாதேவ தேசாய் அவர்களின் காரியாலயம் சென்றோம். ஸ்ரீ பியாரிலாலும் அங்கு இருந்தார். ஸ்ரீ தேசாய் பியாரிலாலிடம் பேசுகையில், “நாளை காலை ஸர் எஸ். ராதாகிருஷ்ணன் பாபுஜியைப் பார்க்க வருகிறார். வெகு தூரத்திலிருந்து வருவதால் அவருக்குக் குறைந்தது ஒரு மணி நேரமாவது ஒதுக்க வேண்டும்” என்றார். அப்பொழுது ஸ்ரீ ராதாகிருஷ்ணன் இங்கிலாந்தில் ஆக்ஸ்போர்டு சர்வகலாசாலையில் இந்தியத் தத்துவப் பேராசிரியராகப் பணிபுரிந்தார். விடுமுறையில் தாய்நாட்டுக்கு வந்திருந்தார்.

மறுநாள் காலை டாக்டர் ராதாகிருஷ்ணன் சேவாகிராமம் வந்தார். வழக்கமான கோட்டு, தலைப்பாகையுடன் காட்சி யளித்தார். அவரைப் பார்த்தது அதுவே முதன்முறை.

~

காந்தியடிகள் வாழ்க்கைப் படத்தில், அவர் காலத்தில் வாழ்ந்த புகழ்பெற்ற இந்தியர்களின் கருத்துக்களைப் படத்தில் சேர்க்க விரும்பினோம். அவர்கள் வரிசையில் ஸர் ராதாகிருஷ்ணன் அவர்களும் ஸர் சி. வி. ராமன் அவர்களும் முக்கியமானவர்கள்.

ஸ்ரீ ராதாகிருஷ்ணன் அப்பொழுது கல்கத்தா சர்வகலா சாலையின் துணைவேந்தராகப் பணியாற்றினார். அவருக்கு எங்கள் விருப்பத்தைத் தெரிவித்துக் கடிதம் எழுதினோம். ஒருமுறை இதற்காகவே கல்கத்தா சென்றேன். ஸ்ரீ ராதாகிருஷ்ணன் அவர்களை அவர் வீட்டில் சந்தித்து, காந்தியடிகளைப் பற்றி மூன்றே வாக்கியங்கள் திரைப்படத் தில் பதிவுசெய்ய விரும்புவதாகவும், அதற்கு அவர் இணங்க வேண்டும் என்றும் வேண்டினேன். ராதாகிருஷ்ணன் அவர்கள் மகிழ்வுடன் ஒப்புக்கொண்டார். மறுநாள் காலை 8.30 மணிக்கு வந்து ஸ்டூடியோவுக்கு அழைத்துச் செல்லும் படியும், காலை 10 மணிக்குள் அவரை சர்வகலாசாலையில் கொண்டு போய்ச் சேர்த்துவிட வேண்டும் என்றும் கூறினார். அவ்வாறு செய்வதாக உறுதி கூறினேன்.

நேராக, தரம்துல்லாவிலிருந்த அரோரா பிலிம் கார்ப்பொரேஷன் காரியாலயம் சென்று, அதன் உரிமையாளர் அனாதி போஸ் அவர்களைச் சந்தித்தேன்.

ஸ்ரீ அனாதி போஸ், வங்காளத் திரைப்பட உலகின் முன்னோடிகளில் ஒருவர். அவருக்குச் சொந்தமான ஸ்டூடியோ ஒன்று கல்கத்தாவில் இருந்தது. சென்னை நகரிலும் அவருடைய கிளைக் காரியாலயம் இருந்தது. சென்னைவாசிகள்மீது அவருக்குத் தனி அன்பு. 1927இல் சென்னையில் டாக்டர் அன்சாரி தலைமையில் நடைபெற்ற அகில இந்திய காங்கிரஸ் மகாநாட்டைச் செய்திப் படமாகத் தயாரித்தவர் அவரே. அதுமட்டுமன்று. கல்கத்தா காங்கிரஸ், சாந்திநிகேதனம் தொடக்க விழா முதலிய பல அரிய நிகழ்ச்சிகளைப் படமாக்கியவரும் அவரே. தம்மிடமிருந்த திரைப்படப் பொக்கிஷத்தைத் திறந்து எனக்கு வேண்டியதை எல்லாம் எடுத்துக்கொள்ளும்படி கூறினார். ஆரம்ப முதல் கடைசிவரை என்னைத் தமது இளைய சகோதரனைப் போலவே நடத்தினார். வியாபாரரீதியில் என்னை ஒருமுறையும் அவர் நடத்தியதில்லை. “காந்தி படம் நல்ல காரியம். உங்களுக்குத் தேவையானவற்றை எல்லாம் எடுத்துக்கொள்ளுங்கள். உங்களுக்கு விருப்பமானதை – இயன்றதைக் கொடுங்கள்” என்று சொல்லுவார்.

கல்கத்தா ரஸகுல்லா பேர் பெற்றது. ரஸகுல்லாவில் எனக்குப் பிரியம் அதிகம். ஏராளமான ரஸகுல்லா, சந்தேஷ் போன்ற வங்காளச் சிறப்பு இனிப்பு வகைகளைக் கொடுத்து என்னைச் சாப்பிட முடியாமல் திணறும்படி செய்வார் அனாதி போஸ்.

அவரிடம் உரிமையுடன் பேசும் அளவுக்கு எனது பழக்க மிருந்தது. “நாளைய தினம் ராதாகிருஷ்ணன் அவர்களை ஸ்டூடியோவுக்கு அழைத்து வருகிறேன். காந்தியடிகளைப் பற்றி அவர் கூறுவதைப் படம் பிடித்து ஒலிப்பதிவு செய்ய வேண்டும். பொதுவாக சினிமா ஸ்டூடியோக்களுக்கு வருகிறவர்கள் எத்தகையவர் என்பது உங்களுக்குத் தெரியும். பெரியோர்கள் ஸ்டூடியோவுக்கு வருவது மிகமிக அபூர்வம். ஸ்டூடியோவைச் சிறிது சுத்தம் செய்துவைத்தால் நலமல்லவா?” என்றேன்.

“அதைப் பற்றிய கவலை உங்களுக்கு வேண்டாம். நானே நேரில் சென்று எல்லாவற்றையும் கவனிக்கிறேன். உரிய காலத்தில் அவரை நீங்கள் அழைத்து வாருங்கள்” என்றார் அனாதி போஸ்.

அப்பொழுது கல்கத்தாவில் வசித்துவந்த பிரபல டைரக்டரான ஸ்ரீ எம்.எல். டாண்டன் அவர்களை அவர் வீட்டில் சந்தித்தேன். டாண்டன் பஞ்சாப்பைச் சேர்ந்தவர். பரம ஏழையாக இருந்த அவரை அவர் உறவினர் ஒருவர்

கானடாவுக்கு அழைத்துச் சென்றார். வான்கூவரில் வசித்த டாண்டன், தோட்டங்களுக்குச் சென்று பழம் பறித்துப் பொருள் சேர்த்தார். பின்னர் அமெரிக்கா சென்று, லாஸ் ஏஞ்சல்ஸ் நகரில் உள்ள சர்வகலாசாலையில் ***(University of Southern California)*** பேராசிரியர் மோர்கோவினிடம் சினிமா கல்வி பயின்றார். மோர்கோவின் பிரபலமானவர். அவர் ஒரு ருஷ்யர். அவரைச் சந்திக்கும் வாய்ப்பு எனக்குக் கிடைத்தபொழுது அவர் தம் பழைய மாணவரான டாண்டனைப் பற்றிப் பெருமையுடன் கூறினார். சிலகாலம் ஹாலிவுட் ஸ்டூடியோக் களிலும் டாண்டன் வேலை செய்தார். இந்தியா திரும்பியதும் சில ஆண்டுகள் சென்னையில் தங்கியிருந்தார். டாண்டன் பெருத்த தேகமுடையவர். கனமான கண்ணாடி அணிந்திருப் பார். பெருந்தன்மையும் நகைச்சுவையும் உடையவர். படங்களை எடிட் செய்வதில், ***inter-cutting*** என்ற துறையில் அவர் ஒரு நிபுணர்.

டாண்டன் அவர்கள் வழக்கம் போல் என்னை அன்புடன் வரவேற்றார். ராதாகிருஷ்ணன் அவர்கள் படப்பிடிப்பு சம்பந்த மாக எனக்குப் புத்திமதிகள் கூறவேண்டும் என்று கேட்டுக் கொண்டேன். அதற்கு அவர், "ராதாகிருஷ்ணன் பெரிய மனிதர். அவரை வாடகை மோட்டாரில் அழைத்துவரக் கூடாது. எனது காரை எடுத்துச் செல்லுங்கள். நாளை காலையில் நான் ஸ்டூடியோவுக்கு வந்து எல்லாவற்றையும் மேற்பார்வை யிடுகிறேன். உங்களுக்குக் கவலையே வேண்டாம்" என்றார்.

மறுநாள் காலையில் டாண்டன் அவர்கள் அமெரிக்காவி லிருந்து கொண்டுவந்திருந்த பெரிய வசதியான காரில் குறித்த நேரத்துக்கு முன்னதாகவே டாக்டர் ராதாகிருஷ்ணன் அவர்கள் வீட்டுக்குச் சென்றேன். அவர் தயாராக இருந்தார்.

குறிப்பிட்ட நேரத்தில் ஸ்டூயோவுக்கு வந்துசேர்ந்தோம். என்ன ஆச்சரியம்! ஸ்டூடியோவின் வாயிலில் மெழுகிக் கோலமிட்டு, தோரணங்கள் கட்டி அலங்காரம் செய்திருந் தார்கள். பொதுவாக ஆபாசமும் ஆர்ப்பாட்டமும் நிறைந் திருக்கும் ஸ்டூடியோவில் அன்று அழகும் அமைதியும் தாண்டவமாடின. அனாதி போஸும் எம். எல். டாண்டனும் வாயிலில் நின்று ராதாகிருஷ்ணனை வரவேற்றனர். அவர்கள் இருவரையும் அறிமுகம் செய்துவைத்தேன். உள்ளே அழைத்துச் சென்றனர். அங்கிருந்த ஊழியர் அனைவரும் ராதாகிருஷ்ணனை மரியாதையுடன் வணங்கினர்.

எல்லாம் முன்னதாகவே ஏற்பாடாகி இருந்தபடியால் டாண்டனின் மேற்பார்வையில் படப்பிடிப்பு உடனே

தொடங்கியது. ராதாகிருஷ்ணன் அவர்கள் தம் சட்டைப்பை யிலிருந்து ஒரு காகிதத்தை எடுத்து, தாம் இதற்காகவே எழுதிக் கொண்டுவந்த மூன்று வாக்கியங்களைப் படித்தார்.

Gandhi's supreme faith in God and non-violence makes him out a profoundly religious man.

It is his devotion to religion that has compelled him into politics and so his political creed does no injury to the spiritual tradition of the counry.

If he appeals to the British people, it is not as an agitator or a revolutionary but as a servant of humanity, interested in the reconciliation of Mankind.

ஸ்ரீ ராதாகிருஷ்ணன் பேசியது முழுமையும் மறுநாள் காலை சென்னை ஹிந்து பத்திரிகையில் வெளியாயிற்று.

பதினைந்து நிமிஷத்தில் படப்பிடிப்பு முடிந்தது. டாண்டன் என்னைத் தனியே அழைத்து "பெரியவரைக் கொண்டுபோய் பத்திரமாக சர்வகலாசாலையில் விட்டுவிட்டு வாருங்கள். அதுவரை நான் இங்கு காத்திருக்கிறேன்" என்றார்.

எல்லோரும் அன்புடன் வழியனுப்ப, ராதாகிருஷ்ணன் அவர்களைக் காரில் அழைத்துச் சென்றேன். சர்வகலாசாலைக்கு வெளியிலேயே தாம் இறங்குவதாகக் கூறினார். அவர் இறங்கியதும், "சினிமாக்காரர்கள் பொதுவாகச் சொன்னபடி நடப்பதில்லை. குறித்த நேரத்துக்கு முன்னதாகவே என்னை இங்கு கொண்டுவந்து சேர்த்துவிட்டீர்கள்" என்னும் பொருள்பட ஆங்கிலத்தில் கூறினார்.

வணங்கி, அவரிடம் விடைபெற்றேன்.

ராதாகிருஷ்ணன் அவர்களை ஸ்டூடியோவுக்கு அழைத்து வந்ததில் ஸ்ரீ அனாதி போஸுக்கு மட்டற்ற மகிழ்ச்சி. மீண்டும் எனக்கு ரஸகுல்லா கிடைத்தது.

கல்கத்தாவை நினைக்கும்போதெல்லாம் அனாதி போஸ் அவர்களின் நினைவு எனக்கு வரும்.

~

1940 ஆகஸ்ட் 23ந்தேதி காந்தியடிகளின் தமிழ் விளக்கவுரையுடன் கூடிய வாழ்க்கைப்படம் சென்னையில் திரையிடப்பட்டது. தெலுங்கு விளக்கவுரைகளுடன் கூடிய படமும் சில மாதங் களில் வெளிவந்தது. அரசியல் கொந்தளிப்பின் காரணமாகவும்,

அரசாங்கம் படத்தைப் பறிமுதல் செய்யக்கூடும் என்ற அச்சத்தின் காரணமாகவும் பொதுமக்களுக்குத் திரையிடுவதை நிறுத்திவிட்டோம்.

1942ஆம் ஆண்டின் பிற்பகுதி. டாக்டர் ராதாகிருஷ்ணன் சென்னைக்கு வந்து எட்வர்ட் எலியட்ஸ் ரோட்டிலுள்ள தமது வீட்டில் தங்கியிருந்தார். அவர் காந்தி படம் பார்த்த தில்லை. அவருக்கும் அவர் குடும்பத்தாருக்கும் காந்தி படத்தைத் தனியாகத் திரையிட்டுக் காட்ட விரும்பினேன். ராதாகிருஷ்ணன் மகிழ்வுடன் சம்மதித்தார்.

சென்னையில் உள்ள ஜெமினி ஸ்டூடியோவில் உள்ள சிறிய திரைப்பட அரங்கில் படத்தைத் திரையிட ஏற்பாடு செய்தேன்.

சென்னையில் உள்ள பிரபல பத்திரிகை அதிபர் ஒருவரிடம் சென்று, ராதாகிருஷ்ணன் அவர்களை வாடகை மோட்டாரில் அழைத்து வருவது உசிதமில்லை என்றும், அவருடைய கார்களில் ஒன்றை உதவும்படியும் வேண்டினேன். அவர் தம்மிடமிருந்த மிகப்பெரிய வசதி நிறைந்த காரை உபயோகிக்கும்படி கூறினார். அந்தக் காரில் ராதாகிருஷ்ணன் அவர்கள் வீட்டுக்குச் சென்றேன். இந்தப் பெரிய காரைப் பார்த்ததும் ராதாகிருஷ்ணன் அவர்கள் புன்முறுவலுடன், ***'Knowing my difficulties you have brought a big car'*** என்றார். குறித்த நேரத்தில் ஜெமினி ஸ்டூடியோ சேர்ந்தோம்.

ராதாகிருஷ்ணன் அவர்களுடன் படம் பார்ப்பதற்காக ஐந்தாறு அன்பர்களை அழைத்திருந்தேன். அவர்களில் ஒருவர் டி. டி. கிருஷ்ணமாச்சாரியார் அவர்கள்.

படத்தில் 1928இல் கல்கத்தாவில் நடைபெற்ற சர்வகட்சி மகாநாட்டில் கலந்துகொண்ட ராதாகிருஷ்ணன் தோன்றினார். கல்கத்தாவில் எடுத்த அவருடைய படமும் பேச்சும் இருந்தன. அவற்றைக் கண்டுகளித்தார் ராதாகிருஷ்ணன்.

படம் முடிந்ததும், அங்கு படம் பார்க்க வந்தவர்களுடன் சில வார்த்தைகள் பேசினார். அவரையும் அவர் குடும்பத் தினரையும் காரில் கொண்டுபோய் வீட்டில் சேர்த்தேன்.

வணங்கி அவரிடம் விடைபெற்றேன்.

~

1952ஆம் ஆண்டு. காந்தி படத்தை ஆங்கிலத்தில் வெளியிடு வதற்காக சான்பிரான்ஸிஸ்கோவில் இருந்த அமெரிக்கன்

அகாடமி ஆப் ஏஷ்யன் ஸ்டடீஸ் என்ற அறக்கட்டளை நிறுவனத்தோடு ஓர் உடன்பாடு செய்துகொண்டோம். இந்த விவரத்தை ராதாகிருஷ்ணன் அவர்களுக்குத் தெரிவித்தேன்.

சான்பிரான்ஸிஸ்கோவில் ஒய்.எம்.சி.ஏ. கட்டிடத்தில் தங்கியிருந்தேன். நள்ளிரவில் மணி அடித்தது. "இந்தியத் தூதர் காரியாலயத்திலிருந்து ஒரு விசேஷ தூதர் (special messenger) வந்திருக்கிறார். நேரில்தான் கொடுக்க வேண்டும் என்று வற்புறுத்துகிறார்" என்று கூறினார்கள்.

மாடியிலிருந்து கீழே இறங்கிச் சென்று கடிதத்தைப் பெற்றுக் கொண்டேன். அது ராதாகிருஷ்ணன் அவர்கள் எழுதிய கடிதம்.

ராதாகிருஷ்ணன் அப்பொழுது உதவி ஜனாதிபதியாக இருந்தார். ஜனாதிபதி, உதவி ஜனாதிபதி, பிரதம மந்திரி முதலியோர் கடிதங்கள் *diplomatic bag* என்னும் தனிப் பையில் விமான மூலம் வாரம் ஒருமுறை அல்லது வாரம் இருமுறை வரும். அதனை விசேஷ தூதர் மூலம் உடனடியாக நேரில் கொடுப்பது வழக்கம். எனது தபால் விலாசம் வேறாக இருந்தாலும், நான் தங்கும் இடம் இந்தியத் தூதரகத்துக்குத் தெரியும். ராதாகிருஷ்ணன் அவர்கள் எழுதிய கடிதம் வருமாறு :

Dr S. Radhakrishnan

Council of State Secretariat
Parliament House
New Delhi.
Dated the 14th May, 1952

My dear Chettiar,

It is good to hear from you.

I am glad to know that you are enlisting the support of the American Academy of Asian Studies for your documentary film on Gandhi.

Yours Sincerely
S. Radhakrishnan

Shri A.K. Chettiar

Care Vedanta Society
Hindu Temple
2963 Webster Street
San Francisco, 23, Calif.

பொதுவாக ராதாகிருஷ்ணன் அவர்களின் கடிதங்கள் சுருக்கமாகவும் கனிவாகவும் இருக்கும். யாருக்குக் கடிதம் எழுதுகிறாரோ அவர் பெயரை ராதாகிருஷ்ணன் அவர்களே

கைப்பட எழுதுவார்கள். கடிதத்தின் சில வரிகளில் பேனாவால் சில கோடுகள், திருத்தங்கள் இருக்கும். கடிதத்தைப் பெறுபவருக்கு ராதாகிருஷ்ணன் அவர்கள் அக்கடிதத்தை முற்றிலும் பார்த்துத்தான் தமக்கு அனுப்பியிருக்கிறார் என்ற எண்ணம் தோன்றும். இது அவர் கடிதத்தின் சிறப்பு.

~

காலஞ்சென்ற சினிமா டைரக்டர் ஸ்ரீ கே. சுப்பிரமணியம் 1952 – 53இல் பிலிம் தூது கோஷ்டியுடன் அமெரிக்காவுக்கு வந்திருந்தார். லாஸ் ஏஞ்சல்ஸில் கே. சுப்பிரமணியம் அவர்களைச் சந்தித்தேன். இருவரும் சில நாட்கள் ஒன்றாகத் தங்கினோம். ஐக்கிய நாடுகள் பிலிம் துறை அதிகாரிக்குக் கடிதம் எழுதும்படி என்னை வற்புறுத்தினார். கடிதத்தில் பெரியார் ஒருவரின் பெயரைச் சான்றாகக் கொடுக்க வேண்டுமல்லவா? ராதாகிருஷ்ணன் அவர்களுக்கு எழுதினேன். "You can use my name as reference" என்று உடனே பதில் வந்தது.

~

1964ஆம் ஆண்டில் ஒரு நண்பரின் வேலையாகப் புது டில்லி செல்ல நேர்ந்தது. அப்பொழுது ராதாகிருஷ்ணன் அவர்கள் ஜனாதிபதியாக இருந்தார்கள். ராதாகிருஷ்ணனின் காரிய தரிசிக்கு ஒரு கடிதம் எழுதி, ராதாகிருஷ்ணனைப் பார்த்து எனது மரியாதையைச் செலுத்த விரும்புவதாகவும், அவருடைய பதிலைப் புது டில்லியில் ஒரு நண்பர் விலாசத்துக்கு அனுப்பும் படியும் எழுதினேன்.

புது டில்லி சென்றதும் நண்பரைப் பார்த்தேன். அவர் மகிழ்வுடன் "ராஷ்டிரபதி பவனிலிருந்து அழைப்பு வந்திருக் கிறது" என்று கூறினார். அழைப்பைத் தேடினார். அதைக் காணவில்லை. அவர் ஒரு வியாபாரி. உடனே ராஷ்டிரபதி பவனுக்கு டெலிபோன் செய்து, "செட்டியார் இண்டர்வ்யூ அழைப்பு வந்தது. அக்கடிதத்தைச் சென்னைக்கு அனுப்பினேன். அது தபாலில் தவறிவிட்டது. தேதியும் நேரமும் சொல்லுங்கள். எனது காரிலேயே செட்டியாரை அங்கு அனுப்புகிறேன்" என்றார்.

குறிப்பிட்ட நாளில் நண்பரின் காரில் குறிப்பிட்ட நேரத்துக்குக் கால் மணி நேரம் முன்னதாகவே ராஷ்டிரபதி பவன் போய்ச் சேர்ந்தேன். முன்னதாகவே தகவல் கொடுத் திருந்தபடியால் தடையின்றி உள்ளே சென்றேன். அன்றியும், ஒவ்வொரு நாளும் ராஷ்டிரபதியைப் பார்க்க வருபவர்களின்

பெயர்கள் எல்லாம் அச்சடித்து, சம்பந்தப்பட்ட ஒவ்வொருவ ரிடமும் அதன் பிரதிகள் இருக்கும்.

வரவேற்பு அறையில் அமரும்படி கூறினார்கள். ராஷ்டிரபதியின் காரியதரிசிகளில் ஒருவரான ஸ்ரீ கிருஷ்ண மூர்த்தி அங்குவந்தார். அவரை ஏற்கெனவே எனக்குத் தெரியும். அவர் பொதுவாகச் சில விஷயங்களைப் பேசிவிட்டு, ராதாகிருஷ்ணன் அவர்களை நீங்கள் எப்பொழுது முதன் முதலில் சந்தித்தீர்கள் என்றார். 1939இல் படம் பிடித்த விவரம் கூறினேன். சிறிது நேரத்தில் அவர் விடைபெற்றுச் சென்றார்.

குறிப்பிட்ட நேரம் வந்ததும், ராணுவ உடைதரித்த ஒருவர் என்னை வந்து அழைத்தார். ஒரு கதவைத் திறந்தார். சுமார் இருபது அடி நீளமுள்ள பாதை. அதன் கோடியில் மற்றொரு கதவு. மற்றொரு கதவைத் திறக்குமுன் அவர் என்னைப் பார்த்து "ராஷ்டிரபதியை நீங்கள் நேரில் அறிவீர் களா?" என்று கேட்டார். ஆம் என்றேன். இல்லையேல் ராஷ்டிரபதியின் பெயரைச் சொல்லி அறிமுகப்படுத்தி, பின்னர் விருந்தினரின் பெயரையும் உரக்கச் சொல்லி அறிமுகப் படுத்துதல் மரபு. ராஜாஜி அவர்களை முன்னர் நான் சந்தித்ததால் இந்த விவரம் எனக்குத் தெரியும்.

ராஷ்டிரபதியின் அறை என்று பெயரே தவிர அது ஒரு பெரிய ஹால். ஒரு மூலையில் அவர் அமர்ந்திருப்பார். கதவைத் திறந்து, ராணுவ அதிகாரி என் பெயரை உரக்கக் கூறி அறிமுகப்படுத்தினார்.

ராதாகிருஷ்ணன் அவர்கள் அமர்ந்திருந்த இடத்துக்குச் சென்றேன். அவர் எழுந்து அன்புடன் எனது கைகளைப் பிடித்து தம் அருகில் அமரும்படி கூறினார்.

"ராஜாஜி சௌக்கியமாக இருக்கிறார்களா?" என்று தமிழில் கேட்டார். அதுதான் அவர் கேட்ட முதல் கேள்வி.

பின்னர் *குமரி மலர்* பற்றியும், அதன் காரியாலயத்தை மௌபரீஸ் ரோடில் பார்த்ததாகவும் அவர் கூறியபோது என் உடல் புல்லரித்தது.

"1939இல் கல்கத்தாவில் நான் ஒரு சிறு வீட்டில் இருந்த போது என்னைத் தேடிக் கண்டுபிடித்து பிலிம் எடுத்ததை நான் மறந்துவிட்டேனா? *Didn't I forget it?*" என்று தமிழும் ஆங்கிலமும் கலந்து பேசினார்.

எத்தனையோ சம்பவங்களுக்கிடையில் இதனை ஞாபகம் வைத்திருந்ததைக் கண்டு பெரிதும் வியந்தேன்.

"தங்களைச் சந்தித்த பின்னர் ஐரோப்பா சென்று ரோமான் ரோலந்தைச் சந்தித்துப் படம் பிடித்தேன். அடுத்தது என்ன செய்யப் போகிறீர்கள் என்று ரோமான் ரோலாந்து கேட்டார். லண்டனுக்குச் சென்று பெர்னார்டு ஷாவைப் படம் பிடிக்கப் போவதாகச் சொன்னேன். அப்போது அவர் 'பெர்னார்டு ஷா ஒரு மாதிரிப்பட்டவர் (eccentric). அவர் காந்தியைப் பற்றி நன்றாகச் சொன்னாலும் சொல்லுவார்; அல்லது குறும்பாகச் சொன்னாலும் சொல்லுவார். குறும்பாகச் சொன்னால் நீங்கள் படத்தில் சேர்க்கமாட்டீர்கள். உடனே அவர் பத்திரிகைகளுக்கு அறிக்கை வெளியிடுவார். ஆகையால் அவரைப் படம் பிடிக்க வேண்டாம்' என்றார். அவர் புத்திமதிப்படி நடந்தேன்" என்றேன்.

அதற்கு ராதாகிருஷ்ணன் அவர்கள் பின்வருமாறு கூறினார்:

I think you did a wise thing in following Romain Rolland's advice. I had a similar experience. I wrote to Shaw asking for an article to be included in Gandhiji's 70th birthday volume. You know what Shaw wrote to me? 'Gandhi never cared to write about me when I reached seventy. Why should I write about him?'

ராதாகிருஷ்ணன் அவர்களை நான் சந்தித்தது அதுவே கடைசி முறை.

வணங்கி அவரிடம் விடைபெற்றேன்.

வாழ்க நீ எம்மான்!

~~

4

பார்த்த உடனேயே பிறரை ஆட்கொள்ளும் தெய்வீக சக்தியை மகாத்மா காந்தி ஒருவரே படைத்திருக்கின்றார். பிறர் தம் சொல்படி நடக்க வேண்டும் என்ற விருப்பம் அவருக்குச் சிறிதும் இல்லை. தம் முன் வந்தவரையெல் லாம் அவர் தமது அரிய புன்சிரிப்பினால், தெய்வீக முகவிலாசத்தால், அன்பு மிகுந்த ஆத்ம சக்தியால் வசியப்படுத்தினார். அவருடைய பிரேமையில் ஈடுபட்டவர்கள், அவர் தெய்வீக பாசத்தினின்றும் வெளியேற முடியாமல், தாம் சொந்தமாக நினைப்பதை யும் மறந்து, அவர் வழியே செல்லுவா ராயினர்.

– மௌலானா முகம்மதலி
காக்கினாடா காங்கிரஸ்
தலைமை உரை (1923)

இந்த உலகில் பிறந்த மனிதர் எல்லோரை யும் விட மகாத்மா காந்தி பெரியவர் என்பதில் சந்தேகமில்லை. அவரைப் பெற்ற பயனை இந்த உலகம் வருங்காலத்தில் அடையப் போகிறது திண்ணம்.

– தேசபந்து சி. ஆர். தாஸ்
கயா காங்கிரஸ்
தலைமை உரை (1922)

காந்தியடிகள் படப்பிடிப்பில் சேவா கிராமத்தில் தங்கி காந்தியடிகளைப் படம்பிடித்த நாட்களே மிகப் புனிதமான நாட்கள்!

1939இல் காந்தியடிகள் புது டில்லியில் பங்கி காலனி என்னும் ஹரிஜனக் குடியிருப்பில் தங்கி யிருந்தார்கள். தேசத் தலைவர்களில் பெரும்பாலோர் அங்கிருந்தனர். சேத் ஜம்னாலால் பஜாஜ்

அவர்களிடம் சர்தார் வேதரத்னம் பிள்ளை என்னை அழைத்துச்சென்று அறிமுகம் செய்துவைத்தார்.

ஜம்னாலால் பஜாஜ் ஒரு கோடீஸ்வரர். காந்தீய நெறியைக் கடைப்பிடித்த உத்தமர்களில் முன் வரிசையில் இருந்த ஒருவர். காந்தியடிகளுக்குப் புதல்வர்கள் நான்கு பேர். ஜம்னாலால் பஜாஜை காந்தியடிகள் தமது ஐந்தாவது புதல்வராக ஏற்றுக் கொண்டார். தம் எல்லையற்ற சொத்துக்களுக்கு அவர் தம்மை ஒரு தர்ம கர்த்தா என்றே கருதி, அவ்வாறே நடந்தார். அன்பு, அடக்கம், எளிமை, தியாகம் ஆகியவற்றுக்கு அவர் ஓர் இலக்கணமாகத் திகழ்ந்தார்.

1930ஆம் ஆண்டில் காந்தியடிகள் சபர்மதி ஆசிரமத்தி லிருந்து, உப்புச் சத்தியாக்கிரகம் செய்வதற்காகத் தண்டியை நோக்கி யாத்திரை புறப்பட்டபோது, சுயராஜ்யம் பெறாமல் சபர்மதிக்குத் திரும்புவதில்லை என்று சபதம் செய்தார்.

காந்தியடிகள் விடுதலையானதும் ஜம்னாலால் பஜாஜ் காந்தியடிகளை அணுகி, வர்தாவில் சிறு ஆசிரமம் அமைப்ப தாகவும் அங்கு வந்து தங்க வேண்டும் என்றும் வேண்டினார். காந்தியடிகளும் சம்மதித்தார்.

இந்தியாவின் நடு மையமான இடம் வர்தா என்னும் ஊர். அந்த ஊரில் பெரும் பகுதி ஜம்னாலால் பஜாஜுக்குச் சொந்தம். அங்கிருந்து மூன்று மைல் தூரத்தில் பெரிய நிலப்பரப்புள்ள, ஆனால் மிக எளிய ஆசிரமம் ஒன்றை ஜம்னாலால் பஜாஜ் அமைத்தார். அதுதான் சேவாகிராமம். அப்பொழுது மத்திய மாகாணத்தின் தலைநகராக இருந்த நாகபுரிக்கும் வர்தாவுக்கும் இடையில் உள்ள தூரம் சுமார் நாற்பது மைல். டில்லிக்குச் செல்லும் பெரிய ரயில் பாதையில் அமைந்தது வர்தா.

வர்தாவில் கர்மயோகியான பஜாஜ் தங்கியிருந்தார். அவர் மனைவி, பர்த்தாவுக்கு ஏற்ற பதிவிரதை. விருந்தினர் மாளிகை ஒன்று இருந்தது. உலகின் பல பாகங்களிலிருந்து காந்தியடிகளைத் தரிசிக்கவும் அவருடன் உரையாடவும் வந்த எண்ணற்ற மக்கள் தங்கிய இடம் அந்த விடுதி.

விருந்தினர் விடுதியில் பழைய மாடல் போர்டு கார் ஒன்று இருந்தது. சேவாகிராமத்துக்குச் செல்லும் பாதை கரடுமுரடானது. அதற்கேற்றது அந்த மோட்டார். சேவா கிராமத்திலிருந்து காந்தியடிகள் வர்தாவுக்கு அந்தக் காரில்தான் வருவது வழக்கம்.

அண்ணல் அடிச்சுவட்டில்

சேவாகிராமத்தில் காந்தியடிகள் தங்கியிருந்த மண் குடிசையில், காந்தியடிகள் இருந்தபோது, முன் அனுமதியின்றி யாருமே அவரைச் சந்திப்பதற்குச் செல்ல முடியாது. காலையிலும் மாலையிலும் அவர் உலாவச் செல்லும்போது அவரைத் தரிசிப்பதற்காக இந்தியாவின் பல பாகங்களிலிருந்தும் மக்கள் அங்கு வந்து காத்திருந்தார்கள். சேவாகிராமம், தேசீய இந்தியாவின் புனித யாத்திரை ஸ்தலமாக விளங்கியது.

காந்தியடிகள் மண் குடிசையில் சுவரிலேயே கை ராட்டை உருவம் அமைக்கப் பெற்றிருந்தது. குடிசையின் முன்புறம் ஒரு சிறு தோட்டம். ஆடுமாடுகள் உள்ளே செல்லாமல் இருப்பதற்காக ஒரு வேலி இருந்தது.

காந்தியடிகள் வசித்த அறைக்குப் பூட்டு இல்லை என்று சொல்லுவார்கள். கதவே இல்லை. ரகசியமே இல்லாமல், எப்பொழுதுமே பகிரங்கமாக வாழ்ந்த பாரத நாட்டுத் தவ முனிவர்களில் ஒருவர் காந்தியடிகள்!

சேவாகிராமத்தில் பல சிறு ஓட்டுக் கட்டிடங்களும் இருந்தன. அன்னை கஸ்தூரிபா ஒரு கட்டிடத்தில் தங்கியிருந்தார். ஒரு கட்டிடத்தில் ஆசிரமவாசிகள் சிலர் தங்கியிருந்தனர். ஆதாரக் கல்வி முறையை அமுல் நடத்திய அரியநாயகமும் அவர் துணைவி ஆஷா தேவியும் ஒரு சிறு கட்டிடத்தில் வசித்தனர்.

விருந்தினர்களுக்காக ஒரு சிறு கட்டிடம். அகில இந்திய கிராமக் கைத்தொழில் சங்கத்தின் காரியதரிசியான ஸ்ரீ ஜே.ஸி. குமரப்பா அவர்களும், அவருடைய இளைய சகோதரர் பரதன் குமரப்பா அவர்களும் அருகில் உள்ள கட்டிடத்தில் தங்கினர். ஆசிரமவாசிகள் தங்குவதற்கும் சில கட்டிடங்கள் இருந்தன. கட்டிடங்கள் எல்லாம் பரந்த வெளியில் ஒன்றுக்கொன்று இடைவெளியுடன் தனித்தனியாக அமைக்கப்பெற்றிருந்தன. இந்தியாவின் கிராமச் சூழ்நிலைக்குச் சான்றாக விளங்கியது சேவாகிராமம்.

~

பம்பாயிலிருந்து வர்தாவுக்குப் புறப்பட்டோம். வர்தா ரயில் நிலையத்துக்கு அருகில் வழிப்போக்கர் தங்குவதற்காக ஒரே நீளமான கட்டிடத்தில் நான்கு அறைகள் தடுத்திருந்தனர். அவற்றில் இரண்டு அறைகளை வாடகைக்கு எடுத்துக் கொண்டோம். எங்கள் விடுதியின் எதிரே விசாலமான இடம். பல மரங்கள் இருந்தன. ஒரு மரத்தடியில் வர்தாவில் உள்ள ஒரே வாடகை மோட்டார் நின்றது. அதனை நாள் வாடகைக்கு அமர்த்திக்கொண்டோம். நாள் ஒன்றுக்கு வாடகை ரூபாய்

பத்து. பெட்ரோல் செலவு எங்களுடையது. சேவாகிராமம் சென்று வருவதைத் தவிர வேறு வேலை கிடையாது.

காந்தியடிகளைத் தரிசிப்பதற்காக வர்தாவில் இறங்குபவர்களில் சிலர் சேவாகிராமத்துக்கு நடந்தே செல்வார்கள். சிலர் டோங்கா என்னும் குதிரை வண்டியில் செல்வார்கள். முக்கியமான விருந்தினர்களுக்குத்தான் பஜாஜ் விருந்தினர் மாளிகையில் உள்ள மோட்டார் கிடைக்கும். சிலர் வாடகை மோட்டாரை அணுகுவார்கள். வாடகை மோட்டாரை நாங்கள் நாள் வாடகைக்கு எடுத்திருப்பதை அறிந்ததும் எங்களிடம் வந்து கேட்பார்கள். முக்கியமானவர்களாய் இருந்தால் நாங்களும் கூடவே சென்று படம் பிடிப்போம். இல்லையேல் மோட்டாரை மட்டும் அவர்கள் போய் வர இலவசமாக அனுமதிப்போம்.

~

சேவாகிராமத்தில் முதல் நாள் படம் பிடித்தது நன்றாக நினைவிருக்கிறது. காந்தியடிகளின் குடிசையைச் சற்று தூரத்திலிருந்து பிலிம் எடுத்தோம். அப்போது காந்தியடிகளின் பேரன் (ராமதாஸ் காந்தியின் குமாரன்) ஐந்தாறு வயதுள்ள சிறுவன் எங்களுடன் வந்து படம் பிடிப்பதை வேடிக்கை பார்த்தான். அப்பொழுது திடீரென்று மௌலானா அபுல் கலாம் ஆசாத் அங்கு வந்தார். அவர் காந்தியடிகள் குடிசைக்குள் செல்லுவதைப் படம் பிடிப்பதற்காக, டாக்டர் பதி காமிராவைத் திருப்பி அபுல் கலாம் ஆசாத் செல்லுவதைத் தொடர்ந்து படம் பிடித்தார். அவர் காமிராவைத் திருப்பிய சமயத்தில், அவருடன் கூட நின்றுகொண்டிருந்த காந்தியடிகள் பேரனின் காலை மிதித்துவிட்டார். பூட்ஸ் காலால் மிதியுண்ட பையன் அலற ஆரம்பித்தான். அந்த அழுகையைக் கேட்டதும் பக்கத்து கட்டிடத்தில் இருந்த அன்னை கஸ்தூரிபா வெளியில் வந்தார். அவருடன் ஜம்னாலால் பஜாஜின் புதல்வியும் வந்தார். காந்தியடிகள் குடிசைக்குச் சென்றுகொண்டிருந்த அபுல் கலாம் ஆசாத் பையனைத் தேற்றுவதற்காகத் திரும்பி வந்தார். எங்களுக்கு என்ன செய்வது என்று புரியவில்லை. இனிமேல் படம் பிடிக்க முடியாமல் போய்விடுமோ என்ற அச்சமும் ஏற்பட்டது.

இந்த நிலையில், பஜாஜின் புதல்வி இந்தி மொழியில் ஒரு பாட்டுப் பாடினாள். அதைக் கேட்டதும் அந்தச் சிறுவன் தன் அழுகையை உடனே நிறுத்திவிட்டுப் புன்முறுவல் பூத்தான். அந்தப் பாட்டின் மந்திர சக்தி என்ன என்பதைப் பின்னர் அறிந்தேன்.

"என்னதான் துன்பம் நேரிட்டாலும் அதனை மகிழ்வுடன் தாங்குவேன்" என்பது அந்தப் பாட்டின் பொருள்.

வாழ்க நீ எம்மான்!

~

உலகப் புகழ்பெற்ற ஜப்பானியக் கவிஞர் போனே நோகுச்சி அவர்களை 1936ஆம் ஆண்டில் ஜப்பானில் சந்தித்தேன். அப்பொழுதுதான் அவர் இந்தியப் பிரயாணத்தை முடித்துக் கொண்டு திரும்பி வந்தார். தம் அனுபவங்களைக் கூறினார். "மகாத்மா காந்தியைத் தரிசித்தேன். அவருடைய காரியதரிசி மகாதேவ தேசாய் அடக்கமே உருவானவர்" என்றார்.

அடக்கம், அன்பு, பெருந்தன்மை, ஒழுக்கம், திறமை ஆகியவற்றுக்கெல்லாம் நிலைக்களனாக இருந்தவர் மகாதேவ தேசாய். காந்தியடிகளுக்குப் பணி செய்வதையே பிறவிக் கடனாகக் கொண்டு, இருபத்தைந்து ஆண்டுகளுக்கு மேல் தொண்டு செய்தவர் மகாதேவ தேசாய். காந்தியடிகள் இந்தியாவுக்குத் திரும்பி, பொது வாழ்வில் ஈடுபட்ட பின்பு, அவருடனேயே வெளியிலும் சிறையிலும் இருந்து இரவும் பகலும் அண்ணலின் முழு நம்பிக்கைக்குரிய காரியதரிசியாகப் பணியாற்றிய உத்தமர் மகாதேவ தேசாய். காந்தியடிகளின் உள்ளத்தை தேசாயைப் போல நன்கு அறிந்தவர்கள் யாருமே இல்லை என்று கூறலாம்.

சேவாகிராமம் சென்றதும் முதன்முதலாக அவரிடம் சென்று வணங்கினேன். "உங்கள் விருப்பம் போல் படம் எடுங்கள், ஆனால் யாரையும் தொந்தரவு செய்யாதீர்கள்" என்பது அவர் கூறிய புத்திமதி.

தேசாய் அதிகமாகப் பேசமாட்டார்; அனாவசியமாகப் பேசமாட்டார். அமைதியாக ஆரவாரமின்றித் தம் கடமையைச் செய்வதிலேயே கருத்தாய் இருப்பார். அவருடன் பழகுவது ஒரு குழந்தையுடன் பழகுவதைப் போல.

பரந்துகிடந்த சேவாகிராமத்தில் ஒவ்வொரு மூலை முடுக்கிலும் நடைபெறும் அத்தனையும் அவர் கவனத்துக்கு வந்துவிடும்.

காந்தியடிகளை முக்கியமானவர்கள் பார்க்க வரும்போது தேசாயும் கூடவே இருப்பார். பேச்சுக்களின் சாராம்சத்தை உள்ளது உள்ளபடியே எழுதிவிடுவார்.

மகாதேவ தேசாயின் ஆங்கில நடை, காந்தியடிகளின் நடையைப் போலவே இருக்கும் என்று கூறுவார்கள். காந்தியடிகள் தம் தாய்மொழியான குஜராத்தியில் எழுதிய

சுயசரிதை மற்றும் பல நூல்களை ஆங்கிலத்தில் மொழிபெயர்த் தவர் மகாதேவ தேசாய்.

மகாதேவ தேசாய் போன்ற அரிய மனிதர் ஒருவர் காரியதரிசியாக அமைந்தது காந்தியடிகளின் அதிர்ஷ்டம் என்றே கூறலாம்.

வாழ்க நீ எம்மான்!

~

பஞ்சாப்பைச் சேர்ந்த ஓர் அன்னை தம் இரு புத்திர ரத்தினங் களையும் காந்தியடிகளின் திருப்பணிக்கே அர்ப்பணம் செய்தார். அவர்கள் பியாரிலாலும் அவருடைய இளைய சகோதரி டாக்டர் சுசீலா நய்யாரும்.

பியாரிலால் அப்பொழுது இளைஞர். மிக்க சுறுசுறுப்புடன் இருப்பார். மகாதேவ தேசாய்க்கு உதவியாக இருந்தார்.

டாக்டர் சுசீலா நய்யார், பட்டம் பெற்ற டாக்டர். ஆசிரமத்தில் இருந்த சிறு வைத்தியசாலையை அவரே கண்காணித்து வந்தார். காந்தியடிகளுக்குப் பணிவிடை செய்யும் பேறுபெற்ற அவர், பிற்காலத்தில் சுதந்திர இந்தியாவின் சுகாதார அமைச்சராக இருந்தார்.

காந்தியடிகள் மறைவுக்குப் பின் பியாரிலால் எழுதிய *Last Phase* என்னும் அரிய நூல் காந்தீய நூல்களுள் தலைசிறந்த ஒன்று!

வாழ்க நீ எம்மான்!

~

காந்தியடிகளின் ஆதாரக் கல்வி உருவாவதற்கு உறுதுணையாக நின்றவரும், பின்னர் அத்திட்டத்தைச் செயல்படுத்த, தம் ஆயுள் முழுவதும் உழைத்தவருமான ஸ்ரீ அரியநாயகமும் அறிவு மிக்க அவர் துணைவியார் ஆஷா தேவியும் சேவா கிராமத்திலேயே வசித்தனர்.

அரியநாயகம் யாழ்ப்பாணத் தமிழர். சாந்தி நிகேதனத்தில் கவியரசர் ரவீந்திரநாத் தாகூருடன் பல ஆண்டுகள் தங்கித் தொண்டு செய்தவர். சில ஆண்டுகள் ருஷ்யாவில் கல்வி பயின்றவர். வங்காளத்தைச் சேர்ந்த ஆஷா தேவியை மணந்தார்.

காந்தியடிகளின் மந்திர சக்தியால் கட்டுண்ட அறிஞர் களில் ஒருவரான அரியநாயகம் எளிய வாழ்வை ஏற்று, 'என் கடன் பணி செய்து கிடப்பதே' என்பதற்கு எடுத்துக் காட்டாக விளங்கினார்.

அரியநாயகம் ஆறடி உயரம்; கம்பீரமான தோற்றம்; இனிய சுபாவம். அவர் துணைவி ஆஷா தேவி விருந்தோம்பலில் சிறந்தவர்.

சேவாகிராமத்தில் எளிய வாழ்க்கைதான் வாழ வேண்டும். தங்குவதற்கு இடவசதி. குடும்பத்தோடு இருப்பவர்களுக்குக் காய்கறி பயிரிட சிறு தோட்டம். அவரவர் நூல் நூற்றுத் தாமே ஆடை நெய்துகொள்ள வேண்டும். ஒவ்வொருவருக்கும் வாழ்க்கைச் செலவுக்கு மாதம் ரூபாய் பதினைந்து!

சேவாகிராமத்தில் கிடைத்தற்கு அரியது காப்பி. எங்களுக்கு காப்பி வேண்டுமானால் அரியநாயகம் வீட்டில்தான் அடைக்கலம் புகுவோம். சூடான, ருசியுள்ள நல்ல காப்பி கிடைக்கும்.

அரியநாயகம் நன்றாகத் தமிழ் பேசுவார். அது யாழ்ப்பாணத் தமிழ். ஒருமுறை சென்னையில் உள்ள ஓர் அன்பருக்கு அரியநாயகம் கடிதம் எழுதினார். "சென்னை வரும்போது தங்களைக் காணத் தெண்டிப்பேன்" என்ற வாசகம் இருந்தது.

அந்த அன்பர், அரியநாயகம் அவர்கள் கடிதத்தை என்னிடம் காட்டி, "நான் என்ன குற்றம் செய்தேன்? எதற்காக என்னைத் தெண்டிக்க வேண்டும்?" என்றார்.

'தெண்டிப்பேன்' என்ற யாழ்ப்பாணத் தமிழ் வார்த்தையின் பொருள் 'முயல்வேன்' என்பது.

கோவை ராமகிருஷ்ணா வித்தியாலயத்தில் ஆதாரக் கல்விப் பயிற்சிப் பள்ளியைத் தொடங்கிவைக்கும்போது அரியநாயகம் நிகழ்த்திய அரிய தமிழ்ச் சொற்பொழிவைக் கேட்கும் பேறு பெற்றேன்.

அரியநாயகம் தம்பதி ஆழ்ந்த புலமை உள்ளவர்கள். பணம் சம்பாதிக்கும் திறமையுள்ளவர்கள். அவர்களைத் தியாகத் திருப்பணியில் ஈடுபடுத்தியவர் காந்தியடிகளே ஆவர்.

வாழ்க நீ எம்மான்!

~

சேவாகிராமத்துக்கு அருகில் மகன்வாடியில் அகில இந்திய கிராமக் கைத்தொழில் சங்கம் இருந்தது. காந்தியடி களின் மூத்த சகோதரரின் புதல்வரான மகன்லால் காந்தி என்பவர் தென்னாப்பிரிக்காவில் காந்தியடிகளுடன் எல்லாப் போராட்டங்களிலும் கலந்துகொண்டு சிறை சென்றவர். இந்தியாவுக்கு வந்த பின்னரும் கூடவே இருந்து தொண்டு

செய்தார். இளவயதில் காலமானார். அவர் நினைவாகவே அந்த இடத்துக்கு மகன்வாடி எனப் பெயரிட்டனர்.

அகில இந்திய கிராமக் கைத்தொழில் சங்கத்தின் தலைவர் காந்தியடிகள். அதன் காரியதரிசி, திருநெல்வேலியில் பிறந்து, அமெரிக்காவில் பல ஆண்டுகள் கல்வி கற்று, பொருளாதாரத்தில் டாக்டர் பட்டம் பெற்ற ஜே.ஸி. குமரப்பா. குமரப்பா அமெரிக்காவிலிருந்து திரும்பியதும் சபர்மதி சென்று காந்தியடிகளைச் சந்தித்தார். தரையில் அமர்ந்திருந்த காந்தியடிகள், தம்மைப் பார்க்க வந்த குமரப்பா மேனாட்டு உடை அணிந்திருந்ததால், அவர் சௌகரியமாக உட்கார்ந்து பேசுவதற்கு ஒரு நாற்காலி கொண்டுவந்து போடும்படி செய்தார். இருவரும் நீண்ட நேரம் உரையாடினர். இதன் விளைவு குமரப்பா காந்தீயப் பொருளாதாரக் கொள்கையில் தம் மனத்தைப் பறிகொடுத்தார். எளிய வாழ்க்கையை வலிய மேற்கொண்டு, நாட்டு நலனுக்கே தம் அறிவு, திறமை, வாழ்நாள் எல்லாவற்றையும் அர்ப்பணித்த தேசபக்தர் திருக்கூட்டத்தில் தலைசிறந்த ஒருவரானார்.

மகன்வாடியில் காகிதம் செய்தல், வெல்லம் உற்பத்தி செய்தல் போன்ற பல கிராமக் கைத்தொழில்கள் வளர்ச்சி பெற்றன. ஒருமுறை மியூரியல் லெஸ்டர் என்னும் ஆங்கில அம்மையார் புன்முறுவலுடன் ஒரு திருகையைச் சுற்றிக் கொண்டிருப்பதைப் படம் பிடித்தோம். காந்தியடிகள் வட்டமேஜை மகாநாட்டுக்காக லண்டனுக்குச் சென்றபோது, ஏழைகள் வசிக்கும் கிழக்குப் பகுதியில் 'கிங்ஸ்லி ஹால்' என்னும் கட்டிடத்தில் காந்தியடிகளை விருந்தினராக ஏற்று உபசரித்தவர் இந்த மியூரியல் லெஸ்டர் என்னும் அம்மையார் தான்.

மகன்வாடியில், மகன்வாடி மியூஸியம் என்னும் கட்டிடம் ஒன்றை அமைத்தார். காந்தியடிகள் ஒருநாள் மாலையில் அதனைத் திறந்துவைத்தார். மேடையில் வீற்றிருந்த அவருக்கு சுமார் நான்கு வயதுள்ள பெண் குழந்தை மாலை அணிவித்தது. காந்தியடிகள் மாலையைக் கழற்றி அக்குழந்தைக்கு அணிவித்தார். பின்னர் திடீரென்று யாரும் எதிர்பாராதவிதமாக அந்தக் குழந்தைக்கு அணிவித்த மாலையைத் தம் கழுத்திலும் சேர்த்து மாட்டிக்கொண்டு, குழந்தையுடன் கொஞ்சி விளையாடினார். காந்தியடிகளின் மனித இயல்பை மிகச்சிறந்த முறையில் சித்தரிக்கும் அபூர்வமான படங்களில் இது ஒன்று.

இந்த நிகழ்ச்சி மாலையில் நடைபெற்றதால் போதிய வெளிச்சமில்லை. அதனால் அந்தக் காட்சிக்குப் பதி *slow motion* என்னும் முறையைக் கையாண்டார். அதனால்தான்

அப்படம் சரியாக அமைந்து, எண்ணற்ற மக்களுக்கு மகிழ்ச்சியைக் கொடுத்தது. *Slow motion* இல் எடுத்து, எப்படியாவது படத்தைக் காப்பாற்ற வேண்டும் என்ற டாக்டர் பதியின் சமயோசித புத்திதான் இந்த அரிய படத்தை நமக்கு அளித்தது.

மற்றொன்று, காந்தியடிகள் லண்டனில் நடைபெற்ற இரண்டாவது வட்ட மேஜை மகாநாட்டுக்கு இந்திய தேசீய காங்கிரஸின் ஒரே பிரதிநிதியாக 'ரஜபுதானா' கப்பலில் மூன்றாம் வகுப்புப் பிரயாணியாக லண்டனுக்குச் சென்றபோது கப்பலில் இருந்த ஒரு பிரயாணியின் குழந்தையை எடுத்துச் சீராட்டினார். அழகிய சிறு குழந்தை வாய்விட்டு ஆனந்தமாகச் சிரித்தது. அதற்கு இணையான காந்தியடிகளின் பொக்கைவாய்ச் சிரிப்பு அனைவரையும் மகிழ்ச்சியில் திளைக்கச் செய்தது. மகிழ்ச்சி ஆரவாரத்துடன் லட்சக்கணக்கான மக்கள் கண்டுகளித்த இந்த இரண்டு குழந்தைக் காட்சிகளும் காந்தியடிகள் திரைப்படத்தில் ஒப்புயர்வற்று விளங்குகின்றன.

வாழ்க நீ எம்மான்!

~

தென்னாப்பிரிக்காவில் காந்தியடிகள் சம்பந்தமான படம் எடுக்கச் சென்றபோது ஜோகன்ஸ்பர்க் நகரில் ஸ்ரீமதி பி.கே. நாயுடு, ஸ்ரீமதி தம்பி நாயுடு என்னும் இரண்டு தாய்மார்களையும் தனித்தனியே சந்தித்தேன். காலஞ்சென்ற இவர்களுடைய கணவன்மார்களும் இவர்களும் காந்தியடிகள் போராட்டத்தில் முன்னணியில் நின்று சிறை சென்றவர்கள். தென்னாப்பிரிக்கா சத்தியாக்கிரகம் என்னும் நூலில் இவர்களைப் பாராட்டி காந்தியடிகள் எழுதியுள்ளார்.

இந்தத் தாய்மார்களைப் படம் பிடித்தேன். இருவரும் காந்தியடிகளுக்குத் தனித்தனியே கடிதம் எழுதி, அவற்றை காந்தியடிகளிடம் நேரில் சேர்ப்பிக்கும்படி என்னிடம் கொடுத்தனர்.

இந்தக் கடிதங்கள் இரண்டையும் சேவாகிராமத்துக்கு எடுத்துச் சென்றேன். ஆயிரக்கணக்கான மைல்களுக்கு அப்பால் உள்ளவர்கள், தென்னாப்பிரிக்கா சத்தியாக்கிரகத்தில் உடனிருந்து சிறைசென்ற தாய்மார்கள், பல ஆண்டுகளாகச் சந்திக்காதவர்கள் கொடுத்த கடிதங்களை காந்தியடிகளிடம் நேரில் கொடுத்து, காந்தியடிகளுடன் சில வார்த்தைகள் பேசுவதற்கு இது ஒரு கிடைத்தற்கரிய வாய்ப்பு. அன்றியும் காந்தியடிகளுடன் ஒரு வார்த்தையாவது பேசுவதற்கு யாருக்குத்தான் ஆசையிராது?

ஆனால் காந்தியடிகளை நேரில் சந்திக்க நான் விரும்ப வில்லை. மேற்கண்ட இரு கடிதங்களையும் வர்தாவில் தபாலில் சேர்த்தேன். அவை சேவாகிராமத்துக்கு வந்து சேர்ந்ததையும் கவனமாகப் பார்த்தேன்.

காந்தியடிகளைச் சந்திப்பதற்குத் தற்செயலாக ஏற்பட்ட மிக அரிய வாய்ப்பை நான் தவற விட்டுவிட்டதாகவோ, காந்தியடிகளுடன் பேச வேண்டும் என்னும் எனது ஆசையை நான் தியாகம் செய்துவிட்டதாகவோ யாரும் கருத வேண்டாம்.

காந்தியடிகளுடன் பேசும் ஆசையைக் காட்டிலும் அவர் படத்தை உருவாக்க வேண்டும் என்ற ஆசை ஆயிரம் மடங்கு அதிகமாய் இருந்ததே இதற்குக் காரணமாகும்.

காந்தியடிகளை நான் சந்தித்துப் பேசும் வாய்ப்புக் கிடைத்தால், "நீ என்ன செய்கிறாய்?" என்று காந்தியடிகள் ஒருவேளை கேட்கலாம். "பாபுஜி! உங்கள் படம் தயாரித்துக் கொண்டிருக்கிறேன்" என்று கூற நேரிடும். "படம் எடுக்க வேண்டாம்" என்று காந்தியடிகள் கூறிவிட்டால் அதுவே கடைசி வார்த்தை!

எந்தக் காரணத்தைக் கொண்டும் அந்த நிலை ஏற்படக் கூடாது என்று ஆண்டவனைப் பிரார்த்தித்தேன்.

பிரார்த்தனை பலித்தது!

வாழ்க நீ எம்மான்!

~

'சந்தித் தெருப் பெருக்கும் சாத்திரம் கற்போம்' என்றார் பாரதியார். ஒருநாள் காலையில் இந்துஸ்தான் சாரணர்கள் சுமார் ஐம்பது பேர், சேவாகிராமத்தை அடுத்த சிறு கிராமத்தில் ஊர் முழுதும் பெருக்கித் துப்புரவு செய்தனர். அன்று மாலையில் நடந்த கூட்டத்துக்கு காந்தியடிகள் வந்திருந்தார். சாரணர்கள் வட்டமாக நின்றனர். காந்தியடிகள் சாரணர்களின் கொடியைப் பறக்கவிட்டார். பின்னர் சாரணர்களைத் தம் அருகில் அமரச்செய்து அவர்களுக்கு அறிவுரைகள் வழங்கினார். இந்த நிகழ்ச்சியை நல்ல முறையில் படம் பிடிக்கும் வாய்ப்பு எங்களுக்குக் கிடைத்தது.

காந்தியடிகள் காலையிலும் மாலையிலும் உலாவச் செல்வார். காந்தியடிகள் மிக வேகமாக நடப்பார். எனவே அவர் கூடச் செல்பவர்கள் சில சமயங்களில் ஓடத்தான் வேண்டும். உலாவச் செல்லும்போது எதிரே யார் வந்தாலும் காந்தியடிகளின் கரங்கள் தாமாகவே குவிந்து வணங்கும்.

காந்தியடிகளுடன் உலாவச் சென்றவர்களுள் மிகவும் உயரமான, கம்பீரமான ஒரு வெள்ளைக்காரர் இருந்தார். டாக்டர் பீட்டர் பொயிக்கே என்னும் பெயருள்ள அவர் ஓர் அமெரிக்கர். இயற்கை வைத்திய நிபுணர். இந்து மதத்தில் ஈடுபாடு உடையவர். காந்தீயக் கொள்கைகளைப் பின்பற்றுபவர். காந்தியடிகளைப் புகைப்படம் எடுத்ததோடு மட்டுமல்லாமல் சிறிய அளவு திரைப்படமும் எடுத்துள்ளார்.

ஆண்டி முதல் அரசர் வரை காந்தியடிகளைத் தரிசிக்க வந்தனர். அந்த அரசர்களில் ஒருவர் இளைஞரான அப்பா சாகிப் பந்த், அவுந்த் **(Oudh)** மகாராஜாவின் புதல்வர். இங்கிலாந்தில் பல ஆண்டுகள் கல்வி கற்றவர். அவுந்த் மகாராஜா சூரிய நமஸ்காரத்தில் பேர் பெற்றவர். தாம் தினந்தோறும் சூரிய நமஸ்காரம் செய்ததுமன்றி, சூரிய நமஸ்காரத்தின் பயன்குறித்து விடாது பிரசாரம் செய்தார்.

அவுந்த் மிகச் சிறிய சமஸ்தானம். பிரிட்டிஷ் ஏகாதி பத்தியத்தின் அடிமைகளாக இருந்த சமஸ்தான மன்னர்கள் பலர், தம் குடிமக்களை அடிமைகளாக நடத்தினர். குடிமக்கள் வறுமையில் வாடியபோது இவர்களில் பலர் வெளிநாடுகளில் குடித்துவிட்டு, களியாட்டங்களில் மயங்கி, செல்வத்தை ஊதாரித்தனமாகச் செலவிட்டனர். ஒவ்வொரு சமஸ்தானத்துக் கும் பிரிட்டிஷாரின் பிரதிநிதி ஒருவர் உண்டு. அவருக்கு ரெஸிடெண்ட் என்று பெயர். அவர் வைத்ததுதான் சட்டம். பிரிட்டிஷ் இந்தியாவில் வசித்த மக்களின் நிலையைக் காட்டிலும் பொதுவாக சமஸ்தானங்களில் வசித்த மக்களின் நிலை மிகவும் மோசமாய் இருந்தது.

இந்நிலையில் அவுந்த் மன்னர் தம்முடைய சமஸ்தானத்தில் குடிமக்களுக்குப் பொறுப்பாட்சி வழங்க முன்வந்தார். அந்த அரசியல் நிர்ணயத்தை காந்தியடிகளே தயாரிக்க வேண்டும் என்று கேட்டுக்கொண்டார். காந்தியடிகள் தயாரித்த முதலாவது அரசியல் நிர்ணயம், அவுந்த் சமஸ்தான மக்களின் பொறுப்பாட்சி!

வாழ்க நீ எம்மான்!

~

சேவாகிராமத்தின் இயற்கையான கிராமச் சூழ்நிலையில் காந்தியடிகளைக் கலர்ப்படம் எடுத்து, பார்த்து மகிழ வேண்டும் என்று எனக்கு ஆவல். கலர்ப்படம் அப்போது ஆரம்ப சோதனை நிலையில் இருந்தது. பலவகையான கலர் பிலிம்கள் வெளிவரத் தொடங்கின. அவற்றுள் ஒன்று டூபே **(Dufay)** கலர் பிலிம் இங்கிலாந்திலிருந்து வந்தது.

நூறு அடி கொண்ட கலர் பிலிம் நெகட்டிவ் விலை ரூபாய் எண்பது. அதே நூறு அடி கொண்ட சாதாரண பிலிம் நெகட்டிவ் விலை பதினான்கு ரூபாய்தான். கலர் பிலிமை டெவலப் செய்ய லண்டனுக்கு அனுப்ப வேண்டும். அந்தத் தபால் செலவு நம்மைச் சேர்ந்தது. டெவலப் செய்வதற்கு உள்ள பணமும் சேர்ந்தது நெகட்டிவ் விலை.

சேவாகிராமத்தில் நூறு அடி டூபே கலர் பிலிம் எடுத்து, லண்டனுக்கு அனுப்பினோம். இரண்டு மாதம் சென்ற பின்னர், டெவலப் செய்த படம் திரும்பி வந்தது. படம் சரியாக அமையவில்லை. பொருள் நஷ்டத்தோடு ஏமாற்றமும் சேர்ந்து கொண்டது.

பெரிய அளவில் (35 mm) காந்தியடிகளை யாரும் கலர்ப் படம் எடுத்ததாக எனக்குத் தெரியவில்லை. சிறிய அளவில் (16 mm) சிலர் கலர் படம் பிடித்திருக்கலாம். புது டில்லியில் காந்தியடிகளின் சிறிய அளவு கோடொகுரோம் என்னும் கலர்படம் பார்த்தேன். அதனை எடுத்தவர் டெல்லி போட்டோ ஸ்டூடியோஸ் கம்பெனியின் உரிமையாளரும் படம் எடுப்பதில் நிபுணரும் இனிய சுபாவம் உடையவரும் எனது நண்பருமான ஸ்ரீ சூட் **(Mr. Sud)** அவர்கள்.

காந்தியடிகள் புது டில்லியில் வைசிராய் மாளிகையிலிருந்து திரும்பியபொழுது எடுத்தது அந்த கலர் பிலிம். பின்னணியில் வைசிராய் மாளிகை, பூந்தோட்டத்தில் உள்ள பூச்செடிகளில் பலவித வர்ணப் பூக்கள்; நல்ல வெயில்; அழகான கலர் சேலை அணிந்த சரோஜினி தேவியுடனும், தமது பரிவாரங்களுடனும், பொன்னிறமுடைய காந்தியடிகள் வழக்கம்போல வேகமாக நடந்துவந்தது கண்கொள்ளாக் காட்சியாக இருந்தது.

வாழ்க நீ எம்மான்!

~

சேவாகிராமத்தில் விந்தை மனிதர் சிலரைச் சந்தித்தேன். வர்தாவில் உள்ள ஆதாரப் பயிற்சிப் பள்ளியின் முதல்வர் ஒரு முஸ்லிம் இளைஞர். அவர் என்னிடம் வந்து, “காந்தியடிகளுடன் என்னைப் படம் பிடியுங்கள்; உங்களுக்குப் பத்து ரூபாய் தருகிறேன்” என்றார்.

சேவாகிராமத்தில் ஜப்பானிய பௌத்த சந்நியாசி ஒருவர் இருந்தார். அவர் பண்டாரங்களைப் போலத் தம் கையில் வட்டமான வெண்கலத் தட்டை ஏந்தி, அதைச் சிறு கம்பால் தட்டி ஒலி உண்டாக்குவார். அவரைப் படம் பிடிக்க

விரும்பினேன். அவர் வெண்கலத் தட்டால் தமது முகத்தை மறைத்துக்கொண்டு, தம்மைப் படம் பிடிக்க அனுமதிக்க வில்லை. எனக்குத் தெரிந்த சில ஜப்பானிய வார்த்தை களால் அவரை வேண்டியும் பயனில்லை. தமது படத்தை விரும்பாதவர்களில் இவரும் ஒருவர் என்று கருதினேன்.

பத்து நிமிஷத்துக்குப் பிறகு, அதே ஜப்பானிய பௌத்த சந்நியாசி, கால் முகம் கழுவி, புத்தாடை புனைந்து, புன்னகை யுடன் எங்களிடம் வந்து படம் பிடிக்கும்படி கூறினார்.

~

ஒருமுறை டாக்டர் பதி மட்டும் சேவாகிராமம் சென்றார். அங்கு ரகுபீர் சிங் என்ற இளைஞரைச் சந்தித்தார். ரகுபீர் சிங் இங்கிலாந்தில் நான்கு ஆண்டுகள் பயின்றவர். ஓர் ஆங்கிலப் பெண்ணை மணந்தவர். ரகுபீர் சிங்கின் தந்தை அப்பொழுது அலகாபாத் ஹைகோர்ட்டில் ஒரு நீதிபதியாக இருந்தார். ரகுபீர் சிங் திரைப்படக் கல்வி பயின்றவர். எங்கள் பிரதிநிதியாக சேவாகிராமத்தில் தங்கி, படம் பிடிக்க விரும்பினார் ரகுபீர் சிங்.

டாக்டர் பதி சிபாரிசின் பேரில் ரகுபீர் சிங்கை வேலைக்கு அமர்த்தினோம். மாதச் சம்பளம் ரூபாய் நூறு! காந்தியடி களுடன் வெளியூர்ப் பிரயாணம் செய்தால் மூன்றாவது வகுப்பு ரயில் அல்லது பஸ் கட்டணம் கொடுத்தோம். *DeVry* என்னும் எங்கள் சிறிய கை காமிரா ஒன்றை ரகுபீர் சிங்குக்குத் தபாலில் அனுப்பினோம்.

அவர் படம் பிடிக்கத் தொடங்கிய முதலாவது நாளிலேயே பேராபத்து ஒன்று நேரிட்டது. காந்தியடிகள் ஸ்நானம் செய்து விட்டு வரும்போது ரகுபீர் சிங் படம் எடுத்தார். காந்தியடிகள் தாம் உணவருந்தும்போதும் குளிக்கும்போதும் யாராவது படம் எடுத்தால் கோபத்துடன் அவர்களைப் பார்ப்பார். ரகுபீர் சிங்கைப் பார்த்துக் கோபத்துடன் வெளியே போகும்படி கையை ஆட்டினார்.

ரகுபீர் சிங்குக்கு ஒரே நடுக்கம். தொடர்ந்து படம் எடுக்க முடியாது. என்ன செய்வது என்று புரியாமல் எங்களுக்குச் செய்தி அனுப்பினார்.

Do not displease Mahatma Gandhi at any cost. *காந்தியடி களுக்கு எக்காரணம் கொண்டும் அதிருப்தியை உண்டாக்காதே* என்னும் பொருள்பட தந்தி அனுப்பினேன். அதன் நகலைத் தந்தி மூலமாகவே மகாதேவ தேசாய்க்கும் அனுப்பினேன்.

காந்தியடிகள் சாந்தி நிகேதனம் சென்றபோது ரகுபீர் சிங் தொடர்ந்து சென்றார். அங்கே குருதேவ் ரவீந்திரநாதருடன் காந்தியடிகள் அமர்ந்திருந்த அரிய காட்சியைப் படம் பிடித்தார். பின்னர் ராம்கர் காங்கிரஸ் மகாநாட்டுக்குச் சென்று படம் பிடித்தார்.

இரண்டு மாதங்களுக்குப் பின் ரகுபீர் சிங் காமிராவை எங்களுக்குத் திருப்பி அனுப்பினார்.

இதுவரை ரகுபீர் சிங்கை நான் பார்த்ததில்லை.

வசதியுள்ள குடும்பத்தில் பிறந்த ஒருவர் மகிழ்வுடன் கரடுமுரடான வாழ்க்கையை ஏற்று, இரண்டு மாதங்கள் தங்கிப் படம் பிடித்ததற்குக் காரணம் காந்தியடிகளின் ஒப்பற்ற வசீகர சக்தியேயாகும்!

வாழ்க நீ எம்மான்!

~

அகில இந்திய ரேடியோவின் முதலாவது டைரக்டர் ஜெனரலான லயோனல் பீல்டன் **(Lionel Fieldon)** தனிப்பட்ட முறையில் ஒவ்வொரு வாரக் கடைசியிலும் டில்லியிலிருந்து வர்தாவுக்கு ரயிலில் வந்து, சேவாகிராமத்தில் காந்தியடிகளைச் சந்தித்து உரையாடினார்.

சேவாகிராமத்துக்கு வெளியுலகத் தொடர்பே இல்லாமல் இருந்தது. வைசிராய் லார்டு இர்வின், காந்தியடிகளுடன் பேசுவதற்காக, சேவாகிராமத்தில் அரசாங்கச் செலவில் டெலிபோன் வசதியை ஏற்படுத்தினார்!

வாழ்க நீ எம்மான்!

~

சேவாகிராமத்தில், காந்தியடிகளின் மண் குடிசைக்கு அருகில் சிறு ஆசிரமக் கட்டிடங்கள் பல இருந்தன. ஒரு கட்டிடத்தின் தாழ்வாரத்தில் அமெரிக்கரான டாக்டர் பீட்டர் பொயிக்கே உட்கார்ந்து படித்துக்கொண்டிருந்தார். அவருக்குச் சிறிது தூரத்தில் மத்திய மாகாணத்தின் முதன்மந்திரியான ரவிசங்கர் சுக்லா உட்கார்ந்திருந்தார்.

ஸ்ரீ சுக்லாவை அணுகி, அவரைப் படம் பிடிக்க விரும்புவதாகவும், அவர் வெளியில் சூரிய வெளிச்சத்தில் வந்து நின்றால் நன்றாகப் படம் பிடிக்கலாம் என்றும் கூறினேன்.

“படம் பிடித்துக்கொள்வதில் எனக்கு விருப்பமில்லை” என்று முகத்தைச் சுளித்துக்கொண்டு கடுமையாகக் கூறினார் சுக்லா.

சில நிமிஷங்கள் சென்றதும், டாக்டர் பொயிக்கேயைத் தனியாக அழைத்து, "நான் மீண்டும் தாழ்வாரத்துக்கு வருகிறேன். காந்தியடிகள் பிலிம் பற்றி என்னிடம் கேளுங்கள். நான் விவரமாகச் சொல்லுகிறேன். அதைக் கேட்ட பின் சுக்லாவின் மனம் மாறக் கூடும்" என்றேன்.

டாக்டர் பொயிக்கே எங்கள் நண்பர். அவருக்கு எல்லா விவரமும் முன்னதாகவே தெரியும். எனினும் எனது வேண்டு கோளின்படி அவர் என்னை விசாரித்தார். காந்தியடிகள் பிலிம் பற்றி அவரிடம் விவரமாகக் கூறினேன்.

நாங்கள் பேசியவற்றைக் கேட்டுக்கொண்டிருந்த சுக்லா, "அப்படியானால் காந்திஜி படத்தில் என்னையும் சேர்க்கப் போகிறீர்களா?" என்றார்.

"உங்களுக்கு அதிர்ஷ்டமில்லை. நீங்கள்தான் விருப்ப மில்லை என்று சொல்லிவிட்டீர்களே?" என்றேன்.

"இல்லை, நான் தயார், இப்போதே தயார்" என்றார் சுக்லா.

நான் கேட்டுக்கொண்டபோது அவர் சம்மதிக்கவில்லையே என்ற ஆத்திரம் எனக்கு இருந்தது. அப்பொழுது நான் இளைஞன். வயதுக்கேற்ற குறும்புத்தனமும் இருந்தது.

"இருபது கஜ தூரம் நடந்துபோய்த் திரும்பி வாருங்கள். அப்பொழுதுதான் நன்றாகப் படம் பிடிக்கலாம்" என்றேன்.

வயதான சுக்லா சுமார் ஆறடி உயரம், சிவந்த மேனி, நரைத்த நீண்ட மீசை, நல்ல தோற்றம். பாவம், நல்ல வெயிலில் இருபது கஜதூரம் நடந்துபோய்த் திரும்பி வந்தார். அவரை நல்ல வெளிச்சத்தில் எடுத்த படம் நன்றாக அமைந்தது. காங்கிரஸ் மந்திரிசபை அமைத்த ஏழு மாகாணங்களில் மத்தியப் பிரதேசமும் ஒன்று.

மத்தியப் பிரதேசத்தின் முதன்மந்திரியை நல்ல வெயிலில் இருபது கஜதூரம் நடந்துபோய்த் திரும்பிவரச் செய்ததில் எனக்கு ஓர் அசட்டுப் பெருமை!

'காந்தி' என்னும் மந்திரச் சொல்தான் அவரை நடந்து போய்வரச் செய்தது.

வாழ்க நீ எம்மான்!

~~

5

காந்தியடிகளை ஆசிரியராகக் கொண்ட *ஹரிஜன்* என்னும் ஆங்கில வாரப் பத்திரிகையும், *ஹரிஜன பந்து* என்னும் குஜராத்தி வாரப் பத்திரிகையும் பூனாவில் இருந்து வெளிவந்தன. அதன் நிர்வாகியான கோபாலன் தமிழ்நாட்டைச் சேர்ந்த இளைஞர். பிரம்மசாரி. அவருடன் நெருங்கிப் பழகினேன். ஒவ்வொரு முறையும் சென்னையிலிருந்து பம்பாய் செல்லும்போதும், பம்பாயிலிருந்து சென்னை செல்லும்போதும் அவர் பூனா ரயில் நிலையத்தில் என்னைச் சந்தித்து, பழம் முதலியன கொண்டுவந்து கொடுப்பது வழக்கம்.

காந்தியடிகள் பிலிம் சேகரிப்பதற்காக மேலை நாடுகளுக்குச் செல்லு முன் பூனாவில் அவரைச் சந்தித்தேன். ஆங்கில *ஹரிஜன்* பத்திரிகைக்கு ஐரோப்பாவில் பல சந்தாதாரர்களும் அமெரிக்கா வில் சில சந்தாதாரர்களும் இருந்தனர். அன்பர் கோபாலன், மேலதிகாரிகளின் அனுமதி பெற்று, *ஹரிஜன்* பத்திரிகையின் வெளிநாட்டுச் சந்தாதாரர் களின் அச்சடித்த அஞ்சல் முகவரிகளை என்னிடம் கொடுத்தார்.

ஹரிஜன் ஆங்கில வாரப் பத்திரிகை சுமார் ஐயாயிரம் பிரதிகளே வெளியாயின. பத்திரிகை யில் வியாபார விளம்பரமே கிடையாது. காந்தியடி களின் கட்டுரைகள்தாம் முக்கியமானவை.

பூனாவில் *ஹரிஜன்* வெளியான மறு நிமிஷமே அசோசியேடட் பிரஸ் ஆப் இந்தியா என்ற இந்தியச் செய்தி ஸ்தாபனமும் ராய்ட்டர் என்ற உலகச் செய்தி ஸ்தாபனமும் காந்தியடிகளின் கட்டுரைகளைத் தந்திச் செய்தியில் அனுப்பி விடுவார்கள். இந்தியாவில் உள்ள பெரும்பாலான தினப்பத்திரிகைகளிலும், உலகின் பல நாடுகளில்

உள்ள தினப்பத்திரிகைகளிலும் காந்தியடிகளின் ஆங்கிலக் கட்டுரையோ அல்லது அதன் மொழிபெயர்ப்போ அன்று தினமே பிரசுரமாகும். வாரப் பத்திரிகைகளும் மாதப் பத்திரிகைகளும் தங்கள் வெளியீட்டில் தொகுத்து வெளியிடும்.

காந்தியடிகள் எழுதும் ஒவ்வொரு வார்த்தையையும் போல அவர் பேசும் ஒவ்வொரு வார்த்தையும் அன்று தினமே உலகில் உள்ள பத்திரிகைகள் பெரும்பாலானவற்றில் வெளியாகும். பதவி, செல்வம், அதிகாரம் எதுவும் இல்லாத எந்தத் தனிமனிதர் ஒருவருடைய எழுத்தையும் பேச்சையும் உலகில் உள்ள பத்திரிகைகள் இம்மாதிரி உடனடியாகத் தொடர்ந்து வெளியிட்டதில்லை என்று கூறலாம்.

சுதந்திரப் போராட்டமாக இருந்தாலும் சரி, நிர்மாணத் திட்டமாக இருந்தாலும் சரி காந்தியடிகள் ஒரு வார்த்தை கூறிவிட்டால் இந்தியாவில் லட்சக்கணக்கான மக்கள் அதனைப் பக்தியுடன் உடனே செயலில் கொண்டுவந்தார்கள்.

'நா அசைந்தால் நாடு அசையும்' என்பதற்கு இலக்கியமாகத் திகழ்ந்தார் காந்தியடிகள்.

வாழ்க நீ எம்மான்!

~

ஹரிஜன் பத்திரிகையின் ஐரோப்பா கண்டத்துச் சந்தாதாரர் களின் பெயர்களைப் படித்தது, அதிலும் அவர்களோடு தொடர்புகொண்டு அவர்களைச் சந்திக்க வேண்டும் என்னும் எண்ணத்தோடு படித்தது எனக்கு ஒரு புது அனுபவம். இந்தச் சந்தாதாரர் பட்டியலில் எத்தனை பிரபுக்கள்! எத்தனை பேராசிரியர்கள்!! எத்தனை சமூகத் தொண்டர்கள்!!!

இவர்களில் எவரையுமே எனக்குத் தெரியாது. ஆனால் பட்டியலைப் பார்த்தபோது அதில் உள்ள சில பெயர்களைப் படித்தபோது அவர்களைப் பல ஆண்டுகளாகத் தெரிந்தது போன்ற எண்ணம் உண்டாயிற்று. நெருங்கியவர்கள் போன்று தோன்றியது. இம்மாதிரி எனக்குத் தோன்றியவர்களின் சில பெயர்களைத் தேர்ந்தெடுத்து ஒரு பட்டியலைத் தயாரித்தேன். அத்தனை பேர்களுக்கும், என்னை நானே அறிமுகப்படுத்திக் கொண்டு, காந்தியடிகள் பிலிம் விஷயமாகச் சுற்றுப் பிரயாணம் செய்வதாகவும், அவர்களைச் சந்தித்து அவர்கள் உதவியைப் பெற விரும்புவதாகவும், அவர்களுடைய பதிலை இத்தாலியில் ரோமாபுரியில் எனது முகவரிக்கு அனுப்பும்படியும் எழுதினேன்.

பம்பாயிலிருந்து ஓர் இத்தாலியக் கப்பலில் பிரயாண மானேன். ரோமாபுரி சென்றதும் அங்குள்ள தாமஸ் குக் கம்பெனிக்குச் சென்றேன். ஏராளமான கடிதங்கள் எனக்காகக் காத்திருந்தன. யார் யாருக்குக் கடிதம் எழுதினேனோ அவர்கள் அனைவருமே பதில் எழுதியிருந்தனர். சிலர் தங்கள் வீடுகளில் தங்கள் விருந்தினராகத் தங்கும்படி எழுதியிருந்தனர். ஒவ்வொரு கடிதத்திலும் அன்பு ததும்பி வழிந்தது. இவர்கள் சில நாடுகளில் ‘இந்தியா சொசைட்டி’ என்றும், சில நாடுகளில் ‘காந்தி சொசைட்டி’ என்றும் சங்கங்கள் அமைத்திருந்தனர். சில நாடுகளில் வாரந்தோறும் கூடி, *ஹரிஜன்* பத்திரிகையைப் படித்து, காந்தீய நெறிகளை அறிந்து விவாதித்தனர்.

சில நாடுகளில் அவர்கள் என்னை அழைக்க வந்தபோது ஒன்று அல்லது இரண்டு பத்திரிகை நிருபர்களையும் அழைத்து வந்தனர். ஐரோப்பாவில் உள்ள பல பத்திரிகை நிருபர்களுக்கு ஆங்கிலம் நன்றாகத் தெரியாது. நான் கூறுவதைத் தவறாகப் புரிந்துகொள்ளவும் நேரிடலாம். எனவே, நான் கூறவேண்டிய வற்றை ஆங்கிலத்தில் டைப் செய்து தயாராக வைத்திருந்தேன். பத்திரிகை நிருபர்களிடம் ஒவ்வொரு பிரதி கொடுத்துவிடுவேன். அன்று மாலையிலோ அல்லது மறுநாள் காலையிலோ என்னைப் பற்றியும், நான் மேற்கொண்டுள்ள காந்தியடிகளின் பிலிம் பற்றியும் உள்ள செய்தியைப் பிரபலமாக வெளியிட்டனர். இதனால் எனது பணி எளிதாயிற்று.

அமெரிக்காவில் என்னுடன் தங்கியிருந்த ஐரோப்பிய நண்பர்கள் பலர் இருந்தனர். வேறு சில நண்பர்களும் இருந்தனர். இவர்கள் எல்லோரும் காந்தியடிகளிடம் பெருமதிப்புக் கொண்டவர்கள், ஆனால் ஈடுபாடு கொண்டவர்கள் என்று சொல்ல முடியாது.

இப்பொழுது கடிதங்கள் எழுதிய புதிய நண்பர்கள் அனைவரும் காந்தீயத்தில் பற்றுக் கொண்டவர்கள்; இந்தியா விடம் பேரன்பு கொண்டவர்கள். சிலர் காந்தியடிகளை நேரில் கண்டவர்கள். சிலர் இந்தியாவுக்கு வந்து சென்றவர்கள். இவர்களுடைய கடிதங்கள் எனக்குப் பெரு மகிழ்ச்சியையும் புதிய தெம்பையும் அளித்தன. ஐரோப்பாவில் நண்பர்கள் வட்டம் பெருகியது.

காந்தீய அன்பர்கள் வெவ்வேறு நாட்டினர், வெவ்வேறு மொழியினர், வெவ்வேறு தொழில் செய்வோர்; பெரும்பாலும் ஒருவரை ஒருவர் அறியாதவர்கள். அப்படியிருந்தும் இவர்கள்

அனைவரையும் ஒருங்கே பிணைத்தது காந்தியடிகளின் ஆன்ம சக்தியேயாகும்.

வாழ்க நீ எம்மான்!

~

படசேகரிப்பு விஷயமாக வெளிநாடுகளுக்குச் செல்லும்போது அந்தந்த நாட்டிலுள்ள மிகப் பிரபலமான ஹோட்டலில் நான் முதலில் தங்குவது வழக்கம். எனது வேலை முடிந்ததும், பின்னர் அங்கிருக்கும்வரை சிறிய ஹோட்டல் ஒன்றில் தங்குவேன். இம்மாதிரி செய்ததில் எனக்குப் பெரும் நன்மை ஏற்பட்டது.

ரோமாபுரியில் மிகப் பிரபலமான, உலகப் புகழ்பெற்ற 'கிராண்ட் ஹோட்டலில்' தங்கினேன். அங்கு தங்குவோர் அனைவரும் விருந்தினர் என்று அழைக்கப்படுவர். விருந்தினர் புத்தகத்தில் கையெழுத்திட வேண்டும். எனக்கு முன் இருந்த கையெழுத்து உலகப் புகழ்பெற்ற அமெரிக்க ஹாலிவுட் நடிகர் கிளார்க் கேபிள்.

குறிப்பிட்ட பெரிய ஹோட்டலுக்கு வரும் விருந்தினர்களின் பெயர்களை எல்லாம் அந்தந்த நகரத்து தினசரிப் பத்திரிகைகள் வெளியிட்டு வந்தன. அந்தப் பட்டியலைப் பெரும்பாலோர், முக்கியமாக வியாபாரிகளும் அதிகாரிகளும் கவனிப்பது வழக்கம். ஒரு வியாபார நிலையத்துக்கோ அல்லது அரசாங்கக் காரியாலயத்துக்கோ நாம் சென்று, நமது பெயர் பொறித்த (விசிட்டிங்) கார்டைக் கொடுத்தால், நமது பெயரை அவர்கள் படித்திருந்ததால், நம்மை மரியாதையோடும் அன்போடும் வரவேற்கிறார்கள். நாம் செல்லும் காரியங்களுக்கு இவை பெரிதும் அனுகூலமாய் உள்ளன.

ரோமாபுரியில் ஐந்து அரங்குகள் உள்ள பிரம்மாண்டமான சினிமா ஸ்டூடியோ ஒன்று உள்ளது. அதனை சினிசிட்டா என்றழைக்கின்றனர்; அரசாங்கத்தாரே அதனை நடத்துகிறார்கள். தனிப்பட்ட பிலிம் கம்பெனிகளுக்கு இந்த அரங்குகளை வாடகைக்கு விடுகின்றனர். பெரிய லாபரட்டரி ஒன்றும் அங்கு உள்ளது.

1939இல் அங்கு நான் சென்றிருந்தபோது இத்தாலி முசோலினியின் சர்வாதிகாரத்தில் இருந்தது. செய்திப்பட ஸ்தாபனத்தை அரசாங்கமே நடத்தியது.

சினி சிட்டாவின் பெரிய நிர்வாக அதிகாரியைச் சந்தித்தேன். பத்திரிகையின் மூலம் ஏற்கெனவே என் பெயர் அறிமுகமாகியிருந்ததால் என்னை நன்கு வரவேற்றார். தாம் தயாரித்துள்ள டாக்குமெண்டரி படங்கள் எல்லாவற்றையும் எனக்குக் காட்ட ஏற்பாடு செய்தார். ஆங்கிலம் தெரிந்த நடுத்தர வயதுள்ள ஓர் அதிகாரியையும் ஒரு பெண்ணையும் எனக்கு உதவியாளர்களாக ஏற்பாடு செய்தார். மூன்று நாள் சினி சிட்டா விருந்தினராக இருந்தேன்.

முதல் நாள் முழுதும் அவர்களுடைய சிறந்த டாக்குமெண்டரி படங்களைக் கண்டு மகிழ்ந்தேன். மறுநாள் காலையில், காந்தியடிகள் இத்தாலிக்கு வந்தபோது எடுத்த படங்கள் ஏதேனும் இருக்குமா என்றேன். தேடிப் பார்ப்பதாகச் சொன்னார்கள். மூன்றாவது நாள் தேடிய படச் சுருள் கிடைத்தது. அதனைத் திரையிட்டபோது ஆர்வத்துடன் பார்த்தேன். பாதிச் சுருள் முடிந்தும் நான் எதிர்பார்த்த படம் வரவில்லை. அதற்குப் பதிலாக *Senor Grandi Arrives at New York* என்ற தலைப்பில் படம் இருந்தது. கிராந்தி என்பவர் இத்தாலிய வெளிநாட்டு மந்திரியாக இருந்தவர். அவர் அமெரிக்காவில் நியூயார்க்கில் கப்பலை விட்டு இறங்கியபோது எடுத்த பிலிம் அது.

இது சம்பந்தமாக நான் கேள்வியுற்ற நிகழ்ச்சி ஒன்று நினைவுக்கு வந்தது.

கிராந்தி நியூயார்க் துறைமுகத்தில் கப்பலில் இருந்து இறங்கியபோது பல்லாயிரக்கணக்கான மக்கள் அவரை வரவேற்க வந்திருந்தனர். இதைக் கண்டதும் அவருக்கு ஒரே வியப்பு! ஆனால் கூட்டத்தினர் யாருமே எவ்வித ஆர்ப்பாட்டமும் செய்யவில்லை. அன்று மாலைப் பத்திரிகையைப் படித்த போதுதான் அவருக்கு விஷயம் விளங்கிற்று. **Grandi** என்பதை பலர் *Gandi* என்று தவறாகப் புரிந்துகொண்டு ஆயிரக்கணக்கில் கப்பலடிக்கு வந்தனர். ஆனால் காந்தி வராததால் அவர்கள் பெரும் ஏமாற்றத்துடன் திரும்பினர் என்று பத்திரிகைச் செய்தி கூறியது.

"இந்தச் சுருளில் காந்தியடிகள் படம் இருக்காது. இவர்களும் தவறாகப் புரிந்துகொண்டிருப்பார்கள்; நமக்கு அதிர்ஷ்டமில்லை" என்று நினைத்துச் சோகமடைந்தேன். அடுத்த படத்தில் ராணுவ சங்கீதம் ஒலித்தது என்ன ஆச்சரியம்! ராணுவ அதிகாரிகள் காந்தியடிகளை மிக மரியாதையுடன் அழைத்துச் சென்றனர். அங்கு பாசிஸ்ட் இயக்கத்தைச் சேர்ந்த நூற்றுக்கணக்கான சிறுவர்களும் இளைஞர்களும் ராணுவ

உடையில் அணிவகுத்து மரியாதை செய்தனர். சிலர் துப்பாக்கி களை ஏந்திச் சென்றனர். சில மிஷின் துப்பாக்கிகளும் அணிவகுப்பில் வந்தன. அஹிம்சா மூர்த்தியான காந்தியடிகள் இக்காட்சிகளைக் கண்டு சிரித்தார். அந்தப் பொக்கை வாய்ச் சிரிப்பு அற்புதமாக இருந்தது. நூற்றுக்கணக்கான ராணுவ உடைகளுக்கு மத்தியில் வெண்மையான எளிய தூய கதராடை அணிந்திருந்த காந்தியடிகள் காட்சியளித்தது மிகவும் கவர்ச்சி யாக இருந்தது.

படத்தை ஸ்டூடியோவில் திரையிட்டுக் காட்டினர். படத்தில் காந்தியடிகள் தோன்றியதும் ஸ்டூடியோவில் வேலை பார்த்துக்கொண்டிருந்த இளைஞர்களும் இளம் பெண்களும் தங்கள்தங்கள் வேலைகளை அப்படியே விட்டுவிட்டு மிகவும் ஆர்வத்துடன் காந்தியடிகள் செய்திப்படம் முழுவதையும் கண்டுகளித்தனர்.

செய்திப் படத்தின் நீளம் சுமார் 300 அடி. காந்தியடிகளை ரோமாபுரி ரயில் நிலையத்தில் ஆயிரக்கணக்கான மக்கள் வரவேற்ற காட்சியும் அதில் இருந்தது.

நான் பார்த்த படங்களுக்குக் காப்பி எடுத்துத் தரும்படியும், பத்து மீட்டர் – சுமார் 30 அடி – முசோலினியின் படமும் கேட்டேன். மரியாதைக்காகவே முசோலினியின் படத்தை விலைக்கு வாங்கினேன்.

படத்தின் விலை இருபது பவுன் – சுமார் 260 ரூபாய் – கொடுத்தேன். அரசாங்க அனுமதியில்லாமல் சினிமாப் படங்களை வெளிநாடுகளுக்கு அனுப்ப முடியாது. சினி சிட்டா அதிகாரிகளின் உதவியால் சிரமமில்லாமல் உடனடியாக அனுமதி கிடைத்தது.

படத்தை இன்ஷ்யூர் செய்து, தாமஸ் குக் கம்பெனி மூலமாக இந்தியாவுக்கு அனுப்பினேன்.

ஸ்டூடியோவில் காந்தியடிகள் படம் காட்டியபோது அங்கு வேலை பார்த்துவந்த இளைஞர்களும் இளம் பெண் களும் மலர்ந்த முகத்துடனும் ஆர்வத்துடனும் படம் பார்த்த காட்சி இன்றும் என் உள்ளத்தில் பசுமையாக இருக்கிறது.

பல நாட்டு மக்களின் ‘உள்ளம் கவர்’ புனிதனாகத் திகழ்ந்தார் காந்தியடிகள்!

வாழ்க நீ எம்மான்!

~

ஸ்விட்ஸர்லாந்தில் ஜினிவா நகரின் அழகிய ஏரிக்கரையில் அமைந்திருந்தது சர்வதேச சங்கம். இது ஐக்கிய நாடுகள் சபைக்கு முன்னோடி. வல்லரசுகளுக்கு இடையே ஏற்பட்ட சண்டைகளினால், சர்வதேச சங்கம், நான் சென்ற சமயத்தில் செயலற்று இருந்தது.

ஜினிவாவில் உள்ள ஒரே செய்திப்படக் கம்பெனிக்குச் சென்றேன். அது சிறு கம்பெனி, சிறு காரியாலயம். அங்கு ஒருவர் மட்டும் இருந்தார். சாமான்கள் எல்லாம் தாறுமாறாகக் கிடந்தன. ஒரு மூலையில் பழைய பிலிம் டப்பாக்கள் குவிந்திருந்தன. அங்கு சோகமுடன் காட்சியளித்தவர் அதன் உரிமையாளர்.

என்னை நானே அறிமுகப்படுத்திக்கொண்டு காந்தியடிகள் சம்பந்தமான செய்திப் படம் ஏதேனும் இருக்கிறதா என்று கேட்டேன்.

"பல ஆண்டுகளாக சர்வதேச சங்கம் சுறுசுறுப்பாக வேலை செய்தது. பலநாட்டுத் தலைவர்கள் இங்கு வந்தனர்; செய்திப் படம் எடுத்துப் பல நாடுகளுக்கு அனுப்பினேன். இப்பொழுது சங்கம் செயலற்றுவிட்டது. எனது தொழிலில் பெரும் நஷ்டம். பழைய பிலிம்களை எல்லாம் எரிப்பதற்காக இதோ சேர்த்து வைத்திருக்கின்றேன். அவற்றில் ஏதேனும் உங்களுக்கு உபயோக மான படம் இருக்கிறதா என்று தேடுகிறேன். பிற்பகல் நீங்கள் இங்கே வாருங்கள்" என்றார்.

அவர் கூறியபடியே சென்றேன். பழைய பிலிம் டப்பா ஒன்றை எடுத்தார்; அதனைத் திரையிட்டுப் பார்த்தபோது வியப்பில் ஆழ்ந்தேன். இவ்வளவு அருமையான படம் கிடைக்கும் என்று நான் கனவிலும் கருதவில்லை.

காந்தியடிகள், உலகப் புகழ்பெற்ற ரோமா ரோலா **(Romain Rolland)** அவர்களின் விருந்தினராக வில்லிநாவ் என்னும் கிராமத்தில் தங்கியிருந்தபோது காந்தியடிகள் தனியாக, வழக்கம்போல் வேகமாக உலாவச்சென்று, இயற்கைக் காட்சிளை ரசித்துக்கொண்டிருந்ததை அற்புதமாகப் படம்பிடித்துள்ளார்கள். காந்தியடிகள் பொதுவாழ்க்கையில் ஈடுபட்டு, இந்தியாவின் சுதந்திரத்துக்காகப் போராடிய காலத்தில் தம் தனிசுதந்திரத்தை ஓரளவு இழக்க நேரிட்டது என்றே கூறலாம். காந்தியடிகள் தனியாக எங்குமே உலாவ முடியாது. அவரைச் சுற்றிலும் எப்பொழுதும் பலர் சூழ்ந்திருப்பார்கள். இந்தப் படத்திலும்கூட, மிஸ் ஸ்லேடு என்னும் மீராபென் அம்மையார், முப்பது அடிதூரத்தில், காந்தியடிகளை நிழல்போலப் பின்தொடர்ந்தார்.

ஜினிவாவில் எட்மண்ட் பிரிவாட் என்னும் பெரியாரின் தலைமையில் காந்தியடிகள் சொற்பொழிவு நிகழ்த்திய காட்சியும் அருமையாக இருந்தது.

காந்தியடிகள் இத்தாலியில் இராணுவ இளைஞர் மரியாதை செய்த காட்சிகளை வேறு சில கோணங்களில் இருந்து எடுத்த படங்களும் இருந்தன.

"இவற்றுக்கு எவ்வளவு பணம் கொடுக்க வேண்டும்?" என்று கேட்டேன்.

"உங்கள் விருப்பம்போல் கொடுங்கள்" என்றார்.

இப்படங்களுக்கு வழக்கமாக ஏற்பட்டுள்ள விலையான இருபது பவுன் கொடுத்தேன். அவர் மலர்ந்த முகத்தோடு, எனது கைகளை இறுகப் பிடித்துக்கொண்டு, "இன்றுள்ள எனது பொருளாதார நிலையில் நீங்கள் கொடுத்த இப்பணம் ஒரு பெரும் புதையல், உங்களுக்கு நன்றி செலுத்துகிறேன்" என்றார்.

"நீங்கள் இதுவரை பாதுகாத்து என்னிடம் இப்பொழுது கொடுத்த பிலிமும் ஒரு பெரும் புதையல், உங்களுக்கு நன்றி செலுத்துகிறேன்" என்றேன்.

ஒருநாள் தாமதித்துச் சென்றிருந்தால் இந்த அரும் புதையலை இழக்க நேர்ந்திருக்கும். ஆண்டவன் அருளை எண்ணி மகிழ்ந்தேன்; வணங்கினேன்.

வாழ்க நீ எம்மான்!

~

பாரிஸ் நகரில் பிரபலமான பிலிம் ஸ்டூடியோக்களில் ஒன்று 'எக்ளேர் டிராஸ்'. பம்பாயில் உள்ள கோடக் கம்பெனியின் டெக்னிகல் நிபுணர் கியூரிபே என்னும் பிரெஞ்சுக்காரர் ஓர் அறிமுகக் கடிதம் கொடுத்திருந்தார். கியூரிபே ஏற்கெனவே பல ஆண்டுகள் எக்ளேர் ஸ்தாபனத்தில் பணி புரிந்தவர். எனவே எக்ளேர் ஸ்தாபனத்தார் என்னைத் தங்கள் விருந்தினனாக நடத்தினார்கள். இத்தாலியைப் போலவே எனக்கு உதவி செய்வதற்காக ஆங்கிலம் தெரிந்த ஓர் அதிகாரியையும் ஒரு பெண்மணியையும் ஏற்பாடு செய்தார்கள்.

எக்ளேர் ஸ்தாபனத்தின் உதவியுடன் வெஸிலே என்ற இடத்தில் வசித்த ரோமெய்ன் ரோலாந்து அவர்களைப் படம் பிடித்து ஒலிப்பதிவு செய்தேன்.

பாரிஸில் கிடைத்த பிலிம்களும் மிகமிக அருமையானவை.

காந்தியடிகள் லண்டன் வட்ட மேஜை மகாநாட்டுக்குச் சென்றபோது மார்சேல்ஸ் துறைமுகத்தில் வந்து இறங்கியது, பின்னர் இங்கிலாந்துக்குப் பயணமானது ஆகியவற்றைப் பார்த்தேன்.

காந்தியடிகள் லண்டனிலிருந்து இந்தியாவுக்குத் திரும்பிய போது பாரிஸ் நகரில் அவருக்குச் சிறந்த வரவேற்பளித்தனர். இந்திய மாணவர் சமூகம் தனி வரவேற்பு அளித்தது. இது சம்பந்தமாக நான் கேள்வியுற்ற நிகழ்ச்சி ஒன்று காந்தியடி களிடம் இந்திய மாணவர்களுக்கு இருந்த பக்தியைப் புலப்படுத்தியது.

காந்தியடிகள் இந்திய மாணவர் கூட்டத்தில் பேசிவிட்டு, அவர் வெளியே வரும்போது எதிரே போய் நின்று சில வார்த்தைகள் பேசினால் அவர் சில விநாடிகள் தாமதிப்பார் என்றும், அப்பொழுது தாங்கள் படம் பிடித்துக் கொள்வ தாகவும் கூறி ஒரு பிரெஞ்ச் செய்திப் படக் கம்பெனியார் இந்திய மாணவர்களில் ஒருவரை அணுகினர். அவ்வாறு செய்தால் அதற்குப் பணம் தருவதாகவும் கூறினர். அந்நிய நாடுகளில் வாழும் இந்திய மாணவர்களுக்கு எப்போதுமே பணத்தேவை உண்டு.

ஆனால் அந்த இந்திய மாணவர் "எனது தேசத் தலைவருக்கு எதிராக அவருக்கு அதிருப்தியைக் கொடுக்கக் கூடிய எந்த ஒரு காரியத்தையும் நான் செய்யமாட்டேன்" என்று உறுதியாகக் கூறிவிட்டாராம்.

பஞ்சாபில் கதர் இயக்கம் தோன்றியபோது பிரபலமான காங்கிரஸ் தலைவி ஒருத்தி சர்க்காவில் நூல் நூற்கும் பெண்கள் நிறைந்த கூட்டத்தில் பிரசங்கம் செய்யும் பிலிம் ஒன்றும் கிடைத்தது.

காந்தியடிகள் முழு நீள வேஷ்டி அணிந்து, கதர் சட்டை போட்டுக்கொண்டு, காந்தி குல்லாவுடன் காட்சியளித்த பிலிம் ஒன்றும் கிடைத்தது.

இம்மாதிரி அபூர்வமான பிலிம் இது ஒன்றுதான் என்று கருதுகிறேன்.

வாழ்க நீ எம்மான்!

~

ரோமெய்ன் ரோலந்து சிறந்த பிரெஞ்சு அறிஞர். உலகப் புகழ்பெற்ற எழுத்தாளர்களில் ஒருவர். நோபல் பரிசு பெற்றவர்.

மகாத்மாவின் வாழ்க்கைச் சரிதையை எழுதி முதன்முதலில் வெளிநாடுகளில் பரப்பியவர் இவர்தான். எனவே, மகாத்மாவைப் பற்றி இவ்வறிஞரின் கருத்தை எங்கள் டாகுமெண்டரி சினிமாப் படத்தில் எடுத்துச் சேர்க்க வேண்டுமென்று தீர்மானித்தேன்.

வருடத்தில் ஆறு மாதம் ஜினிவாவுக்கு அருகிலுள்ள வில்லிநாவ் என்னுமிடத்திலும், ஆறு மாதம் பிரான்ஸ் தேசத்தில் வெஸிலே எனும் கிராமத்திலும் ரோமெய்ன் ரோலந்து வசிக்கிறார். இவருக்கு ஆங்கிலம் தெரியாது. இவருடைய மனைவியும் சகோதரியும் ஆங்கிலம் பேசுவார்கள்.

முதலில் வில்லிநாவுக்குக் கடிதம் எழுதினேன். ரோமெய்ன் ரோலந்து வெஸிலேயிலிருப்பதாகவும், அங்குக் கடிதம் எழுதும் படியும் ரோமெய்ன் ரோலந்தின் சகோதரி பதில் எழுதினாள்.

வெஸிலேக்கு ரெயில் கிடையாது. ஊருக்கு எப்படிச் செல்ல வேண்டுமென்று பாரிஸிலுள்ள முக்கியமான பிரயாண ஏஜெண்டுகள் அனைவரையும் கேட்டேன். யாருக்குமே தெரியவில்லை. பிறகு ‘எக்ளேர்’ ஸ்டூடியோவிலுள்ள ஒரு நண்பர் சுமார் இரண்டு மணி நேரம்வரை ஏராளமான டைரக்டரிகளைப் புரட்டி, கடைசியாக அந்நகர் அவல்லான் ரெயில்வே ஸ்டேஷனிலிருந்து 16 மைல் தூரத்திலிருக்கிறதென்று கூறினார். பாரிஸிலிருந்து சுமார் 200 மைல்.

வெஸிலே குன்றின் மேலமைந்த ஒரு குக்கிராமம். குன்றின் உச்சியிலே புராதனப் பெருமை வாய்ந்த கிறிஸ்து ஆலயம் ஒன்றிருக்கிறது. இங்கு தினந்தோறும் பல யாத்ரிகர்கள் வருகின்றனர். தேவாலயத்துக்குச் செல்லும் வழியில் இயற்கை வனப்புள்ள ஓர் அழகிய தோட்டத்தினிடையே இருக்கிறது ரோமெய்ன் ரோலந்தின் வீடு.

கதவைத் தட்டினேன். வயது முதிர்ந்த வேலைக்காரக் கிழவி ஒருத்தி கதவைத் திறந்து, புலித்தோல் விரிக்கப்பெற்ற ஒரு அறையில் உட்காரும்படி கூறினாள். சிறிது நேரத்திற்கெல்லாம் ரோமெய்ன் ரோலந்தின் மனைவி அவ்வறைக்கு வந்து, என்னை வரவேற்று உபசார வார்த்தைகள் கூறினாள்.

ரோமெய்ன் ரோலந்து காலை முழுதும் பூஜை செய்வார் என்றும், மாலையில்தான் அவரைப் பார்க்கலாம் என்றும் சொல்லி, நான் தங்குவதற்காக அருகிலுள்ள ஒரு ஹோட்டலில் ஏற்பாடு செய்தாள்.

மாலையில் மீண்டும் சென்றேன். ரோமெய்ன் ரோலந்தைச் சந்தித்தேன். பிரெஞ்சுப் பாஷையில்தான் பேசினார். அவருடைய மனைவியே எங்களுடைய சம்பாஷணைகளை ஒருவருக்கொருவர் மொழிபெயர்த்துச் சொன்னாள்.

ரோமெய்ன் ரோலந்தைச் சந்தித்த உடனேயே என்னை யறியாமல் அவரிடத்தில் எனக்குப் பெருமதிப்பு உண்டாயிற்று. "காந்தி, நேரு, தாகூர் முதலியோர் சௌக்கியமா?" என்று அவர் கேட்டார். இந்தியாவின் ஒப்பற்ற இவ்வரும் தலைவர்கள் சௌக்கியமாயிருக்கிறார்கள் என்று ரோமெய்ன் ரோலந்திடம் பதில் சொல்லும் பாக்கியம் எனக்குக் கிடைத்தது.

படத்தைப் பற்றிய விவரங்களை எல்லாம் ரோமெய்ன் ரோலந்து ஆவலுடன் விசாரித்தார். "நீங்கள் செய்யும் காரியம் மிகவும் நல்லது. இதற்கு அடுத்தபடியாக சுவாமி விவேகானந்தரின் வாழ்க்கையைப் படம் பிடித்தால் மிக நன்றாயிருக்கும்" என்றார்.

அவர் என்னிடம் பேசப்பேச அவர் சந்தித்த இந்தியர் களைப் பற்றிய நினைவுகள் எல்லாம் அவருக்கு வந்தன.

"பாவம்! லஜபதி ராய் இறந்துவிட்டார். அவரைப் போன்ற கம்பீரமான இந்தியரை நான் பார்த்ததே கிடையாது" என்றார்.

பிறகு, காலஞ்சென்ற ஜே. ஸி. போஸைப் பற்றியும், அப்பொழுது காங்கிரஸ் தலைவராயிருந்த சுபாஷ் சந்திர போஸைப் பற்றியும் பல விஷயங்களைக் கூறினார்.

இவை எல்லாம் முடிந்ததும் தேனீர் அருந்தினோம். அப்பொழுது மகாத்மாவின் படத்தில் அவருடைய அபிப் பிராயத்தைக் கூற வேண்டுமென்று கேட்டேன். "நான் பேசுகிறேன். நீங்கள் ஒலியை வேண்டுமானால் பதிவு செய்யுங்கள். ஆனால் தயவு செய்து எனது படத்தை மட்டும் எடுக்காதீர்கள். நான் படத்தில் விகாரமாய்த் தோன்றுவேன்" என்றார்.

"உங்களைப் பற்றி இந்தியர்கள் மிகவும் கேள்விப்பட்டிருக் கிறார்கள். நீங்கள் காந்திஜியைப் பற்றி எழுதிய புத்தகம் இந்தியாவில் பல பாஷைகளில் மொழிபெயர்க்கப் பெற்றிருக் கிறது. உங்களுடைய படத்தைப் பார்க்க இந்தியர்கள் பெரிதும் மகிழ்ச்சியடைவார்கள்" என்று கூறினேன். பிறகு அவருடைய மனைவியிடம் எனது வேண்டுகோளை வற்புறுத்துமாறு கேட்டுக் கொண்டேன். அம்மையார் கடைசியாக வெற்றி பெற்றார். உடனே பாரிஸுக்கு டிரங்க் டெலிபோன் செய்தேன். மறுநாள் சார்லஸ் மாட்டூன் என்ற பிரபல செய்திப்படக் காமிராக்காரர் காமிரா, ஒலிப்பதிவு டிரக் முதலியவற்றுடன் வந்துசேர்ந்தார்.

ரோமெய்ன் ரோலந்து இருமுறை பேசினார். பிறகு அவரிடம் விடைபெற்று பாரிஸுக்குச் சென்றேன்.

இந்தப் பிலிம் பாரிஸிலுள்ள ஒரு லாபரட்டரிக்குச் சென்றது. இதை டெவலப் செய்து தகவல் தெரிவித்து அனுப்பு

வதற்குள் யுத்தம் ஆரம்பமாகிவிட்டது. ஸ்டூடியோக்களையும் லாபரட்டரிகளையும் மூடிவிட்டனர். கடைசியாக மிகப் பிரயாசையின் பேரில் ரோமெய்ன் ரோலந்து பேசியதன் பெரும்பகுதி பிலிம் கிடைத்தது. இன்னொரு சிறு பகுதி டெவலப் ஆகாமலே இன்னும் பிரெஞ்சு தேசத்தில் இருக்கிறது. எங்களுக்குக் கிடைத்த பெரும் பகுதி எதுவோ அதைத்தான் நீங்கள் மகாத்மா காந்தி படத்தில் பார்த்தீர்கள்.

வாழ்க நீ எம்மான்!

~

லண்டன் நகரில் நார்மன் பிலிம் லைபிரரியில் 1911ஆம் ஆண்டு டில்லியில் நடைபெற்ற ஐந்தாம் ஜார்ஜ் மன்னரின் மகுடாபிஷேக பிலிம் கிடைத்தது. நாம் ஒரு காலத்தில் பிரிட்டிஷாரின் அடிமைகளாக இருந்தோம் என்பதற்குச் சரித்திரபூர்வமான பிலிம் சான்று இது. சாதாரணச் செய்திப் படம் அடி ஒன்றுக்கு இரண்டு ஷில்லிங் – அதாவது ஒன்றரை ரூபாய். இம்மாதிரி சேர்த்துவைத்த அபூர்வமான பிலிம்களுக்கு அடி ஒன்றுக்கு ஐந்து ஷில்லிங் விலை.

லண்டனில் உள்ள பிரிட்டிஷ் பாரமவுண்ட் நியூஸ் என்னும் செய்திப்படக் கம்பெனிக்குச் சென்றேன். இந்தியா சம்பந்தமான செய்திப் படங்கள் வேண்டும் என்று கேட்டேன். மறுநாள் வரும்படி கூறினார்கள். அவ்வாறே மறுநாள் சென்றேன். அதற்கடுத்த நாள் வரும்படி கூறினார்கள். அவ்வாறே சென்றேன். இந்தியா சம்பந்தமாக 180 அடி பிலிம் இருப்பதாகவும், அடி ஒன்றுக்கு ஒரு பவுன் விலை என்றும் கூறினார்கள். அடிக்கு ஒரு பவுன் என்பது மிகமிக, நினைத்துப்பார்க்க முடியாத அதிகமான விலை. எனக்குத் தேவையானதை மட்டும் வாங்கிக் கொள்வதாகவும், அவர்கள் கூறிய விலையைக் கொடுப்பதாகவும் சொன்னேன்.

இந்தப் பதிலை அவர்கள் என்னிடமிருந்து எதிர்பார்க்க வில்லை. சிறிது நேரம் யோசித்துவிட்டு, "இது அரசியல் சம்பந்தமான பிலிம். இதனை நீங்கள் இந்தியாவிலும் மற்ற நாடுகளிலும் பிரிட்டிஷாருக்கு விரோதமாக உபயோகிக்கலாம். ஆகையால் நீங்கள் எவ்வளவு பணம் கொடுத்தாலும் இந்தப் படங்களை விற்க விரும்பவில்லை" என்று கூறினார்கள்.

வியாபாரத்தையே உயிர்நாடியாகக் கொண்ட பிரிட்டிஷ் வியாபார நிறுவனத்தார் இவ்வாறு கூறியது அவர்களுடைய ஒப்பற்ற தேசபக்திக்கு ஓர் எடுத்துக்காட்டாக விளங்கியது.

பிலிம் கிடைக்கவில்லையே என்ற ஏக்கம் இருந்தபோதிலும் பிரிட்டிஷாரின் தேசபக்தியைக் கண்டு வியந்து பாராட்டினேன்.

அதே சமயத்தில், நம் அன்னை பாரததேவியின் கை விலங்குகளை அறுப்பதற்காக காந்தி மகானும், லட்சக்கணக்கான இந்திய ஆண் பெண்களும் வெஞ்சிறையில் வாடியபோது சில இந்தியர்கள் தாய் நாட்டுக்கு எதிராகப் பிரசாரம் செய்ததை நினைத்தாலே வேதனையாக இருக்கிறது.

இது சம்பந்தமாக நியூயார்க் நகரில் நண்பர் ஹால்ஸ்டெட் (Gordon P. Halstead) கூறிய நிகழ்ச்சி நினைவுக்கு வருகிறது.

ஹால்ஸ்டெட்டும் அவர் மனைவியும் பள்ளி ஆசிரியர்கள். அலகாபாத்தில் அமெரிக்கர் நடத்திய பள்ளி ஒன்றில் பணி புரிந்தார்கள். நேரு குடும்பத்தாரோடு நெருங்கிப் பழகினார்கள். இந்திய சுதந்திரப் போரில் மிகுந்த அக்கறை காட்டினார்கள். எனவே அப்பொழுதிருந்த பிரிட்டிஷ் அரசாங்கத்தார் ஹால்ஸ்டெட் தம்பதிகளை நாடு கடத்தினர்.

அமெரிக்கா சென்ற பின்னரும் ஹால்ஸ்டெட் தம்பதிகள் இந்தியச் சுதந்திரப் போரில் முன்னரைக் காட்டிலும் அதிக அக்கறை காட்டினார்கள்.

1937ஆம் ஆண்டில் நியூயார்க்கிலிருந்து நான் புறப்பட்ட போது ஹால்ஸ்டெட் கப்பலுக்கு வர முடியவில்லை. கப்பலுக்கு ஒரு பாக்கெட் அனுப்பியிருந்தார். அதன் மீது 'இன்குலாப் சிந்தாபாத்' என்று எழுதியிருந்தார். அதுதான் அப்பொழுது இந்தியாவின் தேசீய கோஷங்களுள் ஒன்று. பாக்கெட்டைப் பிரித்துப் பார்த்தால் இந்தியாவின் தேசீய மூவர்ணக் கதர்க்கொடி!

ஹால்ஸ்டெட் கூறிய நிகழ்ச்சி இதுதான்.

யுத்த காலத்தில், இந்தியாவில் காந்திஜியும் லட்சக்கணக்கான இந்தியர்களும் சிறையில் இருந்தபொழுது பிரிட்டிஷ் அரசாங்கத்தார் இந்தியாவின் சார்பில் பிரசாரம் செய்வதற்காக ஸர் ஏ. ராமஸ்வாமி முதலியாரை அனுப்பினார்கள். அவர் சிறந்த வாக்கு வன்மை உடையவர்.

இந்தியாவின் நண்பர்களான நாங்கள் நாலைந்து பேர் சேர்ந்து, ராமஸ்வாமி முதலியாரின் பிரசாரத்தை முறியடிப்பது என்று கங்கணம் கட்டிக்கொண்டோம்.

இந்தியாவின் அப்போதைய நிலைமை பற்றிய செய்திகள் எல்லாம் எங்களுக்கு இந்திய நண்பர்கள் மூலமாகவும், இந்தியாவில் வசித்த அமெரிக்க நண்பர்கள் மூலமாகவும்

அடிக்கடி வந்துகொண்டிருந்தன. இந்தியாவின் உண்மை நிலை ஓரளவு எங்களுக்குத் தெரியும்.

ராமஸ்வாமி முதலியாரின் முதல் பிரசங்கம் நியூயார்க் நகரில் ஏற்பாடாகி இருந்தது. நாங்கள் அனைவரும் முன்கூட்டியே சென்று வெவ்வேறு இடங்களில் உட்கார்ந்துகொண்டோம். பிரசங்கம் முடிந்ததும் சபையோர் கேட்கும் கேள்விகளுக்குப் பிரசங்கியார் பதில் சொல்லியே ஆகவேண்டும். தட்டிக் கழிக்க முடியாது. அது இந்நாட்டு மரபு. பிரசங்கம் முடிந்ததும் நாங்கள் வெவ்வேறு பகுதியிலிருந்து சரமாரியான கேள்விகளைக் கேட்க ஆரம்பித்தோம். பிரசங்கியார் இதனைச் சிறிதும் எதிர் பார்க்கவில்லை. சில கேள்விகளுக்குப் பதில் சொல்ல முடியாமல் திணறினார். அவர் கூறிய ஒன்றிரண்டு பதில்களும் சபையோருக்குத் திருப்தியளிக்கவில்லை.

இதோடு நாங்கள் நிற்கவில்லை. ராமஸ்வாமி முதலியார் அமெரிக்காவில் எந்தெந்த நகரங்களுக்குச் சென்று பிரசாரம் செய்தாரோ, அங்கெல்லாம் நாங்கள் சென்று கேள்விகள் கேட்டுத் திக்குமுக்காடச் செய்தோம்.

ராமஸ்வாமி முதலியாரின் பிரசாரத்தால் எதிர்பார்த்த பலன் கிடைக்கவில்லை. அதுமட்டுமல்ல, அவர்கள் எதிர் பார்த்ததற்கு நேர்மாறான பலன் கிடைத்தது. எனவே அவர் விரைவில் அமெரிக்காவை விட்டுப் புறப்பட்டார் என்று உணர்ச்சியுடன் விரிவாகக் கூறினார் ஹால்ஸ்டெட்.

அமெரிக்கரும் வியக்கும் வாக்கு வன்மை உடையவர் ராமஸ்வாமி முதலியார் என்பதில் ஐயமில்லை. ஆனால் என்னதான் வாக்கு வன்மை இருந்தாலும் அதனைத் தகாத முறையில், சுய நலத்துக்காகப் பயன்படுத்தினால் அது ஒருபோதும் வெற்றி பெறாது என்பது உறுதி.

'உண்மையே கடவுள்' என்பது காந்தியடிகள் வாக்கு.

வாழ்க நீ எம்மான்!

~~

6

“காந்தி உலகிலேயே மிகப் பெரிய மனிதர்” என்றார் ஓர் அமெரிக்க நண்பர்.

பேசாதிருந்தேன்.

“நான் அவ்வாறு கூறுவதற்கு என்ன காரணம் தெரியுமா?” என்றார்.

“தெரியாது” என்றேன்.

அவர் பின்வருமாறு கூறினார் :

மகாத்மா காந்தி வட்ட மேஜை மகாநாட்டுக்காக லண்டன் வந்திருந்த சமயத்தில் அவரை நேரில் சந்தித்து, அமெரிக்காவுக்கு அழைத்து வருவதற்காக இங்கிருந்து இரண்டு புகழ்பெற்ற அமெரிக்கர்கள் லண்டனுக்குச் சென்றனர்.

காந்தி அமெரிக்காவுக்கு வந்தால் அவரும் அவருடைய பரிவாரங்களும் தங்குவதற்காகத் தங்கள் ஹோட்டலில் ஒரு மாடி முழுவதையும் இலவசமாகத் தருவதாகவும், காந்திக்கு உணவளிக்கும் சிரமமான வேலையை, அதாவது ஆட்டுப் பால் தயாரிப்பதைத் தாங்களே ஏற்றுக் கொள்வதாகவும் உலகப் புகழ்பெற்ற ஒரு ஹோட்டல் நிர்வாகத்தினர் கூறினர். அது மட்டுமல்ல வெளிநாடுகளிலிருந்து பிரபல மானவர்கள் வந்து தங்கினால் எந்த நாட்டுப் பிரமுகரோ அந்த நாட்டுக் கொடியை ஹோட்டலில் பறக்கவிடுவது வழக்கம். காந்தி வந்து தங்கினால் இந்தியாவின் மூவர்ண தேசீயக் கொடியைப் பறக்கவிடுவதாகவும் கூறினார்கள்.

அமெரிக்காவில் உள்ள பெரிய வானொலி நிலையங்களுள் ஒன்று, காந்தி தமது வானொலியில் ஐந்து நிமிஷம் பேசினால் தமது வானொலிக்குக் கிடைக்கும் அன்றைய வருமானம் முழுவதையும்

காந்தி நிதிக்குக் கொடுப்பதாகக் கூறியது. (அமெரிக்காவில் வானொலி நிலையங்கள் பல. அவற்றைத் தனியார் நடத்து கின்றனர். வானொலி நேரத்தை உபயோகிக்கப் பெருந்தொகை கட்டணம் செலுத்த வேண்டும்.)

அமெரிக்காவில் உள்ள புகழ்பெற்ற தினப் பத்திரிகை ஒன்று, காந்தி அமெரிக்காவில் தங்கும்வரை தம் பத்திரிகை நிருபர் ஒருவரை உடனிருக்க அனுமதித்தால் லட்சம் டாலர் காந்தி நிதிக்குத் தர முன்வந்தது.

ஆனால் மகாத்மா காந்தி, தமக்கு நேரமில்லை என்றும் வர இயலவில்லை என்றும் கூறிவிட்டார். கேட்டுக்கொண்டதின் பேரில் அமெரிக்க மக்களுக்குச் செய்தி ஒன்று அனுப்பினார்.

இதுவரையில் அமெரிக்கா அழைத்து, அமெரிக்காவுக்கு வராத தலைவர்களே கிடையாது. சிலர் அமெரிக்கா வருவதற்குத் துடிப்பார்கள். சிலர் தாங்களே முயன்று அமெரிக்காவின் அழைப்பைப் பெறுவார்கள். ஆனால் அமெரிக்கா வருந்தி யழைத்தும் வராத தலைவர் மகாத்மா காந்தி ஒருவர் மட்டும் தான். எனவே அவரை 'உலகிலேயே மிகப் பெரிய மனிதர்' என்று கூறுகிறேன் என்றார் அந்த அமெரிக்க நண்பர்.

வாழ்க நீ எம்மான்!

~

காந்தியடிகளை லண்டனில் சந்தித்து அமெரிக்காவுக்கு அழைப்பதற்காகச் சென்ற இருவருள் ஜான் ஹேய்னஸ் ஹோம்ஸ் என்ற பிரபல கிறிஸ்தவப் பாதிரியார் ஒருவர்.

நியூயார்க் நகரின் மத்தியில் உள்ள கம்யூனிட்டி சர்ச் என்னும் மாதா கோயிலின் பிரதம பாதிரி ஹோம்ஸ். வாரந் தோறும் ஒவ்வொரு ஞாயிற்றுக்கிழமையும் மாதா கோயிலைச் சேர்ந்த பெரிய மண்டபத்தில் ஆயிரக்கணக்கான மக்கள் கூட்டத்தில் இவர் காந்தி குல்லாய் அணிந்து பிரசங்கம் செய்து வந்தார். மாணவனாய் இருந்த காலத்தில் இவருடைய பிரசங்கம் ஒன்றைக் கேட்கும் பாக்கியம் பெற்றேன்.

தம் வாழ்நாள் முழுதும் காந்தீயத்தை அமெரிக்காவில் தீவிரமாகப் பரப்பிய புகழ் பெற்றவர்களில் இவரே தலை சிறந்தவர் என்று கூறலாம். இவர் பல முறை இந்தியாவுக்கு வந்து காந்தியடிகளுடன் உரையாடியிருக்கிறார். காந்தியடி களை ஏசுநாதருக்கு ஒப்பிட்டு நூலும் எழுதியுள்ளார்.

1939ஆம் ஆண்டு நியூயார்க் சென்றபோது இவரைப் படம் பிடித்து, இவர் பேச்சை ஒலிப்பதிவு செய்து, காந்தி

பிலிமில் சேர்க்க எண்ணிக் கடிதம் எழுதினேன். ஹோம்ஸ் மருத்துவமனையில் இருப்பதாகவும், அவர் தம் இயலாமைக்கு வருந்துவதாகவும் அவருடைய காரியதரிசி எழுதினார்.

1953ஆம் ஆண்டு, நியூயார்க் நகரில் காந்தியடிகளின் ஆங்கிலப் படத்தைப் பத்திரிகையாளர்களுக்குத் திரையிட்ட போது அங்கு வந்து படம் முழுவதையும் பார்த்து, கண்ணீர் விட்டவர்களில் ஒருவர் ஹோம்ஸ்.

வாழ்க நீ எம்மான்!

~

அமெரிக்காவில் உள்ள செய்திப்படக் கம்பெனிகள் ஐந்து. அவற்றுள் ஒன்று பாதே நியூஸ் (Pathe News) என்பது. 1937ஆம் ஆண்டில் அமெரிக்காவில் மாணவனாக இருந்தபோது நியூயார்க் நகரில், உலகப் புகழ்பெற்ற பதே செய்திப்பட நிறுவனத்தில் பயிற்சி பெறும் அரிய வாய்ப்பு கிடைத்தது.

வாரம் இருமுறை, இரவு ஒன்பது மணிக்கு வேலை ஆரம்பமாகும். உலகின் பல பாகங்களிலிருந்தும் வரும் செய்திப் படங்களை ஸ்டூடியோவில் திரையிடுவார்கள். சில படங்கள் தாமதமாக வந்தால் அவற்றைக் கழுவி டெவலப் செய்து பிரதி எடுக்க நேரமிராது. எனவே நெகட்டிவ்களை அப்படியே திரையிடுவார்கள். நெகட்டிவ்களைத் திரையிட்டால் வெள்ளை கறுப்பாகவும், கறுப்பு வெள்ளையாகவும் தோன்றும்.

படங்களைத் திரையிடும்போதே விளக்க உரை எழுதுபவர் கள் தங்கள் வேலையைச் செய்வார்கள். வியாக்கியானம் செய்பவர் விளக்க உரையைப் படிப்பார்.

மீண்டும் அதே செய்திப் படத்தைத் திரையிடுவார்கள். திரைக்கு எதிர்ப்புறக் கோடியில் சவுண்ட் ரூம் இருந்தது. அதில் லட்சக்கணக்கான டாலர் பெறுமானமுள்ள மிக நுண்ணிய கருவிகள் இருந்தன. அது ஒரு கண்ணாடி அறை. வெளியே பேசும் சப்தம் உள்ளே வராது. அந்தக் கருவிகளை இயக்கியவர் ஒரு நிபுணர்.

படத்தைத் திரையிடும்போது அதற்கேற்ற சங்கீதம், படத்தில் இயற்கையாக உள்ள பேச்சு அல்லது சப்தம், படத்துக்குத் தக்கபடி செயற்கை சப்தம் (sound effect) ஆகிய அனைத்தையும் அவர் ஒரே சமயத்தில் கையாண்டு, விளக்க உரையையும் ஒலிப்பதிவு செய்ய வேண்டும். இது அஷ்டாவதானம் செய்வது போன்ற சிரமமான காரியம். விளக்க உரை வரும்போது சங்கீதத்தை மெதுவாகக் குறைக்க வேண்டும். விளக்க உரை

வாக்கியம் முடிந்ததும் மீண்டும் சங்கீதத்தை மெதுவாக அதிகரிக்க வேண்டும். தேவையான இடங்களில் *sound effect* அதாவது விமானம் புறப்படுதல், ரயில் ஓடுதல், மக்கள் கைதட்டி ஆரவாரம் செய்தல் போன்ற எண்ணற்ற சப்தங்களை மிக ஜாக்கிரதையுடன் உபயோகிக்க வேண்டும். ஒவ்வொன்றுக்கும் திருகுகள் உண்டு. அதனைக் கூட்டவோ குறைக்கவோ வேண்டும்.

ஒவ்வொரு செய்திப் படத்துக்கும் இரண்டு முறை *sound negative* எடுப்பார்கள். ஒன்று கெட்டுப்போனால் மற்றொன்று உதவும். சவுண்ட் அறையில் இருந்த நிபுணர் என்னிடம் மிக்க அன்பு காட்டினார். படங்களுக்கு இரண்டாவது முறை சவுண்ட் நெகட்டிவ் தயாரிக்கும் பொறுப்புள்ள பணியைச் செய்ய எனக்கு வாய்ப்பு அளித்தார். கண்ணும் கருத்துமாக என்னுடனேயே இருந்து நான் தவறு செய்ய நேர்ந்தால் அதனை உடனே சரி செய்துவிடுவார்.

இந்த அரிய பயிற்சியால் எனக்கு விளைந்த நன்மைகள் பல. முக்கியமாக, செய்திப் படத்தை உருவாக்கும் துறையில் நேரடியான, பயனுள்ள அனுபவம் கிடைத்தது.

அடுத்த ஆண்டில் மீண்டும் அமெரிக்கா சென்றபோது காந்தியடிகள் பிலிம் சேகரிப்புக்காக பாதே நியூஸ் சென்றேன். பழைய நண்பர்கள் அன்புடன் வரவேற்றனர். செய்திக் கம்பெனியின் நிர்வாகியிடம் வந்த விவரத்தைக் கூறினேன். அவர் மலர்ந்த முகத்தோடு, "எங்கள் பிலிம் லைபிரரியைத் திறந்துவிடுகிறோம். உங்களுக்குத் தேவையான அனைத்தையும் எடுத்துக்கொள்ளுங்கள்" என்றார். காந்தியடிகள், இந்தியா சம்பந்தமான படங்களை எல்லாம் சேகரிக்கும்படி உத்திர விட்டார்.

மறுநாள் சென்றேன். 1080 அடி படம் சேகரித்திருந்தார்கள். திரையிட்டுப் பார்த்தேன். என்ன ஆச்சரியம். லண்டனில் எனக்குக் கிடைக்காத படங்கள் எல்லாம் இங்கிருந்தன. நான் எதிர்பாராத, நினைத்துப்பார்க்க முடியாத பல படங்கள் இங்கிருந்தன.

அமெரிக்கா மண்ணையே மிதிக்காத காந்தியடிகளைப் பற்றி ஆயிரத்து எண்பது அடி செய்திப்படம் இருந்தது! அவற்றுள் ஒன்று காந்தியடிகள் தண்டி உப்பு சத்தியாக்கிரகத்தின் போது போர்சாத் என்னும் ஊரில் பேசியது. அதனைப் படம் பிடித்து ஒலிப்பதிவு செய்தவர் ஓர் அமெரிக்கர். *Sound* அப்பொழுதுதான் இந்தியாவுக்கு வந்த புதிது. காந்தியடிகள் பேச்சில் *ground noise* என்னும் சப்தம் அதிகம் இருந்தபடியால்

காந்தியடிகள் பேச்சு தெளிவாக இல்லை. ஆனாலும் சிரமத்தோடு புரிந்துகொள்ளலாம். காந்தியடிகள் பேச்சு கதரைப் பற்றியது!

1930இல் எடுத்த அந்த அரிய படம்தான் காந்தியடிகளின் முதலாவது படப்பேச்சு.

வாழ்க நீ எம்மான்!

~

பாதே நியூஸில் கிடைத்த மற்றொரு அரிய படம் வித்தல்பாய் படேலின் பேச்சு. சர்தார் வல்லபாய் படேலின் மூத்த சகோதரரான ஸ்ரீ வித்தல்பாய் படேல், வல்லபாயைப் போலவே ஒரு பாரிஸ்டர். சுதந்திரப் போர் வீரர். பன்முறை சிறை சென்றவர். பிரிட்டிஷார் காலத்தில் டில்லியில் உள்ள இந்தியச் சட்டசபையின் தலைவராக இருந்தவர். சட்டசபைக் கட்டிடத்துக்குள் இருந்த போலீசாரை வெளியேறும்படி உத்தர விட்டவர். அஞ்சா நெஞ்சு படைத்தவர்!

அவர் அமெரிக்கா சென்றபோது நியூயார்க் நகர சபையினர் அவருக்கு வரவேற்பு அளித்தனர்.

பாதே நியூஸ் கம்பெனியார் அவரைப் படம்பிடித்து அவர் கருத்துக்களை ஒலிப்பதிவு செய்தனர்.

It is said that Mahathma Gandhi is opposed to the political representation of the Untouchables. Nothing is farther from the truth. He objects only to the method by which the representation is sought to be made.

"தீண்டாதாரின் அரசியல் பிரதிநிதித்துவத்திற்கு மகாத்மா எதிரிடையாய் இருக்கிறார் என்று சொல்லப்படுகிறது. அது உண்மைக்கு முற்றிலும் புறம்பானது. பிரதிநிதித்துவம் அளிக்கும் முறையைத்தான் மகாத்மா காந்தி ஆட்சேபிக்கிறார்" என்பது தான் அவர் கருத்து.

வித்தல்பாய் படேல் தமக்குரிய பாணியில் அழுத்தம் திருத்தமாகப் பேசியுள்ளார். ஒலியும் ஒளியும் அற்புதமாக அமைந்துள்ளன.

வாழ்க நீ எம்மான்!

~

ஆயிரத்து எண்பது அடி பிலிமுக்கு என்ன விலை கொடுக்க வேண்டும் என்று கம்பெனி நிர்வாகியைக் கேட்டேன். அவர்

புன்சிரிப்புடன், ஆயிரத்து எண்பது அடி பிலிமில் எண்பது அடி பிலிம் எங்கள் அன்பளிப்பு என்றார்.

நன்றி செலுத்தினேன்.

"மீதி ஆயிரம் அடி பிலிமுக்கு அடிக்கு ஒரு டாலராக ஆயிரம் டாலர் நிர்ணயிக்கலாமா?" என்றார்.

பேசாதிருந்தேன்.

"சரி; ஐந்நூறு டாலர் கொடுங்கள் போதும்" என்றார்.

நன்றி செலுத்தினேன்.

அப்பொழுது ஒரு டாலர் சுமார் மூன்று ரூபாய்.

உடனே பணத்தைச் செலுத்தி, பிலிமைத் தாமஸ் குக் கம்பெனியார் மூலம் இன்ஷ்யூர் செய்து இந்தியாவுக்கு அனுப்ப ஏற்பாடு செய்தேன்.

பாதே நிறுவனத்தில் பயிற்சி பெற்றதன் காரணமாக இந்த அரிய பிலிம், சுலபமாகவும் தாமதமில்லாமலும் குறைந்த விலையிலும் கிடைத்தது. அமெரிக்காவுக்கு இதற்காக வந்தது வீண் போகவில்லை என்ற மனநிறைவு ஏற்பட்டது. ஆயிரத்து எண்பது அடி பிலிம் முழுவதையும் உபயோகித்தோம்.

வாழ்க நீ எம்மான்!

~

உலகில் உள்ள மிகப் பெரிய நூல்நிலையங்களுள் ஒன்று நியூயார்க் பப்ளிக் லைப்ரரி. அறிவுப் பசியைத் தீர்த்துக்கொள்ள அதைப் போன்ற ஓர் இடம் கிடைப்பது அரிது. லட்சக்கணக்கான நூல்கள் கொண்ட அந்த நூல் நிலையத்தில் காந்தியடிகளைப் பற்றி ஆங்கிலத்திலும் ஐரோப்பிய மொழிகளிலும் சுமார் இருநூறு புத்தகங்கள்! (இப்பொழுது காந்தியடிகளைப் பற்றிய நூல்கள் இரண்டாயிரத்துக்கு மேல் இருக்கும்.)

காந்தியடிகள் சம்பந்தமான நூல்களை எல்லாம் ஒன்று சேர்த்துப் படம் பிடிக்க விரும்பினேன். நூல்நிலையத்தின் டைரக்டரை அணுகினேன். அவர் தமது முக்கிய உதவியாளர்களில் ஒருவரான பிரிஹாவர் என்பவரை எனக்கு உதவி செய்யும்படி கூறினார்.

பிரிஹாவர் எல்லாப் புத்தகங்களையும் ஒன்று சேர்த்தார். இவற்றை எவ்வாறு படம் பிடிப்பது என்று யோசித்தேன்.

இந்த நூல் நிலையத்திற்கு அருகில் உள்ள எனது பழைய பள்ளிக்குச் சென்றேன். அதன் பெயர் New York Institute of Photography – நியூயார்க் இன்ஸ்டிடியூட் ஆப் போட்டோகிராபி. புகைப்படம், திரைப்படம் சம்பந்தமாக உலகில் உள்ள மிகப் பெரிய பள்ளிகளுள் அது ஒன்று. அங்கிருந்த எனது பழைய ஆசிரியர் ஒருவரைச் சந்தித்து அவருடைய யோசனையைக் கேட்டேன். அவர் ஒரு ஜெர்மானியர். அமெரிக்காவில் குடியேறிய குடும்பத்தைச் சேர்ந்தவர். மிகவும் வயதானவர். அவர் புன்முறுவலுடன் "கவலைப்படாதே, நானே அங்கு வந்து படம் பிடித்து உதவி செய்கிறேன்" என்றார். பள்ளியில் உள்ள நல்ல திரைப்படக் காமிரா ஒன்றையும், பிரகாசமான பல்புகளையும் எடுத்துக்கொண்டு என்னுடன் வந்தார்.

புத்தகங்கள் எல்லாவற்றையும் மொத்தமாகவும் பகுதி பகுதிகளாகவும், பல புத்தகங்களின் மேலட்டை, உள் பக்கம் ஆகியவற்றைத் தனித்தனியாகவும் பிலிம் எடுத்தார்.

அப்பொழுது நூல்நிலையத்துக்கு வந்திருந்தோரில் சிலர் அங்கு வந்து படம் பிடிப்பதை வேடிக்கை பார்த்தனர். ஓர் அமெரிக்கப் பெண் என்னிடம் வந்து "Are you Mr. Gandhi?" "நீங்கள்தான் காந்தியா?" என்று கேட்டாள். ஓர் இந்திய மாணவரும் வந்து நின்றுகொண்டிருந்தார்.

படம் பிடித்து முடிந்தது. எனது ஆசிரியருக்கு நன்றி செலுத்தினேன். இத்தகைய ஆசிரியரைப் பெற்றது எனது பாக்கியம் என்று மகிழ்ந்தேன்.

நூல்நிலையத்தில் புத்தகங்களின் பெயர்கள்கொண்ட கார்டுகள் உள்ளன. அவற்றைச் சேகரித்து, பரப்பி வைத்து, போட்டோஸ்டாட் காப்பிகள் தயாரித்தேன்.

அமெரிக்க மண்ணையே மிதிக்காத காந்தியடிகளைப் பற்றி அந்த நாளிலேயே ஐரோப்பிய மொழிகளில் இருநூறுக்கு மேற்பட்ட நூல்கள் இருந்தன!

வாழ்க நீ எம்மான்!

~

சில ஆண்டுகளுக்கு முன் சென்னை சைதாப்பேட்டை ஆசிரியர் பயிற்சிக் கல்லூரியின் முதல்வராக இருந்த எனது நண்பர் ஸ்ரீ பெருமாள் முதலியார், அங்கு நடைபெறும் நிகழ்ச்சி ஒன்றுக்கு என்னை விருந்தினராக அழைத்திருந்தார். சிறப்பு விருந்தினர் ஓர் இந்தியர், அவர் துணைவியார் ஓர் அமெரிக்கர். அவ்விருவரையும் எனக்கு அறிமுகம் செய்துவைத்தனர்.

அப்பொழுது சிறப்பு விருந்தினர் என்னைப் பார்த்து, "உங்களை எனக்குத் தெரியும். ஆனால் என்னை நீங்கள் நினைவில் வைத்திருக்க முடியாது. நீங்கள் நியூயார்க் பப்ளிக் லைபிரரியில் மகாத்மா காந்தி சம்பந்தமான புத்தகங்களை எல்லாம் சேர்த்து பிலிம் எடுத்தீர்கள். அப்பொழுது அமெரிக்கா வில் நான் ஒரு மாணவனாக இருந்தேன். நியூயார்க் பப்ளிக் லைபிரரியில் படம் பிடித்தபோது தற்செயலாக அங்கு வந்தேன். உங்களோடு உரையாடினேன்" என்றார்.

அவ்வாறு கூறிய சிறப்பு விருந்தினர், இந்திய அரசாங்கத்தில் மந்திரியாகவும், பின்னர் அண்ணாமலை சர்வகலாசாலையின் வைஸ் – சான்ஸ்லராகவும் இருந்த டாக்டர் எஸ். சந்திரசேகர்.

~

பள்ளியில் பயின்று, புகைப்படம், திரைப்படம் ஆகியவற்றில் தேர்ச்சி பெற்றபோதிலும் எனக்குப் போதிய அனுபவம் இல்லை. காந்தியடிகள் படம் போன்ற பெரிய பணியைச் செய்ய தன்னம்பிக்கை இல்லை. நிகழ்ச்சிகளைப் படம் பிடிக்கத் திறமையும் நல்ல அனுபவமும் வேண்டும்.

எனவே "நான் படம் பிடிக்க வேண்டும்" என்று எண்ணாமல் "நன்றாகப் படம் பிடிக்க வேண்டும்" என்பதில் கண்டிப்பாக இருந்தேன். இந்தியா, பிரான்ஸ், அமெரிக்கா முதலிய நாடுகளில் மிகச் சிறந்த காமிராக்காரர்களைக் கொண்டே படம் பிடித்தேன்.

தென்னாப்பிரிக்கா சென்று படம் பிடிக்கத் திட்ட மிட்டேன். தென்னாப்பிரிக்காவில் நல்ல காமிராக்காரர்கள் கிடைப்பது அரிது. இந்தியாவிலிருந்து ஒருவரை அழைத்துச் செல்லவும் பொருளாதார நிலை இடம் கொடுக்கவில்லை. அன்றியும் தென்னாப்பிரிக்காவில் படம் பிடிக்க வேண்டியவை முக்கியமாக காந்தியடிகள் சம்பந்தப்பட்ட இடங்களேயாகும். எனவே நான் மட்டும் தனியாகச் சென்று படம் எடுக்க முடிவு செய்தேன்.

தென்னாப்பிரிக்காவில் படம் பிடிப்பதற்காக ஒரு சிறிய திரைப்படக் காமிரா வாங்கத் திட்டமிட்டேன். டிவிராய் (DeVry) என்ற காமிராவை அமெரிக்காவில் தயாரித்தனர். அது சிறிய, அழகிய, கையடக்கமான காமிரா. நூறு அடி சுருள் கொள்ளும். ஒரு முறை சாவி கொடுத்தால் ஒரே சமயத்தில் இருபது அடி படம் எடுக்கலாம்.

நியூயார்க் நகரில் DeVry கம்பெனிக்குச் சென்றேன். பல அடுக்குமாடிகள் உள்ள ஒரு கட்டிடத்தில், பத்தாவது மாடிக்கு

மேல் உள்ள ஒரு மாடியில் சிறு அறையில் இக்காரியாலயம் இருந்தது. அங்கு ஓர் இளைஞர் மட்டும் இருந்தார். இரண்டு காமிராக்கள் காட்சியில் வைக்கப்பெற்றிருந்தன.

அவரிடம் சென்று எனது விசிட்டிங் கார்டைக் கொடுத்தேன். அன்புடன் வரவேற்றார். காமிராவை எடுத்துக் காட்டினார். அதன் விலை என்ன என்பதையும் கூறினார்.

பின்னர் அவர் என்னைப் பார்த்து "நியூயார்க்கில் இன்னும் எத்தனை நாள் தங்கப்போகிறீர்கள்?" என்று கேட்டார்.

"ஒரு வாரம் தங்க எண்ணியுள்ளேன்" என்றேன்.

"அப்படியானால் நாளை இதே நேரத்துக்குத் தாங்கள் வர இயலுமா?" என்று கேட்டார். 'சரி' என்றேன்.

குறிப்பிட்டபடி மறுநாள் சென்றேன். அவர் காமிராவைத் தயாராக வைத்திருந்தார். நான் சென்றதும் பில் போட்டார். காமிரா விலையில் 40 சதவிகிதம் கழிவு கொடுத்திருந்தார். இதை நான் கனவிலும் எதிர்பார்க்கவில்லை. மகிழ்ச்சியால் திடுக்கிட்டேன்.

எனது நிலையைப் புரிந்துகொண்ட அவர், "எனக்கு 25 சதவிகிதம் கழிவு கொடுக்கத்தான் அதிகாரம் உண்டு. உங்களுக்கு உதவி செய்ய வேண்டும் என்று கருதினேன். எனவே நேற்று சிகாகோவில் உள்ள எங்கள் தலைமை அலுவலகத்துடன் தொடர்புகொண்டு, அவர்கள் சம்மதம் பெற்று 40 சதவிகிதம் கழிவு கொடுத்துள்ளேன்" என்றார்.

அவருக்கு நன்றி செலுத்தினேன்.

"எனக்கு உதவி செய்ய வேண்டும் என்று நீங்கள் நினைத்ததற்கு என்ன காரணம்? தெரிந்துகொள்ளலாமா?" என்றேன்.

"சென்னையில் இரண்டு ஆண்டுகள் தங்கியிருந்தேன். உங்கள் விசிட்டிங் கார்டைப் பார்த்ததும் எனக்குப் பழைய நினைவுகள் வந்தன. சென்னைவாசிகள் மீது எனக்குப் பிரியம் உண்டு" என்றார்.

அவர் கூறியது நாற்பது ஆண்டுகளுக்கு முன் இருந்த சென்னைவாசிகளைப் பற்றி!

~

வெளிநாடு செல்வதானால் பெரும்பாலோர்க்கு மிகப் பிரியம். அதிலும் அமெரிக்கா செல்வது என்றால் சுவர்க்கத்துக்குச்

செல்வதாகவே நினைப்பவர்களும் உண்டு. அந்த சுவர்க்கத்திலும் நரகம் இருப்பதைப் பின்னர்தான் அறிவார்கள்.

அமெரிக்காவில் நான் தங்கிப் பயின்ற காலத்தில் அடைந்த நன்மைகள் பல. அதற்காக நன்றியறிதல் உடையேன். ஆனால் அதே சமயத்தில் நிறவேற்றுமையால் நான் பட்ட கஷ்டங்களையும் மறந்துவிடவில்லை.

இப்பொழுது நிறவேற்றுமையின் தாயகமான தென்னாப்பிரிக்காவுக்கே செல்லும் அவசியம் ஏற்பட்டது. கடமையின் காரணமாகவே தென்னாப்பிரிக்கா சென்றேன்.

தென்னாப்பிரிக்காவில் மிக அதிகமானவை இரண்டு. ஒன்று இனிய கனிகள்; மற்றொன்று கொடிய நிறவேற்றுமை.

நிறவேற்றுமையின் கொடுமைகளுக்கு உள்ளானவர் காந்தியடிகள். “கொஞ்சமல்ல பிரம்படியின் புண்ணும்”, வெள்ளையர் அவரை “கொடும் காலால் உதைத்த புண்ணும்.”

காந்தியடிகள் ஒரு முறை தென்னாப்பிரிக்காவுக்கு வந்து கப்பலில் இறங்கியபோது வெறிகொண்ட வெள்ளையர் கூட்டம் அவரைக் கொல்ல எத்தனித்தது. அந்தப் பேராபத்திலிருந்து காந்தியடிகளைக் காப்பாற்றியதும் ஒரு வெள்ளையரே.

அப்பொழுது தென்னாப்பிரிக்காவில் பிரதம மந்திரியாக இருந்தவர் ஜெனரல் ஸ்மட்ஸ். அவருடைய சகோதரரின் புதல்வர் அட்ரியான் ஸ்மட்ஸ் *(Adrian Smuts)* நியூயார்க் இண்டர்நாஷனல் ஹவுஸ் என்னும் விடுதியில் வசித்த அறுநூறு மாணவர்களில் ஒருவர். நானும் அதே விடுதியில்தான் வசித்தேன். அடிக்கடி அவரைச் சந்தித்தேன். அமெரிக்காவில் நான் சில நண்பர்களுடன் சுற்றுப் பிரயாணம் செய்தபோது அட்ரியான் ஸ்மட்ஸூம் தம் நண்பர்களுடன் சுற்றுப் பிரயாணம் செய்தார். சுற்றுப் பிரயாணத்தின்போது பல முறை சந்தித்தேன். தமக்கு நிறவேற்றுமை இல்லை என்றும், தென்னாப்பிரிக்காவுக்கு வந்தால் தம் விருந்தினராகத் தங்கும்படியும் கூறினார்.

அட்ரியான் ஸ்மட்ஸ் ஒரு பள்ளி ஆசிரியர். கேப்டவுன் நகரில் வசித்தார். இரண்டு ஆண்டுகளுக்குப் பின் தென்னாப்பிரிக்கா செல்லும் வாய்ப்பு எனக்குக் கிடைத்தது. அவருக்குக் கடிதம் எழுதினேன். கப்பலிலிருந்து தந்தியும் கொடுத்தேன். கேப்டவுன் துறைமுகம் சேர்ந்ததும், அவரையோ அல்லது அவரிடமிருந்து செய்தியையோ ஆவலுடன் எதிர்பார்த்தேன். ஏமாற்றமடைந்தேன்.

தமது கறுப்பு நிற நண்பனை வரவேற்க முடியாத அளவுக்கு அந்நாட்டில் நிறவேற்றுமை தாண்டவமாடியது!

நியூயார்க் இண்டர்நாஷனல் ஹவுஸில் வசித்த மற்றொரு மாணவர் A.D. லாஸரஸ். இவர் தென்னாப்பிரிக்காவில் உள்ள டர்பன் நகரைச் சேர்ந்த தமிழ்க் கிறிஸ்தவர். மேற்படிப்புக்காக அமெரிக்கா வந்திருந்தார். தென்னாப்பிரிக்காவில் இவர் விருந்தினனாகத் தங்கினேன். லாஸரஸ் அப்போது சாஸ்திரி காலேஜில் ஆசிரியராக இருந்தார். பின்னர் முதல்வராகப் பணியாற்றினார்.

லாஸரஸின் தந்தை லாஸரஸ் காந்தியடிகளின் நண்பர். காந்தியடிகள் போராட்டங்களில் பெரும்பங்கு ஏற்றுச் சிறை சென்றவர். நெட்டால் எல்லையில் உள்ள சிற்றூரில் இவர் ஆரம்பகாலத்தில் குடியிருந்தார். போராட்டத்தின்போது இவருடைய வீட்டில்தான் சத்தியாக்கிரகிகள் முகாம் போட்டனர்.

டர்பன் நகரிலிருந்து காந்தியடிகள் சத்தியாக்கிரகிகளுடன் சென்ற வழியில் – அண்ணல் அடிச்சுவட்டில் – தந்தை லாஸரஸுடன் மோட்டாரில் பிரயாணம் செய்தேன். வழியில் குறிப்பிட்ட இடத்தில் காரை நிறுத்தி உருக்கமான நிகழ்ச்சி ஒன்றை லாஸரஸ் பின்வருமாறு கூறினார்.

“காந்தி தலைமையில், நெட்டால் எல்லையைத் தாண்டி ட்ரான்ஸ்வால் எல்லைக்குள் அனுமதியில்லாமல் புகுந்து, அதன் மூலமாகச் சட்டத்தை மீறி நூற்றுக்கணக்கானவர் சென்றோம். அவர்களில் பலர் பெண்கள். பெரும்பாலோர் தமிழர்கள். கூலி வேலை செய்பவர்கள்; எழுதப் படிக்கத் தெரியாதவர்கள். வழியில் ஒரு பெண்ணின் கைக்குழந்தை இறந்துவிட்டது. அவள் உடனே ஒரு குழிதோண்டி, அந்தக் குழந்தையை அதில் புதைத்துவிட்டு, திரும்பிப் பாராமல் எங்களைப் பின்தொடர்ந்தாள். இச்செய்தி காந்திக்கு எட்டியது. உடனே அவர் அந்தப் பெண்ணைப் பார்த்து ஆறுதல் கூற வந்தார். அப்பொழுது அந்தப் பெண் ‘நாம் இறந்தவர்களுக் காகப் போராடவில்லை, உயிருள்ளவர்களுக்காகப் போராடு கிறோம். திரும்பிப் பார்க்காமல் முன்னே செல்லுங்கள்’ என்றாள்.”

காந்தியடிகள் வசித்த பீனிக்ஸ் ஆசிரமத்தில் காந்தியடி களின் புதல்வர்களில் ஒருவரான மணிலால் காந்தியும், அவர் துணைவியான சுசிலா பென்னும் வசித்தனர். அங்கு சென்று படம் பிடித்தேன்.

தென்னாப்பிரிக்காவின் தலைநகரான பிரிட்டோரியா நகரில் உள்ள மத்தியச் சிறையில் காந்தியடிகள் கொஞ்ச காலம் தவமிருந்தார். அந்தச் சிறைச்சாலையைப் படம் பிடித்தேன்.

ஜோகன்னஸ்பர்க் நகரில் தென்னாப்பிரிக்காவின் ஜனாதிபதியான குரூகர் வசித்தார். அவர் வசித்த வீதியில் உள்ள நடைபாதையின் வழியே காந்தியடிகள் உலாவச் செல்வது வழக்கம். அவ்வாறு சென்றபோது ஒரு நாள் பிரசிடெண்ட் குரூகர் வீட்டுக்கு எதிரே நின்ற புதிதாக வந்த காவலாளி ஒருவன் காந்தியடிகளைப் பிடித்துத் தள்ளி, காலால் உதைத்தான்.

அந்த வழியே குதிரையின்மீது சென்றுகொண்டிருந்த காந்தியடிகளுக்குத் தெரிந்தவரான கோட்ஸ் என்பவர், "மிஸ்டர் காந்தி! இப்போது நடைபெற்றதை என் கண்ணால் பார்த்தேன். நீங்கள் கோர்ட்டில் வழக்குத் தொடருங்கள். நான் சாட்சி சொல்லுகிறேன்" என்றார்.

அதற்கு காந்தியடிகள், "எனது சொந்தக் குறைகளுக்காக நீதிமன்றம் செல்வதில்லை என்று உறுதிகொண்டிருக்கிறேன்" என்றார்.

இந்த விவரங்களை காந்தியடிகள் சுயசரிதையிலிருந்து அறிந்தேன். நல்ல காலமாக இப்போது நிலைமை அவ்வளவு மோசமில்லை. காந்தியடிகள் உதையுண்ட இடத்தைப் படம் பிடித்தேன்.

குரூகரைப் பற்றி காந்தியடிகள் எழுதிய ஒரு குறிப்பை சமீபத்தில் படித்தேன். அது வருமாறு: "எழுத்து வாசனை இல்லாதவர்கள்கூடப் பெரிய ராஜ்யங்களை அரசாண்டிருக் கின்றனர். தென்னாப்பிரிக்காவில் ஜனாதிபதியாக இருந்த குரூகருக்குக் கையெழுத்துப் போடக்கூடத் தெரியாது!"

தென்னாப்பிரிக்காவின் பிரதம மந்திரியாக இருந்த ஜெனரல் ஸ்மட்ஸ், உண்மையில் ஜெனரல் அல்லர். போயர் யுத்தத்தின்போது அவர் பிரிட்டிஷாரின் ஜென்ம விரோதியாக இருந்தார். பின்னர் பிரிட்டிஷார் அவரைத் தங்கள் பக்கத்தில் வைத்துக்கொள்வதற்கு அவருக்குப் பல கௌரவப் பட்டங்கள் அளித்தனர். எகிப்தில் பிரிட்டிஷார் யுத்தத்தில் ஈடுபட்டிருந்த போது ஸ்மட்ஸ் அங்கு சென்றார். பிரிட்டிஷார் அவருக்கு ஜெனரல் என்ற விருதை அளித்தனர்.

அப்போது தென்னாப்பிரிக்காவின் ஜனாதிபதியாக இருந்தவர் ஜெனரல் போதா. அவர் இச்செய்தியை அறிந்ததும்,

எகிப்திலிருந்த ஸ்மட்ஸுக்குப் பின்வருமாறு தந்தி அனுப்பினார் **(*You and I know you are no general*)** "நீங்கள் ஜெனரல் அல்லர் என்பது உங்களுக்கும் எனக்கும் தெரியும்" என்பது தந்தி வாசகம்.

தென்னாப்பிரிக்காவில் இரும்பு மனிதராக இருந்து, காந்தியடிகளைப் பல முறை சிறைப்படுத்திய ஜெனரல் ஸ்மட்ஸ், கடைசிக் காலத்தில் காந்தியடிகளின் நண்பரானது மட்டுமல்லா மல் "தென்னாப்பிரிக்கா அளித்த மிகப்பெரிய மனிதர்" என்று காந்தியடிகளைப் புகழ்ந்தார்.

வாழ்க நீ எம்மான்!

~

ஹெர்மன் காலன்பாக் ஒரு ஜெர்மானியர். கட்டிடக் கலை நிபுணர். தென்னாப்பிரிக்காவில் குடியேறியவர். காந்தியடிகளின் அருமை நண்பர். காந்தியடிகள் மேற்கொண்ட சோதனைகளிலும் போராட்டங்களிலும் பெரும்பங்கு கொண்டவர்.

காந்தியடிகளும் காலன்பாக்கும் ஒருமுறை தென்னாப்பிரிக்காவிலிருந்து இங்கிலாந்துக்குக் கப்பலில் சென்றனர். காலன்பாக் விலையுயர்ந்த தூரதிருஷ்டிக் கண்ணாடி **(binoculars)** வைத்திருந்தார். அது விலை உயர்ந்தது. அந்த நாளிலேயே ஏழு பவுன் மதிப்புள்ளது. எளிய வாழ்வை மேற்கொண்டவர்கள் இந்த விலையுயர்ந்த பொருளை வைத்திருக்கக் கூடாது என்று தினந்தோறும் வாதாடினார் காந்தியடிகள். "நமது சச்சரவுக்குக் காரணமான இந்தக் கண்ணாடியை சமுத்திரத்தில் எறிந்துவிட்டால் என்ன?" என்றார் காந்தியடிகள். "அப்படியே செய்யலாம்" என்றார் காலன்பாக். காந்தியடிகள் அந்தக் கண்ணாடியை சமுத்திரத்தில் எறிந்துவிட்டார்.

"காலன்பாக் இந்தியாவுக்கு வருவதாகத் திட்டம் இருந்தது. அப்படி வர சந்தர்ப்பம் நேரவில்லை. அவ்வாறு வந்திருந்தால் அவர் ஒரு விவசாயியாகவோ அல்லது நெசவாளியாகவோ தம் வாழ்க்கையை நடத்தியிருப்பார். இப்போது அவர் மீண்டும் தென்னாப்பிரிக்கா சென்று தம் தொழிலில் சுறுசுறுப்பாக இருக்கிறார்" என்று காந்தியடிகள் தம் சுயசரிதையில் கூறியுள்ளார்.

காலன்பாக் சுறுசுறுப்பாகத் தொழில் நடத்திய காலத்தில் தான் தென்னாப்பிரிக்காவில் அவரைச் சந்தித்தேன். ஒருநாள்

அவருடன் தங்கினேன். தென்னாப்பிரிக்காவில் நான் தங்கிய வெள்ளையர் வீடு அது ஒன்றுதான்!

ஜோகன்னஸ்பர்க் நகருக்குச் சில மைல் தூரத்தில் இருந்த டால்ஸ்டாய் பண்ணைக்கு காலன்பாக் தமது காரில் என்னை அழைத்துச் சென்றார். அந்த இடத்தை விலைக்கு வாங்கியவர் அவர்தான்; அங்குதான் காந்தியடிகள் ஆசிரம வாழ்க்கையைத் தொடங்கினார். காந்தியடிகள் இந்தியா திரும்பியதும் அந்த இடத்தை ஆப்பிரிக்க வெள்ளையருக்கு காலன்பாக் விற்று விட்டார்.

அந்தப் பண்ணையில் வசித்த குடும்பத்தாருக்கு காலன்பாக் என்னை அறிமுகப்படுத்தினார். யாரும் என்னுடன் கை குலுக்கவில்லை. காலன்பாக்குக்குத் தேநீர் வழங்கினார்கள். எனக்கு நான் உட்கார்ந்திருந்த இடத்தில் வைத்துவிட்டுப் போய்விட்டார் அந்த வீட்டுக்காரி.

வெளியில் வந்ததும், இவ்வாறு நேர்ந்ததற்காக காலன்பாக் என்னிடம் மன்னிப்புக் கேட்டார். "என்னை உள்ளே நுழைய அனுமதித்ததே உங்களால்தான். அதற்காக உங்களுக்கு எவ்வளவு கடமைப்பட்டிருக்கிறேன்" என்றேன்.

பண்ணை பெரிது. சுமார் அரை மணி நேரம் அங்கிருந்து படம் பிடித்தேன். காமிராவைப் பொருத்தி வைக்கும் முக்காலியை (tripod) காலன்பாக் தாமே சுமந்து வந்தார். நான் எவ்வளவு சொல்லியும் கேட்கவில்லை. அந்தப் பெரியாரின் காந்தி பக்தியைக் கண்டு மெய்சிலிர்த்தேன்.

வாழ்க நீ எம்மான்!

~~

7

நிறவேற்றுமையின் தாயகமான தென் னாப்பிரிக்காவிலிருந்து பம்பாய்க்குக் கப்பலில் பிரயாணமானேன். இந்தியர்களுக்கு முதல் வகுப்பில் இடம் கிடைப்பது அரிது. பெரிய போராட்டத்துக்குப் பின் எனக்கு இடம் கிடைத்தது. எனது அறையில் இரண்டு படுக்கைகள். டர்பனி லிருந்து கென்யாவைச் சேர்ந்த மொம்பாஸா வரை நான் மட்டும் தனியாகப் பிரயாணம் செய்தேன்.

மொம்பாஸாவில் கப்பல் ஏறிய ஓர் இந்தியர் என்னுடன் என் அறையில் தங்கினார். அவர் ஒரு முஸ்லிம். பாரிஸ்டர். அப்பொழுது அவர் பம்பாயில் பணியாற்றினார் *(Chief Presidency Magistrate)*. விடுமுறையில் உறவினர்களைச் சந்திக்க கென்யாவுக்கு வந்திருந்தார்.

அவர் நல்ல பண்புடையவர். என்னைவிட இருபது ஆண்டுகள் மூத்தவர். அப்பொழுது அவருக்கு வயது ஐம்பது இருக்கும். பார்ஸி பெண்ணை மணந்திருந்தார். அவர்களுக்குப் பிறக்கும் பெண்ணை மீண்டும் பார்ஸி சமூகத் திலேயே திருமணம் செய்ய வேண்டும் என்ற நிபந்தனையின்பேரில் திருமணம் செய்துகொண்ட தாகக் கூறினார். பம்பாய் சென்றதும் அவர் தமது மனைவியையும் மகனையும் எனக்கு அறிமுகப் படுத்தினார்.

கப்பலில் ஒன்றாகப் பிரயாணம் செய்த பத்து நாட்களில் அவரிடமிருந்து பல நல்ல விஷயங் களைத் தெரிந்துகொண்டேன். அவருடன் பிரயாணம் செய்ய நேர்ந்ததை ஓர் அதிர்ஷ்ட மாகவே கருதினேன்.

காந்தியடிகளைப் பற்றிய பேச்சு வந்தபோது ஒரு நாள் அவர், *'Gandhi made a force without a force'* என்றார்.

வாழ்க நீ எம்மான்!

~

பம்பாய்த் துறைமுகத்தைக் கப்பல் அடைந்ததும் சுங்க அதிகாரிகளும் இமிகிரேஷன் அதிகாரிகளும் வந்தனர்.

இமிகிரேஷன் அதிகாரி எனது பாஸ்போர்ட்டை சோதித்துவிட்டு *'Permitted to land'* – இறங்க அனுமதி – என்ற ரப்பர் ஸ்டாம்பைக் குத்தினார். எனது தாய்நாட்டில் நான் இறங்குவதற்கு அனுமதி!

கப்பலை விட்டு இறங்கியதும் வழக்கமாக நான் தங்கும் நாஷனல் இந்து ஹோட்டலுக்குச் சென்றேன். அங்கு ஒரு தந்தி எனக்காகக் காத்திருந்தது. ஆர்வத்துடன் தந்தியைப் பிரித்தேன். இரண்டே வார்த்தைகள் உள்ள அத்தந்தி எனக்கு அளித்த மகிழ்ச்சியை அளவிட்டுக் கூறமுடியாது.

தந்தியை அனுப்பியவர் தேசபக்தர் கோவை அய்யாமுத்து. அப்பொழுது அவர் நாட்டிலே செல்வாக்குள்ள ஒரு தேசீயத் தலைவர். செட்டிமார் நாட்டில் எங்கள் கம்பெனியின் டைரக்டர் ஒருவர் வீட்டில் விருந்தினராகத் தங்கியிருந்தார். நான் வரும் செய்தி அறிந்ததும் உடனே தந்தி கொடுத்தார். தந்தியின் வாசகம் *'Welcome Home – Ayyamuthu and Friends'*.

அந்த நாளில் ஏதேனும் பேராபத்து அல்லது சாவு நேர்ந்தால்தான் தந்தி கொடுப்பார்கள். வரவேற்புத் தந்தி மிக அபூர்வம்.

ஐந்தாறு மாதங்கள் காந்தியடிகள் படத்துக்காக உலகின் பல பாகங்களில் அலைந்து திரிந்துவிட்டுத் தாய்நாடு திரும்பிய எனக்கு இந்த அன்பான தந்தி எவ்வளவு உற்சாகத்தைக் கொடுத்திருக்கும் என்பதை ஊகித்துப் பாருங்கள்.

இந்தத் தந்தி எனக்கு அன்று; நான் மேற்கொண்ட புனிதமான திருப்பணிக்கேயாகும்.

வாழ்க நீ எம்மான்!

~

காந்தியடிகளின் டாக்குமெண்டரி பிலிம், செய்திப் படங்களை ஆதாரமாகக் கொண்டது. அதனை ஆங்கிலத்தில் *Newsreel*

Tradition என்று கூறுவார்கள். காந்தியடிகள் பிலிம் பூர்த்தியாகும் வரையில் இந்தியாவில் செய்திப் படங்களே கிடையாது. அப்படியிருக்க, இந்தப் பிலிம் உருவானது எப்படி?

1917 முதல் 1947 வரை இந்திய சுதந்திரப் போராட்டத்தின் பொற்காலமாகும். அதனை காந்தி யுகம் என்றும் கூறலாம். தென்னாப்பிரிக்காவில் சத்தியாக்கிரக இயக்கத்தை நடத்தி, வெற்றியுடன் தாய்நாடு திரும்பினார் காந்தியடிகள். அப்பொழுது நாடு இருந்த நிலைமையைக் கவியரசர் பாரதியார் வர்ணித்துள்ளார். 'அஞ்சி அஞ்சிச் சாவார், இவர் அஞ்சாத பொருளில்லை அவனியிலே' என்பது பாரதி வாக்கு. இவ்வாறு கோழைகளாக இருந்த மக்களை மனிதர்களாக, வீரர்களாக உருவாக்கினார் காந்தியடிகள். முப்பது ஆண்டுக் காலத்தில், மண்ணிலிருந்து உருவாக்கிய இந்த மனிதர்களைக் கொண்டு, உலகச் சரித்திரத்திலேயே பலமுள்ள வல்லரசாக விளங்கிய பிரிட்டிஷாரிடமிருந்து அஹிம்சா முறையில் நாட்டின் சுதந்திரத்தைப் பெற்றார் காந்தியடிகள்.

1921, 1930, 1942 ஆகிய ஆண்டுகளில் காந்தியடிகள் தலைமையில் பெரும் போராட்டங்கள் நடைபெற்றன. ஒவ்வோர் ஆண்டும் நாட்டின் வெவ்வேறு பாகங்களில் கூடிய இந்திய தேசீய காங்கிரஸ் மகாசபையின் மகாநாடு நாட்டில் புத்துணர்ச்சியை உண்டாக்கியது.

காந்தியடிகளின் எளிமை, உண்மை, தியாகம், ஆன்மீக நெறி, மோகனப் புன்சிரிப்பு இவற்றால் கவரப்பெற்ற லட்சக் கணக்கான மக்கள் தங்களையும் மறந்து காந்தியடிகளைப் பின்பற்றினர். எந்தத் தியாகமும் அவர்களுக்குப் பெரிதல்ல.

தேசபக்தி வெள்ளம் கரைபுரண்டோடியது. மக்களிடையே பயம் குறைந்தது. சரித்திரப் பிரசித்தி பெற்ற அகில இந்தியக் காங்கிரஸ் மகாசபை நடவடிக்கைகளைப் பிலிம் எடுத்து, நாட்டின் மூலைமுடுக்குகளில் எல்லாம் மக்களுக்குக் காட்ட வேண்டும் என்ற ஆவேசம் சினிமாத் தயாரிப்பாளர்களிடையே தோன்றியது. அதன் காரணமாக, காக்கிநாடா (1923), கயா (1925), சென்னை (1927), கல்கத்தா (1928), லாகூர் (1929), கராச்சி (1930), பம்பாய் (1934), ஹரிபுரா (1938), திரிபுரி (1939), ராம்கர் (1940) போன்ற காங்கிரஸ் மகாசபைக் கூட்டங்களைப் பிலிம் எடுத்தனர். அனைத்திலும் கதாநாயகராகத் திகழ்ந்தவர் காந்தியடிகள்.

அந்த நாளில் தயாரித்த தேசீய பிலிம்கள் அனைத்தும் காந்தியடிகளை மையமாகக் கொண்டவை.

காந்தியடிகள் தண்டி யாத்திரை, காந்தியடிகள் லண்டன் வட்டமேஜை மகாநாட்டுக்காக பம்பாயிலிருந்து புறப்பட்டது, பின்னர் பம்பாய் வந்திறங்கியது, காந்தியடிகளின் ஹரிஜன யாத்திரை, எல்லைப்புற மாகாண யாத்திரை மற்றும் சில அகில இந்திய காங்கிரஸ் கமிட்டிக் கூட்டங்கள் ஆகியவற்றைப் பிலிம் எடுத்தனர்.

காந்தியடிகள் வட்ட மேஜை மகாநாட்டுக்கு இங்கிலாந்து சென்று திரும்பியபோது இங்கிலாந்திலும் ஐரோப்பாவிலும் அவருக்கு அளித்த மகத்தான வரவேற்புகளை வெளிநாட்டினர் அற்புதமாக பிலிம் எடுத்துள்ளனர்.

அதிகாரமோ செல்வமோ இல்லாத ஓர் எளிய மனிதரைப் பற்றி உலகிலேயே முதன்முதலாக வெளிவந்த நீள டாக்குமெண்டரி பிலிம் இதுதான் என்று கருதுகிறேன்.

வாழ்க நீ எம்மான்!

~

1923ஆம் ஆண்டில் காக்கிநாடா காங்கிரஸைப் படம் பிடித்தவர் வெங்கையா என்ற ஆந்திர சகோதரர். அவரைப் பற்றி விசாரிப்பதாக டாக்டர் பதியும் இவர் சகோதரரும் மிகவும் பாடுபட்டனர். வெங்கையா மனக்கோளாறு காரணமாகச் சில ஆண்டுகளுக்கு முன் காலமாகிவிட்டார் என்ற செய்திதான் கிடைத்தது. அவர் குடும்பம் எங்கே இருக்கிறது, அவர் யாருக்காகப் பிலிம் எடுத்தார், அந்தப் பிலிம் என்ன ஆயிற்று என்ற விவரங்களைத் தெரிந்துகொள்ள முடியவில்லை.

1925இல் கயாவில் நடைபெற்ற காங்கிரஸ் பிலிம் என்று சொல்லி, லாகூர் ஸ்டூடியோக்காரர் ஒருவர் சிறு பிலிம் துண்டுகளை அனுப்பி ஏமாற்றிய விவரம் வாசகர்களுக்கு ஏற்கெனவே தெரியும்.

1927இல் சென்னையில் நடைபெற்ற காங்கிரஸ் பிலிம் அதிர்ஷ்டவசமாகக் கிடைத்தது. ஸ்ரீ சி.என். முத்துரங்க முதலியார் வரவேற்புக் கழகத் தலைவர். டாக்டர் அன்சாரி மகாநாட்டுத் தலைவர். இந்த காங்கிரஸ் மகாநாட்டுக்கு உயிர்நாடியாக இருந்தவர் 1926இல் கௌகாத்தி காங்கிரஸ் மகாசபையில் தலைமை வகித்த மயிலைச் சீமான் எஸ். ஸ்ரீநிவாச ஐயங்கார். காந்தியடிகளும் மௌலானா முகம்மதலியும் இந்தப் படத்தில் வருகிறார்கள். பண்டித ஜவஹர்லால் நேரு முதன்முதலாகப் படத்தில் தோன்றுவது சென்னை காங்கிரஸில் தான். கவர்ச்சிமிக்க இளைஞராகத் தோன்றுகிறார்.

இந்தப் படத்தைத் தயாரித்தவர்கள் கல்கத்தா அரோரா பிலிம் கார்ப்பொரேஷன். அவர்களுக்குச் சென்னையில் ஒரு கிளை இருந்தது. அதன் நிர்வாகியாக இருந்தவர் ஸ்ரீ ராமசேஷன். இந்தப் பிலிமை எடுத்த காமிராக்காரர் ஜித்தன் பானர்ஜி. இவர் சென்னையில் குடியேறிய வங்காளி.

காந்தியடிகள் படம் சென்னையில் திரையிட்டபோது ஜித்தன் பானர்ஜி மகிழ்ச்சிப் பெருக்குடன் தாம் எடுத்த படம் காந்தியடிகள் பிலிமில் சேர்த்திருப்பதற்காக நன்றி செலுத்தினார்.

1930ஆம் ஆண்டில் சரித்திரப் புகழ்பெற்ற வேதாரண்ய உப்பு சத்தியாக்கிரகம் நடைபெற்றது. ராஜாஜி தலைமையில் தொண்டர்கள் திருச்சியிலிருந்து கால்நடையாக வேதாரண்யம் சென்று உப்பு சத்தியாக்கிரகம் செய்தனர். காந்தியடிகளின் தண்டி யாத்திரைக்கு அடுத்தபடியாகப் புகழ் பெற்றது வேதாரண்ய யாத்திரை.

இந்தப் புனிதமான யாத்திரையைப் படம் பிடிப்பதற்குத் தமிழ்நாட்டில் தேச பக்தியும் தைரியமும் உள்ள ஒரு சினிமாத் தயாரிப்பாளராவது இல்லாமல் போனது துரதிர்ஷ்டமேயாகும்.

1928இல் கல்கத்தா காங்கிரஸ் நடைபெற்றது. தலைமை வகித்த மோதிலால் நேருவுக்கு மகத்தான வரவேற்பு ஊர்வலம். தொண்டர் படைத் தலைவராக (Commander-in-Chief) இருந்தவர் இளைஞர்களின் உள்ளங்களைக் கவர்ந்த சுபாஷ் சந்திர போஸ். அவர் ராணுவ உடையில் கம்பீரமாகத் தோற்றமளித்தார்.

காங்கிரஸ் மகாநாட்டில் நடுநாயகமாகத் திகழ்ந்தவர் காந்தியடிகளேயாகும். அன்னை கஸ்தூரி பாவைக் கல்கத்தா ரயில் நிலையத்தில் சுபாஷ் பாபு வரவேற்று, மரியாதையுடன் அழைத்துவருவது கண்கொள்ளாக் காட்சியாகும்.

காங்கிரஸ் மகாசபையை ஒட்டி சர்வ கட்சி மகாநாடு ஒன்றும் நடைபெற்றது. அதில் அன்னி பெசண்டு அம்மையார், சப்ரூ, ஐயகர், டாக்டர் ராதாகிருஷ்ணன், டி.ஆர். வெங்கடராம சாஸ்திரி, ஜி.ஏ. நடேசன், சர் சி.பி. ராமஸ்வாமி ஐயர் முதலியோர் படத்தில் வருகிறார்கள்.

1939இல் கல்கத்தாவில் நடைபெற்ற அகில இந்திய காங்கிரஸ் கமிட்டிக் கூட்டத்தையும் பிலிம் எடுத்துள்ளனர்.

அப்பொழுது ஜவஹர்லால் நேருவைப் படம் பிடித்து அவர் பேச்சையும் ஒலிப்பதிவு செய்தனர். நேரு மிகவும்

அடக்கமாகப் பேசுவார். அவர் பேச்சில் முதலாவது வாக்கியம் வருமாறு:

'India has many problems today but the outstanding problem is how to pull together.'

அதே சமயத்தில் சுபாஷ் சந்திர போஸை ஒரு ஸ்டூடியோவில் படம் பிடித்து, அப்பொழுது அவர் காங்கிரஸுக்குள்ளே ஆரம்பித்த பார்வர்ட் பிளாக் சம்பந்தமாக அவருடைய கம்பீரமான பேச்சை ஒலிப்பதிவு செய்தனர்.

காந்தியடிகள் பிலிம் தமிழ்நாட்டில் திரையிடப் பெற்ற போது சிதம்பரத்தில் ஒரு டூரிங் சினிமாவில் ஐந்து நாட்கள் ஓடுவதற்காக ஒப்பந்தம் செய்தனர். ஆனால் படம் ஏழு நாட்கள் ஓடியது. அண்ணாமலைப் பல்கலைக்கழக மாணவர்கள் பலர் சுபாஷ் பாபுவின் பேச்சை மனப்பாடம் செய்வதற்காக இரண்டு அல்லது மூன்று முறை படம் பார்க்க வந்ததே இதற்குக் காரணம் என்று எங்கள் பிரதிநிதி கூறினார்.

மாணவர்களைக் கவர்ந்த அந்தப் பேச்சு இதுதான்:

'Forward Bloc has come into existence because the country needs it and the time is ripe for it. Our struggle is no doubt a non-violent struggle. But even a non-violent struggle demands an army, an organisation and a machinery.'

~

1929இல் லாகூரில் காங்கிரஸ் மகாசபை கூடியது. பண்டித ஜவஹர்லால் நேரு தலைமை வகித்தார். அப்பொழுது காங்கிரஸ் மகாசபையின் தலைவராக இருந்த பண்டித மோதிலால் நேரு, தமது பொறுப்பைத் தமது மகனிடம் ஒப்படைத்தார்.

காந்தியடிகள் பிரதானமாக விளங்கினார். ஸ்ரீநிவாச ஐயங்கார், சுபாஷ் சந்திர போஸ் போன்ற ஏராளமான தலைவர்கள் வந்திருந்தனர். காங்கிரஸின் லட்சியம் பூரண சுதந்திரம் என்ற தீர்மானம் நிறைவேறியது.

இந்தப் படத்தைத் தயாரித்த லாகூர் சினிமாப் படத் தயாரிப்பாளர்கள் 1939ஆம் ஆண்டில் மற்றொரு அருமையான படத்தையும் எடுத்தனர். அது காந்தியடிகளின் வடமேற்கு எல்லைப்புற மாகாண யாத்திரை.

வடமேற்கு மாகாணத்தில் உள்ள போர் வீரர்களான பட்டாணியர்களை அஹிம்சா வீரர்களாக மாற்றியவர் காந்தியடிகள். பட்டாணியரின் தலைவரான கான் அப்துல்

காபர் கான் ஆறடிக்கு மேல் உயரமுள்ள கம்பீரமான மனிதர். அவர் காந்தியடிகளை ஒரு குழந்தையைப் போலக் கையைப் பிடித்து அழைத்துச்செல்லும் காட்சியைப் பார்க்கலாம். காபர் கான் தமது சிறப்பு விருந்தினரான காந்தியடிகளையும் அவர்தம் பரிவாரத்தையும் தனி பஸ்ஸில் அழைத்துச் சென்றார். சென்ற இடமெல்லாம் சிறப்பு. காந்தியடிகள் ஓர் ஆற்றைக் கடக்கும் காட்சியையும் காணலாம்.

எல்லைப்புறத்தின் அழகான சூழ்நிலையில் ஆயிரக்கணக் கான பட்டாணியர் காந்தியடிகளை அன்புடன் வரவேற்ற அரிய காட்சியை மறக்க முடியாது.

வாழ்க நீ எம்மான்!

~

1930ஆம் ஆண்டில் கராச்சியில் காங்கிரஸ் மகாசபை கூடியது. மகாநாடு திறந்த வெளியில் கூடியது. திறந்த வெளியில் கூடிய ஒரே மகாநாடு கராச்சி மகாநாடுதான் என்று கருதுகிறேன்.

மகாநாட்டின் தலைவர் சர்தார் வல்லபாய் படேல். மேடையில் நடுநாயகமாக இருந்தவர் காந்தியடிகள்.

கராச்சி ரயில் நிலையத்தில் வங்கத் தலைவர் சென்குப்தா வும், அவருடைய ஆங்கில மனைவி நெல்லி சென்குப்தாவும் வந்து இறங்கும் காட்சியும் இப்படத்தில் உள்ளது.

இரண்டாவது வட்டமேஜை மகாநாட்டுக்குக் காங்கிரஸின் ஒரே பிரதிநிதியாக காந்தியடிகளை ஏகமனதாகத் தேர்ந்தெடுத்தது கராச்சி காங்கிரஸ்.

வாழ்க நீ எம்மான்!

~

இந்தியாவில் சினிமா உலகின் தலைநகரம் பம்பாய். தேசீயப் படங்களை எடுப்பதில் முதல் இடம் பம்பாய்க்குத்தான். இந்தியத் திரைப்பட உலகின் தந்தையான தாதா பால்கே தோன்றியதும் பம்பாயில்தான்.

புது டில்லியில் காந்தியடிகள் வைசிராய் இர்வினைச் சந்தித்துப் பேசினார். காந்தி – இர்வின் சமரச உடன்பாடு ஏற்பட்டது. இரண்டாவது வட்டமேஜை மகாநாட்டுக்குச் செல்ல டில்லியிலிருந்து பம்பாய்க்கு காந்தியடிகள் புறப்படுவ தாக ஏற்பாடு. ஆனால் உடன்பாடு காண்பதில் ஏற்பட்ட ஒரு சிக்கலால் காந்தியடிகள் குறிப்பிட்டபடி பம்பாய் செல்ல

இயலவில்லை. ரயில் தவறிவிட்டது. அந்த ரயில் புறப்பட்டால் தான் பம்பாயில் லண்டனுக்கு 'ரஜபுதானா' கப்பலைப் பிடிக்க முடியும். அந்த நாளில் விமானப் போக்குவரத்தும் கிடையாது. ஓர் இந்தியர், தம் சொந்தச் செலவில், காந்தியடிகள் டில்லியிருந்து பம்பாய் செல்ல மூன்றாவது வகுப்புப் பெட்டி மட்டும் கொண்ட ஒரு விசேஷ ரயில் ஏற்பாடு செய்தார். அவ்வாறு செய்தவர், அப்பொழுது டில்லியில் இருந்தவரும் சௌராஷ்டிராவில் உள்ள ஓர் இந்திய சமஸ்தானத்தின் திவானும் காந்தி பக்தருமான ஸர் பிரபு சங்கர் பட்னி!

வாழ்க நீ எம்மான்!

~

விசேஷ ரயிலில் பம்பாய்க்கு வந்த காந்தியடிகளுக்கு ஒரு விசேஷ வரவேற்பு காத்திருந்தது. அடை மழை பெய்தது. காந்தியடிகள் ஒரு பொதுக் கூட்டத்தில் கொட்டும் மழையில் நின்று பேசியதைப் பிலிம் எடுத்துள்ளார்கள். அதில் காந்தியடி களின் முகமும், கூட இருந்தவர்களின் முகங்களும் மட்டுமே தெரிந்தன. அங்கு மழையில் கூடியிருந்த ஆயிரக்கணக்கான மக்களில் ஒருவர் முகம்கூடத் தெரியவில்லை. எல்லோரும் குடை பிடித்திருந்தனர். ஜன சமுத்திரம் குடை சமுத்திரமாகக் காட்சியளித்தது. வருண பகவான் சொரிந்த மழையைக் காட்டிலும் ஆயிரக்கணக்கான மக்கள் காந்தியடிகள்மீது பொழிந்த அன்பு மழையே அதிகமாக இருந்தது!

வாழ்க நீ எம்மான்!

~

லண்டன் இரண்டாவது வட்டமேஜை மகாநாடு வெற்றி பெறவில்லை. "நான் வெறுங்கையோடு திரும்புகிறேன்; ஆனால் நாட்டின் நலனை விட்டுக்கொடுக்கவில்லை" என்று கூறினார் காந்தியடிகள். வெறுங்கையுடன் திரும்பிய காந்தியடிகளுக்கு பம்பாய்வாசிகள் அளித்த மகத்தான ராஜ வரவேற்பு இணையற்றதாகும்!

காந்தியடிகள் வந்த கப்பல் பம்பாய் துறைமுகம் வந்து சேரு முன்னரே இந்தியாவில் பிரிட்டிஷார் அடக்குமுறையைத் தொடங்கினர். ஜவஹர்லால் நேரு, டி. ஏ. கே. ஷெர்வானி முதலியோர் கைது செய்யப்பட்டனர். பம்பாய் துறைமுகத்தில் அண்ணலின் வருகைக்காக அன்னை கஸ்தூரிபாவும் ஸ்ரீமதி கமலா நேருவும் சோகமே உருவாகக் காத்திருந்தனர். சுதந்திரப் போரில் இந்த இரண்டு புண்ணியவதிகளும் தம் கணவர்

அடிச்சுவட்டைப் பின்பற்றிச் சிறை சென்றனர். இந்தியப் பெண் உலகுக்கே ஓர் இலக்கணமாகத் திகழ்ந்த இந்த இரு அம்மையார்களின் படம் உள்ளத்தை உருக்கியது! நம்மை அறியாமலேயே அவர்கள்மீது ஒரு பக்தியை உண்டாக்கியது!

காந்தியடிகள் கப்பலை விட்டிறங்கியதும் கமலா நேரு, தந்தையிடம் ஓடும் மகள் போல காந்தியடிகளிடம் சென்று, அவரைத் தொடர்ந்து வேகமாக நடந்து, தம் உள்ளத்தில் உள்ளதையெல்லாம் கூறினார். அந்தக் காட்சி பார்ப்பவர் உள்ளத்தைத் தொட்டது.

ஆயிரக்கணக்கான ஆண் பெண் தொண்டர்கள் புடை சூழ ஊர்வலம். வழி நெடுக எண்ணற்ற வரவேற்பு வளைவுகள். கணக்கிலடங்காத மாலைகள். காந்தியடிகள் மணி பவனில் நுழைந்தபோது பூச்சொரிதல் முதலியன. மணி பவனில் காந்திஜியுடன் ராஜாஜி தனியாகப் பேசும் படம் ஒன்று உள்ளது. ராஜாஜி முதன்முதலாக இப்போதுதான் தேசியத் திரைப்படத்தில் தோன்றுகிறார்.

விரைவில் காந்தியடிகளைக் கைது செய்தனர். நாடெங்கும் அடக்குமுறை தாண்டவமாடியது!

அடக்குமுறையின் காரணமாக 1930இல் நடைபெற்ற கராச்சி காங்கிரஸுக்குப் பிறகு 1934இல்தான் பம்பாயில் காங்கிரஸ் நடைபெற்றது. அடக்குமுறையின்போது திடீரென்று மக்கள் கூடி, சில மணி நேரத்தில் காங்கிரஸ் மகாநாடு கூடியதாக அறிவித்தனர். ஆனால் முறைப்படியான மகாநாடு பம்பாயில் நடைபெற்றதுதான்.

பம்பாய் காங்கிரஸின் தலைவரான பீகார் பெற்றெடுத்த பெருஞ்செல்வம் ராஜேந்திர பிரசாத்துக்கு பம்பாய் நகரம் மகத்தான வரவேற்பு அளித்தது. மூன்றாண்டு அடக்குமுறை மக்களின் உற்சாகத்தைப் பன்மடங்கு அதிகமாக்கியது.

பம்பாயில் உள்ள பிரபல ரஞ்சித் பிலிம் ஸ்டூடியோக் காரர்கள், பம்பாய் காங்கிரஸ் மகாசபை நிகழ்ச்சிகளைச் சுமார் ஆறாயிரம் அடி படம் பிடித்தனர். காந்தியடிகள் மற்றும் தலைவர்களின் பேச்சுகளை ஒலிப்பதிவு செய்தனர். பிலிமில் வரும் காந்தியடிகளின் பேச்சில் ஒரு வாக்கியம் வருமாறு:

'One cannot reproduce the same thing twice. But if he does it becomes a feat of memory and not coming out of his soul.'

ஒரு காங்கிரஸ் மகாநாட்டைப் பற்றி இவ்வளவு நீண்ட படம் இதுவரை யாரும் எடுத்ததில்லை. இந்தப் பெருமை

ரஞ்சித் பிலிம் ஸ்டூடியோவின் பாகஸ்தரான சந்துலால் ஷா என்றவரையே சேரும்.

இப்படத்தில் சில பகுதிகள் வேண்டும் என்று சந்துலால் ஷாவை அணுகினேன். அடி ஒன்றுக்கு ரூபாய் நான்கு; ஒலிப்பதிவு உள்ள படமானாலும் சரி, சாதாரண படமானாலும் சரி ஒரே விலைதான் என்று கண்டிப்பாகக் கூறிவிட்டார்.

எனக்கு வேண்டிய இருநூறு அடி படத்துக்கு எண்ணூறு ரூபாய் பணம் கொடுத்தேன்.

குஜராத்தில் தோன்றிய காந்தி மகான் படத்துக்கு மிக அதிகமான விலை வாங்கியவர் ஒரு குஜராத்தி!

வாழ்க நீ எம்மான்!

~

1938ஆம் ஆண்டில் நடைபெற்ற ஹரிபுரா காங்கிரஸின் தலைவர் சுபாஷ் சந்திர போஸ். வரவேற்புக் கழகத் தலைவர் சர்தார் வல்லபாய் படேல். நகரங்களில் நடைபெற்றுவந்த காங்கிரஸ் மகாசபைக் கூட்டங்களைக் கிராமங்களில் நடத்த வேண்டும் என்று காந்தியடிகள் யோசனை கூறினார். அதற்கு இணங்க முதலாவதாகக் கிராமம் ஒன்றில் நடைபெற்ற காங்கிரஸ் இது.

ஐம்பதுக்கு மேற்பட்ட காளைமாடுகள் பூட்டிய ரதத்தில் காங்கிரஸ் தலைவரை ஊர்வலமாக அழைத்து வந்தனர். காந்தியடிகள், நேரு ஆகியோர் கலந்துகொண்டனர்.

இந்தக் காங்கிரஸ் சபைக் கூட்டத்துக்குச் சென்று, புகைப்படம் எடுக்கும் அரிய வாய்ப்பு எனக்குக் கிடைத்தது.

இந்தக் காங்கிரஸைப் படம் பிடித்தவர்கள் பம்பாயிலுள்ள சிகாகோ ரேடியோ அண்டு டெலிபோன் கம்பெனியார். இதன் ஸ்தாபகர் மோட்வானி சிந்து மாகாணத்தைச் சேர்ந்தவர். இவர் புதல்வரான நானக் மோட்வானி இளைஞர்; தேசபக்தி உள்ளவர்.

ஹரிபுரா காங்கிரஸைப் படம் பிடித்தவர் டாக்டர் பி. வி. பதி. அப்பொழுது அவரை எனக்குத் தெரியாது. பதியின் உதவியால் ஹரிபுரா காங்கிரஸ் படத்தில் எங்களுக்குத் தேவையான பகுதிகள் நியாயமான விலைக்குக் கிடைத்தன.

நானக் மோட்வானி சுமார் இருபது ஆண்டுகளாக, பம்பாயில் நடைபெற்ற பெரிய காங்கிரஸ் கூட்டங்களுக்கு

ஒலிபெருக்கி வசதியை இலவசமாகச் செய்துவந்தார். தாமே நேரில் நின்று எல்லாவற்றையும் திறம்படக் கவனிப்பார். ஆனால் அவரிடம் அருவருக்கத்தக்க ஒரே ஒரு குறை மட்டும் இருந்தது. அவர் கம்பெனியை விளம்பரம் செய்வதற்கு இந்தத் தொண்டைப் பயன்படுத்திக்கொண்டார். கம்பெனியின் பெயரான சிகாகோ (Chicago) என்ற பெரிய பலகையை ஒலிபெருக்கியின் முன் மாட்டிவைப்பார். படம் பிடிக்கும் பொழுது காந்தியடிகள் முதல் எல்லாத் தலைவர்களின் முகங்களையும் இந்த சிகாகோ என்ற பலகை அரைகுறையாக மறைக்கும்.

ஒருமுறை ஜவஹர்லால் நேரு பேச நேர்ந்தபோது இந்தப் பலகையைப் பார்த்துக் கோபம்கொண்டார். "நானக், இந்தப் பலகையை உடனே அகற்று" என்று கூறினார். நேருவின் கோபத்தைக் கண்டு நடுங்கினார் நானக். உடனே அகற்றி விட்டார். ஆனால் மறுநாள் பலகையைச் சிறிது கீழே இறக்கி மாட்டினார். இந்தக் கீழ்த்தரமான விளம்பரப் பைத்தியம் அவருக்கு உடன்பிறந்த வியாதி! இந்த மன்னிக்க முடியாத ஒரு குறையைத் தவிர அவருடைய தேசபக்தி போற்றத்தக்கது.

1942ஆம் ஆண்டில் ஆகஸ்ட் மாதத்தில் சரித்திரப் பிரசித்தி பெற்ற அகில இந்திய காங்கிரஸ் கூட்டம் பம்பாயில் நடை பெற்றது. Quit India என்று காந்தியடிகள் கூறிய வார்த்தைகள் சரித்திரப் பெருமை பெற்றன. அதற்குப் பொருள் 'இந்தியாவை விட்டு வெளியேறு' என்பதுதான். ஆனால் ஆத்திரம் கொண்ட தமிழ்ப் பத்திரிகைக்காரர்கள் 'வெள்ளையனே வெளியேறு' என்று மொழிபெயர்த்தனர். 'வெள்ளையனே' என்று காந்தியடிகள் எக்காலத்தும் மரியாதைக் குறைவாகச் சொல்லவே மாட்டார்.

இந்தச் சரித்திரப் பிரசித்தி பெற்ற கூட்டத் தொடரைத் தொடர்ந்து படம் பிடித்து ஒலிப்பதிவு செய்தார் நானக் மோட்வானி. பல ஆயிரக்கணக்கான ரூபாய்களைச் செல விட்டு சுமார் எட்டாயிரம் அடி படம் எடுத்தார். காந்தியடி களைத் திடீர் என்று கைது செய்தபோது இந்தப் படங்களை எல்லாம் போலீசார் பறிமுதல் செய்தனர். அதுமட்டுமல்ல, அந்தப் பாவிகள் அவற்றை எரித்தும் விட்டனர்.

நானக் மோட்வானியின் தேசபக்திக்கும் காந்தி பக்திக்கும் இந்தப் படம் ஒரு சான்று.

வாழ்க நீ எம்மான்!

~

கிராமத்தில் நடந்த இரண்டாவது காங்கிரஸ் திரிபுரி. இதற்குத் தலைமை வகித்தவரும் சுபாஷ் பாபுதான். அவருடைய போக்கு மூத்த தலைவர்களுக்குப் பிடிக்கவில்லை. இதுவரையில் பிரிட்டி ஷாருடன் மட்டும் ஒத்துழையாதிருந்த இத்தலைவர்கள் இப்பொழுது சுபாஷ் பாபுவுடனும் ஒத்துழையாமையைத் தொடங்கினர். மகாநாட்டில் இவர்கள் மேடைமீது உட்காராமல் பிரதிநிதிகள் அமரும் இடத்தில் உட்கார்ந்தனர்.

இந்த காங்கிரசுக்கு காந்தியடிகள் வரவில்லை. ராஜ் கோட்டில் உண்ணாவிரதம் இருந்தார். காந்தியடிகள் உண்ணா விரதம் நின்ற செய்தியை ஜவாஹர்லால் நேரு காங்கிரஸ் சபையில் வாசித்தபோது மக்கள் எல்லையற்ற உற்சாகத்தோடு மகிழ்ச்சி ஆரவாரம் செய்தனர்.

காங்கிரஸ் ஊர்வலத்தில் பல்லாயிரம் மக்களும், ஐம்பதுக்கு மேற்பட்ட அலங்கரித்த யானைகளும் கலந்துகொண்டன.

சுபாஷ் பாபுவின் பேச்சை 'ஓட்டைப் படகு' என்று ராஜாஜி கூறியது இந்தக் காங்கிரஸில்தான்!

இந்தக் காங்கிரஸ் படங்களும் எங்களுக்கு நியாய விலைக்குக் கிடைத்தன.

1940இல் ராம்கரில் நடைபெற்ற காங்கிரஸுக்கு மௌலானா அபுல் கலாம் அசாத் தலைமை வகித்தார். இதனை எங்கள் காமிராக்காரர் ரகுவீர் சிங் எங்களுக்காகப் படம் பிடித்தார். மற்றும் பலரும் படம் பிடித்தனர்.

இந்தக் காங்கிரஸ் மகாசபைப் படங்களும் மற்றும் காந்தியடிகளை மையமாகக் கொண்டு எடுத்த படங்களும், வெளிநாடுகளில் காந்தியடிகளைப் பற்றி எடுத்த படங்களும், நாங்கள் தனியே எங்களுக்காக எடுத்த பத்தாயிரம் அடி படங்களும் கொண்டதுதான் இந்த டாக்குமெண்டரி பிலிம்.

சில பிலிம்களை விலைக்கு வாங்கியபோது மொத்தமாகவே வாங்கினோம். அவற்றைத் திரையிட்டு, எங்களுக்குத் தேவை யான பகுதிகளுக்கு மட்டும் நெகட்டிவ் எடுத்துக்கொண்டோம். இம்மாதிரி நாங்கள் வாங்கிய படங்கள் சுமார் இருபதாயிரம் அடி இருக்கும்.

பம்பாயில் தாதரில் உள்ள ஒரு சினிமாக் கொட்டகையில் இப்படங்களைத் திரையிட்டுப் பார்க்க ஏற்பாடு செய்தோம். ஆயிரம் அடி படம் திரையிட ஒரு ரூபாய். ஒரு நாளைக்கு ஐயாயிரம் அடி பார்க்கலாம். ஆனால் மூன்றாவது காட்சி

முடிந்ததும் இரவு பன்னிரண்டரை மணிக்குத்தான் எங்கள் படம் தொடங்கும்.

அந்தப் படங்களை எடுத்தவர்கள் கை காமிராவால் எடுத்துள்ளனர். மக்கள் கூட்டம் வலது புறமிருந்து இடது புறமாக நகர்ந்தால் இவர்கள் இடதுபுறத்திலிருந்து வலது புறமாக அதுவும் வேகமாக படம் பிடித்தார்கள். இவற்றைத் தொடர்ந்து பார்த்தால் நிச்சயம் உண்டாவது தலைவலி.

நான்கு தினங்கள் சேர்ந்தாற்போல் இந்தத் தலைவலியை அனுபவித்தோம். ஆனால் படத்தில் தோன்றிய சில அரிய காட்சிகள் எங்களுக்கு ஒரு புதையலைப் போல இருந்தன.

காந்தியடிகளைப் பற்றிப் பல்லாயிரக்கணக்கான அடி படத்தைப் பார்க்கக் கொடுத்துவைப்பது ஒரு புண்ணியம்.

வாழ்க நீ எம்மான்!

~

படச் சேகரிப்பு வேலை ஒருவாறு முடிந்தது. ஆனால் எதிர் பாராத விதமாகத் திடீர் என்று பணநெருக்கடி ஏற்பட்டது.

சினிமாப் படத் தயாரிப்பாளர்களுக்கு, சினிமாப் பட விநியோகஸ்தர்கள் கடன் கொடுத்து, பின்னர் வசூலிலிருந்து எடுத்துக்கொள்வது சினிமாத் துறையில் ஆரம்ப காலமுதல் உள்ளது.

சென்னையில் ஆனந்த விகடன் அதிபர் ஸ்ரீ எஸ்.எஸ். வாசன் ஜெமினி பிக்சர்ஸ் என்ற பெயரில் படம் தயாரித்த தோடு பட விநியோகமும் செய்தார். அவரை அணுகலாம் என்று முடிவு செய்தோம்.

சென்னையில் ஸ்ரீ வாசனைச் சந்தித்தேன். அன்புடன் வரவேற்றார். விவரம் கூறினேன். "நீங்கள் படத்தை எப்படித் தயார் செய்ய விரும்புகிறீர்களோ, அதே மாதிரி ஒரு ரீல் மட்டும் தயாரித்து எனக்குக் காட்டுங்கள். எனக்குப் பிடித்த மாய் இருந்தால் பின்னர் நாம் இருவரும் சேர்ந்து படத்தை உருவாக்குவோம். *We will put our heads together*" என்றார்.

இது மற்ற படங்களைப் போல அல்ல என்றும், ஒரு ரீல் தயாரித்தாலும் படம் முழுதும் தயாரித்தாலும் சிரமம் ஒன்றே என்றும் கூறினேன். அவர் அதற்கு இணங்கவில்லை. அவரிடம் பண உதவிக்காகச் சென்றேனே தவிரப் படத்துக்கு யோசனைக்காகச் செல்லவில்லை. இந்த விவரங்களை எனது டைரக்டருக்கு டெலிபோனில் கூறினேன்.

"இவ்வளவு தூரம் கஷ்டப்பட்டோம். இன்னும் சிறிது அதிகமாகக் கஷ்டப்படுவோம்" என்றார் எங்கள் டைரக்டர்.

வாசனிடம் சென்றதை நான் மறந்துவிட்டேன். ஆனால் வாசன் மறக்கவில்லை. அது மட்டுமல்ல, இதனை அவர் மனத்திலேயே வைத்திருந்தார் என்பதைப் பின்னர் அறிந்தேன்.

தமிழ்நாட்டில் காந்தி படம் வெளியானதும் எல்லாப் பத்திரிகைகளும் உடனடியாக விமர்சனம் செய்தன. ஆனால் ஆனந்த விகடனில் மட்டும் ஒரு மாதம் சென்ற பின்னரே வெளிவந்தது.

ஒரு முறை கல்கி கிருஷ்ணமூர்த்தி அவர்களைச் சந்தித்த போது, "ஆனந்த விகடனிலிருந்து நான் விலகியதற்குப் பல காரணங்கள். அவற்றுள் காந்தி பட விமர்சனமும் ஒன்று. படம் வெளிவந்த அன்றே எனது விமர்சனத்தை எழுதினேன். ஆனால் ஸ்ரீ வாசன் விமர்சனத்தை உடனடியாக வெளியிடக் கூடாது என்று தடுத்துவிட்டார். அதனால்தான் விமர்சனத்தில் படம் வெளிவந்து ஒரு மாதம் ஆகிவிட்டது. இனி நமது விமர்சனத்தைப் படித்துவிட்டு யாரும் படம் பார்க்கப் போவதில்லை என்று எழுதியிருக்கிறேன்" என்று கூறினார்.

ஸ்ரீ வாசனிடம் உதவி பெற நேர்ந்தால் படத்தைத் தம் விருப்பப்படிதான் தயாரிக்க வேண்டும் என்று வற்புறுத்தி யிருப்பார். எங்கள் திட்டப்படி நாங்கள் சுதந்திரமாகத் தயாரித்திருக்க முடியாது.

ஆண்டவன் தடுத்தாட்கொண்டார்.

வாழ்க நீ எம்மான்!

~

பம்பாயில் நான் தங்கியிருந்த ஹோட்டலில் ராவ் பகதூர் எஸ். வி. சாரி என்ற தமிழர் ஒருவர் தங்கியிருந்தார். அவருக்கு வயது அறுபது இருக்கலாம். திருநெல்வேலியைச் சேர்ந்தவர். கல்கத்தாவில் உள்ள ஸ்டேட்ஸ்மன் என்னும் பிரபலமான ஆங்கிலேயருக்குச் சொந்தமான பத்திரிகையில் ஆசிரியர் குழுவில் பல ஆண்டுகள் வேலை செய்தார். காந்தியடிகள் உள்பட பலரைத் தம் தொழில் காரணமாக அறிவார். ஆங்கிலம் நன்றாக எழுதுவார். வெளிநாடு சென்று திரும்பியவர். நாங்கள் தயாரித்த காந்தியடிகள் படத்தில் ஆர்வம் காட்டினார். என்னிடம் மிக்க அன்பு செலுத்தினார். அவரிடமிருந்து பல விஷயங்களைத் தெரிந்துகொண்டேன்.

பம்பாயில் அவர் வசித்தபோது அவருடைய பொருளாதார நிலை திருப்தியாக இல்லை. அப்பொழுது அவர் ஸ்டேட்ஸ்மனை விட்டு விலகிவிட்டார். நிரந்தரமான வேலை கிடையாது. பம்பாயில் வெளியான, பிரபலமில்லாத ஓர் ஆங்கிலத் தினப்பத்திரிகைக்கு உதவி செய்தார். அவர்கள் மூலம் கிடைத்த வருமானம் குறைவு.

அவருக்கு ஊர் அபிமானம், அதாவது திருநெல்வேலிப் பற்று மிக அதிகம்! பம்பாயில் திருநெல்வேலிக்காரரின் ஹோட்டல் எவ்வளவு தூரத்திலிருந்தாலும் சிரமத்தைப் பொருட்படுத்தாமல் அங்கு போய்த்தான் சாப்பிடுவார். எத்தனை ஆண்டுகள் கல்கத்தாவில் இருந்தபோதிலும் அவருடைய 'எங்கள் திருநெல்வேலி' என்ற அபிமானம் இம்மியும் குறைய வில்லை.

ஒரு நாள் அவர் என்னிடம் வந்து, "செட்டியார், எனது ராவ் பகதூர் பட்டத்தை விட்டுவிடலாம் என்று நினைக்கிறேன். இந்தப் பட்டம் எனக்கு இடையூறாக இருக்கிறது. யாரிடமாவது பத்து ரூபாய் கடன் கேட்டால் 'என்ன ஸார், நீங்கள் ராவ் பகதூர், சும்மா கேலி செய்கிறீர்கள் என்கிறார்கள்'" என்று சொன்னார்.

ஒரு நாள் என்னிடமே பத்து ரூபாய் கடன் கேட்டார். கண்டிப்பாகக் கடன் கொடுக்க முடியாது என்று சொல்லி விட்டேன். அவருக்கு வருத்தம்.

"கடன் கொடுக்க முடியாது என்று சொன்னேனே தவிரப் பணம் கொடுக்க முடியாது என்று சொல்லவில்லை. உங்களுக்கு இப்போதே ஐம்பது ரூபாய் தருகிறேன். ஆனால் நீங்கள் எனக்கு ஓர் உதவி செய்ய வேண்டும். காந்தியடிகளின் வாழ்க்கைச் சம்பவங்களை எல்லாம் வரிசைப்படுத்தி எழுதித் தர வேண்டும்" என்றேன்.

அவருக்கு மட்டற்ற மகிழ்ச்சி! மறுநாளே தயாரித்து டைப் செய்து கொடுத்துவிட்டார்.

படத்தை எடிட் செய்தபொழுது எங்களுக்குச் சந்தேகம் தோன்றிய இடங்களிலெல்லாம் வாழ்க்கைச் சம்பவங்கள் அடங்கிய விவரம் பெரிதும் உதவியாக இருந்தது.

காந்தியடிகள் படம் வெளியானபோது படத்தைப் பற்றி ஆங்கிலத்தில் ஓர் அருமையான கட்டுரை எழுதினார். காந்தியடிகளைப் பற்றிய சுவையான நிகழ்ச்சி ஒன்றைக் கூறினார். காந்தியடிகள் 21 நாள் புனாவில் உண்ணாவிரதம்

இருந்தபோது இந்தச் செய்திகளைச் சேகரித்து அனுப்புவ தற்காக எஸ்.வி.சாரி கல்கத்தா *ஸ்டேட்ஸ்மன்* பத்திரிகையின் பிரதிநிதியாகப் புனாவுக்குச் சென்றார்.

காந்தியடிகளின் உண்ணாவிரதம் வெற்றி பெறுமா அல்லது இடையில் அவர் காலமாவாரா என்ற சந்தேகம் *ஸ்டேட்ஸ்மன்* ஆசிரியருக்கு ஏற்பட்டது. பத்திரிகையில் காந்தியடிகளின் வரலாற்றை எழுதி, நான்கு பக்கம் கம்போஸ் செய்து தயாராக வைத்திருந்தார்.

காந்தியடிகள் மூச்சு நின்றதும் இந்த நான்கு பக்க அனுபந்தத்தை உடனடியாக வெளியிட ஏற்பாடு செய்திருந்தார்.

ஆனால் *ஸ்டேட்ஸ்மன்* ஆசிரியர் ஏமாந்தார்.

'இந்தியாவின் சுதந்திரம்தான் காந்தியடிகளின் கடைசி மூச்சு' என்பதை, பாவம், அவர் அறியவில்லை.

வாழ்க நீ எம்மான்!

~~

8

காந்தியடிகள் அகமதாபாத் நகருக்கு அருகே சபர்மதி நதிக்கரையில் உள்ள சபர்மதி ஆசிரமத்தில் சில ஆண்டுகள் வசித்தார். அப்போது அகமதாபாத் காந்தீயத்தின் தலைநகராகத் திகழ்ந்தது. உலகின் கவனத்தை ஈர்த்தது.

அகமதாபாத்தில் பிரபல சித்திரக்காரரான (artist) கனு தேசாய் வசித்து வந்தார். அவரும் அவர் மனைவியும் கலையுணர்வு கொண்டவர்கள். இருவரும் ரவீந்திரநாத் தாகூரின் சாந்தி நிகேதனத்தில் பயின்றவர்கள்.

விருந்தோம்பலில் சிறந்த கனு தேசாய் தம்பதிகள் கலைவனப்புமிக்க அழகிய வீட்டில் எளிய வாழ்க்கை நடத்தினர். நாட்டுப்பற்று மிக்க அவர்களோடு பழகும் வாய்ப்பு எனக்குக் கிடைத்தது.

பம்பாயில் தயாரித்த *ராம் ராஜ்யா* என்ற குஜராத்தி பிலிமில் கனு தேசாய் Art Director பணி செய்தார். அவருடைய வேண்டுகோளுக்கு இணங்க, காந்தியடிகள் அந்தப் படத்தின் ஒரு பகுதியைப் பார்த்தார். பிற்காலத்தில் காந்தியடிகள் கண்டுகளித்த இந்தியத் திரைப்படம் *ராம் ராஜ்யா* ஒன்றுதான். Woodrow Wilson என்னும் அமெரிக்கப் படத்தின் ஒரு பகுதியையும் காந்தியடிகள் பம்பாயில் பார்த்திருக்கிறார்.

காந்தியடிகள் சபர்மதி ஆற்றின் பாலத்தில் சைக்கிள் சவாரி செய்த அருமையான புகைப் படம் ஒன்றைக் கனு தேசாய் என்னிடம் கொடுத்தார். அந்த அரிய படத்தை எடுத்தவரும் அவரே. அப்படம் சம்பந்தமான சுவையான நிகழ்ச்சி ஒன்றைக் காகா கலேல்கர் தமது *காந்தி காட்சிகள்* என்ற நூலில் எழுதியுள்ளார். அதன் சாரம் வருமாறு:

காந்தியடிகள் சபர்மதி ஆசிரமத்தில் வசித்துவந்தார். அவரைத் தலைவராகக் கொண்ட ஒரு தேசீய ஸ்தாபனத்தின் செயற்குழு கூட்டம் ஒன்று, குறிப்பிட்ட நேரத்தில், ஆற்றின் மறுபுறத்தில் உள்ள ஒரு கட்டிடத்தில் நடப்பதாக ஏற்பாடாகியிருந்தது. காந்தியடிகளை அழைத்துவரக் கார் அனுப்புவதாகக் கலேல்கர் கூறியிருந்தார். ஆனால் கார் அனுப்பத் தாமதமாகி விட்டது.

குறிப்பிட்ட நேரத்தில் கார் வராததால் காந்தியடிகள் கால்நடையாகக் கூட்டத்துக்குப் புறப்பட்டுவிட்டார். சபர்மதி ஆற்றுப் பாலத்தில் அவர் சென்றபோது நல்ல வெயில். எதிரே ஒருவர் சைக்கிளில் வந்தார். காந்தியடிகளுக்கு அவரை முன்பின் தெரியாது. அவரை நிறுத்தி, சைக்கிளைக் கொடுக்கும் படி கேட்டார். இந்த எதிர்பாராத நிகழ்ச்சி சைக்கிள்காரருக்கு அதிர்ச்சியைக் கொடுத்தது. பயபக்தியுடன் தம் சைக்கிளை காந்தியடிகளிடம் கொடுத்தார்.

காந்தியடிகள் பல ஆண்டுகளுக்கு முன் தென்னாப்பிரிக்கா வில் சைக்கிள் ஏறிப் பழக்கம். ஆனால் இப்போதும் சைக்கிளில் ஏறிப் பிரயாணம் செய்தார். சைக்கிளைக் கொடுத்தவர் பின்னாலேயே ஓடினார். காந்தியடிகள் எங்கே விழுந்து விடுவாரோ என்ற பயம் அவருக்கு.

திறந்த மேனியுடன், குறிப்பிட்ட நேரத்தில் காந்தியடிகள் சைக்கிளில் வந்து இறங்கிய அரிய காட்சியைக் கலேல்கர் அருமையாக வர்ணித்துள்ளார்.

காலந்தவறாமையை காந்தியடிகள் பெரிதும் போற்றினார். போற்றியது மட்டுமன்று; வாழ்க்கையில் கண்டிப்பாகக் கடைப் பிடித்தார்.

காந்தியடிகளின் காலந்தவறாமைக்கு இந்த சைக்கிள் சவாரி படம் ஓர் அரிய சான்று.

வாழ்க நீ எம்மான்!

~

*1938*ஆம் ஆண்டில் சென்னையிலிருந்து ரங்கூனுக்குக் கப்பலில் பிரயாணம் செய்தேன். கப்பலில் டாக்டராகப் பணிபுரிந்தவர் தமிழ்நாட்டைச் சேர்ந்த ஓர் இளைஞர். அன்று அவருடன் ஏற்பட்ட தொடர்பு நட்பாக மாறியது. காந்தியடிகள் படம் பற்றிப் பேசுகையில் காந்தியடிகள் பிறந்த போர்பந்தரைப் படம் பிடிக்கப்போவதாகக் கூறினேன். உடனே அந்த இளைஞர்,

"போர்பந்தரில் எனது பெரிய மாமா காப்டன் ராஜா ஐயர் இருக்கிறார். அவருக்கு சமஸ்தானத்தில் நல்ல செல்வாக்கு. அவருக்கு ஓர் அறிமுகக் கடிதம் கொடுக்கிறேன்" என்று சொல்லி அன்று என்னிடம் அன்புடன் அறிமுகக் கடிதம் கொடுத்த இளைஞர்தாம் இன்று பெரும் புகழ்பெற்ற டாக்டர் வி.எஸ். சுப்பிரமணியம்.

1939ஆம் ஆண்டில் போர்பந்தர் செல்ல வேண்டிய அவசியம் ஏற்பட்டது. போர்பந்தர் நகரின் பொதுவான தோற்றம், அதில் குறிப்பிட்ட வீதி, காந்தியடிகள் பிறந்த வீடு, அது இருக்கும் சூழ்நிலை ஆகியவற்றைத் தெளிவாக, அழகாகப் படம் பிடிக்க வேண்டும் என்பது எனது ஆசை. அந்த வீட்டின் புகைப்படத்தை மட்டும் திரையில் காட்டுவதில் எனக்கு விருப்பமில்லை.

போர்பந்தருக்கு டாக்டர் பதியும் நானும் செல்வதானால் செலவு அதிகமாகும். எனவே பதியை மட்டும் போர்பந்தருக்கு அனுப்பினேன். டாக்டர் வி.எஸ்.சுப்பிரமணியம் கொடுத்த கடிதத்துடன், காப்டன் ராஜா ஐயர் அவர்களுக்கு நானும் ஒரு கடிதம் எழுதி பதியிடம் கொடுத்தனுப்பினேன்.

போர்பந்தர் ஒரு சுதேச சமஸ்தானம். கடற்கரையில் உள்ள நகரம். அப்பொழுது யுத்த காலம். எனவே கடற்கரைப் பட்டினத்தில் புகைப்படமோ திரைப்படமோ எடுக்கக் கூடாது என்பது அரசாங்கத்தின் கண்டிப்பான உத்தரவு.

டாக்டர் பதி வருத்தத்துடன் திரும்பினார். "படம் எடுக்க முடியவில்லை. ஆனால் காப்டன் ராஜா ஐயரின் துணைவியார் அளித்த தமிழ்நாட்டு அறுசுவை உணவை அருந்தினேன்" என்றார் பதி.

குஜராத்தி பத்திரிகை ஒன்றில் வெளியான காந்தியடிகள் பிறந்த வீட்டுப் படத்தைத்தான் நாங்கள் திரைப்படத்தில் காட்ட நேர்ந்தது.

~

பம்பாயிலிருந்து வெளியான பிரபல குஜராத்தி தேசீய தினசரிப் பத்திரிகைகளுள் ஒன்று *வந்தே மாதரம்*. அதன் ஆசிரியர் சாமல்தாஸ் காந்தி, காந்தியடிகளின் சகோதரர் புதல்வர். பம்பாய் நகரில் கார் என்ற தூரமான பகுதியில் வசித்த சாமல்தாஸ் காந்தி வீட்டுக்குச் சென்றேன். அங்கு அவரிட மிருந்த காந்தியடிகளின் தந்தையான காபா காந்தி அவர்களின்

பெரிய வர்ணப்பட ஓவியத்தை எங்கள் காரில் பம்பாய்க்கு எடுத்துச் சென்றேன். படம் பிடித்த பின்னர் திருப்பிக் கொடுத்தேன்.

~

படத்தைச் சரித்திரக் கண்ணோட்டத்துடன் தொடங்கவேண்டும் என்று முடிவு செய்தோம். தக்ஷசீலத்தில் உள்ள சேதமடைந்த பிரம்மாண்டமான புத்தர் கற்சிலையின் அருள் ஒழுகும் முகத்தை முதலில் காட்டினோம். அசோக சக்கரவர்த்தி ஸ்தாபித்த அசோகா தூண், மொகலாய மன்னர்களின் அரண்மனைகள், நினைவுச் சின்னங்கள் முதலியவற்றைக் காட்டி, பிரிட்டிஷார் வியாபாரிகளாக முதன்முதலாக வந்திறங்கிய சூரத் துறைமுகத்தையும் காட்டினோம். தொடர்ந்து வருவது காந்தி யுகம்.

அந்நிய ஆட்சியின் கீழ் அப்பொழுது இருந்தபடியால் இந்தப் படங்களுக்கு விளக்க உரை கூற இயலாத சூழ்நிலை இருந்தது. எனவே தலைப்புகளை மட்டும் காண்பித்து, பின்னணி சங்கீதத்தோடு திருப்தியடைந்தோம்.

படத்தை எவ்வாறு முடிப்பது என்றும் திட்டமிட்டோம். காந்தியடிகளின் பெருமையை விளக்கும் வகையில் படத்தை முடித்தோம். *Mahatma Gandhi, The King of India, New Delhi* என்ற விலாசத்துடன் வெளிநாட்டிலிருந்து வந்த தபால் கவரின் புகைப்படப் பிரதி ஒன்றைப் புனாவில் இருந்த அன்பர் திரிவேதி கொடுத்தார். இம்மாதிரி பல புகைப்படங்கள் கிடைத்தன. அவற்றுள் முக்கியமான சிலவற்றைக் காட்டினோம். பம்பாயிலுள்ள முக்கியமான வீதிக்கு 'மகாத்மா காந்தி ரோடு' என்று பெயர். காந்தியடிகளே அந்த வீதியில் உள்ள ஒருவருக்கு எழுதிய கடிதத்தில் தம் கைப்பட *Mahatma Gandhi Road* என்று எழுதியிருந்த தபால் கவரையும் படம் பிடித்தோம். வீடுகளிலும் காரியாலயங்களிலும் வியாபார நிலையங்களிலும் அணி செய்த காந்தியடிகளின் படங்கள் சிலவற்றைப் பிலிம் எடுத்தோம். ஸர் ராதாகிருஷ்ணன், ஸர் சி. வி. ராமன், ரோமெய்ன் ரோலந்து, டாக்டர் மாண்டிசோரி அம்மையார் போன்றவர்களின் அரிய கருத்துகளையும் ஒலிப்பதிவும் ஒளிப்பதிவும் செய்தோம். காந்தியடிகளின் பெருமையை ஒருவாறு விளக்க முயன்றோம். அதில் ஓர் அளவு வெற்றி பெற்றோம் என்றே கூறலாம்.

வாழ்க நீ எம்மான்!

~

உலகிலேயே அதிக அளவில் புகைப்படங்களையும் திரைப் படங்களையும் உற்பத்தி செய்யும் பெரிய ஸ்தாபனங்கள் இரண்டு. ஒன்று அமெரிக்கருக்குச் சொந்தமான கோடக். மற்றொன்று ஜெர்மானியருக்குச் சொந்தமான அக்பா (*Agfa*). இவ்விரண்டு ஸ்தாபனங்களின் கிளைகளும் பம்பாய் ஹார்ன்பி ரோடில் பக்கத்துப்பக்கத்துக் கட்டிடங்களில் இருந்தன. அக்பா ஸ்தாபனத்தின் பொதுஜனத் தொடர்பு அதிகாரியாக இருந்தவர் ஜெர்மனியில் பயின்ற டாக்டர் கே. எஸ். ஹிர்லேகர்.

யுத்தம் தொடங்கியதால் ஜெர்மனியிலிருந்து பிலிம் வருவது தடைப்பட்டது. எதிரிகளுடைய சொத்தான அக்பா கிளை, பிரிட்டிஷாரின் பொறுப்பில் மாறியது. அக்பா கிளையை மூடிவிட்டனர்.

இந்தியப் படத்தயாரிப்பாளர்களுக்குக் கோடக் கம்பெனியை விட்டால் வேறு கதியில்லை. பிரிட்டிஷாருக்குச் சொந்தமான இல்போர்டு ஸெலோ (*Ilford Selo*), பெல்ஜியத்துக்குச் சொந்தமான கேவார்ட் (*Gewart*), ஜப்பானுக்குச் சொந்தமான புஜி (*Fuji*) போன்ற சிறு ஸ்தாபனங்கள் இருந்தன.

கோடக் கம்பெனியில் பிலிம்களை விற்பனை செய்தவர் பெயர் மிஸ்திரி (*Mistry*). இவர் ஒரு பார்ஸி நடுத்தர வயதுள்ளவர். ஒல்லியான உருவம்/ கடுமையான முகம். இளகிய மனம். இவரை டாக்டர் பதி 'அங்கிள்' என்று அழைப்பார்.

படத்தயாரிப்பாளர்களுக்கு வரையறை (*limit*) ஒன்றைக் கோடக் கம்பெனியில் ஏற்படுத்தியிருந்தார்கள். படத் தயாரிப்பாளரின் பொருளாதார நிலையைப் பொறுத்தது தான் இந்த வரையறை. ஆயிரம் ரூபாயிலிருந்து ஐம்பதாயிரம் வரையில் வரையறையுண்டு. நாம் இந்த வரையறைக்குள் நமக்கு வேண்டிய பிலிமை வாங்கிக்கொள்ளலாம். நாம் வாங்கிய நாளிலிருந்து அடுத்த ஆங்கில மாதம் கடைசிக்குள் பணம் செலுத்திவிட வேண்டும்.

இரண்டு மூன்று மாதங்கள் வரை செக் கொடுத்துப் பிலிம் வாங்கினேன். பின்னர் அங்கிளிடம் சென்று "எனக்கு ஆயிரம் ரூபாய் லிமிட் வேண்டும்" என்றேன். "நீங்கள் செட்டியார். செட்டியார் என்றால் பணக்காரர். வழக்கம் போல் பணம் கொடுத்துப் பிலிம் வாங்குங்கள்" என்று சொல்லி விட்டார். செட்டியார்கள் எல்லோரும் பணக்காரர்கள் அல்லர் என்பது அவருக்கு எப்படித் தெரியும்.

எனக்கு லிமிட் கிடைக்கவில்லையே என்பதில் வருத்தம். கோபமும்கூட.

அருகில் இருந்த இல்போர்டு செலோ கம்பெனிக்குச் சென்று *light amber* என்ற மெல்லிய வர்ணம் பூசிய பிலிம் வாங்க ஆரம்பித்தேன். இவை சாதாரண உபயோகத்துக்குப் போதுமானவை.

இல்போர்டு ஸெலோ கம்பெனியில் சுமார் அறுப தாயிரம் அடி பாசிட்டிவ் பிலிம் வாங்கினேன். ரொக்கத்துக்கு வாங்கியதால் வழக்கமான ஐந்து சதவீதம் கழிவு உண்டு. ஒருநாள் கம்பெனியின் மானேஜர் என்னிடம், "நீங்கள் ஒரு லட்சம் அடி பிலிம் வாங்கினால் உங்களுக்கு மேலும் ஐந்து சதவீதம் கழிவு தருகிறோம். ஆனால் அந்தச் சலுகை கம்பெனிக்குத் தர முடியாது. தனிப்பட்ட முறையில் உங்களுக்குத் தருகிறோம்" என்றார்.

"கம்பெனிக்குக் கொடுப்பதானால் கொடுங்கள். இல்லையேல் வேண்டாம்" என்று கூறிவிட்டேன்.

அதற்கு அவர், "இந்த அதிகப்படியான சலுகை காமிராக் காரர்களுக்கு மட்டும்தான். அந்தச் சலுகையை உங்களுக்குத் தனிப்பட்ட முறையில் தருகிறோம். உங்கள் கம்பெனிக்கு அந்தச் சலுகையைக் கொடுக்க எங்கள் கம்பெனி நடைமுறை இடந்தராது" என்று விளக்கிக் கூறினார்.

தனிப்பட்ட முறையில் அந்தச் சலுகையை, அதாவது அதிகப்படியான ஐந்து சதவீதம் கமிஷனைப் பெற்று, அதனை எங்கள் கம்பெனியில் வரவு வைத்துவிட்டால் என்ன என்று கருதினேன்.

அவ்வாறு செய்தால் ஆடிட்டர் ஆயிரத்தெட்டுக் கேள்விகள் கேட்பார். எங்கள் கம்பெனியின் டைரக்டர்களோ அல்லது பங்குதாரர்களோ நான் அதிகப்படியான கமிஷன் பெற்று, ஐந்து சதத்தை மட்டும் எங்கள் கம்பெனிக்குக் கொடுப்பதாக எண்ணவும் இடம் உண்டாகும்.

வழிமுறை சரியாக இல்லாவிட்டால் லட்சியம் சரியாக இராது. *Means justify the end* என்ற காந்தியடிகளின் வாக்கியம் எவ்வளவு உண்மை என்பதை உணர்ந்தேன்.

தவறான வழியில் கிடைக்கும் லாபத்தில் ஆசை வைக்கக் கூடாது என்று முடிவு செய்தேன்.

இந்த நிகழ்ச்சிக்குப் பின் இல்போர்டு ஸெலோ கம்பெனியில் பிலிம் வாங்க என் மனம் ஒப்பவில்லை.

கோடக் கம்பெனிக்குச் சென்று அங்கிள் மிஸ்திரியைப் பார்த்தேன். 5000 அடி பாசிட்டிவ் விலைக்கு வாங்கினேன். செக்

எழுதப்போகும் சமயத்தில் செக் புத்தகத்தின் அடிக்கட்டையில் இல்போர்டு ஸெலோவுக்குக் கொடுத்த பல செக்குகளை அங்கிள் பார்த்துவிட்டார்.

"அடப்பாவி! இவ்வளவு பணத்தைக் கொண்டுபோய் அடுத்த கடையில் கொட்டிவிட்டாயே?" என்றார்.

"அங்கிள்! நீங்கள்தான் எனக்கு லிமிட் கொடுக்க மாட்டேன் என்று கூறிவிட்டீர்கள். வேறு நான் என்ன செய்வது?" என்றேன்.

உடனே அவர் அச்சடித்த பாரம் ஒன்றை எடுத்து அவர் கைப்படவே லிமிட் ரூ. 2500 என்று எழுதி, என்னைக் கையெழுத்திடச் சொன்னார்.

அந்த நாளில் இரண்டாயிரத்து ஐந்நூறு ரூபாய் என்பது பெருந்தொகை. அத்தொகை ஐம்பதாயிரம் அடி பாசிட்டிவ் அல்லது பதினெட்டாயிரம் அடி நெகட்டிவ் வாங்கலாம்.

லட்சக்கணக்காகச் செலவு செய்து, ஸ்டூடியோக்களில் படம் எடுக்கும் பணக்காரத் தயாரிப்பாளர்களைத்தான் கோடக் கம்பெனியார் அங்கீகரிப்பார்கள். ஸ்டூடியோவே இல்லாமல், சுற்றியலைந்து படங்களைச் சேகரித்து, காந்தியடிகள் படம் தயாரிக்கும் எளிய டாக்குமெண்டரி பிலிம் கம்பெனியைக் கோடக் கம்பெனியார் அங்கீகரித்தது பெரும் மகிழ்ச்சியையும் பட உலகில் ஓர் அந்தஸ்தையும் அளித்தது.

வாழ்க நீ எம்மான்!

~

பம்பாயில் உள்ள பழமையான ஸ்டூடியோக்களில் ஒன்று வாடியா மூவிடோன். அங்கு ஓர் உடன்பாடு செய்து கொண்டோம். 15 நாட்களுக்கு இரவில் ஒலிப்பதிவு செய்வது (sound recording). நாள் ஒன்றுக்கு வாடகை ரூபாய் இருநூறு. படம் முடியும்வரை ஸ்டூடியோவில் உள்ள மூவியோலாக்களில் (Movieola) ஒன்றை நாங்கள் உபயோகித்துக்கொள்ளலாம். ஸ்டூடியோவில் உள்ள மியூசிக் டைரக்டர் எங்களுக்குத் தேவையான சங்கீதம் தயாரிப்பார். நாங்கள் உபயோகிக்கும் பிலிமுக்கு லாபரட்டரி செலவு கிடையாது. இதுவும் அல்லாமல் எங்கள் தேவைக்குமேல் மூன்று நாட்கள்வரை நாங்கள் ஸ்டூடியோவை அதிகக் கட்டணமின்றி உபயோகித்தோம். ஸ்டூடியோவின் தலைவர் J. B. H. வாடியாவுக்குத் தம் ஸ்டூடியோவில் காந்தி படம் தயாராவதில் பெருமை. ஸ்டூடியோக்

காரர்களின் அன்பான ஒத்துழைப்பை ஒருபோதும் மறக்க முடியாது. காந்தியடிகள் பிலிம் சம்பந்தமாக ஒவ்வொரு தொழிலாளியும் காட்டிய உற்சாகத்தையும் மறக்க முடியாது.

வாழ்க நீ எம்மான்!

~

ஒரு வாரம் இரவும் பகலும் ஸ்டூடியோவில் வேலை செய்து, ஒருவாறு படத்தைத் தொகுத்தோம். இந்தப் படம் காந்தியடிகள் வரலாறு; சுதந்திரப் போரின் சரித்திரம். எனவே இத்தொகுப்பில் தவறுகள் நேரக்கூடாது என்பதில் கண்ணும்கருத்துமாக இருந்தோம்.

பம்பாயில் மிகப் பிரபலமான காங்கிரஸ் தலைவர்கள் இருவர். ஒருவர் கே.எம். முன்ஷி என்ற குஜராத்தி; மற்றொருவர் கே.எப். நாரிமன் என்ற பார்சிக்காரர். 1937இல் பம்பாயில் காங்கிரஸ் ஆட்சி ஏற்பட்டபோது யார் பிரதம மந்திரி என்பதில் மேற்கண்ட இருவருக்கும் கடும் போட்டி ஏற்பட்டது. அதில் சமரசம் ஏற்படாததால் மேலிடத்தார் மூன்றாவது ஒருவரைப் பிரதம மந்திரியாகச் செய்வதென்று முடிவு செய்தனர். அவர்தான் பி. ஜி. கெர் என்னும் பால கங்காதர கெர். அடக்கமுள்ள வழக்கறிஞர்.

பி. ஜி. கெர் காட்சிக்கு எளியவர்; ஏழைப் பங்காளர்; காந்தீயவாதி. அப்பொழுது பம்பாயின் கவர்னராக இருந்த ஆங்கிலேயர், *'I am the Prime Minister of Bombay Province'* என்று கொட்டை எழுத்தில் அச்சிட்டு, ஓர் அட்டையில் ஒட்டி, அதனை பி.ஜி. கெரின் படுக்கை அறையில் மாட்டச் செய்தாராம். இச்செய்தியை ஜான் கந்தர் என்னும் பிரபல அமெரிக்க எழுத்தாளர் தாம் எழுதிய *Inside Asia* என்ற நூலில் குறிப்பிட்டுள்ளார்.

யுத்த காலத்தில் காங்கிரஸ் மந்திரிசபை ராஜிநாமா செய்தது. பி. ஜி. கெர், கார் என்னும் இடத்தில் தங்கியிருந்தார். அவரை அணுகி, காந்தியடிகள் படத்தொகுப்பு தயாராக இருப்பதாகவும், அதனை அவர் பார்த்து சரியாக இருக்கிறதா, குறைகள் என்ன என்பதைத் தெரிவிக்க வேண்டும் என்றும் கேட்டுக்கொண்டேன். அவர் சம்மதித்தார்.

ஒருநாள் காலை 9 மணிக்கு தாதர் என்னும் பகுதியில் உள்ள பிராட்வே டாக்கீஸில் படம் காட்ட ஏற்பாடு செய்தேன். அவரும் அவர் மனைவியும் குறிப்பிட்ட நேரத்துக்கு வந்து சேர்ந்தனர். அவர்கள் வருவதைக் கண்ட பொதுமக்கள் இரு மருங்கிலும் நின்று பக்தியுடன் கைகூப்பி வணங்கினர்.

படத்தில் விளக்க உரை இன்னும் சேர்க்காததால் அருகில் இருந்து விளக்கிக் கூறினேன்.

பால கங்காதர திலகரின் இறுதி ஊர்வலப் படம் வந்த போது பி.ஜி. கெர் தம்மை அறியாமலே கண்ணீர் உகுத்து விம்மியழ ஆரம்பித்தார். பால கங்காதர திலகருக்கு அவர் உறவினர் என்பதைப் பின்னர் அறிந்தேன். அவர் தம் துக்கத்தை அடக்கிக்கொண்டு, திலகரின் இறுதி யாத்திரைக் கூட்டத்தில் தாமும் இருப்பதாகக் கூறினார்.

படத்தின் தொகுப்பு சரியாக இருப்பதாகவும் அவர் கூறினார்.

1940 ஆகஸ்ட் 23ந் தேதி காந்தியடிகள் படத்தைத் தமிழ் நாட்டில் திரையிட்டபோது அவருக்குக் கடிதம் எழுதினேன். அவர் அன்புடன் அனுப்பிய பதில் இது :

'I was very pleased to see the film of Mahatma Gandhi's life under production. I was deeply impressed by the difficulties in your way and the magnitude of your efforts in collecting the different news-reels from all over the world, and the results of your labour is indeed remarkable.

'I congratulate you on the production of your film.'

உத்தம காந்தீயவாதிகளுள் ஒருவர் பால கங்காதர கெர்.

வாழ்க நீ எம்மான்!

~

படத்தொகுப்பை ஒருவருக்கு மட்டும் காட்டியது போதாது; மற்றொருவருக்கும் காட்டினால் நல்லது என்று கருதினேன். அப்பொழுது பம்பாயில் மிகப் பிரபலமாக விளங்கிய தேசபக்தர் டாக்டர் ஜீவராஜ் மேதாவை அணுகினேன்.

டாக்டர் ஜீவராஜ் மேதா இந்தியாவின் புகழ்பெற்ற டாக்டர்களில் ஒருவர். தேசத்துக்காகச் சிறை சென்றவர். அவர் மனைவி ஹன்ஸா மேதாவும் புகழ்பெற்ற, பலமுறை சிறை சென்ற தேசபக்தர். டாக்டர் மேதா குஜராத் மாகாணத்தின் முதல்வராகவும் இருந்தார். சில மாதங்களுக்கு முன் தமது 91ஆம் வயதில் காலமானார்.

குறிப்பிட்ட நாளில் டாக்டர் மேதா படத் தொகுப்பைப் பார்த்தார். பல கேள்விகள் கேட்டார். விளக்க உரை சேர்க்காததால் அருகில் இருந்து விவரம் கூறினேன். சர் சாப்ரூ வருவதைக் கூறினேன்.

“பெயர்களை சரியாக உச்சரிக்க நீங்கள் ஏன் கற்றுக் கொள்ளக் கூடாது?” என்றார்.

எனக்கும் ஒன்றும் புரியவில்லை. “சாப்ரூ அல்ல, சப்ரூ” என்றார்.

“இருபத்தைந்து ஆண்டுகளாகத் தமிழ் தினசரிப் பத்திரிகை படித்து வருகிறேன். எனது உச்சரிப்பைத் திருத்துவது சுலபமன்று” என்று கூறினேன்.

காந்தி பக்தரான டாக்டர் ஜீவராஜ் மேதா, படத் தொகுப்பு சரியாக இருக்கிறது என்று கூறினார்.

வாழ்க நீ எம்மான்!

~

“அரசியல் தலைவர்களுக்குப் படத் தொகுப்பைக் காட்டி விட்டோம். இனி பத்திரிகாசிரியர் இருவருக்குப் படத் தொகுப்பைக் காட்டலாம்” என்று முடிவு செய்தேன். *பிலிம் இந்தியா* பத்திராதிபர் பாபு ராவ் படேலும், *பம்பாய் கிரானிகள்* உதவி ஆசிரியர் கே. அகமத் அப்பாஸும் படத் தொகுப்பைப் பார்த்தனர். அவர்களுடன் ஹாலிவுட்டிலிருந்து வந்திருந்த பழைய நண்பர் ராம் பகாயும் படத்தொகுப்பைப் பார்த்தார். அகமத் அப்பாஸ் ஆக்கபூர்வமான யோசனைகள் சிலவற்றைக் கூறினார்.

இதன் பிறகு, அகமத் அப்பாஸ் *பிலிம் இந்தியா* பத்திரிகையில் காந்தியடிகள் படம்பற்றிய சிறந்த கட்டுரை ஒன்றை எழுதினார். **Mahatma Gandhi Becomes a Film Star** என்பது கட்டுரைத் தலைப்பு. கட்டுரையில் உள்ள விஷயங்கள் அனைத்தும் என்னிடமிருந்து சேகரித்தவை. நல்ல முறையில் எழுதியிருந்தார். கட்டுரைக்குத் தலைப்புக் கொடுத்தவர் *பிலிம் இந்தியா* ஆசிரியரான பாபு ராவ் படேல். கட்டுரையின் தலைப்பு எனக்கு மட்டுமன்று; கட்டுரையாளர் அப்பாஸுக்கே பிடிக்கவில்லை.

இது மட்டுமல்ல. இந்தக் கட்டுரை வெளிவந்த இதழைப் பற்றி பம்பாயில் பிரசுரமாகும் பிரபல ஆங்கில தினப் பத்திரிகையான *டைம்ஸ் ஆப் இந்தியா*வில் முன்பக்கத்தின் அடியில் இரண்டு கலரில், இரண்டு பத்தி இரண்டு அங்குல விளம்பரம் ஒன்றை வெளியிட்டார்.

Mahatma Gandhi Becomes a Film Star என்பது விளம்பரம். **Becomes** என்ற எழுத்தின் மீது சிவப்பு மையைக் கொட்டி

விட்டதுபோல பிளாக் செய்து வெளியிட்டார். இரண்டாவது கலரான சிவப்பு, இந்த மை கொட்டும் பகுதி மட்டும்தான்.

காந்தியடிகளைப் பற்றித் தவறாக ஊகிக்கக்கூடிய தரக் குறைவான விளம்பரம் இது. பொறுப்புள்ள *டைம்ஸ் ஆப் இந்தியா* நிர்வாகத்தினர் தரக் குறைவான இந்த விளம்பரத்தை எவ்வாறு வெளியிட்டார்கள் என்பதை இன்னும் என்னால் புரிந்துகொள்ள முடியவில்லை.

மிகப் புனிதமாகக் கருதிப் போற்றும் ஒன்றைக் கேவலம் தரக்குறைவான வியாபாரப் பொருளாக விளம்பரம் செய்த *பிலிம் இந்தியா* ஆசிரியர் பாபு ராவ் படேலின் தொடர்பை அன்று முதல் அறவே விட்டுவிட்டேன்.

வாழ்க நீ எம்மான்!

~

நாமக்கல் ராமலிங்கம் பிள்ளை அவர்கள் இயற்றிய 'ஆடு ராட்டே', 'கத்தியின்றி ரத்தமின்றி' என்ற இரண்டு பாட்டுகளுக்கும் ஒரு தொகை செலுத்தி அவரிடம் அனுமதி பெற்றுக் கொண்டோம். 'ஆடு ராட்டே' என்ற பாட்டை மட்டுமே உபயோகித்தோம்.

டி.கே. பட்டம்மாளின் தந்தையாரைப் புரசைவாக்கத்திலிருந்த அவருடைய வீட்டில் சந்தித்தேன். 'ஆடு ராட்டே' என்ற பாடலைக் குமாரி டி.கே. பட்டம்மாள் பாடவேண்டும் என்றும், எங்கள் பொருளாதார நிலை இடங்கொடாததால் சிறிய தொகை மட்டும் தருவதாகவும், கிராமபோன் ரிகார்டில் வரும் ராயல்டியில் அவர் பங்கைக் கொடுப்பதாகவும் கூறினேன். அவர் அன்புடன் சம்மதித்தார்.

படம் பூர்த்தியாவதற்குள் அவர் காலமாகிவிட்டார். அவரைப் பற்றி கல்கி *ஆனந்த விகட*னில் எழுதிய கட்டுரையில், "செட்டியார் வந்தார். குறைவான தொகைதான் அவர்களால் கொடுக்க இயலும் என்றார். காந்தி படம் என்பதற்காக உடனே சம்மதித்துவிட்டேன்" என்று பட்டாம்மாளின் தந்தை தம்மிடம் கூறியதாகக் குறிப்பிட்டுள்ளார்.

பட்டம்மாளின் பாட்டு மிக அருமையாக அமைந்தது. அவர் திரைப்படத்துக்காகப் பாடிய ஒரே பின்னணிப் பாடல் இந்த 'ஆடு ராட்டே' ஒன்றுதான் என்று கருதுகிறேன்.

படத்தொகுப்பு ஒருவாறு முடிந்ததும் பின்னணிப் பாடல்களையும் சங்கீதத்தையும் பொருத்தும் வேலையைத் தொடங்கினோம்.

முதன்முதலாக ராட்டைக் காட்சியில் பட்டம்மாளின் பாட்டை அமைத்தோம். அதனைத் திரையிட்டபோது ஸ்டூடியோவில் வேலை செய்தவர்களில் பலர், தங்கள் வேலை களை விட்டுவிட்டு இந்தப் படத்தைப் பார்க்க வந்தனர்.

எங்களுக்குத் தந்தை போல் விளங்கிய பிரபல போதார் கம்பெனியின் டைரக்டர் மத்தூர் சுப்பராவ் அவர்களும் அப்பொழுது இருந்தார். அவர் அடைந்த மகிழ்ச்சிக்கு எல்லையே இல்லை.

களை கட்டியது. படத்தின் வெற்றிக்கு அது ஒரு அறிகுறியாக இருந்தது.

வாழ்க நீ எம்மான்!

~

தெலுங்குப் படத்தில் இந்த ராட்டை சுற்றும் காட்சிகளுக்குப் 'பாடவே ராட்டினமாம்' என்ற தெலுங்குப் பாடலைப் பாடியவர் குமாரி சூரியகுமாரி. இவர் சென்னை மாகாணத்தின் முதன்மந்திரியாக இருந்த ஆந்திர கேசரி டி. பிரகாசம் அவர்களின் சகோதரர் புதல்வி.

தமிழ், தெலுங்குப் படங்களின் தொடக்கத்தில் டைட்டில்கள் வரும்போது, 'வந்தே மாதரம்' பாட்டைச் சேர்ந்து பாடியவர்கள் சித்தூர் வி. நாகையாவும் பெஜவாடா குமாரி ராஜரத்தினமும் ஆவர். மிக அருமையாகப் பாடினர்.

சித்தூர் வி. நாகையா சிறந்த நடிகர். அது மட்டுமன்று, சிறந்த மனிதர். சிறந்த நடிகர்கள், வாழ்க்கையில் சிறந்த மனிதர்களாகவும் திகழ்வது மிகமிக அரிது. நாகையா இதற்கு ஒரு விதிவிலக்கு.

சேவாகிராமக் காட்சியில் பெஜவாடா ராஜரத்தினம் பாட்டு சிறப்புற்று விளங்கியது.

தமிழ்ப் படத்தின் இறுதியில் காந்தியடிகளின் பெருமையை விளக்கும் பாடல் ஒன்றை சங்கீத வித்வான் டி.கே. ஜயராம ஐயர் அவர்கள், கல்லூரியில் பயின்றுகொண்டிருந்த தம் மூத்த புதல்வியைக் கொண்டு பாடச் செய்தார். தர்மாம்பாள் என்ற புனைபெயரில் பாடிய ஸ்ரீமதி செல்லம்மாள் இப்போது சேலத்தில் உள்ள பிரபலமான சாரதா கல்லூரியின் முதல்வராகப் பணியாற்றி வருகிறார்.

காந்தியடிகள் ஐரோப்பாவிலும் இங்கிலாந்திலும் தோன்றும் காட்சிகள் சுமார் 1500 அடி நீளம் இருக்கும்.

இதற்கு மேலை நாட்டு சங்கீதத்தைப் பின்னணியாகச் செய்ய முடிவு செய்தோம்.

அந்த நாளில், உலகப் புகழ்பெற்ற தாஜ்மகால் ஹோட்டலில் வயலின் வாசித்து வந்த பிரபலமான மெஹ்லி மேதா என்பவரை ஏற்பாடு செய்தோம். மேதா பண்புள்ளவர்; கண்ணியமானவர். அவர் படத்தைப் பார்த்துவிட்டு, ஒவ்வொரு காட்சியின் நேரத்தையும் குறித்துக்கொண்டார். சங்கீதத்தைத் தொடங்கும்போது fade in, முடிக்கும்போது fade out காதுக்கு இன்பமளிக்கும் வகையில் மிருதுவாகச் செய்ய வேண்டும். இதற்கு யந்திர சாதனங்களை உபயோகிப்பது வழக்கம். ஆனால் மெஹ்லி மேதா, "இந்தச் சிரமங்கள் எல்லாம் உங்களுக்கு வேண்டாம், நான் வாசிக்கும்பொழுதே நேரத்துக்குத் தக்கபடி முறைப்படி ஆரம்பித்து முடித்துவிடுகிறேன்" என்றார்.

கடிகாரத்தையே பார்க்காமல் இரவு முழுதும் இருந்து அன்புடன் ஒத்துழைத்தார் மேதா.

அவர் விடைபெறும்போது அவருக்குப் பேசிய தொகை ரூபாய் நூற்றைம்பதை ஒரு கவரில் வைத்து அவரிடம் கொடுத்தேன். அதனை வாங்கி, உடனே தம் சட்டைப் பையில் வைத்துக்கொண்டார்.

"தயவு செய்து, சரியாக இருக்கிறதா என்று நோட்டுகளை எண்ணிப்பாருங்கள்" என்றேன்.

"அப்பேர்ப்பட்டவர்களுடன் நான் பழகவில்லை" என்று கூறி அன்புடன் விடைபெற்றார் மேதா.

~

ஒரு நாள் இரவு, வாடியா மூவிடோன் சங்கீதக் குழுவினரின் சங்கீதத்தை ரிகார்டு செய்துகொண்டிருந்தோம். நாள் முழுதும் அலைந்தபடியால் என்னையறியாமலேயே தூங்கிவிட்டேன்.

டாக்டர் பதி என்னை எழுப்பி, "நீங்கள் வீட்டுக்குப் போய் ஓய்வு எடுத்துக்கொள்ளுங்கள். இல்லையேல் உங்கள் குறட்டைச் சப்தம் இன்று ரிகார்டு செய்யும் படங்களை எல்லாம் கெடுத்துவிடும்" என்றார்.

மறுநாள் காலையில் படத்தைக் கழுவி போட்டுப் பார்த்ததில் ஐம்பது அடி நீளம் வரை எனது குறட்டையின் ஒலி இருந்தது! எல்லோரும் அறியும்வண்ணம் எனது குறட்டை ஒலிப்பதிவானதில் எனக்கு அவமானம்!

~

இந்த நிலையில் எதிர்பாராத பேராபத்து ஒன்று வந்தது.

எங்கள் காரியாலயத்தில் ஒருநாள் காலையில், அன்று செய்ய வேண்டிய வேலைகளைப் பற்றி நாங்கள் திட்டமிட்டுக் கொண்டிருந்தபோது, டாக்டர் பதிக்கு டில்லியிலிருந்து ஒரு டெலிபோன் வந்தது. பேசியவர் டாக்டர் பதியின் நண்பரான ஒரு பிரெஞ்சுக்காரர். பிரெஞ்சு மொழியில் பேசினார். டாக்டர் பதியும் பிரெஞ்சு மொழியில் பதில் கூறினார்.

புது டில்லியில் அப்போதிருந்த அரசாங்கத்தின் செய்திப் பிரிவு இலாகாவின் முக்கிய அதிகாரிகள் ஒன்றுகூடி, தயாராகி வரும் காந்தியடிகள் பிலிமைப் பறிமுதல் செய்து, அதனை அடியோடு அழித்துவிட வேண்டும் என்று திட்டமிட்டார்களாம். அவர்களுடன் அப்போது அங்கிருந்த டாக்டர் பதியின் நண்பரான பிரெஞ்சுக்காரர், இந்த விவரத்தைக் கூறி பிலிமைப் பத்திரப்படுத்தும்படி எச்சரித்தார். இந்த விவரம் தெரிந்ததும் எங்களுக்கு ஒன்றுமே ஓடவில்லை.

அதுவரை தயாரான காந்தியடிகள் பிலிமுக்கு ஆறு மாஸ்டர் பாசிட்டிவ்கள் தயாரித்து, அவற்றைச் சென்னைக்கு அனுப்பி, பல இடங்களில் மறைத்து வைத்திருக்க வேண்டும் என்று தீர்மானித்தேன்.

சாதாரணமாக ஒரு பிலிமுக்கு ஒரு மாஸ்டர் பாசிட்டிவ் தான் எடுப்பார்கள். நெகட்டிவ் ஒருவேளை சேதமாகிவிட்டால் மாஸ்டர் பாசிட்டிவ் பிலிமிலிருந்து வேண்டிய நெகட்டிவ்கள் எடுத்துக்கொள்ளலாம். முன்ஜாக்கிரதையாகச் செய்யும் ஏற்பாடுகளில் இது ஒன்று. மாஸ்டர் பாசிட்டிவ் விலையும், சாதாரண பாசிட்டிவ் விலையும் ஏறக்குறைய ஒன்றுதான். மாஸ்டர் பாசிட்டிவை திரைப்படக் காட்சிசாலைகளில் திரையிட முடியாது. நெகட்டிவ் எடுப்பதற்கு மட்டும்தான் அது உபயோகப்படும்.

உடனே கோடக் கம்பெனிக்குச் சென்று அங்கிள் மிஸ்திரியிடம் அறுபதாயிரம் அடி மாஸ்டர் பாசிட்டிவ் வாங்கினேன். இவ்வளவு பெரும் அளவில் எந்தத் தயாரிப்பாளருக்குமே மாஸ்டர் பாசிட்டிவ் தேவைப்படாது; வாங்க மாட்டார்கள். எனக்குப் பல ஆண்டுகள் வரை பம்பாய் கோடக் கம்பெனியில் 'மிஸ்டர் மாஸ்டர் பாசிட்டிவ்' என்ற பெயர் இருந்தது.

முதல் இரண்டு பிரதிகளைத் தயாரித்தோம். அதனைக் கொண்டு வர, எங்கள் காரை உபயோகிக்காமல் ஒரு வாடகை மோட்டாரை ஏற்பாடு செய்து சாந்தா குருஸில் உள்ள மத்தூர்

சுப்பராவ் அவர்கள் வீட்டில் கொண்டுபோய் வைத்தேன். இரண்டு தினங்களில் மீண்டும் இரண்டு பிரதிகள் தயாராயின. அவற்றையும் சுப்பராவ் அவர்கள் வீட்டிலேயே வைத்தேன். உடனே எனது உதவியாளரிடம் இரண்டு பிரதிகளைச் சென்னைக்கு இரண்டாவது வகுப்பு ரயிலில் அனுப்பி, எங்கள் டைரக்டரிடம் கொடுத்து, விவரம் கூறி அவற்றை மறைத்து வைத்திருக்க வேண்டும் என்றும், ஆனால் எங்கு வைத்திருக்கிறார் என்ற விவரம் எங்களுக்குச் சொல்லக்கூடாது என்றும் கூறிவர ஏற்பாடு செய்தேன்.

இம்மாதிரி ஆறு பிரதிகளையும் சென்னையில் கொண்டு போய்ச் சேர்த்துவிட்டோம்.

அப்பொழுது அரசியல் கொந்தளிப்பு அதிகம். அதனையும் பொருட்படுத்தாமல் தைரியத்துடனும் தேசபக்தியுடனும் பிலிம் பிரதிகளைத் தமது வீட்டில் வைத்துப் பேருதவி புரிந்த மத்தூர் சுப்பராவ் அவர்களின் அன்பையும் உதவியையும் ஒருபோதும் மறக்க முடியாது.

யுத்தத்துக்குப் பின்னர்தான், சென்னைக்கு அனுப்பிய பிரதிகளில் ஒன்று ஒரு சுதேச சமஸ்தான அரண்மனையிலும், மற்றொன்று பெரிய ஆலயத்தை ஒட்டிய மடத்திலும், மற்றவை தனிப்பட்ட வீடுகளிலும் மறைத்துவைக்கப்பட்ட செய்தி எனக்குத் தெரிந்தது.

தேசத்தின் சொத்தான காந்தியடிகள் பிலிம் பறிபோய் விடுமே, இவ்வளவு காலம் பாடுபட்டது ஒரு கணத்தில் மறைந்துவிடுமே என்ற அச்சம் என்னை அல்லும்பகலும் வாட்டியது.

அந்த நிலையை இன்று நினைத்தாலும்கூடக் கைகால் நடுங்கும்.

எதிர்பாராத பெரும்பணச் செலவு; ஒரு வாரமாக ஓய்வு ஒழிவின்றி வேலை செய்தல் என்றபோதிலும் ஆறு பிரதிகளைச் சென்னைக்கு அனுப்பியதில் ஓர் ஆறுதல்.

இந்தக் கடும் சோதனையிலிருந்து ஆண்டவன் கருணையுடன் காப்பாற்றினார்.

வாழ்க நீ எம்மான்!

~~

9

படத்துக்குப் பின்னணி சங்கீதம் பூர்த்தி யானதும் விளக்க உரை தயாரிப்பதில் கவனம் செலுத்தினோம். இதனை ஆங்கிலத்தில் *commentary* அல்லது *narration* என்று சொல்வார்கள். அந்நியர் ஆட்சியில் தேசபக்தியைப் பரப்பும் ஒரு பிலிமுக்கு விறுவிறுப்பான விளக்க உரை எழுதுவதோ பேசுவதோ இயலாத காரியம். சில சமயங்களில் விளக்க உரையே இல்லாத மௌனக் காட்சிகளே அதிகப் பலனைக் கொடுக்கும்.

சுமார் இரண்டரை மணிநேரம் ஓடும் படத்துக்கு ஒருவர் மட்டும் விளக்க உரை கூறினால் அவர் குரல் எவ்வளவு இனிமையாக இருந்தாலும் கேட்பவர்களுக்கு அலுப்பு ஏற்படும். அந்த நாளில் அமெரிக்காவில் செய்திப் படங்களுக்கு – அதாவது பத்து நிமிஷம் ஓடும் செய்திப் படங்களுக்கு – *Multi Voice System* – ஒன்றுக்கு மேற்பட்டவர்கள் விளக்க உரை கூறும் வழக்கத்தைத் தொடங்கினர். உதாரணமாக, குதிரைப் பந்தயக் காட்சிகளுக்கு விளக்க உரை கூறுவதில் அந்நாளில் புகழ் பெற்றவர் கிளாம் மெக்கர்த்தி என்பவர். குதிரைகள் ஓடும் வேகத்துக்கு ஏற்ப அவர் பேச்சின் வேகமும் இருக்கும். லோவல் தாமஸ் என்பவர் அந்நாளில் புகழ் பெற்ற விரிவுரையாளர். *Going To Places With Lowell Thomas* என்ற பெயரிலே பிலிம்கள் வெளிவந்தன.

விளக்க உரை எழுதுவதோ அல்லது பேசுவதோ அப்பொழுது நம் நாட்டிற்குப் புதிது. காந்தியடிகள் படத்துக்கு நான்கு விளக்க உரையாளர்களை ஏற்பாடு செய்ய எண்ணினேன். அவர்களில் மூவர் ஆண்கள். ஒருவர் பெண். அந்த மூவரில் பிரபலமான *star commentator* ஒருவர்.

இவர்களை எவ்வாறு தேர்ந்தெடுப்பது? சென்னை வானொலி நிலையத்தில் முக்கிய அதிகாரிகளில் ஒருவராக இருந்த நண்பர் பி. வி. ஆசார்யாவை அணுகினேன். அவர் தலைவர் சத்தியமூர்த்தியின் பெயரைக் கூறினார்.

மாம்பலத்தில் வசித்துவந்த சத்தியமூர்த்தியை அவர் வீட்டில் சந்தித்தேன். அவரை எனக்கு இன்னார் என்று தெரியுமே தவிரப் பழக்கமில்லை. காந்தியடிகள் பிலிம் தயாரிப்பு சம்பந்தமான செய்திகளை அவர் பத்திரிகைகளில் படித்திருக்கிறார்; அப்போது அவர் சென்னையின் மேயராக இருந்தார்.

சத்தியமூர்த்தி என்னை அன்புடன் வரவேற்றார். விவரம் கூறினேன். காந்தியடிகள் பிலிமில் குறிப்பிட்ட பகுதிகளுக்கு அவர் விளக்க உரை படிக்க வேண்டும் என்றும், எங்களுக்குப் போதுமான பொருளாதார வசதி இல்லாததால் பம்பாய் போய்வர அவருக்கு முதலாவது வகுப்பு ரயில் டிக்கட், பம்பாயில் தங்க வசதி, கார் வசதி ஆகியவை செய்து தருவதாகவும், அது தவிர ரூபாய் ஐந்நூறு தருவதாகவும் கூறினேன்.

அதற்கு அவர், "இன்னும் சில தினங்களில் பம்பாய் செல்கிறேன். அங்கு இரண்டு நாட்கள் தங்குவேன். அப்பொழுது நான் பேச வேண்டிய பகுதிகளை மட்டும் காட்டினால் பேசுகிறேன். ஆனால் மகாத்மாவின் பெயரை நான் எப்படிப் பொதுக் கூட்டங்களில் உச்சரிக்கிறேனோ அந்த வார்த்தை தான் உபயோகிப்பேன். எனக்கு நீங்கள் பிரயாணச் செலவு, பம்பாயில் தங்கும் செலவு ஒன்றும் தரவேண்டாம். எனக்குத் தருகிற தொகை ஐந்நூறை ரூபாய் ஆயிரமாகக் கொடுங்கள். எனக்கு என்ன வேறு சம்பாத்தியம்?" என்றார். அத்தகைய பெருந்தலைவர், தமக்கு வேறு சம்பாத்தியமில்லை, ஆயிரம் ரூபாய் கொடுத்தால் நல்லது என்று வாய்விட்டுக் கேட்டபோது என் உடல் புல்லரித்தது.

அவர் கேட்ட தொகை சிறிது அதிகமாகத் தோன்றினாலும் அத்தொகையைச் செலவு செய்வதால் படத்தின் மதிப்பு உயரும். அதனால் சம்மதித்தேன்.

சத்தியமூர்த்தி பேச ஒப்புக்கொண்டது பெரிய அதிர்ஷ்டம் என்பதில் ஐயமில்லை. நமக்கு அதிர்ஷ்டம் வந்தால் அதை நான்கு பேர்களிடம் சொன்னால்தான் மனத் திருப்தி ஏற்படும்.

அப்பொழுது சென்னையில் காங்கிரஸ் சம்பந்தமான கூட்டம் ஒன்று நடைபெற்றது. எங்கள் டைரக்டர்களில் ஒருவர் வந்திருந்தார். அவர் காங்கிரஸ்காரர். அவரைப் பார்க்கச்

சென்றபோது பிரபல காங்கிரஸ் தலைவர் ஒருவரும் அங்கிருந்தார். அவரும் எனக்கு வேண்டியவர்.

சத்தியமூர்த்தி விளக்க உரை பேச ஒப்புக்கொண்டதைப் பெருமையுடன் கூறினேன். அவர் விருப்பப்படியே ஆயிரம் ரூபாய் தர ஒப்புக்கொண்டிருப்பதாகவும் கூறினேன்.

உடனே அந்தப் பிரபல காங்கிரஸ் தலைவர் "சத்திய மூர்த்திக்கு ஆயிரம் ரூபாயா? என்ன அக்கிரமம்! காந்தி படத்துக்குப் பணம் வாங்காமல் பேச வேண்டாமா?" என்று துள்ளிக் குதித்தார். எங்கள் டைரக்டரும் தலையை ஆட்டினார்.

நமது திட்டத்தைவிட இருநூறு ரூபாய்தான் அதிகம் என்றும், அதனால் படத்தின் மதிப்பும் வருமானமும் உயரும் என்றும், நான் வாக்குக் கொடுத்துவிட்டதாகவும் கூறி எவ்வளவோ கெஞ்சினேன். அவர்கள் இருவரும் மனமிரங்க வில்லை.

எனக்குள்ள அதிகாரத்தின்படி சத்தியமூர்த்திக்கு ஆயிரம் ரூபாய் கொடுக்க எனக்கு உரிமை உண்டு. எனது டைரக்டரிடம் சொல்லாமலேயே நான் செய்திருந்தால் ஆட்சேபணையே இராது. இப்பொழுது டைரக்டர் வேண்டாம் என்று சொன்ன பின்னர் நான் மீறிச் செய்தால் அது படத்தின் எதிர்காலத்தைப் பெரிதும் பாதிக்கும். எனவே படத்தை முன்னிட்டு இந்த அவமானத்தை ஏற்றுக்கொள்வது என்று முடிவு செய்தேன்.

உடனே சத்தியமூர்த்தி வீட்டுக்குச் சென்றேன். எனது எண்சாண் உடம்பு ஒரு சாணாகக் குறுகிவிட்டது. "ஆயிரம் ரூபாய் கொடுக்க எங்கள் டைரக்டர் சம்மதிக்கவில்லை" என்றேன். "அதனால் பரவாயில்லை" என்றார். அவர் முகத்தில் வருத்தக்குறி இருந்தது. அது இயல்பு. ஆனால் அவருக்கு எவ்வளவு வருத்தம் என்பதைப் பின்னர்தான் அறிந்தேன்.

இரண்டு தினங்களுக்குப் பின்னர் பம்பாய் செல்லத் திட்டம். கையில் ரயில்வே கூப்பன்கள் இருந்தன. குறிப்பிட்ட நாளில் பம்பாய்க்கு இரண்டாவது வகுப்பு ரிசர்வ் செய்தேன்.

காலை எட்டு மணிக்கு பம்பாய் ரயில். முன்னதாகவே சென்று விட்டேன். கூப்பே (coupe) அதாவது கீழ்ப் படுக்கையும் மேல் படுக்கையும் ஆக இரண்டு படுக்கைகளே கொண்டவை. இவை முதலாவது வகுப்பில் சாதாரணம். இரண்டாவது வகுப்பில் அபூர்வம். இந்தக் கம்பார்ட்மெண்டுகளில் கணவன் – மனைவி அல்லது காதலர்கள் பயணம் செய்வது வழக்கம். சிலர் இந்தக் கம்பார்ட்மெண்டு வேண்டுமென்று

தவறான வழியில் அதிகப் பணம் கொடுத்து ரிசர்வ் செய்வதும் உண்டு.

சத்தியமூர்த்தி அகில இந்தியப் புகழ்பெற்ற காங்கிரஸ் தலைவர். அவர் சௌகரியமாகப் பிரயாணம் செய்ய வேண்டும் என்பதற்காக ரயில்வே குமாஸ்தா கூப்பேயில் கீழ்ப் படுக்கையை அவருக்கு ரிசர்வ் செய்தார். மேலே யாரையாவது போட வேண்டுமல்லவா? மேல் படுக்கை தற்செயலாக எனக்குக் கிடைத்தது.

உரிய நேரத்தில் சத்தியமூர்த்தி ரயிலடிக்கு வந்தார். நமஸ்காரம் என்றேன். அவரும் நமஸ்காரம் என்றார். அவரை மாலையிட்டு வழியனுப்ப ஐந்தாறு காங்கிரஸ்காரர்கள் வந்திருந்தனர்.

மறுநாள் காலை பத்து மணிக்கு ரயில் பம்பாய் சேரும். இருபத்தாறு மணி நேரம் சத்தியமூர்த்தியுடன் பிரயாணம் செய்வது எவ்வளவு அரிய வாய்ப்பு! எவ்வளவு விஷயங்களைத் தெரிந்துகொள்ளலாம்.

ஆனால் நீங்கள் நம்பவே மாட்டீர்கள். பம்பாயில் ரயிலை விட்டு இறங்கும்வரை சத்தியமூர்த்தி என்னுடன் ஒரு வார்த்தை கூடப் பேசவில்லை. சொன்ன வார்த்தையைக் காப்பாற்றாத எனக்கு ஆண்டவன் விதித்த நியாயமான கடும் தண்டனை அது!

சத்தியமூர்த்திக்கு ஆயிரம் ரூபாய் கொடுக்கக் கூடாது என்று பிரபல காங்கிரஸ் தலைவர் ஏன் துள்ளிக் குதித்தார் என்பது எனக்குப் பின்னர்தான் புரிந்தது. இவர் பணக்காரக் குடும்பத்தில் பிறந்தவர்; தேசீயப் போர்வை போர்த்திய பிராமணர்-அல்லாதார்.

விதிவசத்தால் பணக்காரக் குடும்பத்தில் பிறந்த தேசபக்தர்கள் - இவர்களில் பலர் திறமைசாலிகள் அல்லர் - திறமை மிக்க ஆனால் ஏழ்மையான தேசபக்தர்களை, அவர்கள் ஏழ்மையின் காரணமாக மிக அலட்சியமாகக் கருதியதையும் நடத்தியதையும் காண மிக வேதனையாக இருந்தது.

சத்தியமூர்த்தி விரும்பியிருந்தால் லட்சக்கணக்காகப் பொருள் ஈட்டி, அவருக்கு மிகவும் பிரியமான சுகவாழ்க்கையை இன்னும் நன்கு அனுபவித்திருக்கலாம். சத்தியமூர்த்தியின் பேச்சு வன்மை நிகரற்றது. இந்திய சட்டசபையில் நிதி அங்கத்தினர் ரெய்ஸ்மனுக்குச் சிம்மசொப்பனமாக இருந்தவர் சத்தியமூர்த்தி.

தமிழ்நாட்டில் சட்டசபையில் காங்கிரஸ் வெற்றிக்கு முக்கிய காரணங்களில் ஒன்று சத்தியமூர்த்தியின் இடைவிடாத தேர்தல் பிரசாரம்.

தமது எல்லையற்ற அபாரத் திறமை முழுவதையும் அன்னை பாரத தேவியின் திருவடிகளில் காணிக்கையாகச் சமர்ப்பித்த காந்தி பக்தர் அமரர் சத்தியமூர்த்தி.

வாழ்க நீ எம்மான்!

~

படத்துக்கு விளக்க உரை எழுதுவது பெரிய பிரச்னையாகி விட்டது. தமிழ்நாட்டில், ஏன் இந்தியாவிலேயே, பிலிமுக்கு விளக்க உரை எழுதுபவர் – பிரபலமானவர் – யாருமே இல்லை. நம் நாட்டுக்கு அது அப்பொழுது புதிது.

எனக்கு விளக்க உரை எழுதுவதில் அனுபவம் இல்லா விட்டாலும் விளக்க உரையுடன் கூடிய ஏராளமான படங்களைப் பார்த்திருக்கிறேன். எவ்வாறு எழுத வேண்டும் என்பது ஓரளவு தெரியும். ஆனால் நான் எழுதினால் அதிலுள்ள குறைகள் எனக்குத் தெரியாது. எனவே புதிதாக ஒருவரை நியமித்து அவருக்குத் துணைபுரிவதுதான் சிறந்தது என்று முடிவு செய்தேன்.

பல அன்பர்களைக் கலந்து பேசி, பிரபல எழுத்தாளரான த.நா. குமாரஸ்வாமி அவர்கள் பெயரைத் தீர்மானித்தோம். அவரை அணுகியபோது அவர் மிகவும் அடக்கத்துடன் அத்துறையில் தமக்கு அனுபவமில்லை என்று கூறினார். "கவலைப்படாதீர்கள். இந்தியாவுக்கே இத்துறை புதிது. இதில் யாருக்குமே இன்னும் அனுபவம் ஏற்படவில்லை. உற்சாகத் துடன் முயலுவோம்" என்றேன். அவர் சம்மதித்தார்.

பம்பாய்க்கு வந்து சுமார் ஒரு மாதம் தங்கினார். படத்தைச் சில முறை பார்த்த பின்னர், காந்தியடிகள் வாழ்க்கை வரலாற்று நூல்களை நன்கு படித்து, குறிப்புக்கள் எடுத்துக் கொண்டார். விளக்க உரையாளர்கள் அனைவரும் பேசி முடியும்வரையில் கூடவே இருந்தார். சில சமயங்களில் படத்தின் நீளம் மிகக் குறைவாக இருக்கும். அப்பொழுது விளக்க உரை முழுவதையும் படிக்க முடியாது. சுருங்கச் சொல்லி விளங்க வைத்தல் வேண்டும்.

குமாரஸ்வாமியின் கடின உழைப்பும் பொறுமையும் இனிய சுபாவமும் பாராட்டத்தக்கவை. அவருடைய விளக்க உரையில் விறுவிறுப்பு இல்லை என்பது உண்மை. ஆனால் அது அவர் குற்றம் அன்று; அவர் விளக்க உரை எழுதிய

காலத்தின் – சூழ்நிலையின் – குற்றமேயாகும். நாட்டில் ஏற்பட்ட அரசியல் கொந்தளிப்பு சமயத்தில் இவ்வளவாவது எழுத முடிந்ததே என்று ஆறுதல் அடைந்தோம்.

வாழ்க நீ எம்மான்!

~

விளக்க உரை பேசுவோர் நால்வர். அவர்களில் மூவர் பெயரை வானொலி நண்பர் பி.வி. ஆசார்யா சிபார்சு செய்தார். அது மட்டுமன்று; அவர்கள் மூவருக்கும் அவர்கள் பெயரை சிபாரிசு செய்திருப்பதாகத் தாமே கடிதம் எழுதி, ஒத்துழைக்க வேண்டும் என்றும் கேட்டுக்கொண்டார். அவர் உதவிக்கு நன்றி செலுத்தினேன்.

அவர் குறிப்பிட்ட மூவர் :

1. பிரபல சினிமா நடிகர் செருகளத்தூர் சாமா.

2. பிரபல பிடில் வித்வான் டி.கே. ஜயராம அய்யர்.

3. *ஜகன்மோகினி* ஆசிரியை ஸ்ரீமதி வை.மு. கோதைநாயகி அம்மாள்.

நான்காவதாக, நானே தீர்மானித்தவர் காரைக்குடி சா. கணேசன்.

இந்த நான்காவது பெயரையும் சிபார்சு செய்யும்படி வானொலியை நான் கேட்டிருக்க வேண்டும். அவ்வாறு செய்யாமல் நானே தீர்மானித்தேன். அதற்குரிய தண்டனையை யும் பின்னர் அனுபவித்தேன்.

செருகளத்தூர் சாமாவின் புகழ் அப்போது உச்சநிலையில் இருந்தது. *அம்பிகாபதி* படத்தில் அவர் கம்பராக நடித்துப் புகழ்பெற்றார். தம் சொந்த முயற்சியில் *ராஜா பர்த்துருஹரி*, *ஷைலக்* ஆகிய இரு புதுப்படங்களைத் தயாரிக்கப்போவதாக வும், அதில் தாமே நடித்து, தாமே டைரக்ட் செய்யப் போவதாகவும் அறிவித்திருந்தார். அந்த முயற்சியில் மும்முர மாக இருந்தார்.

சென்னை உட்லண்ட்ஸில் தங்கியிருந்த சாமாவைச் சந்தித்தேன். மலர்ந்த முகத்தோடு வரவேற்றார். தம் வேலைகளை ஒதுக்கிவைத்துவிட்டு பம்பாய்க்கு வந்தார்.

பிடில் வித்துவான் டி.கே. ஜயராமய்யர் சிறந்த பண்புள்ளவர். தாய்மொழி தெலுங்கு. நல்ல தமிழ் பேசினார். அவரும் பம்பாய் வந்துசேர்ந்தார்.

திருவல்லிக்கேணியில் தம் சொந்த வீட்டில் *ஜகன்மோகினி* என்ற பல ஆண்டுகளாக நடைபெற்று வந்த சிறந்த மாதப் பத்திரிகையின் ஆசிரியையும் சொந்தக்காரரும் தேசபக்தருமான ஸ்ரீமதி வை.மு.கோதைநாயகி அம்மாள் அவர்களைச் சந்தித்தேன். உற்சாகத்துடன் ஒப்புக்கொண்டு, பம்பாய்க்கு வந்தார்.

இவர்கள் மூவரையும் இதற்கு முன் எனக்கு அறிமுகமில்லை.

விளக்க உரை பேசுவோர் நால்வருக்கும் நாங்கள் கொடுத்த தொகை மிகமிகக் குறைவு. சென்னையிலிருந்து பம்பாய் போய்வர இண்டர் கிளாஸ் ரயில் டிக்கட், பம்பாயில் ஹோட்டல் செலவு, அது தவிர ரூ. 150 அன்பளிப்பு. எல்லோரும் பம்பாய் கோட்டையில் உள்ள நாஷனல் இந்து ஹோட்டலில் தங்கினார்கள். அங்கு ஒருவருக்கு ஒரு கட்டில், காலையிலும் மாலையிலும் தேநீர், பகலும் இரவும் சாப்பாடு எல்லாம் சேர்த்து நாள் ஒன்றுக்கு ரூபாய் மூன்றே கால்!

ஐந்து மைல் தூரத்தில் உள்ள ஸ்டூடியோவுக்கு இவர்களை அழைத்துச் செல்ல எங்களிடம் கார் இருந்தது.

இவர்கள் நால்வரும் வசதியுள்ளவர்கள்; அந்த நாளிலேயே பெரும் பொருள் சம்பாதித்து வந்தனர். இவர்கள் பல துறையினர்; ஒருவரை ஒருவர் அறியாதவர்கள். இவர்கள் அனைவரும் ஒரே குடும்பம் போல இருந்து, உற்சாகத்தோடு ஒத்துழைத் தார்கள். இதற்கு அவர்களின் தேசபக்தியே காரணம். இவர்கள் அனைவரையும் ஒருங்கே இணைத்தது காந்தி பக்தியேயாகும்!

இவர்கள் பம்பாயில் இருந்து விடைபெற்றபோது ஒவ்வொருவருக்கும் காந்தியடிகளின் ஆங்கில சுயசரிதை நூல் ஒன்றை அன்பளிப்பாகக் கொடுத்தேன். அதைப் பொக்கிஷம் போல வாங்கிப் போற்றினார்கள்.

வாழ்க நீ எம்மான்!

~

செருகளத்தூர் சாமாவின் குரல் மிகவும் கம்பீரமானது. படத்துக்கு முக்கியமான சோபை அளித்தது அவருடைய குரலேயாகும்.

ஒருநாள் எங்கள் காரியாலயத்தில் ஒரு கடிதம் டைப் செய்தேன். அப்பொழுது சாமா என்னை அணுகி, “நீங்கள் சிரமப்பட வேண்டாம். நான் நன்றாக டைப் செய்து தருகிறேன். சென்னை காஸ்மாபாலிட்டன் கிளப்பில் நான் டைப்பிஸ்டாக

இருந்தேன். அப்போது வயிற்றுப்பிழைப்புக்காக டைப் செய்தேன். இப்போது காந்தி மகானுக்காக டைப் செய்வது புண்ணியம் அல்லவா?" என்றார்.

விளக்க உரை பேசுவதை மிகப் புனிதமாகக் கருதியவர் ஸ்ரீமதி வை.மு. கோதைநாயகி அம்மாள். படத்தில் பெண்கள் அதிகமாகத் தோன்றும் பகுதிகளில் அவருடைய இனிய குரலை உபயோகித்தோம். சில சமயங்களில் அவர் மிக உணர்ச்சியுடன் பேசினார். மூன்று ஆண்களின் விளக்க உரைகளுக்கு இடையே ஒரு பெண்ணின் குரல், இனிமையைக் கொடுத்தது.

எப்போதும் உற்சாகமாய் இருந்தார் ஸ்ரீ டி.கே. ஐயராமய்யர். சில சமயங்களில் இரவு முழுதும் வேலை செய்வோம். மறுநாள் காலை சூரியன் உதயமாகும். அப்பொழுது, சூரிய உதயத்துக்கு ஏற்றவாறு ஐயராம அய்யர் பிடில் வாசித்து எங்கள் எல்லோரையும் மகிழ்ச்சிக் கடலில் ஆழ்த்துவார்.

அவருடையதும் ஒரு நல்ல குரல். அழகாகவும் அழுத்த மாகவும் பேசினார்.

படத்தில் சில பகுதிகளுக்கு அவர் பிடில் வாசிப்பை ஒலிப்பதிவு செய்தோம்.

"விளக்க உரை பேசுவதற்காகத்தான் உங்களை அழைத் தோம். எங்கள் வேண்டுகோளைப் பொருட்படுத்தி, படத்துக்கு இசை விருந்து அளித்துள்ளீர்கள். அதற்காக நாங்கள் கொடுக்கும் அன்பளிப்பை நீங்கள் ஏற்றுக்கொள்ள வேண்டும்" என்றேன்.

உடனே ஐயராமய்யர், தம் கண்களில் நீர்மல்க, தம் இரு கைகளையும் தலைக்கு மேல் கூப்பினார். "இது காந்தி மகானுக்கு எனது காணிக்கை" என்று கூறி இதற்காக எந்தத்தொகையும் பெற்றுக்கொள்ள மறுத்துவிட்டார் உத்தமரான டி. கே. ஐயராமய்யர்.

வாழ்க நீ எம்மான்!

~

காந்தியடிகள் படத்துக்கு விளக்க உரை பேசுவதற்காக உடனே புறப்பட்டு வரும்படி ஸ்ரீ சா. கணேசனுக்குக் காரைக்குடிக்குத் தந்திச் செய்தி அனுப்பினேன். விளக்க உரை பேசுபவர் நால்வர்; அவர்களில் தாமும் ஒருவர் என்பது கணேசனுக்குத் தெரியாது. தாம் மட்டுமே விளக்க உரை பேசப்போவதாக நினைத்துக்கொண்டு காரைக்குடியிலிருந்து தேசபக்தர் ராய. சொ.

அவர்களை ஆசிரியராகக் கொண்ட *ஊழியன்* வாரப் பத்திரிகைக்குச் செய்தி கொடுத்துவிட்டார். அவர் பம்பாய் வருமுன்னரே அச்செய்தி தாங்கிய பத்திரிகை பம்பாய்க்கு வந்துவிட்டது.

பழைய நட்பின் காரணமாக கணேசன் எங்களுடன் கம்பெனிக் காரியாலயத்திலேயே தங்கினார்.

ஸ்டூடியோ சென்றதும், கணேசனுடைய குரலை *voice test* ஒலிப்பதிவு செய்து, ஏற்றதா என்பதைப் பார்க்க வேண்டும். இது நடைமுறை. கணேசன் பேசினார். பதினைந்து நிமிஷத்தில் *reject* என்று சவுண்ட் என்ஜினியர் தமது கருத்தை எழுதியனுப்பினார்.

இதைப் பார்த்ததும் இடி விழுந்தது போலாயிற்று. எனக்கு என்ன செய்வதென்று புரியவில்லை. தந்தி கொடுத்து கணேசனை வரவழைத்துவிட்டோம். அவரும் அவசரப்பட்டுப் பத்திரிகைக்குச் செய்தி அனுப்பி, அதுவும் பிரசுரமாகிவிட்டது.

சவுண்ட் என்ஜினியர் கருத்தை மீறி கணேசனைப் பேசும்படி வற்புறுத்தினால் அது படத்தைப் பாதிக்கும். என் மனச்சாட்சியை உறுத்தும். என் சகாக்களுக்கு என்மீது உள்ள மரியாதை அடியோடு போய்விடும். என்ன செய்வது என்று தத்தளித்தேன்.

வானொலி நண்பரைக் கேட்காமல் கணேசனை நான்காவது விளக்க உரையாளராக நானே தேர்ந்தெடுத்தது பெரும் தவறு.

கணேசன் உரக்கப் பேசுவதால் அவருடைய குரல் நன்றாக இருக்கும் என்ற எனது தவறான எண்ணம், ரங்கூனில் ஏற்பட்ட பழைய நட்பு, அபிமானம் இவை ஒருங்கே சேர்ந்து என் கண்களை மறைத்துவிட்டன.

சிறிது நேரத்தில் டாக்டர் பதி என்னிடம் வந்து, "கணேசன் குரலை உபயோகப்படுத்த ஒரு வழி கண்டுபிடித்துவிட்டேன்" என்றார். "எப்படி?" என்று மிக ஆர்வத்துடன் கேட்டேன்.

படத்தில் கூட்டங்கள் (crowd scenes) பல வருகின்றன. அப்பொழுது "மகாத்மா காந்திக்கு ஜே என்ற கோஷங்கள் உள்ளன. பெருங்கூட்டங்களிலும் ஊர்வலங்களிலும் சத்தம் அதிகமாக இருக்கும். அப்பொழுது கணேசனைப் பேசச் சொல்லுவோம். அது படத்தைப் பாதிக்காது; அன்றியும் இவ்வளவு தூரம் வந்தவரை அதிருப்தியுடன் திருப்பி அனுப்பக் கூடாது" என்றார்.

ஆண்டவனுக்கு நன்றி செலுத்தினேன்.

வாழ்க நீ எம்மான்!

~

இன்பமும் துன்பமும் வாழ்க்கையில் மாறிமாறி வருவது இயல்பு. இதனை காந்தி படத் தயாரிப்பில் அனுபவத்தில் உணர்ந்தோம்.

ஒருநாள் காலையில் எங்கள் காரியாலயத்துக்கு நடுத்தர வயதுள்ள ஆங்கிலேயர் ஒருவர் வந்தார். தம் விசிட்டிங் கார்டைக் கொடுத்தார். அப்போது லண்டனிலிருந்து Picture Post என்ற மிகப் பிரபலமான ஆங்கில சித்திர மாதப் பத்திரிகை வெளியாயிற்று. அப்பத்திரிகைக்கு நம் நாட்டிலும் மிகச் செல்வாக்கு. எங்களைக் காணவந்த ஆங்கிலேயர் பிக்சர் போஸ்ட் ஆசிரியர் குழுவைச் சேர்ந்தவர். விஷயங்கள் சேகரிப்பதற்காக நம் நாட்டுக்கு வந்திருந்தார்.

"வர்தாவிலிருந்து நேற்றுத்தான் திரும்பினேன். அங்கு மகாத்மா காந்தியைச் சந்தித்து உரையாடினேன். நீங்கள் அவருடைய வாழ்க்கை வரலாறு டாக்குமெண்டரி பிலிம் எடுப்பது பத்திரிகைகள் மூலமாக எனக்குத் தெரியும்.

"மகாத்மா காந்தியிடம் நீங்கள் பிலிம் தயாரிக்கும் விவரம் கூறி 'Would you like to see your own film' (உங்கள் வாழ்க்கைப் படத்தை நீங்கள் பார்க்க விரும்புவீர்களா?) என்று கேட்டேன்.

"அதற்கு மகாத்மா, 'I am eagerly looking forward to see it' (அதைப் பார்க்க ஆவலாக இருக்கிறேன்) என்றார். இந்த நல்ல செய்தியை உங்களிடம் சொல்லவே இங்கு வந்தேன்" என்றார் ஆங்கிலேயர்.

காந்தியடிகள் பிலிம் பார்ப்பது மிக அபூர்வம். அதிலும் நிச்சயமாகத் தமது படத்தை அவர் பார்க்க மாட்டார் என்பதில் சந்தேகமேயில்லை.

என்றாலும், காந்தியடிகள் கூறியதாக ஆங்கிலப் பத்திராதிபர் கூறியபோது காந்தியடிகளே தம் படத்தைப் பார்ப்பது போன்ற பிரமை எனக்கு உண்டாயிற்று.

விவரிக்க முடியாத, அற்புதமான, மகிழ்ச்சிப் பெருக்கு ஏற்பட்டது.

வாழ்க நீ எம்மான்!

~~

10

பம்பாயில், காந்தி படத்தின் முதலாவது தமிழ்ப் பிரதி தயாரானதும் அதனைத் திரையிட்டுப் பார்த்தோம். அப்படத்தின் குறைகள் எங்களுக்குத் தெரிந்தன. ஆனால் காந்தியடிகளைத் திரையில் பார்க்கும் பேரார்வத்தில் குறைகள் மறைந்து போயின.

படத்திற்குப் பெயர் மகாத்மாவின் வாழ்க்கை வரலாறு என்று கொடுக்கவில்லை.

Mahatma Gandhi. His Movements And Activities

அவர் வாழ்க்கையின் முக்கிய சம்பவங்கள் என்பதுதான் தலைப்பு.

சென்னையில் படத்தை நண்பர்களுக்குக் காட்டியதும் அதற்கு ராஜ வரவேற்பு கிடைத்தது. எல்லோரும் எதிர்பார்த்ததைக் காட்டிலும் நன்றாக இருந்ததே அதற்கு முக்கிய காரணம்.

காந்தியடிகள் வாழ்க்கைச் சம்பவங்களை முழு நீளப் படமாகத் தயாரிப்பது சாத்தியமா என்பது பலருடைய நியாயமான சந்தேகம். எங்களுக்கும் இந்தச் சந்தேகம் உள்ளூர இருந்தது. ஆனால் வெளிக்குக் காட்டிக்கொள்ளவில்லை.

முதலாவது பிரதி வெளியானதும் எங்கள் கனவு நனவாயிற்று.

வாழ்க நீ எம்மான்!

~

சென்னையில் படத்தை சென்ஸார் செய்ய வேண்டும். சென்ஸார் போர்டு தலைவர் போலீஸ் கமிஷனர். அப்பொழுது கமிஷனராக இருந்தவர் ஓர் ஆங்கிலேயர். போர்டில் சுமார் இருபது

அங்கத்தினர்கள். பெரும்பாலோர் அன்றைய அரசாங்கத்தால் நியமிக்கப் பெற்றவர்கள். ஜஸ்டிஸ் கட்சி, முஸ்லிம் லீக்கைச் சேர்ந்தவர்களும் இருந்தனர். காங்கிரஸ்காரர்கள் யாருமில்லை. ஆனால் தேசாபிமானமுள்ள சிலர் இருந்தனர்.

அந்நியர் ஆட்சி; யுத்த காலம்; சுதந்திரப் போராட்டத்தைப் பற்றியும் அதன் சிற்பியான காந்தியடிகளைப் பற்றியும் உள்ள படம். போலீசாரின் பலத்த – அருவருக்கத்தக்க தடியடிப் பிரயோகம். தொண்டர்கள், பெண்களின் சரித்திரம் காணாத அஹிம்சா போராட்டம். இடையில் படத்தையே பறிமுதல் செய்யப்போவதாகக் கிடைத்த தகவல்கள். இந்த அடிப்படையில் படத்தை சென்ஸார்கள் திரையிட அனுமதிப்பார்களா என்ற சந்தேகம் எங்களை இரவும்பகலும் வாட்டியது.

போலீஸ் கமிஷனர் காரியாலயம் சென்றோம். அதற்கான மனு ஒன்றைக் கொடுத்தோம். அதனைப் பெற்றுக் கொண்ட சிறு அதிகாரி ஓர் இந்தியர்; தமிழர். எங்கள் முகத்தோற்றத்திலிருந்து எங்கள் மனக்கவலையை அவர் புரிந்துகொண்டார். எங்களை மிக அன்புடன் நடத்தினார்.

"சென்ஸார் போர்டு அங்கத்தினர்கள் இரண்டு பேர் படம் பார்க்க வேண்டும். யார்யார் என்று நிர்ணயிப்பது எனது பொறுப்பு. நல்லவர்களாக இரண்டு பேர்களைப் போடுகிறேன்" என்றார்.

அந்நியர் ஆட்சியில் போலீஸ் கமிஷனர் காரியாலயத்தில் ஒரு தேசபக்தர்; காந்தி பக்தர்! எங்கள் மனம் சிறிது அமைதி அடைந்தது.

வாழ்க நீ எம்மான்!

~

அதிர்ஷ்டவசமாக *ஹிந்து* ஆசிரியர் கே. சீனிவாசனும் டாக்டர் யு. கிருஷ்ணராவும் சென்ஸார் போர்டின் சார்பாகப் படம் பார்க்க ஏற்பாடாயிற்று.

ஹிந்து சீனிவாசன் அவர்களை எனக்கு ஓரளவு தெரியும். தூய கதராடை அணிவார். தேசபக்தி உள்ளவர்.

டாக்டர் யு. கிருஷ்ணராவ் சென்னையில் குடியேறிய மங்களூர்க்காரர். டாக்டர் யு. ராமராவ் குடும்பத்தைச் சேர்ந்தவர். அக்குடும்பத்தார் பலர் பிரபலமான டாக்டர்கள். எல்லோரும் பொதுத் தொண்டில் ஈடுபட்டவர்கள். தேசபக்தியுள்ளவர்கள்.

குறிப்பிட்ட நாள் காலையில் சென்னை பாரகன் டாக்கீஸில் மேற்கண்ட சென்ஸார் போர்டு அங்கத்தினர் இருவர் படம் பார்க்க வந்தனர்.

ஸ்ரீ கே.சீனிவாசன் அருகில் அமர்ந்து பொதுவான விஷயங்கள் குறித்துப் பேசினேன். படத்தில் போலீஸ் தடியடிப் பிரயோகம் (சுமார் மூன்று நிமிஷம்) வந்தபோது, "இது உண்மையில் நடந்ததா?" என்று கேட்டார். "ஆம். இது மட்டுமன்று; இப்படத்தில் உள்ள அனைத்துமே உண்மையில் நடந்தவை" என்றேன். படம் சம்பந்தமாக அவர் என்னைக் கேட்ட கேள்வி இது ஒன்றுதான்.

படம் முடிந்ததும் சென்ஸார் இருவரும் தியேட்டர் மானேஜர் அறைக்குள் சென்றனர். அறைக்கு வெளியே ஒரு போலீஸ் அதிகாரி காத்திருந்தார். அறைக் கதவைத் தாளிட்டனர். ஐந்து நிமிஷத்தில் இருவரும் வெளியே வந்தனர். அவர்கள் தங்கள் முடிவை ஒரு கடிதத்தில் எழுதிக் கையெழுத்துச் செய்திருந்தனர். இதனைப் போலீஸ் அதிகாரி வாங்கி ஒரு கவருக்குள் போட்டு, அவர்கள் எதிரிலேயே 'சீல்' வைத்தார். அவர்கள் இருவரும் சென்றனர். போலீஸ் அதிகாரி சீல் வைத்த கவரை அங்கு காத்திருந்த போலீஸ் சேவகரிடம் கொடுத்தார்.

சென்ஸார் முடிவு என்ன என்பதைத் தெரிந்துகொள்ள எனக்குப் பெரும் ஆசை. துடிதுடித்தேன். ஆனால் அவர்களை அணுகிக் கேட்க எனக்குத் தைரியமில்லை. சூழ்நிலையும் அவ்வாறு இருந்தது. கேட்டால் என்ன சொல்லுவார்களோ என்ற பயம் வேறு. ஆசையும் பயமும் போராடின. கடைசியில் பயமே வென்றது.

மறுநாள் காலையில் எங்கள் வானொலி நண்பர் ஸ்ரீ பி. வி. ஆசார்யா தமது காரில் அங்கு வந்தார். அவர் எங்கள் எல்லோருக்கும் வேண்டியவர். எங்களைக் கடிந்து கொள்ளும் உரிமையும் அவருக்கு உண்டு. "எல்லோரும் சோம்பேறிகளாக உட்கார்ந்துகொண்டிருக்கிறீர்களே, படரிலீஸ் வேலையைக் கவனிக்க வேண்டாமா?" என்று வழக்கம் போல உரத்த குரலில் பேசினார்.

"சென்ஸாருடைய முடிவு இன்னும் தெரியவில்லையே" என்றேன். "இதற்குத்தானா கவலை? இதோ *ஹிந்து* சீனிவாசனைக் கேட்டு வருகிறேன்" என்று சொல்லித் தம் காரில் புறப்பட்டார்.

அவர் வரவை ஆவலுடன் எதிர்பார்த்துக்கொண் டிருந்தோம். பத்தே நிமிஷத்தில் திரும்பி வந்துவிட்டார்.

"Passed in Toto" என்று உரக்கக் கத்தினார். 'கண்டேன் சீதையை' என்பது போன்று இருந்தது.

"சீனிவாசன் குளியலறையில் ஸ்நானம் செய்து கொண்டிருந்தார். 'படம் சென்ஸார் என்ன ஆயிற்று' என்று சத்தம் போட்டேன். 'Passed in Toto' என்று அவர் உரக்கக் கூறினார். உங்கள் வேலைகளை உடனே தொடங்குங்கள்" என்றார் பி.வி. ஆசார்யா.

ஆசார்யாவின் உதவிக்கு நன்றி செலுத்தினோம்.

வாழ்க நீ எம்மான்!

~

அந்நியர் ஆட்சியில் தங்களுக்கு எதிராக இத்தகைய ஒரு படத்தை அனுமதித்தது உலக சரித்திரத்திலேயே இதுதான் முதன்முறை என்று கூறலாம். *மெயில்* ஆசிரியர் ஸ்ரீ ஹெய்ல்ஸ், *மெயில்* பத்திரிகையில் இப்படத்தைப் பற்றி எழுதியபோது, "பிரிட்டிஷார் தங்களுக்கு விரோதமான ஒரு படத்தைக் காட்ட அனுமதித்திருக்கிறார்கள். இவ்வாறு செய்வது பிரிட்டிஷ்காரர்களாலேதான் முடியும்" என்று பொருள்பட எழுதினார். அது முற்றிலும் உண்மை. சென்ஸார் போர்டார் அனுமதித்த பின் அரசாங்கத்தார் அதை ஏற்று அவ்வாறே செய்தனர்.

ஆனால் பிரிட்டிஷார் செய்யத் துணியாத ஒரு காரியத்தை ஒரு தமிழர் செய்தார். இப்படம் திருவனந்தபுரத்தில் காட்டப்பெற்றபோது அந்த சமஸ்தான சென்ஸார் போர்டும் அனுமதிக்க வேண்டும். அப்போது திருவாங்கூர் திவானாக இருந்த ஸர் சி.பி. ராமஸ்வாமி ஐயர், படத்தில் வந்த போலீஸ் தடியடிக் காட்சிகள் முழுவதையும் வெட்டிவிடும்படி உத்தரவிட்டார்.

ஆனால் அதே ஸர் சி.பி. ராமஸ்வாமி ஐயர் அவர்களை 1953ஆம் ஆண்டில் அமெரிக்காவில் சான்பிரான்ஸிஸ்கோ நகரில் அவருடைய ஹோட்டலில் அவர் விருப்பப்படி நான் சந்தித்தேன். அவர் காந்தி பிலிம் சம்பந்தமான வேலைகளைக் கேட்டு அறிந்து தம் கைகளைக் கூப்பி, "காந்தி பெரிய மகான். அப்படம் சம்பந்தமான வேலைகளுக்கு என்னால் இயன்ற உதவிகளைச் செய்கிறேன்" என்றார்.

வாழ்க நீ எம்மான்!

~

அப்பொழுதிருந்த அந்நிய அரசாங்கம் சென்ஸார்களின் முடிவை அனுமதித்ததே தவிர, சென்ஸார் போர்டு மெம்பர்களின் 'ராஜ துரோகத்தை' மறக்கவில்லை. இவர்கள் பதவிக் காலம் முடிந்ததும் வழக்கம் போல இவர்களை மீண்டும் அங்கத்தினர்களாக நியமிக்கவில்லை. காந்தி படத்தை அனுமதித்ததற்குக் கிடைத்த பரிசு இது.

ஸ்ரீ கே. சீனிவாசன் அவர்களைப் பின்னர் சந்தித்தபோது, "என்னை சென்ஸார் போர்டில் மீண்டும் நியமிக்கவில்லை. அதனால் எனக்கு வருத்தமில்லை. காந்தி படம் வெளியானதில் மகிழ்ச்சி" என்றார்.

அதேபோல டாக்டர் யு.கிருஷ்ணராவ் அவர்களும் "என்னை மீண்டும் சென்ஸார் போர்டில் நியமிக்கவில்லை. காந்தி படத்தை அனுமதித்த பாக்கியம் ஒன்றே எனக்குப் போதுமானது" என்றார்.

1952–53இல் சென்னையில் ராஜாஜியின் தலைமையில் ஏற்பட்ட மந்திரி சபையில் டாக்டர் கிருஷ்ணராவ் ஒருவர். அவர் மந்திரியானதைப் பத்திரிகையில் படித்த நான் அவரைப் பாராட்டி அமெரிக்காவிலிருந்து ஒரு கடிதம் எழுதினேன். அதற்கு அவர் விமானத் தபாலில் தம் நன்றியைத் தெரிவித்தார். அவர் மந்திரியாக இருந்தும் அவர் அரசாங்க 'சர்விஸ்' தபால் தலை ஒட்டவில்லை. மந்திரிகளாக இருந்த பலருக்கு நான் கடிதங்கள் எழுதியுள்ளேன். பெரும்பாலோர் பதில் எழுதியுள்ளனர். அவர்களிலே அரசாங்க 'சர்விஸ்' தபால் தலை ஒட்டாமல் எழுதியவர் இருவர். ஒருவர் தலைவர் ராஜாஜி; மற்றொருவர் டாக்டர் யு.கிருஷ்ணராவ்.

யுத்தகாலத்தில் லட்சக்கணக்கான மக்கள் காந்தியடிகள் பிலிமைப் பார்க்கும் பேறு பெற்றதற்குக் காரணம் ஸ்ரீ கே. சீனிவாசன், டாக்டர் கிருஷ்ணராவ் ஆகிய இருவரின் தேசபக்தியே யாகும்.

வாழ்க நீ எம்மான்!

~

ஒரு படத்தின் வெற்றிக்கு முக்கியக் காரணங்களுள் ஒன்று போதிய கண்ணியமான விளம்பரம். அந்த வகையிலும் காந்தி படத்துக்கு அதிர்ஷ்டம் வாய்த்தது. நண்பர் ஒருவரின் சிபார்சின் பேரில் சென்னையில் இருந்த பிரிமியர் அட்வர்டைசிங் சர்வீஸ் என்ற நிறுவனம் விளம்பரத்தை ஏற்றுக்கொண்டது. காந்தியடிகள் ஸ்டாம்ப் இரண்டு லட்சம்

தயாரித்து, அதனைப் பள்ளிப் பிள்ளைகளிடம் விநியோகித்தோம். அவர்கள் தங்கள் பாடப்புத்தங்களில் அவற்றை ஒட்டிப் பெருமை அடைந்தனர். இரண்டு வர்ணமுள்ள காந்தியடிகளின் அழகிய படம்கொண்ட காலண்டர்கள் தயாரித்து, வியாபார நிலையங்களுக்கு விநியோகித்தோம். அந்த அழகிய படத்தைக் கத்தரித்து கண்ணாடி போட்டு மாட்டி வைத்திருப்பதை இன்றும்கூடக் கடைகளில் பார்க்கலாம். பல வகையான போஸ்டர்கள், ஆர்ட் பேப்பரில் அச்சடித்த போல்டர்கள் (**Folders**) முதலியன ஏராளமாகத் தயாரித்தோம். தியேட்டர்களில் காட்சியில் வைக்கப் பெரிய புகைப்படங்கள் பத்திரிகைகளுக்கு விநியோகிக்கப் பலவித மான பிளாக்குகள் முதலியனவும் தயாரித்தோம்.

ஆனால் இந்த விளம்பர நிறுவனத்தை நாங்கள் நியமிப்பதற்கு முன் சிறு வேடிக்கை ஒன்று நிகழ்ந்தது. கல்லூரிப் படிப்பை முடித்து வெளியில் வந்த ஒரு தமிழ் இளைஞர் பம்பாயில் பிலிம் தயாரிக்கும்போது எங்களுடன் அடிக்கடி தொடர்புகொள்வார். காந்தியடிகள் பிலிம் பற்றி முதலாவதாக ஆங்கிலத்தில் ஒரு விளம்பரம் தயாரித்து, சென்னை _ஹிந்து_ பத்திரிகையின் முதல் பக்கத்தில் பிரதானமாக வெளியிட ஏற்பாடு செய்தோம். விளம்பரம் எழுதும் பொறுப்பை இந்த இளைஞரிடம் ஒப்படைத்தோம்.

The Documentary Film on

Mahatma Gandhi

என்று எழுதுவதுதான் முறை. ஆனால் அந்த இளைஞர் தாம் புத்திசாலித்தனமாக எழுதுவதாக நினைத்துக்கொண்டு

Mahatma Gandhi

In Celluloid

என்று எழுதினார். நாங்களும் கவனிக்கவில்லை. விளம்பரமும் வெளியாயிற்று.

சில தினங்களுக்குப் பின், ஆந்திரப் பிரதேசத்தில் பெரிய நகரில் உள்ள வக்கீல் ஒருவரிடமிருந்து எங்களுக்கு தபால் கார்டு ஒன்று வந்தது. விளம்பரத்தைப் பார்த்த அந்த வக்கீல் ***celluloid*** என்பதை, செலுலாயிட் பொம்மைகள் என்று நினைத்துக்கொண்டு, *Please send one dozen by V.P.P.* (தயவுசெய்து ஒரு டஜன் வி. பி. பியில் அனுப்பவும்) என்று எழுதினார்.

வாழ்க நீ எம்மான்!

~

அந்த நாளில் ஒரு படத்துக்குச் சுமார் இருபது பிரதிகள் எடுத்து இருபது முக்கிய நகரங்களில் ஒரே சமயத்தில் திரையிடுவார்கள். இதற்கு முக்கிய காரணம் ஒன்று உண்டு. ஒருவேளை படம் நன்றாக இல்லை என்ற கருத்து மக்களிடையே ஏற்பட்டால் அது காட்டுத் தீ போல விரைவில் பரவிவிடும். மற்ற ஊர்களில் படம் ஓடாது. ஒரே சமயத்தில் திரையிட்டால் படம் நன்றாக இல்லாவிட்டாலும் ஒரு கணிசமான வருமானம் கிடைக்கும். இந்த வியாபார உத்தியில் எங்களுக்கு விருப்பமும் இல்லை; வசதியும் இல்லை.

மிகுந்த சிரமத்தின் பேரில் ஐந்து பிரதிகள் தயாரித்தோம். தலைநகரான சென்னையிலும் மற்றும் நான்கு நகரங்களிலும் வெளியிட ஏற்பாடு. படம் தயாராகிக்கொண்டிருந்தபோதே மதுரை தேசபக்தர் நா. ம. ரா. சுப்பராமன் அவர்களின் இளைய சகோதரன் ஸ்ரீ கிருஷ்ணமூர்த்தி அவர்கள், புனாவில் ஒருமுறை என்னைச் சந்தித்தபோது, மதுரையில் அவர்களுடைய பிரபலமான சிந்தாமணி டாக்கீஸில்தான் திரையிட வேண்டும் என்று கேட்டுக்கொண்டார். அதன்படியே திரையிடுவதற்காக ஏற்பாடுகளை மிக்க உற்சாகத்தோடு செய்தார். திருநெல்வேலி யில் அவர்கள் நிர்வாகத்தில் இருந்த தியேட்டரிலும் வெளியிட விரும்பினார். நாங்கள் சம்மதித்தோம்.

டாக்குமெண்டரி பிலிம்ஸின் மிகப் பெரும்பாலான பங்குதாரர்கள் செட்டி நாட்டைச் சேர்ந்தவர்கள். எனவே அவர்கள் அனைவருக்கும் அழைப்பு அனுப்பி காரைக்குடியில் திரையிட ஏற்பாடு செய்தோம். கோவையிலும் சிறந்த தியேட்டர் சொந்தக்காரர் விருப்பப்படி திரையிடச் சம்மதித்தோம்.

ஆனால் தர்மமிகு சென்னையில் காந்தியடிகள் படத்தைத் திரையிட ஒரு தியேட்டர்காரரும் முன்வரவில்லை. சிலருக்கு அசிரத்தை; சிலருக்குப் பயம். சென்னை மாகாணம் திரைப் படத் தொழிலில் மிகவும் பின்தங்கியிருப்பதாகவும், காந்தியடிகள் பிலிம் தயாரிப்பின் மூலம் சென்னை மாகாணம் பெருமையுடன் தலைநிமிர்ந்து நிற்கும் என்றும் சென்னையிலும் மற்றும் இந்தியாவின் இதர பகுதிகளிலும் வெளியான பிரபலமான சினிமாப் பத்திரிகைகள் எழுதின. ஆனால் சென்னையில் காந்தி படத்தை வெளியிட ஒரு தியேட்டர்காரராவது முன்வர வில்லை. ஐலண்டு மைதானத்தில் ஒரு டூரிங் சினிமாவைக் கொண்டுவந்து அதிலாவது காந்தியடிகள் படத்தைக் காட்டலாமா என்றும் எண்ணியதுமுண்டு.

ஒரு நாள் காலையில் எதிர்பாராமல் சென்னை புரசை வாக்கத்தில் உள்ள ராக்ஸி தியேட்டரின் மானேஜர் எங்கள்

காரியாலயத்துக்கு வந்தார். பம்பாயில் பிரபல பார்ஸி கம்பெனியாருக்கு பம்பாயிலும் மற்ற சில நகரங்களிலும் சொந்தத் தியேட்டர்கள் உண்டு. சென்னை போன்ற சில நகரங்களில் சில தியேட்டர்களை வருஷாந்திர வாடகைக்கு எடுத்திருந்தார்கள். அவற்றுள் ஒன்று ராக்ஸி தியேட்டர். பிரபலமான அந்தத் தியேட்டரில் ஆங்கிலப் படங்களை மட்டுமே திரையிட்டார்கள். அதன் மானேஜர் எங்களை அணுகி, "மகாத்மா படத்தை இரண்டு வாரங்கள் மட்டும் திரையிடுகிறேன். மூன்றாவது வாரம் திரையிட வேறு ஏற்பாடு செய்துகொள்ளுங்கள். உங்கள் நிபந்தனைகள் அனைத்தும் எனக்குச் சம்மதம். படத்தை மிக நன்றாக விளம்பரம் செய்கிறீர்கள். ஆனால் சென்னை நகரைப் பொறுத்தவரையில் இன்னும் நன்றாக விளம்பரம் செய்ய வேண்டுகிறேன்" என்றார்.

ராக்ஸியில் படம் இரண்டு வாரம் மிக வெற்றிகரமாக ஓடியது. அடிக்கடி நான் அங்கு செல்வதுண்டு. "தமிழ்ப் படங்களே திரையிடாத நீங்கள் எதற்காக வலிய வந்து இப்படத்தைத் திரையிடுகிறீர்கள்?" என்று கேட்டேன்.

அதற்கு அவர், "இப்பொழுது டிவெண்டியத் சென்சுரி பிலிம்ஸில் ஷர்லி டெம்பிள் படம் காட்டி வருகிறோம். அதிகத் தொகை வசூலித்தால் எங்களுக்கு அதிகப்படி போனஸ் கிடைக்கும் என்றபோதிலும் பம்பாயில் எங்கள் தலைமைக் காரியாலயத்துக்கு எழுதி அவர்கள் அனுமதியுடன் ஷர்லி டெம்பிள் படத்தைத் தொடர்ந்து காட்டாமல் மகாத்மா படத்தைத் திரையிட முன்வந்தேன்.

"இதற்கு முக்கிய காரணம் ஒன்று உண்டு. பம்பாயில் போரிபந்தர் என்னும் இடத்தில் உள்ள காபிடல் என்னும் எங்கள் சினிமாவின் மானேஜராக இருந்தேன். நானும் எங்கள் குடும்பத்தாரும் தியேட்டரிலேயே உள்ள விடுதியில் வசித்தோம். 1930 உப்பு சத்தியாக்கிரகத்தின்போது பம்பாய் போலீஸார் போரிபந்தரில் ஆயிரக்கணக்கான காங்கிரஸ் தொண்டர்கள்மீது தடியடிப் பிரயோகம் செய்தனர். இம்மாதிரி பல நாட்கள் நடந்தன. எனது சகோதரி இதை எல்லாம் பார்த்துக் கண்ணீர் விடுவாள். அவள் இப்போது என்னுடன் இங்கு இருக்கிறாள். அவளுடைய இடைவிடாத தூண்டுதலின் காரணமாகவே மகாத்மா படத்தைத் திரையிட நானே முன்வந்தேன்" என்றார்.

சென்னையில் மிகப் பிரபலமான தியேட்டர்களில் ஒன்றான ராக்ஸியில் காந்தியடிகள் படத்தைத் திரையிடக்

காரணமாக இருந்தது ஒரு பார்ஸி பெண்ணின் மாசற்ற தேசபக்தியேயாகும்.

வாழ்க நீ எம்மான்!

~

இதே சமயத்தில் தங்கள் கொள்கையின் காரணமாக காந்தியடிகள் பிலிமைத் திரையிட உறுதியாக மறுத்த இரண்டு ஜஸ்டிஸ் கட்சிப் பிரமுகர்களையும் குறிப்பிடுதல் வேண்டும். ஒருவர் செங்கற்பட்டில் இருந்த ஒரே தியேட்டரின் உரிமையாளரும், செங்கற்பட்டு நகரசபையில் பல ஆண்டுகள் தலைவராக இருந்தவருமான ராவ் சாகிப் எம்.வேதாசல முதலியார். மற்றொருவர் மாம்பலத்தில் ஒரு தியேட்டரின் உரிமையாளராக இருந்தவரும், சென்னை நகரசபையில் மேயராக இருந்தவரும், கடைசி நாளில் – பத்திரிகைச் செய்தியின் படி – ராயப்பேட்டை அரசாங்க மருத்துவமனையில் பப்ளிக் வார்டில் காலமானவருமான *ஸ்ரீ டி.சுந்தரராவ் நாயுடு.*

வாழ்க நீ எம்மான்!

~

1940 ஆகஸ்ட் 23ந் தேதி மகாத்மா காந்தி தமிழ்ப் படத்தை சென்னையிலும் மற்றும் முக்கிய நகரங்களிலும் திரையிட்டோம். அப்போது சென்னைப் பத்திரிகைகள் காட்டிய பேரார்வத்தையும் தேசபக்தியையும் பேருதவியையும் ஒரு போதும் மறக்க முடியாது. ஒவ்வொருவரும் தங்கள் சொந்தப் படம் வெளியாவது போலவே கருதினர்.

பல பத்திரிகைகள் ஆகஸ்ட் 17ந் தேதி மகாத்மா காந்தி பட விசேஷ அனுபந்தங்கள் வெளியிட்டன. நான்கு பக்கம் அனுபந்தம் வெளியிட்டால் வழக்கமாக இரண்டு பக்கம் விளம்பரம் கொடுக்க வேண்டும். ஆனால் எங்களிடம் ஒரு பக்க விளம்பரம்தான் கேட்டார்கள். அதையும் வற்புறுத்தவில்லை. காந்தியடிகள் படத்தில் பாடல்களை இசைத் தட்டு களாக வெளியிட்ட 'ஹிஸ் மாஸ்டர்ஸ் வாய்ஸ்' கம்பெனியார், எங்களுக்கு அச்சு வேலை செய்த சக்தி காரியாலயம் முதலியோரும் விளம்பரங்கள் கொடுத்ததால் எங்களுக்குச் சிரமம் தோன்றவில்லை.

ஆங்கில தினசரிகளான *இந்தியன் எக்ஸ்பிரஸ், பிரீ பிரஸ், தமிழ்த் தினசரிகளான சுதேசமித்திரன், தினமணி, பாரததேவி,* ஆங்கில வாரப் பத்திரிகைகளான *சண்டே டைம்ஸ்,*

பிரீ இந்தியா, மாடர்ன் டைம்ஸ், தமிழ் வாரப் பத்திரிகையான *ஹிந்துஸ்தான்* ஆகியவை விசேஷ அனுபந்தங்கள் வெளியிட்டன. அது தவிர, சென்னையில் வெளியான பெரும்பாலான வாரப் பத்திரிகைகளும் மாதப் பத்திரிகைகளும் காந்தியடிகள் படத்தை அட்டைப்படமாக வெளியிட்டன.

அந்நாளில் *தினமணி* காரியாலயத்தார் சிறிது காலம் தினசரி மாலைப் பத்திரிகை ஒன்றும் வெளியிட்டனர். அதன் ஆசிரியர் ஸ்ரீ வ.ரா. *தினமணி* ஆசிரியர் ஸ்ரீ சொக்கலிங்கம் விருப்பப்படி ஸ்ரீ வ.ரா. காந்தி பட சம்பந்தமான விவரங்களை என்னிடம் கேட்டு ஓர் அருமையான கட்டுரை எழுதினார்.

ஹிந்துஸ்தான் உதவி ஆசிரியராகப் பணியாற்றிய ஸ்ரீ ரா.அ. பத்மநாபன், ஆரம்பகால முதற்கொண்டே காந்தி படத்தில் ஈடுபாடு உடையவர். *ஹிந்துஸ்தான் சண்டே டைம்ஸ்* பத்திரிகைகளின் ஓர் இதழின் கடைசிப் பக்கம் முழுதும் அவருடைய விசேஷ கட்டுரை வெளியாயிற்று. *சண்டே டைம்ஸில்* வெளியான கட்டுரையை *பம்பாய் செண்டினல்* என்ற ஆங்கிலத் தினப்பத்திரிகை கொட்டை எழுத்துக்களில் பெரிய தலைப்புகளில் முக்கியத்துவம் கொடுத்து வெளியிட்டது. அதன் ஆசிரியர் பி.ஜி. ஹார்னிமன் என்னும் ஆங்கிலேயர். இந்திய சுதந்திரப் போராட்டத்தில் அவர் காட்டிய அக்கறைக் காக அப்போதைய பிரிட்டிஷ் அரசாங்கத்தார் அவரைச் சில காலம் நாடு கடத்தினர். *பம்பாய் கிரானிகள்* அகமத் அப்பாஸ் எழுதிய கட்டுரைகளும் குறிப்பிடத்தக்கவை. காந்தியடிகள் பட வெளியீடு, இந்தியாவில் உள்ள எல்லா மொழிகளையும் சேர்ந்த எல்லாப் பத்திரிகைகளிலும் வெளி யான விவரம் சில ஆண்டுகளுக்குப் பின் நான் அகமதாபாத் சென்றபோதுதான் எனக்குத் தெரியவந்தது.

வாழ்க நீ எம்மான்!

~

சென்னையில் படம் வெளியிடுமுன் பத்திரிகையாளர்களுக் காக ஒரு காட்சி ஏற்பாடு செய்தோம். அநேக பத்திராதிபர்கள் தங்கள் நிருபர்களை அனுப்பியதோடு மட்டுமல்லாமல் தாங்களே நேரில் வந்தனர். சென்னையில் உள்ள தெலுங்கு, உருது பத்திராதிபர்களும், மலையாளம், கன்னடம், பெங்காளி, குஜராத்தி, மராத்தி, இந்தி ஆகிய மொழிகளின் பிரபல பத்திரிகைகளின் சென்னை நிருபர்களும் காட்சிக்கு வந்தனர். கொழும்பு *வீரகேசரி,* இரங்கூன் *பர்மா நாடு, ஜோதி,*

கோலாலம்பூர் *தமிழ் நேசன்* ஆகிய பத்திரிகைகள் காந்தி படத்தில் விசேஷ ஆர்வம் காட்டின.

சென்னையில் படம் வெளியானபோது வேண்டுமென்றே நான் சென்னையில் இல்லை. நண்பர்கள் பாராட்டு எனக்கு மிகவும் பிடிக்கும். ஆனால் நேரே பாராட்டினால் எனக்கு மிகக் கூச்சமாக இருக்கும். அதைத் தவிர்ப்பதற்காகவே கோயம்புத்தூர் சென்றேன்.

கோவையில் பிரபல வழக்கறிஞரும், கூட்டுறவு இயக்கத்தைப் பேணிக் கண்ணியமாகவும் திறமையாகவும் வளர்த்தவர்களில் ஒருவரும், இந்தியச் சட்டசபை அங்கத்தினராக இருந்தவரும், தேசபக்தரும், ஸ்ரீ டி. எஸ். அவிநாசிலிங்கம் செட்டியாரின் சிறிய தந்தையுமான ஸ்ரீ *T. A.* ராமலிங்கம் செட்டியார் அவர்களுடன் கோவையில் நடைபெற்ற முதல் காட்சிக்குச் சென்றேன். படத்தை ரசித்த அப்பெரியார் அன்புடன் வாழ்த்தினார்.

மறுநாள் காலை சென்னை சேர்ந்தேன். என்னை அழைத்துச்செல்வதற்காக எங்கள் டைரக்டர் சென்டிரல் ஸ்டேஷனுக்கு வந்தார். வெளியே வந்தபோது சென்னை இந்தி பிரசார சபையின் காரியதரிசியான எம்.சத்யநாராயணா எங்களைப் பார்த்ததும் பாராட்டினார். "*stay order* தடை உத்தரவைச் சமாளித்து விட்டீர்கள்" என்றார். "என்ன" என்று எங்கள் டைரக்டரைக் கேட்டேன்.

அதற்கு அவர், "ஆகஸ்ட் 22ந் தேதி மாலையில் ஓர் இளைஞர் நம் காரியாலயத்துக்கு வந்து என்னைப் பார்க்க வேண்டும் என்றார். நான் மாடியில் இருந்தேன். வந்தவர் பெயரை எழுதி வாங்கிவரச் சொன்னேன். பெயரை மட்டும் எழுதி அனுப்பினார். எதற்காக வந்தார் என்பதையும் எழுதி வாங்கிவரச் சொன்னேன். அதற்கு அவர் 'முக்கியமான விஷயம். என்னைச் சந்திக்காவிட்டால் அவர் வருத்தப்படுவார் என்று சொல்லுங்கள்' என்று சொல்லி அனுப்பினார். உடனே வரச் சொன்னேன். அவர் ஒரு வக்கீல். கோர்ட்டிலிருந்து நேராக வந்தார். "உங்கள் படத்துக்குத் தடை (*Stay*) வாங்கி விட்டார்கள். அதைச் சொல்லவே வந்தேன்' என்றார். நான் அப்படியே அசந்து போய்விட்டேன். நல்லவேளையாகத் தடைக்கு உள்ள காரணங்களையும் அவர் குறித்துக்கொண் டிருந்தார். காந்தியடிகள் பம்பாயிலிருந்து லண்டனுக்குப் பிரயாணமாகும் காட்சியில் உள்ள படம் தமக்கு உரிமை யானது என்றும் எனவே காந்தி படத்தைத் திரையிடக் கூடாது என்றும் தடை உத்தரவு பெற்றுவிட்டார்.

“உடனே நமது ரிகார்டுகளைப் பார்த்தேன். தாங்கள் பம்பாயில் குறிப்பிட்ட கம்பெனியில் குறிப்பிட்ட இப்படம் வாங்கியதற்கு ரசீதும், அதை நாம் விருப்பப்படி உபயோகிக்க அனுமதிக் கடிதமும் இருந்தது. நல்ல வக்கீல் ஒருவரை உடனே ஏற்பாடு செய்து எல்லாவற்றையும் அவரிடம் கொடுத்தேன். மறுநாள் காலையில் தடை உத்தரவு ரத்தாயிற்று. இந்த விவரத்தை உங்களுக்குத் தெரிவிக்க வேண்டாம் என்றும், வந்தவுடன் நேரில் சொல்லலாம் என்றும் முடிவு செய்தேன்” என்றார் டைரக்டர்.

காந்தியடிகள் பம்பாயிலிருந்து லண்டனுக்குப் பயண மாகும் காட்சி நீளம் சுமார் 150 அடி. அவற்றில் நாங்கள் நூறு அடிக்கும் குறைவாகவே உபயோகித்தோம். பன்னிரண் டாயிரம் அடி படத்தில் தம் படம் என்று பொய் சொல்லி, நூறு அடி படத்துக்காக வழக்குத் தொடுத்து தடை உத்தரவு பெற்றவரின் பெயர் ஆவுடையப்ப செட்டியார்.

ஆவுடையப்ப செட்டியார் அந்த நாளில் விமானம் ஓட்டுவதில் மிகத் துணிச்சலானவர். அதுமட்டுமன்று; தவறான காரியங்களைச் செய்வதிலும் அவருடைய துணிவு அபாரம். அத்தகைய செய்கைகளில் இது ஒன்று.

ஆவுடையப்ப செட்டியார் வழக்கு சினிமா உலகத்துக்குத் தெரிந்தது. பம்பாயில் எங்களுக்கு இந்தப் படத்தை விற்ற கம்பெனியின் பிரதிநிதி எங்களை நேரில் பார்த்தார். ஆவுடையப்ப செட்டியார் தங்களிடம் சில ஆண்டுகளுக்கு முன் இந்தப் படத்தின் நெகட்டிவை வாங்கிச் சென்றதாகவும், அதற்குப் பணம் கொடுக்கவில்லை என்றும், எவ்வளவோ எழுதியும் நெகட்டிவைத் திருப்பியனுப்பவில்லையென்றும், அதன் பிறகே அவர்கள் எங்களுக்குப் படத்தை விற்றதாகவும், ஆவுடையப்ப செட்டியார் மோசக்காரர் என்றும், அவருக்குத் தகுந்த பாடம் கற்பித்துத் தண்டிக்க வேண்டும் என்றும், அதற்காக இந்த வழக்கில் தாங்களும் எங்களுடன் சேர்ந்து கொள்வதாகவும் கூறினார்.

சில தினங்களுக்குப் பிறகு வழக்கு விசாரணைக்கு வந்தது. நீதிபதி வழக்கைத் தள்ளியதோடு மட்டுமல்லாமல் ஆவுடையப்ப செட்டியார் எங்களுக்குச் செலவுத் தொகை கொடுக்க வேண்டும் என்றும் தீர்ப்பளித்தார்.

காந்தி படம் தயாரித்த டாக்குமெண்டரி பிலிம்ஸ் லிமிடெட், ஒரு பிரைவேட் லிமிடெட் கம்பெனி. ஐம்பது

பங்குதாரர்கள்தான் சேர்க்கலாம். அவ்வாறு சேர்த்ததில் 46 பேர் நாட்டுக்கோட்டைச் செட்டியார்கள். இவர்களில் பலர் லாபத்தை மட்டும் கருதிப் பணம் கொடுக்கவில்லை. நல்ல காரியம் என்பதற்காகவே கொடுத்தார்கள்.

அந்நியர் ஆட்சியில், யுத்த காலத்தில் சுதந்திரப் போராட்டத்தின் சிற்பி, தேசத் தந்தை காந்தி மகானின் படத்தை எவ்வளவோ பெருத்த இடையூறுகளைத் தாண்டி, திரையிடப்போகும் தருணத்தில் அதற்குத் தடை உத்தரவு வாங்குவது மனிதத் தன்மையற்ற செயல். காரணமோ, நியாயமோ சிறிதும் இல்லாமல் அருவருக்கத்தக்க பொய்யான வழக்கைத் தொடுத்து, தடை உத்தரவு வாங்கிய மகத்தான பாவத்தைச் செய்தவரும் ஒரு நாட்டுக்கோட்டைச் செட்டியாரே!

கடைசி நேரத்தில் எதிர்பாராமல் நேர்ந்த பேராபத்தை உரிய காலத்தில் சமாளிப்பதற்குப் பேருதவியாக இருந்தது மயிலாப்பூர் இளம் வக்கீலின் தேசபக்தியேயாகும்!

வாழ்க நீ எம்மான்!

~

காரைக்குடியில் படத்தைத் திரையிட்ட முதல் நாளில் தேசபக்தர் ராய.சொ., டாக்டர் அழகப்ப செட்டியார் முதலியோர் வந்து பார்த்தனர். காரைக்குடியை அடுத்த தேவகோட்டை ரஸ்தாவில் தேசபக்தர் நவாப் ராஜமாணிக்கம் நாடகங்களை நடத்தி வந்தார். காந்தி படம் திரையிட்ட முதல் நாளன்று, நாடகத்துக்கு விடுமுறை அளித்துவிட்டு, நாடகக் கம்பெனியில் உள்ள அனைவரையும் படம் பார்க்க அழைத்து வந்தார். பின்னர் காரைக்குடியில் படம் முடியும்வரையில் தினந்தோறும் நாடகத்தில் சம்பாஷணை வடிவில் காந்தி படம் பற்றிப் பிரசாரம் செய்தார்.

சென்னையில் முதல் காட்சியின்போது மகாகனம் வி. எஸ். சீனிவாச சாஸ்திரியார், டி. ஆர். வெங்கட்ராம சாஸ்திரி, ஜி. ஏ. நடேசன் ஆகியோர் படம் பார்க்க வந்தனர் என்றும், அவர்களில் கடைசி இருவர் தம் படங்களை (1928 கல்கத்தா சர்வ கட்சி மகாநாடு) திரையில் பார்த்தனர் என்றும் *ஹிந்து* பத்திரிகையில் செய்தி வெளியாயிற்று.

காங்கிரஸ் தலைவர்களான ஸ்ரீ காமராஜ நாடார், ஸ்ரீ ஓமந்தூர் ராமசாமி ரெட்டியார் ஆகியோர் இரண்டாவது வகுப்பு டிக்கட் வாங்கிப் படம் பார்த்தனர்.

ஒரு நாள் மேல்மாடியில் திவான் பகதூர் ஏ.எம்.எம். முருகப்ப செட்டியார் படம் பார்த்ததைக் கண்டேன்.

ஸ்டான்லி மருத்துவக் கல்லூரி மாணவ மாணவியர் ஒரு சனிக்கிழமை மாட்டினி காட்சியில் மேல்மாடியில் உள்ள இடங்கள் அனைத்தையும் ரிசர்வ் செய்திருந்தனர்.

ஸ்ரீ ராமகிருஷ்ண மடத்துத் தலைவரின் அனுமதியின் பேரில் ஸ்ரீ டி.எஸ். அவிநாசிலிங்கம் செட்டியார் நான்கு துறவிகளைப் படம் பார்க்க அழைத்து வந்தார்.

சென்னைக்கு அருகில் உள்ள கிராமத்திலிருந்து வந்திருந்த கணவன் – மனைவி இருவரும் ஆறரை மணிக் காட்சிக்கு இடமில்லாததால் ஒன்பதரை மணிவரை தியேட்டரிலேயே காத்திருந்து படம் பார்த்தார்கள்.

பலதிறப்பட்ட மக்களையும் கவர்ந்த பெருமை காந்தி படத்துக்கு உண்டு.

வாழ்க நீ எம்மான்!

~

தலைவர் ராஜாஜியை காந்தி படம் பார்க்க அழைத்தேன். குறிப்பிட்ட நாளில் மாலை ஆறரை மணிக் காட்சிக்கு வருவதாகக் கூறினார். கார் வசதி வேண்டாம் என்றும், தம்மை அழைத்துச் செல்ல யாரும் வரவேண்டாம் என்றும் கூறிவிட்டார்.

காலந்தவறாமை என்பது ராஜாஜியின் சிறப்புகளில் ஒன்று. குறித்த நேரத்தில் நண்பர் ஒருவர் காரில் அவர் மட்டும் வந்தார். அவரை அழைத்துக்கொண்டு தியேட்டரின் முன் ஹாலுக்குள் வந்தேன். அந்த ஹாலில் காந்தியடிகள் பிலிம் சம்பந்தமான பெரிய புகைப்படங்கள், பத்திரிகைகள் வெளியிட்ட அனுபந்தங்கள், சுமார் முப்பது பத்திரிகைகளில் வெளியான காந்தியடிகளின் அட்டைப் படங்கள் ஆகியவற்றைத் தியேட்டர்காரர்கள் கலை உணர்வோடு காட்சியில் வைத்திருந் தார்கள்.

ராஜாஜி இந்தப் பத்திரிகைகள் அனைத்தையும் கூர்ந்து கவனித்தார். "இவ்வளவு பத்திரிகைகளும் காந்தி படத்தை அட்டைப்படமாக ஒரே சமயத்தில் வெளியிட எவ்வாறு செய்தீர்கள்?" என்று கேட்டார். பேசாதிருந்தேன்.

காந்தியடிகள் படத்தின் நீளம் பன்னிரண்டாயிரம் அடி. அப்பொழுது தமிழ்ப் படங்களின் நீளம் பதினெட்டு முதல் இருபத்தோராயிரம் அடிவரை. ஆங்கிலப் படங்கள் நீளம் குறைவாக இருந்தாலும் முதலில் சில துண்டுப் படங்களைக் காட்டுவார்கள். காந்தியடிகள் பிலிமின் நீளம் போதவில்லை என்பதற்காக சுமார் ஆயிரத்து ஐந்நூறு அடி துண்டுப் படம் தயாரிக்க எண்ணினேன். கடைசி நிமிஷம். பொருளாதார வசதி குறைவு.

பம்பாயில் உள்ள அந்நியக் கம்பெனிகளில் யுத்த சம்பந்த மான பழைய சுருள்களை மிக மலிவான விலைக்கு வாங்கி, ஓரளவு எடிட் செய்து, தமிழ் விளக்க உரையுடன் தயாரித்தேன்.

"அஹிம்சா மூர்த்தியான காந்தி படத்தோடு யுத்தப் படங்களைக் காட்டலாமா?" என்று ஒருவர் கேட்டார். மிகவும் நியாயமான கேள்வி.

"யுத்தத்தின் கொடுமைகளைப் பார்த்தால்தான் அஹிம்சையின் பெருமை தெரியும்" என்றேன். நான் தப்பித்துக் கொள்வதற்காகவே இவ்வாறு கூறினேன். ஆனால் உண்மை அதுவன்று; அவசர காலத்தில் முன்பின் யோசியாமல் செய்த முட்டாள்தனமே அது.

ராஜாஜியை மாடிக்கு அழைத்துச் சென்றேன். யுத்தப் படத்தைப் பார்த்தால் ராஜாஜி என்ன சொல்லுவாரோ என்று எனக்கு உள்ளூரப் பயம். ஆனால் நல்ல வேளையாக நாங்கள் மாடிக்குச் சென்றபோது யுத்தப் படம் முடிந்து, மகாத்மா காந்தி படம் ஆரம்பமாகிவிட்டது.

விளக்குகள் அணைந்திருந்ததால் மாடியில் இருந்தவர்களும் கூட ராஜாஜி வந்ததைப் பார்க்கவில்லை. ஏற்கெனவே ஏற்பாடு செய்திருந்தபடி வசதியான இடத்தில் உட்காரச் செய்தேன். பெரியவர்கள் படம் பார்க்கும்போது நான் அருகில் உட்காருவதில்லை. கூப்பிடு தூரத்திலேயே நிற்பேன். அவசிய மானபோது மட்டும் அவர்களுக்குப் பின்னே சிறிதுநேரம் உட்காருவேன்.

இடைவேளையின்போது விளக்குகள் எரிந்தன. மாடியில் இருந்தவர்கள் ராஜாஜியைப் பார்த்துவிட்டனர். சிறிது கலகலப்பு ஏற்பட்டது. கீழே உள்ளவர்களுக்கு விஷயம் எட்டியது. அவ்வளவுதான், 'ராஜாஜிக்கு ஜே' என்ற கோஷமும் சந்தோஷ ஆரவாரமும். அவை அடங்கச் சில நிமிஷங்கள் ஆயின. காந்தியடிகள் படத்தைத் தலைவர் ராஜாஜியுடன் இருந்து பார்க்கிறோமே என்பதில் மக்களுக்கு எல்லையற்ற மகிழ்ச்சி.

இடைவேளையில் ராஜாஜியிடம் சென்று, "சூடான காபி கொண்டு வரட்டுமா?" என்று கேட்டேன். "காவிரி நதியே காபியாக ஓடினாலும் ராஜாஜிக்குப் பிரியம்தான்" என்று ஒரு வடநாட்டுப் பத்திரிகை நிருபர் எழுதியிருந்தார். ஆனால் ராஜாஜி "ஒரு கூல்டிரிங்க் கொண்டுவாருங்கள்" என்றார். என்ன வேண்டும் என்று நான் கேட்டிருந்தால், ராஜாஜி ஒருவேளை சூடான காபி கொண்டுவரச் சொல்லி யிருக்கக் கூடும்.

தொந்தரவே கொடுக்காத சிறந்த விருந்தினர் ராஜாஜி. இது அவருடைய தனிச் சிறப்புகளில் ஒன்று. ஓர் அரசியல் தலைவரை நாம் அழைக்கச் சென்றால் பெரும்பாலோர் குறித்த நேரத்தில் வரமாட்டார்கள். காரை வைத்துக்கொண்டு காத்திருக்க வேண்டும். சிலர் பட்டாளம் போல் பத்துப் பேர்களைக் கூட்டிக்கொண்டு வருவார்கள். வந்தவர்களில் சிலர் ஆட்டம் போடுவார்கள்; சிலர் அதிகாரம் செலுத்துவார் கள். இவற்றைப் பார்க்கும்போதுதான் ராஜாஜி எவ்வளவு சிறந்த விருந்தினர் என்பது தெரியும்.

படத்தின் பிற்பகுதியில் ராஜாஜி சில இடங்களில் தோன்றினார். அப்போது மக்கள் செய்த ஆரவாரத்துக்கு அளவே இல்லை. படம் முடியும்வரையில் ஒரே உற்சாகம்.

படம் முடிந்தபின் ராஜாஜியை அவருடைய காருக்கு அழைத்துச் சென்றேன். நூற்றுக்கணக்கான மக்கள் காரை முற்றுகையிட்டனர். பத்திரிகை நிருபர்கள் சூழ்ந்துகொண்டு கேள்விகள் கேட்டனர். ஜே கோஷத்துடன் கார் புறப்பட்டது.

காந்தியடிகள் பிலிம் பற்றி ராஜாஜி என்ன கூறினார் என்பதை அந்த வார *பிரீ இந்தியா* பத்திரிகையில் பார்த்தேன்.

"I never expected it to be so good. It is well done."

"இவ்வளவு நன்றாக இருக்கும் என்று நான் சிறிதும் எதிர்பார்க்கவேயில்லை. இதை நன்றாகச் செய்திருக்கிறார்கள்" என்பது ராஜாஜி கருத்து.

'எனது மனச்சாட்சியின் காவலன்' என்று காந்தியடிகளால் புகழப்பெற்ற ராஜாஜியிடமிருந்து பாராட்டுப் பெறுவது அவ்வளவு சுலபமான காரியம் அன்று.

வாழ்க நீ எம்மான்!

~

ஒரு நாள் ராக்ஸி தியேட்டரில் நான் இருந்தபோது பம்பாயி லிருந்து என் பெயருக்கு ஒரு தந்தி வந்தது. தந்தியை அனுப்பியவர் பம்பாயிலுள்ள பிரபல ஆங்கிலத் தினசரியான டைம்ஸ் ஆப் இந்தியாவின் பொறுப்பாசிரியர்களில் ஒருவரான ஸ்ரீ கே. கோபாலஸ்வாமி. அவர் தமிழ்நாட்டைச் சேர்ந்தவர். நல்ல ஆங்கில நடை அவருடைய சிறப்புகளில் ஒன்று. ஓரளவு அவரை எனக்குத் தெரியும். அமெரிக்காவில் உள்ள உலகப் பிரசித்தி பெற்ற அசோஸியேடட் பிரஸ் ஆப் அமெரிக்கா என்னும் மிகப் பெரிய செய்தி நிறுவனத்தின் ஒரே இந்தியப் பிரதிநிதியாகவும் இருந்தார் கோபாலஸ்வாமி.

தந்தியைப் படித்தேன். மீண்டும் மீண்டும் படித்தேன். படிக்கப்படிக்க என் தலை கனத்தது. தந்தியின் வாசகம் இதுதான்.

'America enquires when you are leaving.'

குபேர நாடான அமெரிக்கா சாமானிய மனிதனாகிய என்னை எப்போது வருகிறீர்கள் என்று விசாரித்தால் எனக்கு ஏன் தலைக்கனம் உண்டாகாது?

ஆனால் அமெரிக்கா விசாரித்தது என்னையன்று என்பதையும், நான் மேற்கொண்டுள்ள புனிதமான காந்தி பிலிம் என்பதையும் சிறிதுசிறிதாக உணர்ந்தேன்.

வாழ்க நீ எம்மான்!

~~

பின்னுரை 1

சுதந்திர தின நினைவுகள்

1947ஆம் ஆண்டு ஆகஸ்ட் மாதம் 14ந் தேதி நள்ளிரவில் இந்தியா பூரண சுதந்திர பாரத நாடாயிற்று. பல நூற்றாண்டுகளாக இந்தியாவை ஆண்டுவந்த ஆங்கிலேயர், அமைதியான முறையில் ஆட்சியை இந்திய மக்களின் பிரதிநிதிகளிடம் ஒப்படைத்தனர்.

'எங்கும் சுதந்திரம் என்பதே பேச்சு' என்ற பாரதியார் கனவு நனவாயிற்று.

சில ஆண்டுகளாவது அந்நிய ஆட்சியில் அவதியுற்று, நாட்டுக்காகச் சிறிதேனும் தியாகம் செய்தவர்கள்தாம் சுதந்திரத்தின் அருமையையும் பெருமையையும் நன்கு உணர முடியும்.

1947 ஆகஸ்ட் 14 நள்ளிரவில் இந்தியாவின் தலைநகரான புது டில்லியில் இந்தியச் சட்டசபை கூடியது. அதில் அங்கம் வகித்தவர்களில் மிகப் பெரும்பான்மையோர் தேசபக்தர் திருக்கூட்டத்தைச் சேர்ந்தவர்கள்.

நள்ளிரவில் சட்டசபை நிகழ்ச்சிகள் தொடங்கு வதற்கு முன், கடைசி வரிசையில் உட்கார்ந்திருந்த ஒருவர் திடீரென்று ஆவேசத்துடன் 'மகாத்மா காந்திக்கு ஜே' என்றார். எல்லோரும் ஜெய கோஷம் செய்தனர். அந்தச் சமயத்தில் இந்தியா முழுவதும் நாட்டு மக்களின் உள்ளத்தில் நிறைந் திருந்தவர் ஒருவர் மட்டுமே! அவர்தான் 'பாழ்பட்டு நின்றதாமோர் பாரத தேசந்தன்னை வாழ்விக்கவந்த' மகாத்மா காந்தி!

முதல் நாள் வரை பிரிட்டிஷ் சக்ரவர்த்தியின் பிரதிநிதி யாக இருந்த வைஸ்ராய் லார்டு மவுண்ட்பாட்டன், சுதந்திர இந்தியாவின் முதலாவது கவர்னர் ஜெனரலாக நியமிக்கப் பெற்றார். இது இந்திய மக்களின் பண்புக்கும் பெருந்தன்மைக்கும் ஓர் ஒப்பற்ற சான்று.

ஆகஸ்ட் 15ந் தேதி மாலையில் லார்டு மவுண்ட்பாட்டன், சுதந்திர இந்தியாவின் மூவர்ணக் கொடியை ஏற்றிப் பறக்க விட்டு மரியாதை செய்தார். இது பிரிட்டிஷின் பண்புக்கும் பெருந்தன்மைக்கும் ஓர் ஒப்பற்ற சான்று.

உலக சரித்திரத்திலேயே இது ஓர் அரிய நிகழ்ச்சி.

இந்த அரிய நிகழ்ச்சியைக் கண்டுகளித்த லட்சக்கணக்கான இந்தியர்களில் நானும் ஒருவன்.

1940ஆம் ஆண்டில் காந்தியடிகளின் வாழ்க்கைப் படத்தைத் திரையிட்டோம். தமிழிலும் தெலுங்கிலும் விளக்க உரை கொண்ட படங்கள் வெளிவந்தன. பின்னர் நாட்டின் அரசியல் கொந்தளிப்புக் காரணமாக அப்பொழுதிருந்த பிரிட்டிஷ் அரசாங்கத்தார் படத்தைப் பறிமுதல் செய்யக்கூடும் என்று அஞ்சி, படத்தின் பிரதிகளைக் கோயில்களிலும் பொதுமடங்களிலும் தனியார் வீடுகளிலும் ஒளித்து மறைத்து வைத்தோம். இந்தியா சுதந்திரமடையும் தருணத்தில் இப் படத்தைத் தலைநகரில் கூடும் தேசபக்தர் திருக்கூட்டத்துக்குத் திரையிட்டுக் காட்ட வேண்டும் என்ற ஆவல் உண்டாயிற்று. ஆனால் அவ்வாறு செய்ய எவ்வித வசதியும் இல்லை. நண்பர் களின் உதவியால், பிலிம் பெட்டியை எடுத்துக்கொண்டு விமானம் மூலம் புதுடில்லி செல்லத் திட்டமிட்டேன்.

அந்த நாளில் இந்தியாவில் விமானப் போக்குவரத்தை டாடா நிறுவனத்தார் சொந்தமாக நடத்திவந்தார்கள். அவர்களுடைய நகர காரியாலயம் சென்னை மவுண்ட் ரோடு கலீல் மான்ஷன் என்ற கட்டிடத்தில் இருந்தது. அந்த நாளில் வேகமான விமானங்கள் இல்லை. சென்னையிலிருந்து காலையில் புறப்பட்டால் மாலையில்தான் டில்லி போய்ச் சேரலாம்.

விமானப் பயணச்சீட்டு வாங்குவதற்காகச் சென்றேன். அங்கிருந்த இளைஞர், டில்லியில் சுதந்திர தின விழா நடப்பதால் சில தினங்களுக்கு இடமே இல்லை என்றார். எனது நிலையைக் கூறினேன். "அப்படியானால் இன்று மாலை பம்பாய் செல்லுங்கள். நாளை காலை அங்கிருந்து டில்லி செல்லலாம்" என்றார். உடனே பயணச்சீட்டு வாங்கினேன்.

நான் பயணச்சீட்டு வாங்கியபோது சென்னையில் உள்ள மிகப் பிரபலமான ஹோட்டல் ஒன்றின் அதிபர் என்னையே கவனித்துக்கொண்டிருந்தார். அவரை எனக்குத் தெரியும்.

அவர் என்னிடம் வந்து "செட்டியார், நானும் விமானத்தில் பிரயாணம் செய்யலாம் என்று எண்ணுகிறேன். இதுவரையில் பிரயாணம் செய்ததில்லை. விமானப் பிரயாணம் ஆபத்தில்லையே?" என்றார்.

"சிறிதும் பயப்பட வேண்டாம். தைரியமாகச் செல்லுங்கள்" என்றேன். அவர் முகத்தில் தேங்கியிருந்த கவலையும் பயமும் இன்னும் எனக்கு நன்றாக நினைவில் உள்ளன.

குறிப்பிட்டபடி விமானத்தில் பம்பாய் சென்றேன். மறுநாள் காலை டில்லி செல்லும் பிரயாணிகளை எல்லாம் விமான நிறுவனத்தார் தங்கள் விருந்தினர்களாக ஏற்று, உலகப் புகழ் பெற்ற தாஜ்மகால் ஹோட்டலில் தங்க ஏற்பாடு செய்தனர்.

மறுநாள் அதிகாலையில் எங்களை விமான நிலையம் அழைத்துச் சென்றனர். சில மணி நேரத்தில் டில்லி சென்றோம்.

விமான நிலையத்திலிருந்து நேராக கனாட் சர்க்கஸ் என்னும் இடத்தில் உள்ள நண்பர் வீட்டுக்குச் சென்றேன். சிறிது நேரங்கழித்து அருகில் உள்ள *இந்துஸ்தான் டைம்ஸ்* காரியாலயம் சென்று, அப்பொழுது அப்பத்திரிகையில் பணி செய்த ஸ்ரீ க.சந்தானம் அவர்களைச் சந்தித்து, நான் வந்த விஷயத்தைக் கூறி, உதவி செய்ய வேண்டினேன்.

அதற்கு, சந்தானம் அவர்கள் வழக்கம் போல, உற்சாக மில்லாமல் "சுதந்திர தின விழாவில் எல்லோரும் ஈடுபட் டுள்ளார்கள். இப்பொழுது யார் உங்கள் படத்தைப் பார்க்க வருவார்கள்? சுதந்திர தின விழா முடிந்ததும், ஏதாவது ஒரு சினிமாக் கொட்டகையில் திரையிடலாம். சவுத் இந்தியா கிளப் மெம்பர்களிடம் சொல்லி வந்துபார்க்கச் சொல்வோம்" என்றார்.

மனச்சோர்வுடன் வெளியில் வந்தேன். இன்னும் நான்கு நாட்களே உள்ளன சுதந்திர தின விழாவுக்கு – ஒன்றுமே புரியாமல் கனாட் சர்க்கஸ் வட்டத்தைச் சுற்றிச்சுற்றி நடந்து கொண்டிருந்தேன்.

டிராபிக்ஸ் இன்ஷியூரன்ஸ் கம்பெனிக் கட்டிடத்தில் 'ஆர்.சக்கரவர்த்தி, எம்.ஏ., பி.எல்.' என்ற பெயர்ப் பலகையைப் பார்த்தேன். சக்கரவர்த்தியை எனக்குத் தெரியும்; ஆனால்

போதிய பழக்கமில்லை. சேஷசாயிஸ் நிறுவனத்தின் பிரதிநிதி யாகச் சில மாதங்களுக்கு முன்னர்தான் சக்கரவர்த்தி டில்லி சென்றார்.

என்னைக் கண்டதும் சக்கரவர்த்தி அன்புடன் வரவேற்றார். விவரம் கூறினேன். அவ்வளவுதான். தனது காரியாலயத்தில் வேலை செய்த இரண்டு இளைஞர்கள், வேலையாள், ஆபீஸ், டெலிபோன், கார் ஆகிய அனைத்தையும் உற்சாகத்துடன் இந்தத் திருப்பணிக்கே முற்றிலும் ஒப்படைத்து விட்டார் சக்கரவர்த்தி.

பின்னர் உட்கார்ந்து திட்டமிட்டோம். முதலாவது, தியேட்டரை ஏற்பாடு செய்ய வேண்டும். அந்த நாளில் புது டில்லியில் நான்கே தியேட்டர்கள். அவை அனைத்தும் கனாட் பிளேஸில் இருந்தன. அவற்றுள் ஒன்று ரீகல் தியேட்டர். அதன் உரிமையாளர் ராஜேஸ்வர் தயாளிடம் என்னை அழைத்துச் சென்றார் சக்கரவர்த்தி.

தயாளுக்கு ஒரே உற்சாகம். "இத்தனை தியேட்டர்கள் இருக்கும்பொழுது நீங்கள் என்னைக் கேட்டது எனது பாக்கியம். அன்று திரையிடும் படங்களை நிறுத்திவிடுகிறேன். எல்லாச் செலவுகளையும் நானே ஏற்றுக்கொள்கிறேன். ஆனால் ஒரு வேண்டுகோள். நானும் எனது குடும்பத்தாரும் படம் பார்க்க அனுமதிக்க வேண்டும். நின்றுகொண்டே பார்க்கிறோம்" என்றார்.

ஒரு கட்டம் பூர்த்தியாயிற்று. இனி தலைமை வகிப்பதற்குச் சட்டசபைத் தலைவர் பாபு ராஜேந்திர பிரசாத் அவர்களைக் கேட்பதற்காக அவர் வீட்டுக்குச் சென்றேன். தற்செயலாக ஸ்ரீ ஆனந்த் மோகன் ஷகாய் அவர்களை அங்கு சந்தித்தேன்.

ஸ்ரீ ஷகாய் பீகார் மாகாணத்தைச் சேர்ந்தவர். ஆரம்ப நாட்களில் பாபு ராஜேந்திர பிரசாத்தின் காரியதரிசியாக இருந்தவர். வங்கத் தலைவர் சித்த ரஞ்ஜன் (சி. ஆர்.) தாஸ் அவர்களின் சகோதரியும் சிறந்த தேசத் தொண்டருமான ஊர்மிளா தேவியின் புதல்வியை மணந்தவர். பல ஆண்டுகள் ஜப்பானில் தங்கி, இந்திய தேசீய காங்கிரஸ் கிளையொன்றை நிறுவி, 'இந்தியா லாட்ஜ்' என்ற விடுதியைத் தொடங்கி, பொதுவாக இந்தியர்களுக்கும் சிறப்பாக மாணவர்களுக்கும் அரிய உதவிகளைச் செய்தவர். அந்நாளில் அவருடைய அன்பான ஆனால் கண்டிப்பான மேற்பார்வையில் கல்வி பயின்ற இந்திய மாணவர்களில் நானும் ஒருவன். மாணவர்களுக் கெல்லாம் அவர் தந்தையைப் போன்றவர்.

என்னைக் கண்டதும் ஷகாயிக்கு மிக்க மகிழ்ச்சி. வந்த விவரத்தைக் கூறினேன். "ராஜன் பாபு ஓய்வெடுத்துக் கொண்டிருக்கிறார். மாலை ஆறு மணிக்கு வா, அவரிடம் சொல்லி ஏற்பாடு செய்கிறேன்" என்றார்.

குறிப்பிட்டபடி சென்றேன். ராஜன் பாபு புல்வெளியில் ஒரு நாற்காலியில் அமர்ந்திருந்தார். அவரைச் சுற்றிலும் உதவியாளர் பலர் இருந்தனர். ஷகாய் என்னை அறிமுகப் படுத்தினார். வணங்கினேன். அமரும்படிக் கூறினார். ஷகாய் இது விஷயமாக ஏற்கெனவே பேசியுள்ளார். காந்தியடிகள் திரைப்பட நிகழ்ச்சிக்குத் தலைமை வகிக்க வேண்டும் என்று அவரைக் கேட்டுக்கொண்டேன்.

ராஜன் பாபு மலர்ந்த முகத்துடன் உரையாடினார். "இந்நாளில் எல்லோரும் ஏன் காங்கிரஸில் சேருகிறார்கள் தெரியுமா?" என்று கேட்டார். பேசாதிருந்தேன். அவர் புன்சிரிப்புடன் "அந்நாளில் காங்கிரஸில் சேர்ந்தால் துன்பம், வறுமை, தியாகம் ஆகியவை தவிர வேறொன்றுமில்லை. இந்நாளில் காங்கிரஸில் சேர்ந்தால் அத்தனையும் லாபம். அதனால்தான் பலர் இப்பொழுது காங்கிரஸில் சேருகிறார்கள்" என்றார்.

காந்தியடிகள் திரைப்பட நிகழ்ச்சிக்குச் செல்ல ராஜன் பாபு ஒப்புக்கொள்ளக்கூடாது என்றும், அன்றிரவு பன்னிரண்டு மணிக்குச் சட்டசபை கூடுவதால் காந்தி படத்துக்கும் சென்று வந்தால் ராஜன் பாபுவின் உடல் நிலை பாதிக்கும் என்றும் அருகிலிருந்தவர்கள் பலர் உரத்த குரலில் ஆட்சேபித்தனர். ராஜன் பாபு தமது நாட்குறிப்பைக் ***(Engagement Diary)*** கொண்டுவரும்படி கூறினார். அதில் ஆகஸ்ட் 14ந் தேதியில் ***'6 p.m. to 8 p.m. Mahatma Gandhi Film Regal Cinema'*** 'மாலை 6 முதல் 8 மணி வரை ரீகல் சினிமா அரங்கில் மகாத்மா காந்தி படம்' என்று எல்லோர் முன்னிலையிலும் எழுதினார். அவரை வணங்கி விடைபெற்றேன். தியாகச் சுடரான ராஜேந்திர பிரசாத் அவர்களைச் சந்தித்து உரையாடியது கோவிலுக்குச் சென்றுவந்தது போன்ற புனித உணர்ச்சியைக் கொடுத்தது.

ஆனந்த மோகன் ஷகாய் என்னை ராஜன் பாபுவின் வீட்டுக்குள் அழைத்துச்சென்றார். பண்டித ஜவாஹர்லால் நேருவுக்கு டெலிபோன் செய்து, காந்தியடிகள் படத்துக்கு வரவேண்டும் என்று வற்புறுத்தினார். அதற்கு நேரு, பல அலுவல்கள் இருப்பதால் தாம் வர இயலாது என்றும், தமது புதல்வி இந்திராவை அனுப்புவதாகவும் கூறினார். அவ்வாறே இந்திரா காந்தியையும் அனுப்பினார்.

பின்னர் சக்கரவர்த்தியிடம் சென்று விவரம் கூறினேன். அடுத்த கட்டம் அழைப்புகள் தயாரிப்பது. அழைப்புகள் அன்றிரவே அச்சிடப்பெற்றன.

சக்கரவர்த்தியுடன் இந்தியச் சட்டசபை காரியாலயம் சென்றேன். சட்டசபை அங்கத்தினர்களின் விலாசங்கள் எல்லாம் கிடைத்தன. வெளி உறவு மந்திரி காரியாலயத்தில் டில்லியில் உள்ள வெளிநாட்டுத் தூதர்களின் விலாசங்களை எல்லாம் சேகரித்தோம். இந்திய அரசு பத்திரிகைத் தகவல் அலுவலகத்தில் டில்லியில் உள்ள வெளிநாட்டு நிருபர்களின் விலாசங்கள் கிடைத்தன. இந்தியப் பத்திரிகையாளர் சங்கத்தின் தலைவர் ஸ்ரீ துர்கா தாஸைச் சந்தித்தோம். *இந்துஸ்தான் டைம்ஸ்* பத்திரிகையின் பொறுப்பாசிரியராக இருந்த அவர் ஐம்பது அழைப்புகளைத் தம்மிடம் கொடுக்கும்படியும், தாமே அவற்றை விநியோகம் செய்யும் பொறுப்பை ஏற்றுக் கொள்வதாகவும் கூறினார். சக்கரவர்த்தியின் காரியாலயத்தில் பணி செய்த இளைஞர்கள் அயர்வின்றிப் பணி செய்தனர்.

அப்பொழுது சுதந்தர இந்தியாவின் முதலாவது நிதியமைச்சராக நியமிக்கப்பெற்ற ஸர் ஆர்.கே. ஷண்முகம் செட்டியார் அவர்களைச் சந்தித்தோம். அவர் மிக்க அன்புடன், “நமது ஊரிலிருந்து இவ்வளவு தூரத்துக்கு வந்து ஒரு சிறப்பான காரியத்தைச் செய்கிறீர்கள். அவசியம் வருகிறேன்” என்று கூறினார்.

பின்னர் பிரஸ் டிரஸ்ட் ஆப் இந்தியா செய்தி ஸ்தாபனத்திற்குச் சென்று, அதன் நிர்வாகியான ஸர் உஷாநாத் சென் அவர்களைச் சந்தித்தோம். பழுத்த நிர்வாகியான அவர், மிக்க அன்புடன் இந்த நல்ல செய்தியை எல்லாப் பத்திரிகைகளுக்கும் உடனே அனுப்புவதாகக் கூறினார்.

அதற்கடுத்தது ஆல் இந்தியா ரேடியோ. நாங்கள் சந்தித்த அதிகாரி ஓர் இளைஞர். மிக்க உற்சாகத்துடன் “இந்தச் செய்தியை ஏழு மொழிகளில் ஒலிபரப்புகிறேன்” என்றார்.

பின்னர் எங்கு சென்றாலும் எதிர்பாராமல் எனக்கு டெலிபோன் செய்திகள் வந்துகொண்டிருந்தன. ரீகல் சினிமாக் கொட்டகைக்கு வந்த செய்திகள்தாம் அதிகம். ராஜன் பாபு வீட்டுக்கு அழைப்புகள் கொடுக்கப்போயிருந்த சமயத்தில் எனக்கு ஒரு டெலிபோன் வந்தது. பேசியவர் “என் பெயர் படேல். தெரியவில்லையா? இந்தியர் சங்கத்தின் தலைவர், சுதந்திர விழாவிற்காக வந்திருக்கிறேன், காந்தியடிகள் படம் பார்க்க கனிவு கூர்ந்து ஓர் அழைப்பிதழ் தரவேண்டுகிறேன்” என்றார்.

ரீகல் சினிமாவில் ஒரு நாள் ஒரு டெலிபோன் வந்தது. பேசியவர் "என் பெயர் மிஸஸ் ஆர்.கே.நேரு. எனக்கு ஒரு அழைப்புக் கிடைத்தால் மிக்க நன்றி. பாராட்டுகள்" என்றார்.

கேட்டவர்கள் எல்லோருக்கும் அழைப்புகள் அனுப்பினோம். நேரமின்மையால் பல அழைப்புகளைத் தபாலில் அனுப்பாமல் நேராகவே கொண்டுபோய்க் கொடுக்க ஏற்பாடு செய்தோம்.

சக்கரவர்த்தியும் நானும் சந்தானம் அவர்களை நேரில் போய் அழைத்தோம்.

ஸ்ரீ ராமா சேஷாத்திரி மூலமாக, அவர் விருப்பப்படி அவர் நண்பர் மேஜர் ஜெனரல் ஹெம்மத் சிங்குக்கு ஓர் அழைப்பு அனுப்பினோம்.

ஆகஸ்ட் 14ந் தேதி காலைப் பத்திரிகைகளில் காந்தி படச் செய்திகள் வெளியாயின. வானொலியில் இச்செய்திகள் ஒலித்தன.

ஸ்ரீ ராஜேஸ்வர தயாள் தமது ரீகல் சினிமாவை மிக அழகாக அலங்காரம் செய்திருந்தார்.

காலையிலிருந்தே பலர் ரீகல் சினிமாவை முற்றுகை யிட்டனர். அழைப்புகள் தரும்படி மன்றாடினர் சிலர். டெலிபோன் மணி ஒலித்துக்கொண்டே இருந்தது. காந்தியடிகள் பிலிம் பார்ப்பதில் மக்களுக்கு இருந்த ஆர்வத்தைச் சொல்லி முடியாது.

மாலை 5 மணியிலிருந்தே விருந்தினர்கள் வரத் தொடங்கினர். பல இளைஞர்கள் தொண்டர்களாகப் பணியாற்றினர். காக்கி அரைக்கால் சட்டையும் வெள்ளைக் கைச்சட்டையும் அணிந்திருந்த நடுத்தர வயதுள்ள ஒருவர் என்னிடம் வந்து கைகுலுக்கி 'என் பெயர் ஹார்திகார்' என்று தம்மைத் தாமே அறிமுகப்படுத்திக்கொண்டார். எனக்கு ஆச்சரியம்! அமெரிக்காவில் பயின்ற, புகழ்பெற்ற தேசபக்தர் டாக்டர் என்.எஸ்.ஹார்திகார்தாம் அவர். அவரைப் பற்றி அமெரிக்காவிலும் நம் நாட்டிலும் நிறையக் கேள்வியுற்றிருக்கிறேன். பெல்காமைச் சேர்ந்த அவர், 'ஹிந்துஸ்தான் சேவா தளம்' என்ற தேசீயத் தொண்டர் படையை உருவாக்கி அதனைச் சிறந்த முறையில் நடத்தியவர்.

சுதந்திர தின சமயத்தில் இந்தியாவின் ஒவ்வொரு பட்டிகளிலும் ஊர்களிலும் நகரங்களிலும் விழாக் கொண்டாடியதும், பெரும்பாலான தேசியத் தலைவர்கள்

தங்கள்தங்கள் ஊர்களிலேயே தங்க நேரிட்டது. ஆனால் இந்தியாவின் ஒவ்வொரு மூலைமுடுக்கிலிருந்தும் தேசபக்தர்கள் புது டில்லி விழாவுக்கு வந்தனர். அவர்களில் குறிப்பிடத்தக்க பலர் அன்று படம் பார்க்க வந்தனர். காந்தியடிகளின் புதல்வர் ஸ்ரீ தேவதாஸ் காந்தியும் வந்திருந்தார்.

வெளிநாட்டுத் தூதர்கள், உள்நாட்டு வெளிநாட்டுப் பத்திரிகையாளர்கள், சட்டசபை அங்கத்தினர்கள், சிறப்பு விருந்தினர்கள் எல்லோரும் குறிப்பிட்ட நேரத்திற்கு முன்னமேயே வந்துவிட்டனர்.

பெரிய கல்யாணங்களைப் போல அழைப்பில்லாத பலரும் வந்தனர். ஆசனங்கள் நிரம்பின. பலர் தரையிலும் நடை பாதையிலும் அமர்ந்தனர். நின்றுகொண்டிருந்தவர் எண்ணிக்கை நூறுக்கு மேலிருக்கும். சுதந்திர தின உற்சாகத்தில் யாரும் விதிமுறைகளைக் கடைப்பிடிக்கவில்லை; கடைப்பிடிக்குமாறு மற்றவர்கள் வற்புறுத்தவும் இல்லை.

சரியாக ஆறு மணிக்குப் படக்காட்சி தொடங்கியது. காந்தியடிகள் படம், அரசியல் காரணங்களால் பல ஆண்டுகள் திரையிடப் பெறாததால் அவற்றைச் சரிசெய்து செப்பனிட வேண்டியிருந்தது. மொத்தம் 12 சுருள்கள். அவற்றில் 10 சுருள்கள் தமிழிலும் இரண்டு சுருள்கள் தெலுங்கிலும் இருந்தன. வந்திருந்தோரில் நூற்றுக்குப் பத்துப் பேருக்குக்கூட இந்த மொழிகள் தெரியாது. என்றாலும் காந்தியடிகள் வாழ்க்கை அனைவருக்கும் தெரியும். ஆதலால் மொழி இடையூறாக இருக்கவில்லை.

பாபு ராஜேந்திர பிரசாத் தமது குடும்பத்துடன் வந்தார். அனைவரும் எழுந்து நின்று மரியாதை செய்தனர்.

படத்தில் முதன்முதலாக காந்தியடிகள் தோன்றியதும் ஒரே சந்தோஷ ஆரவாரம். அப்பொழுது காந்தியடிகள் கல்கத்தாவில் வசித்தார் என்றபோதிலும் அதே சமயத்தில் அங்கிருந்த மக்கள் அனைவருடைய உள்ளங்களிலும் வசித்தார்.

சுதந்திரத்தின் சிற்பியும் நாட்டின் தந்தையுமான காந்தியடிகள் அச்சமயத்தில் தலைநகரில் இல்லையே என்று பலர் ஏங்கினர்.

படத்தில் நூற்றுக்கணக்கான தேசபக்தர்கள் தோன்றினர். அவர்களில் சிலர், தங்கள் படங்களைத் தாங்களே பார்த்தனர். நாட்டின் சுதந்திரம் என்பதையே மூச்சாகக் கொண்டு, தம் உடல் பொருள் ஆவி அனைத்தையும் துறந்த நூற்றுக்கணக் கான தேசபக்தர்கள் அப்படத்தில் உயிர் பெற்றனர். அவர்

களுக்குச் செலுத்தும் அஞ்சலியாகவே அப்படக்காட்சி அமைந்தது.

நாட்டின் பல பாகங்களிலிருந்தும் வந்த ஒப்பற்ற தேசபக்தர் திருக்கூட்டத்துக்கு காந்தியடிகள் படம் காட்டியது இதுவே முதன்முறை.

சரியாக எட்டு மணிக்குப் படக்காட்சி முடிந்தது. அதில் உதவி செய்த அனைவரையும் நேரில் கண்டு நன்றி செலுத்தினேன். இரவு 9 மணிக்குச் சிறிது உணவு அருந்தியபின், என்னையறியாமலே தூங்கிவிட்டேன்.

திடீரென்று நள்ளிரவில் விழித்துக்கொண்டேன். அவசர அவசரமாகக் கனாட் பிளேஸுக்கு வந்தேன். ஏராளமான ஒலிபரப்பிகள். ஒவ்வொரு ஒலிபரப்பியின் முன்னும் நூற்றுக் கணக்கான மக்கள். கடைகள், வீதிகள், பார்க்குகள் எல்லாம் அலங்காரம் செய்யப்பெற்றிருந்தன. எத்தனை வர்ண மின்சார விளக்குகள்! எத்தனை தேசியக் கொடிகள்! எத்தனை தோரணங்கள்!

நள்ளிரவில் சட்டசபை கூடியது. அந்நியர்களான பிரிட்டிஷார், இந்தியர்களுக்கு, அவர்கள் பிறப்புரிமையான சுதந்திரத்தையும் உரிமைகளையும் அதிகாரத்தையும் கண்ணிய மான முறையில் இந்தியர்களின் தேர்ந்தெடுக்கப்பெற்ற பிரதிநிதிகளிடம் மாற்றிக் கொடுத்தனர்.

பிரபல விமர்சகரான டி மெல்லோ அன்றைய நிகழ்ச்சி களை வானொலியில் விளக்கினார். அந்த நிகழ்ச்சிகளும் ஒலிபரப்பப் பெற்றன. அவற்றைக் கேட்க வேண்டும் என்ற ஆவல் ஒருபுறம். தூக்கம் ஒருபுறம். அரைகுறையாகத் தூங்கிக் கொண்டே கேட்டேன்.

மறுநாள் காலையில் மேஜர் ஜெனரல் ஹெம்மத் சிங், ராமா சேஷாத்திரி வீட்டுக்கு வந்தார். அவர் சௌராஷ்டிரா வில் உள்ள ஜாம் நகர் மகாராஜா ஜாம்காகேவின் இளைய சகோதரர். காந்தி படத்திற்கு அழைப்புக் கொடுத்ததற்காக எனக்கு நன்றி செலுத்தினார். “எனது நன்றியறிதலைப் புலப் படுத்துவதற்காகத் தங்களுக்கு இதனைக் கொடுக்கிறேன்” என்று ஓர் அழைப்பைக் கொடுத்தார்.

அது, அன்று மாலையில் லார்டு மவுண்ட்பாட்டன் தேசீயக் கொடி ஏற்றிய விழாவுக்கு முக்கியஸ்தர்கள் அமரும் பகுதியில் முன் வரிசையில் உள்ள வசதியான ஒரு நாற்காலியில் அமர்ந்து பார்க்கக் கூடிய அழைப்பு.

குறிப்பிட்ட நேரத்துக்கு ஒரு மணி நேரம் முன்னதாகவே சென்று பெருமையுடன் அமர்ந்தேன். ஆனால் எனது பெருமை நிலைத்து நிற்கவில்லை. அரைமணி நேரத்தில் கூட்டத்தினர் கட்டுக்கடங்காததால், எனது நாற்காலியின் மேல் ஏறி நின்று நசுங்காமல் வெளியேறி விட வேண்டுமே என்று இறைவனைப் பிரார்த்தித்தேன்.

முதல் நாள் நள்ளிரவு நடைபெற்றது இந்திய மக்களின் பிரதிநிதிகள் நிகழ்ச்சி. ஆனால் இன்றைய நிகழ்ச்சியோ பொதுமக்கள் கலந்துகொள்வது.

பெரிய மைதானத்தில் லட்சக்கணக்கான மக்கள் கொடிக் கம்பத்தைச் சுற்றிக் காலி இடம் விட்டு வட்டமாக அமர்ந்திருந்தனர். மக்கள் வெள்ளத்தைக் காட்டிலும் மக்களுடைய உற்சாக வெள்ளம் அதிகமாயிற்று. ‘தாயின் மணிக்கொடி பாரீர்’ என்ற பாரதியார் பாட்டு நினைவுக்கு வந்தது. சிறிது நேரத்தில் இரண்டு பஞ்சாபி இளைஞர்கள் நேதாஜி சுபாஷ் சந்திர போஸ் படத்தை எடுத்துக்கொண்டு மக்கள் கூடியிருந்த வட்டத்தில் வந்தனர். அப்பொழுது மக்கள் செய்த சந்தோஷ ஆரவாரம் ‘வானைப் பிளந்தது’ என்று வர்ணிக்கலாம்.

குறிப்பிட்ட நேரம் நெருங்க கூட்டமும் அதிகமாயிற்று. மக்கள் கொடிக் கம்பத்தை நெருங்கினர். மவுண்ட்பாட்டன் பிரபுவும் பிரதம மந்திரி ஜவாஹர்லால் நேருவும் மிகப் பிரயாசையுடன் மேடைக்கு வந்தனர். ஒரே கூச்சலும் குழப்பமுமாய் இருந்ததால் நிகழ்ச்சிநிரலின்படி நடக்கவில்லை என்றபோதிலும் குறிப்பிட்ட நேரத்தில் மவுண்ட்பாட்டன் சுதந்திர இந்தியாவின் தேசீயக் கொடியை முதன்முதலாக ஏற்றி வணக்கம் செய்தார். அப்பொழுது வானில் வானவில் தோன்றிற்று. அதை ஒரு நல்ல சகுனம் என்று மக்கள் கொண்டாடினர். மிகுந்த சிரமத்துடன் போலீசாரின் உதவியால் மவுண்ட்பாட்டனும் நேருவும் கூட்டத்தை விட்டு வெளியே வந்தனர்.

மறுநாள் காலையில் நண்பர்கள் என்னை டெல்லி ரெயில் நிலையத்தில் வழியனுப்பினர். இரண்டாவது வகுப்பு பயணச்சீட்டு கிடைத்தது. ஆனால் அன்று பயணச்சீட்டு வழங்கும் பகுதி தவிர மற்ற பகுதிகளுக்கெல்லாம் விடுமுறை. எனவே பிலிம் பெட்டியை எடைபோட்டு பணம் செலுத்த முடியவில்லை. ரயில் பெட்டியில், எனது படுக்கையின் கீழ், சாமான்கள் வைக்கும் இடத்தில் பிலிம் பெட்டியை வைத்தேன்.

அந்நாளில் வேகமான டில்லி – சென்னை கிராண்ட் டிரங்க் எக்ஸ்பிரஸ் பயண நேரம் 52 மணிநேரம்.

வழியில் இருந்த எல்லா ரயில் நிலையங்களிலும் சுதந்திர தின விழாவுக்காகச் செய்த அலங்காரங்கள் ஏறக்குறைய அப்படியே இருந்தன.

மூன்றாவது நாள் காலை சென்னை சென்ட்ரல் ஸ்டேஷன் வந்து சேர்ந்தேன். முற்றுகையிட்ட போர்ட்டர்களில் ஒருவரிடம் பிலிம் பெட்டியைக் கொடுத்து, வாடகை மோட்டார் நிற்கும் இடத்துக்குப் போகச் சொன்னேன். அப்பொழுது ரயில்வே அதிகாரியான ஓர் இளைஞர் என்னிடம் வந்து, “இந்தப் பெட்டிக்கு லக்கேஜ் ரசீது இருக்கிறதா?” என்று கேட்டார். “இல்லை” என்றேன். உடனே அவர் போர்ட்டரை நோக்கி அதிகாரத்துடன் “சாமான் எடை போடும் இடத்திற்கு என்னோடு வா” என்று சொல்லி அதிகாரத் தோரணையோடு முன்னே சென்றார். அவரைத் தொடர்ந்து நானும் சென்றேன். எங்களுடன் போர்ட்டரும் வந்தார்.

அந்த அதிகாரியிடம், டில்லி ரயில் நிலையத்தில் எடை போடும் பிரிவுக்கு அன்று விடுமுறையாதலால் எடை போட இயலவில்லை என்றும், ரயில்வேயை ஏமாற்றும் நோக்கம் எனக்கு இல்லை என்றும், இது மகாத்மா காந்தி படம் உள்ள பிலிம் பெட்டி என்றும், புது டில்லியில் சுதந்திர தின விழாவில் திரையிடுவதற்காக எடுத்துச்சென்றதாகவும் கூறினேன்.

உடனே அவர் முகம் சட்டென்று மாறியது. மேலே செல்லாமல் அப்படியே ஸ்தம்பித்து நின்றார். “இதை ஏன் என்னிடம் முன்னாலேயே சொல்லவில்லை?” என்றார். உடனே போர்ட்டரைப் பார்த்து, “வாடகை மோட்டாருக்குச் செல்” என்று உத்தரவிட்டார். அவரும் கூடவே வந்தார்.

ஒரு வாடகை மோட்டாரில் பின்புறத்தைத் திறந்து போர்ட்டர் பிலிம் பெட்டியை வைத்தார்.

போர்ட்டருக்குக் கூலி கொடுத்தேன். அதனை ஏற்றுக் கொள்ள அவர் மறுத்துவிட்டார். எவ்வளவோ வற்புறுத்தியும் அவர் பெற்றுக்கொள்ளவில்லை.

வாடகை மோட்டார் புறப்பட்டது. அதிகாரியும் போர்ட்டரும் அன்புடன் வழியனுப்பினர்.

காந்தியடிகள் படம் தயாரிக்கும் புண்ணியம் கிடைத்ததில் எனக்கு மகிழ்ச்சி, பெருமையும்கூட. வெளிக்குக் காட்டா

விட்டாலும் உள்ளூரக் கர்வம் இருந்தது. அந்தக் கர்வம் ஓரளவு நியாயமானது என்றுகூட நான் கருதியது உண்டு.

ஆனால் எவ்வளவு கொடுத்தாலும் திருப்தியடையாத போர்ட்டர் இனத்தைச் சேர்ந்த ஒருவர், தமக்குரிய நியாயமான கூலியைப் பெற உறுதியாக மறுத்த காந்தி பக்தியைக் கண்டு வெட்கித் தலைகுனிந்தேன்.

வாழ்க நீ எம்மான்!

குமரி மலர், ஏப்ரல் 1978 இதழில் ஏ.கே.செட்டியார் எழுதிய 'சுதந்திர தின நினைவுகள்' என்ற கட்டுரை

பின்னுரை 2

அமெரிக்காவில் 'காந்தி'

அமெரிக்கா செல்ல 'விஸா' பெறுவதற்காக, கானடா தேசத்தில் வான்கூவர் நகரத்திலுள்ள அமெரிக்க ஸ்தானிகர் காரியாலயத்துக்குச் சென்றேன். அங்குள்ள அதிகாரிகள் எனது பாஸ்போர்ட்டைப் பார்த்ததும், "இது சென்னையிலிருந்து கொடுக்கப்பட்டிருக்கிறது. சென்னையிலுள்ள அமெரிக்க ஸ்தானிகரிடமிருந்து நீங்கள் அமெரிக்கா செல்வதற்குத் தடை இல்லை என்று தகவல் கிடைத்தால்தான் விஸா கொடுக்க இயலும்" என்று கூறிவிட்டார்கள். சென்னைக்குக் கடிதம் எழுதி பதில் வர நாளாகுமாதலால் எனது செலவில் தந்தி கொடுக்கும்படி கேட்டுக் கொண்டேன். நான்கு நாளில், தடையில்லை என்று பதில் வந்தது. ஆனால் எனக்கு விஸா கொடுக்கவில்லை.

எனது பாஸ்போர்ட்டில் எனது தொழில் பத்திரிகைக்காரன் என்றிருப்பதால், அவர்கள், "வாஷிங்டன் நகரத்திலுள்ள உள்நாட்டு இலாகாவுக்கு எழுதி, அதன் அனுமதி கிடைத்தால்தான் விஸா கொடுப்போம்" என்றார்கள்.

"இதற்கு எவ்வளவு நாளாகும்?" என்றேன்.

"குறைந்தது பட்டு வாரம் ஆகும்" என்றார்கள்.

எனக்கு மட்டுமல்ல, அயல்நாட்டுப் பத்திரிகைக்காரர்கள் எல்லோருக்கும் அந்தத் 'தனி மரியாதை' உண்டு.

பல முறை வாஷிங்டனுக்கு டெலிபோன் செய்ததன் பயனாக உள்நாட்டு இலாகாவிலிருந்து

பதில் கிடைத்தது. பதில் சாதகமாக இருந்ததால் அமெரிக்கா வில் மூன்று மாதம் தங்க விஸா கொடுத்தனர். அதற்குக் கட்டணம் இரண்டு டாலர் – சுமார் பத்து ரூபாய். அதோடல்லாமல் தண்டனை பெற்ற குற்றவாளியைப் போல என்னுடைய எல்லாக் கைவிரல் ரேகைகளையும் பதிவு செய்துகொண்டார்கள்.

விஸா மட்டும் வாங்கினால் போதாது. வான்கூவர் நகரில் வேறொரு கட்டிடத்தில் அமெரிக்கக் குடியேற்றப் பதிவு அதிகாரிகள் இருந்தார்கள். அவர்கள் அனுமதித்தால்தான் அமெரிக்காவுக்குள் பிரவேசிக்கலாம். ஸ்தானிகர் விஸா கொடுத்ததற்காக அந்த அதிகாரி அனுமதிக்கவேண்டிய அவசிய மில்லை. அனுமதி கொடுக்க மறுக்கலாம்; சிலருக்கு மறுத்திருக் கிறார்கள். சுவாமி வரம் கொடுத்தாலும் பூசாரி தடுக்காம லிருக்க வேண்டும்!

அமெரிக்கக் குடியேற்றப் பதிவு காரியாலயத்துக்குச் சென்ற பொழுது ஒரே ஓர் அதிகாரிதான் அங்கிருந்தார். “நாளை வாருங்கள்” என்றார் அவர். பல வாரம் காத்திருந்து விஸா வாங்கிய எனது கஷ்டங்களைக் கூறினேன்.

“பெரிய அதிகாரிகள் வெளியே சென்றிருக்கிறார்கள். எனக்கு அனுமதி கொடுக்க அதிகாரமில்லை. உங்களுக்கு ஒரு கடிதம் தருகிறேன். அதில் குறிப்பிட்ட விலாசத்துக்குச் சென்று எட்டு டாலர் வரி செலுத்தினால் அவர்கள் ஒரு ரசீது கொடுப்பார்கள். இந்த ரசீதைக் கொண்டுபோனால்தான் ரயில்வே கம்பெனியார் பிரயாணச் சீட்டு தருவார்கள். இது மட்டும் போதாது. நாளைய தினம் இங்கே வந்து பெரிய அதிகாரிகளிடம் அனுமதி பெற வேண்டும்” என்றார்.

அவர் குறிப்பிட்ட விலாசத்துக்குச் சென்றேன். எட்டு டாலர், அதாவது சுமார் நாற்பது ரூபாய் வரி கட்டினேன். அதற்குத் ‘தலை வரி’ என்று பெயர். அமெரிக்காவில் முப்பது நாளைக்கு மேல் தங்கும் அந்நியர் அந்த வரி செலுத்தியாக வேண்டும். வரி செலுத்திய ரசீதைக் காட்டி ரயில் பிரயாணச் சீட்டு வாங்கினேன். ரயிலில் ‘புல்மன்’, ‘கோச்’ என்று இரண்டு வகுப்புக்கள் உண்டு. சான் பிரான்ஸிஸ்கோவுக்குக் ‘கோச்’ ரயில் கட்டணம் சுமார் நூறு ரூபாய்.

மறுநாள் காலை அமெரிக்கக் குடியேற்றப் பதிவு காரியாலயத்துக்குச் சென்றேன். அங்கிருந்த பெண் தினசரிக் குறிப்புப் புத்தகத்தைப் பார்த்தாள். “இன்னும் ஒரு வாரத்துக்கு அதிகாரியைப் பார்க்க இயலாது; அதற்கு மேல் பார்ப்பதற்கு ஒரு நேரம் குறிப்பிடுகிறேன்” என்றாள்.

எனது நிலைமையைக் கூறினேன். அந்தப் பெண் உள்ளே சென்று திரும்பி வந்தாள். "இன்று அதிகாரியைச் சந்திக்க தனித்தனியே மூன்று பேர் வரவேண்டும். அவர்களில் யாராவது ஒருவர் வரத் தவறினால் அதிகாரி உங்களைப் பார்ப்பார்" என்று கூறினாள்.

அந்த மூன்று பேரில் யாராவது ஒருவர் அன்று வராமலிருக்க வேண்டுமென்று பிரார்த்தனை செய்தேன். நல்லகாலமாக ஒருவர் அன்று வரவில்லை. அதற்குப் பதில் என்னைக் கூப்பிட்டார்கள்.

உள்ளே சென்றேன். இரண்டு அதிகாரிகள் உட்கார்ந்திருந்தார்கள். ஓர் அம்மையார் டைப்ரைட்டருக்கு எதிரில் உட்கார்ந்திருந்தார். என்னை உட்காரும்படி கூறினர். அந்த அம்மையார் என்னிடம் சத்தியப் பிரமாணம் வாங்கினார்.

"உங்களுடன் யாராவது – வழக்கறிஞர் அல்லது நண்பர் – வந்திருக்கிறாரா? அப்படியானால் அவரை நீங்கள் இங்கே சாட்சியாக வரும்படி அழைக்கலாம்" என்றார் அதிகாரிகளில் ஒருவர். அவர் முகம் கடுமையாக இருந்தது.

"என்னுடன் யாரும் வரவில்லை" என்றேன்.

ஏற்கெனவே நான் பூர்த்தி செய்துவைத்திருந்த மனுவைக் கொடுத்தேன். அதிகாரி எனது மனுவைப் படித்து அதில் உள்ள விஷயங்களைக் கோவையாகச் சொல்ல அம்மையார் டைப் அடித்தார். என்னுடைய மனுவில் நான் பிறந்த தேதி *4–11–1911* என்று எழுதியிருந்தேன். அந்த அதிகாரி ஏப்ரல் மாதம் பதினொன்றாம் தேதி நான் பிறந்ததாகக் கூறினார். அதை ஆட்சேபித்தேன். எனது பிறந்த தினத்தை நானே ஆட்சேபிப்பது அவருக்கு ஆச்சரியமாக இருந்தது.

"நீங்கள்தானே அப்படி எழுதியிருக்கிறீர்கள்" என்றார் அதிகாரி.

"நான் எழுதியிருப்பது சரி; ஆனால் நீங்கள் வாசிப்பது தவறு. அமெரிக்கர் மாதத்தை முதலாவதாகவும், தேதியை இரண்டாவதாகவும் எழுதுவார்கள். நாங்கள் தேதியை முதலாவதாகவும், மாதத்தை இரண்டாவதாகவும் எழுதுகிறோம். நான் பிறந்தது ஏப்ரல் மாதம் பதினொன்றாம் தேதியல்ல; நவம்பர் மாதம் நாலாந் தேதி" என்றேன்.

எல்லோரும் சிரித்தார்கள். அதிகாரி எனது பிறந்த தேதியைச் சரியாகப் படித்தார்.

அவருடைய முகத்தை மீண்டும் கடுமையாக வைத்துக் கொண்டார். நீதிமன்றம் போன்ற சூழ்நிலை உண்டாயிற்று. சுமார் அரைமணி நேரம் குறுக்கு விசாரணை செய்தார். அது எனக்கு மிகுந்த வெறுப்பையும் வேதனையையும் கொடுத்தது.

எங்கள் கேள்விபதில்களை அந்த அம்மையார் அப்படியே டைப் செய்யவில்லை. நான் கூறிய பதிலிலிருந்து தேவை என்று கருதியவைகளை மட்டும் அதிகாரி கோவையாகச் சொன்னார். அவற்றை அம்மையார் டைப் செய்தார். கூட இருந்த அதிகாரி தலையை ஆட்டுவதன் மூலம் தமது சம்மதத்தைத் தெரிவித்தார். முக்கியமான கேள்வி பதிலை மட்டும் இங்கு தருகிறேன்.

கேள்வி : நீங்கள் சிறையில் இருந்ததுண்டா?

பதில் : ஆம்.

கேள்வி : ஏன் சிறை சென்றீர்கள்?

பதில் : நான் செல்ல விரும்பவில்லை. ஆனால் அப்பொழுது அதிகாரத்திலிருந்த பிரிட்டிஷ் அரசாங்கம் என்னைச் சிறைப்படுத்தியது.

கேள்வி : எதற்காக?

பதில் : அரசியல் காரணங்களுக்காக.

கேள்வி : நீங்கள் கம்யூனிஸ்டா?

பதில் : இல்லை.

கேள்வி : அமெரிக்க அரசாங்கத்தைப் பலாத்கார முறையில் எதிர்க்கும் எண்ணம் உண்டா?

பதில் : நிச்சயமாக இல்லை.

கேள்வி : எதற்காக அமெரிக்கா செல்கிறீர்கள்?

பதில் : காந்தியடிகள் படத்தை ஆங்கிலத்தில் தயாரிக்க.

கேள்வி : யாருடனாவது ஏற்பாடு செய்திருக்கிறீர்களா?

பதில் : இல்லை.

கேள்வி : தயாரிக்க முடியாவிட்டால் என்ன செய்வீர்கள்?

பதில் : ஊருக்குத் திரும்பிச் செல்வேன்.

கேள்வி : திரும்பிச் செல்லப் பணமிருக்கிறதா? எவ்வளவு வைத்திருக்கிறீர்கள்?

பதில் : அதற்கு வேண்டிய தொகை இருக்கிறது.

கேள்வி : காட்டுங்கள் பார்க்கலாம்.

பணத்தைக் காண்பித்தேன். எல்லாம் 'டிராவலர் செக்கு'கள். அவற்றை எண்ணிப்பார்த்தார்கள்.

"பத்து நிமிஷம் வெளியே காத்திருங்கள். நாங்கள் ஆலோசனை செய்து முடிவைத் தெரிவிக்கிறோம்" என்றார் அதிகாரி.

நீதிபதியின் தீர்ப்புக்குக் காத்திருக்கும் குற்றவாளியைப் போல வெளியே காத்திருந்தேன்.

கதவு திறந்தது; அதிகாரி வெளியே வந்தார். "ஐந்நூறு டாலர் ஈடுதொகை கட்டினால் மூன்று மாதம் அமெரிக்கா சென்று தங்குவதற்கு அனுமதிப்போம்" என்றார்.

"இந்தத் தொகைக்கு உள்ளூரில் யாராவது பொறுப்பு ஏற்றுக்கொண்டால் போதுமா?" என்று கேட்டேன்.

"அதெல்லாம் முடியாது. ரொக்கமாகப் பணம் கட்ட வேண்டும்; அதுவும் நாங்கள் அங்கீகாரம் செய்திருக்கும் கம்பெனிகளில் ஒன்றில் கட்ட வேண்டும்" என்று கூறி, அங்கீகாரம் செய்யப்பெற்ற கம்பெனிகளின் ஜாபிதா ஒன்றை அதிகாரி என்னிடம் கொடுத்தார். அங்கீகாரம் பெற்ற கம்பெனி ஒன்றுக்குச் சென்றேன்.

என்னுடைய ஐந்நூறு டாலர் பணத்தைத் தாங்கள் மூன்று மாதம் வட்டியில்லாமல் வைத்துக் காப்பாற்றுவதற்காக நான் பதினைந்து டாலர் கட்ட வேண்டுமென்று அந்தக் கம்பெனியின் நிர்வாகி கூறினார். ஐந்நூற்றுப் பதினைந்து டாலர் பணம் செலுத்தி, அவர்கள் கொடுத்த பத்திரத்தை வாங்கிக் குடியேற்றப் பதிவு அதிகாரியிடம் கொடுத்தேன். பின்னர்தான் எனக்கு அனுமதிக் கடிதம் கிடைத்தது.

விஸாவுக்காக மற்றவர்கள் பட்ட கஷ்டங்களைக் கேட்ட பொழுது எனது கஷ்டங்கள் மிகக் குறைவானவை என்று தோன்றியது. சிலரை மூவாயிரம் டாலர் வரை ஈடுதொகை கட்டும்படி குடியேற்றப் பதிவு அதிகாரிகள் கூறியிருக்கிறார்களாம்.

பிரிட்டிஷ் கயானாவில் உள்ள இந்தியர் ஒருவர், நியூயார்க் வழியாக லண்டனுக்கு விமானத்தில் சென்றார். விமானம் மாலையில் நியூயார்க்கை அடைந்தது. காலையில் லண்டனுக்குச் செல்ல வேண்டும். குடியேற்றப் பதிவு அதிகாரிகள் அவரை இறங்க அனுமதிக்கவில்லை. பின்னர் விமானக் கம்பெனியார்

உத்தரவாதம் கொடுத்தனர். என்றபோதிலும், குடியேற்றப் பதிவு அதிகாரிகள் அவர் கூடவே ரகசியப் போலீஸைச் சேர்ந்த ஒருவரையும் அனுப்பினார்கள். அவர் ஹோட்டல் அறையில் தங்கினால் போலீஸ்காரர் அறைக்கு வெளியே காத்திருப்பார். அவர் வெளியே சென்றால் போலீஸ்காரரும் கூடவே செல்வார். அவரை மறுநாள் காலை விமானத்தில் ஏற்றி அனுப்புகிறவரைக்கும் ஒரு குற்றவாளியைப் போலவே நடத்தினார்களாம்.

இங்கிலாந்திலிருந்து கானடாவுக்கு நியூயார்க் வழியாகச் சென்ற ஓர் இந்திய அரசாங்க அதிகாரியை அமெரிக்கக் குடியேற்றப் பதிவு அதிகாரிகள் மிகவும் கேவலமாக நடத்தினார் களாம். குடியேற்றப் பதிவு அதிகாரிகளின் கொடுமைகளுக்கும் கண்ணியமற்ற அவமதிப்புக்கும் இந்தியர் மட்டுமல்லாமல் ஐரோப்பியர், தென் அமெரிக்கர் மற்றும் எல்லா நாட்டினரும் ஆளாகியிருக்கின்றனர்.

வெளிநாடுகளிலுள்ள அமெரிக்க ஸ்தானிகர்களிடம் சட்டப்படி விஸா வாங்கிவருபவர்களைக் 'குட்டி' குடியேற்றப் பதிவு அதிகாரிகள் திருப்பியனுப்பிவிடலாம். அவர்களுக்கு இருக்கும் அதிகாரம் எல்லையற்றது. அவர்கள் செய்கைகளுக்குக் காரணம் கேட்டால் சொல்லமாட்டார்கள். அப்படி சொல்ல நேரிட்டால் 'பாதுகாப்பு' என்ற ஒரே வார்த்தையின் கீழ் தங்களைப் பாதுகாத்துக்கொள்வார்கள். பாதுகாப்பு என்றால் 'நாட்டின் பொதுநலப் பாதுகாப்பு' என்று அர்த்தம்.

அமெரிக்காவில் வெளிநாட்டு இலாகாவுக்கும் உள்நாட்டு இலாகாவுக்கும் குடியேற்றம் சம்பந்தமாக உள்ள முரண்பாட்டி னால் அந்நிய நாட்டுப் பிரயாணிகளுக்கு ஏற்படும் கஷ்டநஷ்டங் கள் சொல்லும் தரத்ததன்று. அதன் காரணமாக அமெரிக்கா எத்தனையோ ஆயிரக்கணக்கான நண்பர்களை இழந்துவருகிறது.

~

அமெரிக்க நாட்டில் காந்தியடிகள் படத்தயாரிப்பு சம்பந்தமாக ஓர் ஆண்டுக்கு மேல் தங்க நேரிட்டது. அந்தக் காலத்தில் எதிர்பாராத பல இடையூறுகள் நேர்ந்தபோ தெல்லாம் உறுதுணையாக நின்று நல்வழிகாட்டி உதவியவர் (சான் பிரான்ஸிஸ்கோ வேதாந்தச் சங்கத்தின்) சுவாமி அசோகாநந்தரேயாகும்.

~

காந்தியடிகள் படத்தின் 'நெகட்டிவ்' பம்பாயிலிருந்து ஹாலிவுட்டுக்கு வருவதற்கு இரண்டு மாதங்கள் ஆயின. அதுவரை சான் பிரான்ஸிஸ்கோவிலேயே தங்கினேன்.

~

இந்தியாவிலிருந்து பிலிம் வந்துசேர்ந்ததும் ஹாலிவுட் சென்றேன். அதுமுதல் சான் பிரான்ஸிஸ்கோவுக்கும் ஹாலிவுட்டுக்குமாக அடிக்கடி பிரயாணம் செய்யவேண்டி யிருந்தது.

~

சான் பிரான்ஸிஸ்கோவிலுள்ள இந்திய ஸ்தானிகர் காரியாலயத்துக்குச் சென்றேன். அப்பொழுதிருந்த ஸ்தானிகர் தினந் தோறும் காரியாலயத்துக்கு வருவதில்லை என்று அறிந்தேன். தமிழ் பேசும் அன்பர்கள் இருவர் அங்கே வேலை பார்த்தனர். தாய்மொழியில் பேசுவதைவிட இனிமை வேறுண்டோ ?

அங்கிருந்த அதிகாரி ஒருவரிடம், "காந்தியடிகள் பிலிம் பெட்டியை ரயிலதிகாரிகள் என்னிடம் நேரடியாகக் கொடுத்துவிட்டார்கள். சாதாரணமாக, பிலிம் பெட்டியை ரயிலதிகாரிகள் சுங்க அதிகாரிகளிடம் கொடுப்பார்கள். சுங்க அதிகாரிகள் சட்டப்படி அவசியமானால் சுங்க வரி விதித்து, பின்னர் பிலிம் பெட்டியைப் பிலிம் தணிக்கை அதிகாரி களுக்கு அனுப்புவார்கள். பிலிம் தணிக்கை அதிகாரிகள் அனுமதித்தால்தான் நாம் படத்தைக் காட்டுவது முறை. ஒருவேளை ரயிலதிகாரி பிலிம் பெட்டியைச் சுங்க அதிகாரி யிடம் கொடுப்பதற்குப் பதிலாக, மறதியாக என்னிடம் கொடுத்துவிட்டாரோ என்று சந்தேகமாய் இருக்கிறது. எனவே தயை செய்து சுங்க அதிகாரிகளுடன் டெலிபோனில் பேசி விஷயத்தைத் தெளிவுபடுத்துங்கள்" என்று கேட்டுக் கொண்டேன்.

பிலிம் தணிக்கை அதிகாரிகள் அனுமதியில்லாமல் படத்தைக் காட்டினால் அரசாங்கத்தார் நடவடிக்கை எடுக்கலாம். அச்செய்தி பத்திரிகைகளில் வெளியானால் ஒரு தனிநபர் தவறாக நடந்தார் என்று வராது; ஓர் இந்தியர் தவறாக நடந்தார் என்றுதான் பிரசுரமாகும். வெளிநாட்டில் இருந்தபொழுது, நமது நாட்டுக்கு என்னால் இழுக்கு வரக்கூடாது என்ற எண்ணத்தாலேயே சுங்க அதிகாரிகளுக்கு டெலிபோன் செய்யும்படி கூறினேன். ஸ்தானிகர் காரியாலய

அதிகாரி சுங்க அதிகாரிக்கு டெலிபோன் செய்தபோது படத்தைத் திரையிடத் தடையொன்றும் இராது என்று கூறினாராம்.

"அது சரி; நான் இந்தப் படத்தை இந்நாட்டுக்குக் கொண்டு வந்தேன் என்பதற்கு ஓர் அத்தாட்சி வேண்டாமா? இல்லையானால் இப்படத்தைத் திருப்பி எடுத்துச்செல்வது கஷ்டமாக இருக்குமே" என்று திரும்பக் கேட்டேன்.

ஸ்தானிகர் காரியாலய அதிகாரி மீண்டும் டெலிபோன் செய்தார்.

"படத்தை வெளியே எடுத்துச்செல்வதில் கஷ்டமொன்று மில்லை. இந்தியாவில் தயாரித்த படம் என்று சொன்னால் போதும்" என்று சுங்க அதிகாரி கூறினாராம்.

ஆனால், சில மாதங்களுக்குப் பிறகு இந்தியாவிலிருந்து காந்தியடிகள் பிலிம் நெகட்டிவ் லாஸ் ஏஞ்சலஸ் நகரத்துக்கு வந்தது. அப்பொழுது சுங்க அதிகாரிகள் மேற்பார்வையில் நெகட்டிவிலிருந்து பிரதி எடுத்து, அதனைப் பிலிம் தணிக்கை அதிகாரிகள் பார்த்து அனுமதித்த பின்னரே நெகட்டிவைக் கொடுத்தார்கள்.

~

ஆசியக் கலாசாரப் பயிற்சிக்கான அமெரிக்கக் கழகம் (American Academy of Asian Studies) சான் பிரான்ஸிஸ்கோவில் ஆரம்பமான செய்தியை பிஜித் தீவில் இருந்தபொழுது ஓர் அமெரிக்க பத்திரிகையில் படித்தேன். அக்கழகத்தின் தலைவருக்கு ஒரு பாராட்டுக் கடிதம் எழுதினேன். காந்தீயத்தில் தமக்கு நம்பிக்கை உண்டென்றும், அதன் காரணமாகவே கழகத்தை ஆரம்பித்ததாகவும், சான் பிரான்ஸிஸ்கோவுக்கு வரும்பொழுது தம்மைச் சந்திக்கும்படியும் கழகத் தலைவர் எழுதியிருந்தார்.

கழகத்தின் தலைவர் லூயி பி. கெயின்ஸ்பரோ என்பவர். அவர் ஒரு யூதர். ஐம்பத்தைந்து வயதிருக்கலாம். நல்ல தோற்றமுடையவர். சிறு வயதிலேயே வியாபாரத்தில் ஈடுபட நேர்ந்ததால் பள்ளிப் படிப்பு அதிகமில்லை.

அமெரிக்காவில் யூதர்களுக்குப் பல கஷ்டங்கள் உண்டு. அவைகளை எல்லாம் கடந்து பெரும் பொருள் சம்பாதித்தார். அவர் ஓர் ஆண்டு நோய்வாய்ப்பட்டுப் படுக்கையில் இருந்த பொழுது இந்திய தத்துவ நூல்களையும் காந்தியடிகளின்

வாழ்க்கைச் சரிதத்தையும் படித்தாராம். புத்தரும் காந்தியும் அவர் போற்றும் பெரியார்கள்.

வியாபாரத்தைக் குறைத்துக்கொண்டு தமது சொந்தக் கட்டிடத்திலேயே கழகத்தைத் தொடங்கினார். கழகம் மத சம்பந்தமானது அல்ல; அறிவு வளர்ச்சிக்கான பயிற்சிக் கழகம்.

தொடங்கியபொழுது டாக்டர் ஸ்பீகல்பெர்க் என்ற ஜெர்மானியர் கழகத்தின் பிரதம ஆசிரியராக இருந்தார். பிரபல நூலாசிரியரான ஆலன் வாட்ஸ் என்னும் ஆங்கிலேயர், டாக்டர் சி.பி. ராமசுவாமி ஐயர், டாக்டர் ஹரிதாஸ் சௌத்ரி, டாக்டர் டைபர்க் (அம்மையார்), பேராசிரியர் மிண்டோ, ஒன்பது ஆண்டுகள் திபேத்தில் தங்கியிருந்து லாமாக்களில் ஒருவராகச் சேர்த்துக்கொள்ளப்பெற்ற ஜப்பானியரான டோக்வான் டாடா முதலியோர் கழகத்தில் ஆசிரியர்களாகப் பணியாற்றினர்.

டாக்டர் சி.பி. ராமசுவாமி ஐயர் புராணங்களைப் பற்றி வாரத்துக்கு இரண்டு முறை வகுப்பு நடத்திவந்தார். அவருடைய வாக்குவன்மையின் காரணமாக அவருடைய வகுப்புக்கே அதிகமான பேர் வருவது வழக்கம்.

ஹிந்து, இஸ்லாம், பார்ஸி, ஜைனம் முதலிய மதங்களைப் பற்றிய வகுப்புக்களும் நடைபெறுவது உண்டு. அத்துடன் ஹிந்தி, உருது, பாரசீகம், சீனம், மலாய், வங்காளம், தமிழ் ஆகிய மொழிகளும் கற்பிக்கப்பெற்றன. தமிழ் ஆசிரியராக இருந்தவர் கோயம்புத்தூரைச் சேர்ந்த குருசாமி என்னும் இளைஞர்.

பிரபல ஆசிரியரான ரோம் லாண்டவ், தாய்லாந்து ராஜ குடும்பத்தைச் சேர்ந்த பூன் அம்மையார், அரவிந்த ஆசிரமத்தைச் சேர்ந்த திலிப் குமார் ராய், இலங்கை சர்வகலாசாலையைச் சேர்ந்த டாக்டர் மலாலசேகரா முதலியோர் கழகத்தில் சில மாதங்கள் தங்கி வகுப்புக்கள் நடத்தியிருக்கின்றனர்.

கழகத்து மாணவர்களுடன் கெயின்ஸ்பரோ காந்தியடிகள் படத்தைப் பார்த்தார். காந்தியடிகளின் கொள்கையே கழகம் தோன்றுவதற்குக் காரணமாக இருந்ததால் கழகமே அப்படத்தை ஆங்கிலத்தில் தயாரிப்பது பொருந்தும் என்றும், ஆண்டவனின் விருப்பமும் அதுவாகவே இருக்கலாமென்றும் கூறினார்.

மறுநாள் ஹாலிவுட்டுக்குச் சென்று தமது நெருங்கிய நண்பரான வெர்னர் ஜான்ஸனுக்குப் படத்தைக் காட்டும்படி

கேட்டுக்கொண்டு, தமது நண்பரைச் சந்திக்க வேண்டிய இடத்தின் விலாசத்தை என்னிடம் கொடுத்தார்.

~

சான் பிரான்ஸிஸ்கோவிலிருந்து ஹாலிவுட் சுமார் நானூறு மைல். ஹாலிவுட்டுக்கு ரயில் நிலையம் கிடையாது! லாஸ் ஏஞ்சலஸ் அல்லது பாசடீனா என்ற நிலையத்தில் இறங்கி, பிறகு மோட்டாரில் செல்ல வேண்டும்.

ஹாலிவுட்டில் ராம் பகாய் என்ற இந்திய நண்பர் வசிப்பது நினைவுக்கு வந்தது. ராம் தகப்பனார் பஞ்சாபைச் சேர்ந்தவர். அவர் குடும்பத்தினர் ஹாலிவுட்டில் குடியேறியவர்கள். மறு நாள் காலை ரயிலில் வருவதாக ராம் பகாய்க்குத் தந்திச் செய்தி அனுப்பினேன்.

ரயில் பிரயாணம் பத்து மணி நேரம். அலுப்பாகத்தான் இருந்தது. மறுநாள் அதிகாலையில் லாஸ் ஏஞ்சலஸ் சேர்ந்தேன். ராம் பகாய் மலர்ந்த முகத்துடன் வரவேற்றார். அவரைச் சந்தித்துப் பதினான்கு ஆண்டுகளுக்கு மேலாகிவிட்டன. என்றாலும் அவர் உருவில் எந்தவிதமான மாறுதலும் அடைய வில்லை. காந்தியடிகள் படத் தயாரிப்பு விஷயம் அவருக்கு அளவற்ற மகிழ்ச்சியைக் கொடுத்தது.

போகிற வழியில் ஓரிடத்தில் காலை உணவு சாப்பிட்டோம். ஹாலிவுட்டில் உள்ள மிகப் பெரிய ரூஸ்வெல்ட் ஹோட்டலுக்குச் சென்றோம். நண்பர்களைச் சந்தித்துப் பேசுவதற்கு அதுதான் மிகவும் சௌகரியமான இடம்.

காலை நேரமானதால் குளிக்க விரும்பினேன். ஐந்து அல்லது ஆறு டாலர் கொடுத்து ஓர் அறையை வாடகைக்கு எடுத்துக்கொண்டால்தான் குளிக்க வசதி கிடைக்கும். அன்றிரவே திரும்பிச் செல்ல எண்ணியதால் அவ்வளவு தொகை செலவு செய்ய மனமில்லை. ராம் வீடு தூரத்திலிருந்த தாலும், அவருக்கு அவசர வேலை இருந்ததாலும் அங்கு செல்ல முடியவில்லை.

அருகிலுள்ள ஹாலிவுட் கிறிஸ்துவ இளைஞர் சங்கத் துக்குச் சென்றோம். அங்கு காரியாலயத்தில் இருந்த குமாஸ்தா அன்புடன் வரவேற்றார். 'சங்கத்தில் ஒருவர் ஒரு நாள் மட்டும் அங்கத்தினராக இருப்பதற்கு எழுபத்தைந்து காசு' என்று ஓர் அறிவிப்பு காணப்பட்டது. ஒரு நாள் அங்கத்தினர் என்றால் அங்கு தங்கும் நாளன்று அங்கு உள்ள நீச்சல் குளம், உடற் பயிற்சிச் சாதனங்கள் முதலியவற்றை

உபயோகிக்கலாம். அது வெளியூர்களிலிருந்து வருகிற அங்கத்தினர் அல்லாதவர் களின் சௌகரியத்துக்காக.

அந்தக் குமாஸ்தாவிடம் சென்று, "நான் ஒரு நாள் அங்கத்தினராகச் சேர விரும்புகிறேன்" என்றேன்.

அவர் சிரித்துக்கொண்டே, "குளிக்க வேண்டுமா?" என்றார்.

"ஆம்" என்றேன்.

"இந்தியாவிலிருந்து இவ்வளவு தூரம் வரும் நீங்கள் நன்றாகக் குளிக்கலாம். சோப்புக்கும் துவட்டிக்கொள்ளும் துண்டுக்கும் பத்துக் காசு மட்டும் கொடுத்தால் போதும்" என்றார்.

ராம் பதினொரு மணிக்குத் திரும்பிவருவதாகச் சொல்லிச் சென்றார்.

குளித்த பின்னர், அந்தக் குமஸ்தாவிடம் வந்து அவருடைய அன்புக்கு நன்றி செலுத்தினேன். அவர் ஓர் ஆங்கிலேயர். யுத்தத்துக்கு முன் இந்தியாவில் பஞ்சாப் மாகாணத்தில் இராணுவத்தில் இருந்தாராம். இந்தியர்கள் அவரிடம் காட்டிய அன்பைப் பற்றி நன்றி உணர்ச்சியுடன் கூறினார்.

பதினொரு மணிக்கு ராம் வந்தவுடன் அவரும் நானும் ஹாலிவுட்டில் உள்ள ஒரு பெரிய பிலிம் ஸ்தாபனத்துக்கு **(Consolidated Film laboratories)** சென்றோம். அங்கே படம் பிடிக்கும் ஸ்டூடியோக்களும் படத் தொழிலுக்கு அவசியமான எல்லா வசதிகளும் உண்டு. சாதாரணமாக, ஒவ்வொரு ஸ்டூடியோவிலும் தாங்கள் தயாரிக்கும் படங்களுக்காக ரசாயனப் பகுதி **(Laboratory)** வைத்திருப்பார்கள். ஆனால், ஸ்டூடியோ வசதியில்லாத நூற்றுக்கணக்கான தனிப்பட்ட படத் தயாரிப்பாளர்களுக்குப் படப்பிடிப்புக்கான எல்லா வசதிகளையும் செய்துகொடுக்கும் பெரிய ஸ்தாபனம் அது. ஸ்டூடியோ வசதியுள்ள படத் தயாரிப்பாளர்களும் தங்களுக்கு அவசரமாக அதிகமான பிலிம் பிரதிகள் வேண்டும்பொழுது அங்கு தயாரித்துக்கொள்வார்கள். அத்துறையில் உலகத்திலேயே அதுதான் பெரிய ஸ்தாபனம் என்று சொல்லுகிறார்கள்.

ஸ்தாபனத்துக்குள்ளே பல அரங்குகள். அவற்றில் வெர்னர் ஜான்ஸன் படம் பிடிக்கும் இடத்துக்குச் சென்றோம்.

வெர்னர் ஜான்ஸன் அன்று தமது படத்திலேயே நடித்தார்; உடம்பெல்லாம் வர்ணம் பூசி வேஷம் தரித்திருந்தார்; பிரியமாக வரவேற்றுப் பேசினார். பகல் பன்னிரண்டு மணிவரை படம் பிடிப்பதைப் பார்த்துக்கொண்டிருந்தோம்.

சாப்பாட்டு இடைவேளையில், அந்த ஸ்தாபனத்திலேயே சிறிய திரைப்படக்காட்சிசாலை ஒன்றில், வெர்னர் ஜான்ஸன் காந்தியடிகள் படத்தைப் பார்த்தார். அவருடைய நண்பர் ஸ்டான்லி நீல் என்பவரும் மார்ட்டின் என்ற அம்மையாரும் கூட இருந்தனர். சிறிய அளவில் (16 mm) தயாரித்த அந்தப் படம் மூன்று சுருள்கள் (reels) கொண்டது. இரண்டாவது சுருள் ஓடி முடிந்தது. சுமார் இரண்டு நிமிஷமாயிற்று. படம் காட்டும் இயந்திரத்தை நிறுத்த அங்கு யாருமில்லை. வெளியே வந்து இயந்திரத்தை இயக்குபவரைப் பார்த்தேன். அவர் அங்கில்லை. அருகில் நாலைந்து பேர் வேறு வேலைகளில் ஈடுபட்டிருந்தார்கள்.

அவர்களில் ஒருவரைப் பார்த்து, "இந்த இயந்திரத்தை நிறுத்தி, இரண்டாவது சுருளை எடுத்துவிட்டு, கடைசிச் சுருளைத் தயவு செய்து போடுங்கள்" என்றேன்.

அவர் ஓடிக்கொண்டிருந்த இயந்திரத்தை நிறுத்தினார். "நாங்கள் செய்வது வேறு வேலை. இதனை இயக்குபவர் வந்துதான் சுருளை மாற்ற வேண்டும். நான் அதனைத் தொடக் கூடாது. தொட்டால் அபராதம் விதித்துவிடுவார்கள். இது தொழிற்சங்கக் கட்டுப்பாடு" என்று அவர் கூறினார்.

இயக்குபவர் வரச் சிறிது நேரமாயிற்று. அதுவரை காத்திருந்தோம்.

படம் காட்டி முடிந்ததும், ராம் என்னை அங்கேயே விட்டுவிட்டு மாலை ஆறு மணிக்கு வந்து அழைத்துச் செல்வதாகக் கூறிச்சென்றார்.

நாள் முழுதும் படம் பிடிக்கும் இடத்திலேயே உட்கார்ந்துகொண்டிருந்தேன். ஹாலிவுட்டுக்கு வரும் பல்லாயிரக்கணக்கான யாத்திரிகர்கள் படம் பிடிப்பதைப் பார்க்கவேண்டுமென்று துடிப்பது உண்டு. சில சமயங்களில் ஸ்டூடியோக்களைச் சென்று பார்ப்பது சுலபம்; ஆனால், படம் பிடிக்கும் இடத்தில் இருக்க அனுமதிக்கமாட்டார்கள். எனக்குத் தங்குவதற்கு வேறிடமில்லாததால் படம் பிடிக்கும் இடத்திலேயே உட்கார்ந்திருந்தேன்.

ஸ்டூடியோக்களில் வேலை செய்யும் இடங்களில் உணவுக்குப் பஞ்சமே இல்லை. ஒரு மூலையில் இரண்டடி உயரமுள்ள ஒரு பித்தளை வேம்பாவில் காப்பி சூடு ஆறாவண்ணம் வைத்திருந்தது. வேம்பாவுக்கு அருகில் ஏராளமான காகிதக் கோப்பைகள் இருந்தன. அவைகளில் ஒன்றை யெடுத்து, வேம்பாவின் குழாயைத் திருகி, வேண்டிய அளவு

காப்பி பிடித்துக்கொள்ள வேண்டும். பக்கத்திலேயே பாலும் சீனியும் தனித்தனியே வைத்திருந்தார்கள். பால் என்பது கெட்டியான 'கிரீம்'. அதனை வேண்டும் அளவு சேர்த்துக் கொள்ளலாம். அவைகளைக் கலக்குவதற்குக் காகித அட்டைக் கரண்டிகளை வைத்திருந்தார்கள். காப்பி அருந்தியதும் கோப்பையையும் கரண்டியையும் பக்கத்திலுள்ள தொட்டியில் எறிந்துவிட வேண்டும். பாலும் சீனியும் வைத்திருக்கும் இடத்திலேயே 'டோனட்ஸ்' (இனிப்பு வடை போன்றது), விதவிதமான 'கேக்குகள்,' பல வகையான 'சாண்ட்விச்'கள் வைத்திருந்தார்கள். வேண்டும்போதெல்லாம் வேண்டிய அளவு சாப்பிடலாம்; யாரையும் கேட்க வேண்டாம். உணவின் அளவு குறையக்குறைய, மீண்டும் புதிதாக்க் கொண்டுவந்து வைத்தார்கள்.

அன்று தயாரித்தது ஒரு வர்ணப்படம். அது சங்கீதம் சம்பந்தமானது. வெர்னர் ஜான்ஸன் அமெரிக்காவில் உள்ள பிரபலமான சங்கீத வித்துவான்களில் ஒருவர். பள்ளி மாணவ மாணவிகளுக்காகச் சிறிய அளவில் (16 *mm*) சிறப்பாகத் தயாரித்தனர். எந்த அளவில் படம் பிடித்தாலும் காட்சி அமைப்புக்களும் **(settings)** அவற்றுக்கேற்ற ஒளி அமைப்பும் **(lighting)** ஒன்றே.

அன்றைய தினத்தில் நடித்தவர்கள் மொத்தம் நானகு பேர்; இரண்டு நடிகைகளும் இரண்டு நடிகர்களும்தான். இரண்டு அல்லது மூன்று சிறு காட்சி அமைப்புக்கள் இருந்தன. படம் பிடித்தபொழுது முதலாளிக்கும் தொழிலாளிக்கும் வித்தியாசமே தெரியவில்லை. தொழிலாளர் ஒருவரையொருவர் குறை சொல்லாமல் ஒற்றுமையாக ஒரு காரியத்தைச் செய்யும் தன்மையைக் கண்டு வியந்தேன். அவர்கள் ஒரு நிமிஷத்தை யாவது வீண்போக்கவில்லை. சுறுசுறுப்பாகவும் திறமையாகவும் வேலை செய்தனர். அவர்களுடைய கடமை உணர்ச்சி மகிழ்ச்சி யைக் கொடுத்தது. அமெரிக்க நாட்டின் வற்றாத செல்வம் அந்நாட்டு மக்களின் ஓயாத உழைப்பேயாகும்.

~

மணி ஆறு அடித்ததும் எல்லோரும் வேலை முடிந்து புறப்பட்டு விட்டார்கள். ராம் வரவில்லை. தொழிலாளரில் பலருக்குச் சொந்த மோட்டார் உண்டு. நான் செல்ல வேண்டிய இடத்துக்கு என்னை அழைத்துச்செல்வதாகத் தொழிலாளர் சிலர் அன்புடன் கூறினர். அவர்களுடைய அன்புக்கு நன்றி செலுத்தி விட்டு அங்கேயே காத்திருந்தேன்.

"கெயின்ஸ்பரோவுக்கு எனது அபிப்பிராயத்தைத் தெரிவிக்கிறேன்" என்று கூறி, வெர்னர் ஜான்ஸன் விடை பெற்றார்.

சிறிது நேரத்துக்கெல்லாம் ராம் வந்துசேர்ந்தார். "வீட்டுக்குப் போய் சாப்பிடுவோம். பிறகு உங்களை ரயிலில் கொண்டுபோய் விடுகிறேன். இது என் மனைவியின் உத்தரவு" என்றார் ராம்.

உணவுக்குப் பின் ராம் என்னை ரயிலடிக்கு அழைத்துச் சென்றார். வெர்னர் ஜான்ஸன் படத்தைப் பற்றி நல்ல அபிப் பிராயம் தெரிவிப்பார் என்று அவர் நம்பவில்லை. மலர்ந்த முகத்துடன் ராம் எனக்கு விடையளித்தார்.

சான் பிரான்ஸிஸ்கோவுக்கு உடனே செல்ல வேண்டும் என்ற அவசியம் இல்லாமையால், வழியிலுள்ள ஸ்டாக்டன் என்ற ஊரில் ஒரு நாள் தங்கி, மறுதினம் சான் பிரான்ஸிஸ்கோ செல்வதென்று தீர்மானித்தேன்.

ரயிலில் தூக்கம் வரவில்லை. வழக்கம் போல அன்றிரவு கணக்கு எழுதினேன். அன்றையச் செலவு பத்துக் காசுதான் – அதாவது எட்டணா. நாள் முழுதும் ஹாலிவுட்டில் தங்கி, பல மைல் தூரம் மோட்டாரில் பிரயாணம் செய்து, வந்த வேலையை முடித்துக்கொண்டு ரயிலுக்கு வந்துசேரும்வரையில் செலவு எட்டணா! ஸ்டாக்டனில் ஒரு நாள் தங்கிய பின்னர் சான் பிரான்ஸிஸ்கோவுக்குத் திரும்பினேன்.

அமெரிக்கர் ஏதாவது ஒரு விஷயத்தில் சிரத்தை எடுத்துக் கொண்டால் அவர்களைப் போல் காரியங்களைத் துரிதமாகச் செய்கிறவர்கள் உலகத்தில் மிகக் குறைவு. படம் பார்த்த அன்றிரவே வெர்னர் ஜான்ஸன் கெயின்ஸ்பரோவிடம் டெலிபோனில் பேசினார். கெயின்ஸ்பரோவின் விருப்பத்துக்கு இணங்க வெர்னர் ஜான்ஸனும் ஸ்டான்லி நீலும் மறுநாள் காலை விமானத்தில் சான் பிரான்ஸிஸ்கோ வந்துசேர்ந்தார்கள். படம் தயாரிப்பது என்று அவர்கள் முடிவுசெய்துவிட்டார்கள். எனக்காகக் காத்திருந்தார்கள்!

படத்தை ஸ்டான்லி நீல் தயாரிப்பது என்று ஏற்பாடு. படம் தயாரித்து முடியும்வரை நான் அங்கிருந்து உதவி செய்ய வேண்டுமென்று அவர் விரும்பியதால் நான் அங்கே தங்குவது என்று ஏற்பாடு ஆயிற்று.

~

உலகத்திலேயே திரைப்படத் தொழிலுக்குத் தலைநகரம் ஹாலிவுட். ஆனால் பெரும்பாலான ஸ்டூடியோக்கள்

ஹாலிவுட்டை யடுத்த ஊர்களில் இருந்தன. நடிகர், நடிகைகள் அருகில் உள்ள பெவர்லி ஹில் என்ற ஊரில் வசித்தனர்.

ஸ்டூடியோவில் படம் பிடிக்கும் இடத்துக்கு அரங்கு *(stage)* என்று பெயர். பெரிய ஸ்டூடியோக்களில் பல அரங்குகள் இருக்கும்.

ஒரே காட்சியைப் பல கோணங்களிலிருந்து படம் பிடிப்பார்கள். சில சமயங்களில் ஒரு காட்சியை இரண்டு மூன்று முறை படம் பிடிப்பதும் உண்டு. அவற்றில் எது சரியாக அமைகிறதோ அதுதான் முடிவாகப் படத்தில் வரும்.

படப்பிடிப்பு முடிந்ததும் ஒளிப்பதிவு செய்த பிலிம் சுருளை ரசாயனச்சாலைக்கு உருத்துலக்குவதற்காக அனுப்புவார்கள். அந்த பிலிம் சுருளுக்கு 'நெகட்டிவ்' என்று பெயர். அதிலிருந்து எடுக்கும் பிரதிச் சுருளுக்கு 'பாசிட்டிவ்' என்று பெயர்.

பாசிட்டிவ் சுருளைச் சரிபார்த்து, வேண்டிய பகுதிகளைக் கத்தரித்து, கதைப்போக்குக்கு இணங்க ஒட்டித் தொகுப்பார்கள். திருப்தி ஏற்படும்வரையில் மாற்றங்கள் செய்து முடிவான பிரதியைத் தயாரிப்பார்கள்.

ஒலிப்பதிவு செய்த பிலிம் சுருளுக்கு 'ஒலி நெகட்டிவ்' *(sound negative)* என்று பெயர். அதிலிருந்து எடுக்கும் பிரதிக்கு – பிலிம் சுருளுக்கு 'ஒலி பாசிட்டிவ்' *(sound positive)* என்று பெயர்.

ஒளிப்பதிவு பாசிட்டிவ் பிலிம் சுருளின் முடிவான பிரதிக்கு இணங்க, ஒலிப்பதிவு பாசிட்டிவ் பிலிம் சுருளைப் பொருந்த அமைப்பார்கள். உதாரணமாக, உதடு அசைவதையும் ஒலி கேட்பதையும் சம்பந்தப்படுத்தி மிகச் சரியாகப் பொருத்துவார்கள்.

அவ்வாறு தயாரித்த ஒளிப்பதிவு, ஒலிப்பதிவு பாசிட்டிவ் பிலிம் சுருள்களின்படி, அவற்றுக்கு ஆதாரமாகவுள்ள நெகட்டிவ் பிலிம் சுருள்களின் சரியான பாகங்களைத் தெரிந்தெடுத்து, கத்தரித்து இணைப்பார்கள். பின்னர், இரண்டு நெகட்டிவ்களையும் கொண்டு வேண்டிய பிரதிகளைத் *(copies)* தயாரிப்பார்கள்.

பிலிம் சுருள்களை வெட்டி, ஒட்டி, ஒலி பொருத்திச் சரிபார்க்கும் இடத்துக்குத் தொகுப்பு அறை *(editing room)* என்று பெயர். அந்த அறையில் பல சாதனங்கள் இருக்கும். அதில் முக்கியமானது 'மூவியோலா' *(movieola)* என்னும் இயந்திரம். பிலிமை அடிக்கடி திரையிட்டுப் பார்க்க இயலாது. அவ்வாறே திரையிட்டாலும் வேண்டிய இடத்தில் உடனே

நிறுத்தி, திருத்தங்கள் செய்ய முடியாது. இதற்கு அநுகூலமாக, அந்த இயந்திரத்தில் பிலிமைப் பொருத்தி ஓட்டினால், ஓரிருவர் பார்க்கக்கூடிய அளவு படம் பெரிதாகத் தெரியும். பிலிமை வேகமாகவோ மெதுவாகவோ, முன்னும் பின்னும் வேண்டியபடி ஓட்டலாம். நினைத்த மாத்திரத்தில் நிறுத்தலாம். அந்த இயந்திரத்திலேயே ஒலிப்பதிவு பிலிமை ஓட்ட வசதியுண்டு. ஒலிப்பதிவின் உச்சரிப்பை வார்த்தை வார்த்தையாகவும், வார்த்தையின் இடைப்பட்ட ஒலியை நுணுக்கமாகவும் கேட்கலாம். மிக நுணுக்கமாக ஆராய்ந்து படம் தயாரிப்பதற்கு இன்றியமையாத இயந்திரம் 'மூவியோலா'.

பிலிம் சுருளைக் கத்தரித்து ஒட்டுவதற்கேற்ற கருவி அமைந்த மேஜையும், ஒளிப்பதிவுடன் ஒலியைக் கேட்டுப் பொருத்துவதற்கான கருவி அமைந்த மேஜையும், சுருள் களைச் சுற்றுவதற்கான கருவிகளும் முக்கியமாகத் தொகுப்பு அறையில் இருக்கும். தொகுப்பு அறையில் ஒவ்வொன்றையும் திறம்படச் செய்து முடிப்பவருக்குப் படத்தொகுப்பாளர் **(editor)** என்று பெயர்.

~

ஹால்ரோச் ஸ்டூடியோவில் காந்தியடிகள் படத் தயாரிப்பு வேலை தொடங்க இருந்தது. "அந்த ஸ்டூடியோ எப்படிப் பட்டது?" என்று ஒருவரைக் கேட்டேன்.

"பெரிய ஸ்டூடியோக்களுக்குள்ளே அது சிறிது; சிறிய ஸ்டூடியோக்களுக்குள்ளே அது பெரிது" என்று அவர் பதிலளித் தார். 'நடுத்தரமானது' என்று ஒரே வார்த்தையில் சொல்லி யிருக்கலாம்.

ஹாலிவுட்டை அடுத்த கல்வர் சிட்டி என்ற ஊரில் ஹால்ரோச் ஸ்டூடியோவைக் கட்டியிருந்தார்கள். நான் தங்கியிருந்த இடத்திலிருந்து ஸ்டூடியோவுக்குப் பஸ்ஸில் செல்ல ஒரு மணி நேரமாகும். அதற்குக் கட்டணம் முப்பத்து மூன்று காசு – போகவர அறுபத்தாறு காசு – சுமார் மூன்று ரூபாய்க்கு மேல்.

ஸ்டூடியோவை 'லாட்' (lot) என்று சொல்லுவார்கள். திரைப்படப் பத்திரிகைகளிலும் அவ்வாறேதான் எழுதுவார்கள். ஹாலிவுட்டில் திரைப்படத் தொழில் சம்பந்தமாக இரண்டு தினப்பத்திரிகைகள் வெளிவந்தன. *ஹாலிவுட் ரிப்போர்ட்டர்*, *வெரைட்டி* என்ற அந்தப் பத்திரிகைகள் நல்ல ஆர்ட் காகிதத்தில் நான்கு சிறு பக்கங்கள் கொண்டவை. ஒரு பிரதியின் விலை பத்துக் காசு – சுமார் எட்டணா!

ஹால்ரோச் ஸ்டூடியோவுக்கு முதன்முதலாகச் சென்ற பொழுது வாயிற்காப்போர் மிகவும் கண்டிப்பாக இருந்தார். நீல் பிக்சர்ஸ் காரியாலயத்துக்குச் செல்ல வேண்டுமென்று அவரிடம் கூறினேன். அவர் டெலிபோனில் பேசினார். பின்னர் அவரே என்னை அங்கு அழைத்துச்சென்றார்.

ஸ்டூடியோவின் உள்ளே மோட்டார்கள் நிறுத்துவதற்காக விசாலமான இடத்தை ஒதுக்கிவைத்திருந்தார்கள். அதில் வாயிற்காப்போருடைய மோட்டாரை நிறுத்துவதற்காக வெள்ளைக் கோடிட்ட இடம் ஒதுக்கப்பெற்றிருந்தது. ஸ்டூடியோவுக்குள் சுமார் ஐம்பது மோட்டார்கள் வரை நிறுத்திவைக்கலாம்.

ஸ்டூடியோவை அதன் சொந்தக்காரர் மட்டும் உபயோகிப்ப தில்லை. மற்றவர்களும் வாடகைக்கு எடுத்துக்கொள்ளலாம். ஸ்டூடியோவுக்குள்ளேயே தனித்தனிப் படத்தயாரிப்புக் காரியாலயங்கள் பத்துக்கு மேல் இருந்தன. அவற்றில் நீல் பிக்சர்ஸ் காரியாலயம் ஒன்று. அதன் தலைமைக் காரியாலயம் நியூயார்க் நகரில் இருந்தது. சிகாகோவில் அதற்கு ஒரு கிளை உண்டு. ஹாலிவுட் கிளையின் காரியதரிசி ஸ்ரீமதி டீ ஒர்த்.

~

ஸ்ரீமதி ஈடித் மார்ட்டின் திரைப்படத் தயாரிப்பில் இருபத்தைந்து ஆண்டு அநுபவம் நிறைந்தவர். வியாபார விளம்பரப் படங்கள் பலவற்றைத் தயாரித்திருக்கிறார். டாக்குமெண்டரி படங்கள் சிலவற்றையும் பிறருக்காகத் தயாரித்திருக்கிறார். தம்முடைய வாழ்க்கையிலேயே காந்தியடிகள் டாக்குமெண்டரி படந்தான் தாம் தயாரிக்கும் முக்கிய படம் என்று கூறினார்.

ஸ்ரீமத் மார்ட்டின் கால் நூற்றாண்டாக டாக்குமெண்டரி பிலிம் தயாரிப்பில் தேர்ச்சி பெற்றவர். காந்தியடிகள் இந்திப் படத்தைப் பலமுறை அவருக்குக் காட்டி விளக்கிக் கூறினேன். அப்படத்துக்கு அவர் விளக்க உரை *(commentary)* எழுத இரண்டு மாதங்கள் ஆயின.

டாக்குமெண்டரி படங்கள் மற்ற படங்களைப் போல் கதை, கற்பனைகளை அடிப்படையாகக்கொள்ளாமல் உண்மை நிகழ்ச்சியை அடிப்படையாகக் கொண்டவை. அவை அனைத்தும் அறிவு வளர்ச்சிக்கான படங்கள். என்றோ நிகழ்ந்த ஒன்றை இன்று காண்பதற்கு உதவுவது டாக்குமெண்டரி படம்.

திரைப்படங்கள் தோன்றிய காலத்திலிருந்தே செய்திப் படங்களும் தயாராயின. உலகத்தின் பல பாகங்களில் நிகழ்ந்த

நிகழ்ச்சிகளைப் படம் பிடித்துச் செய்திப்படம் தயாரித்தனர். ஒரு செய்திப் படம் சாதாரணமாகப் பத்து நிமிஷ நேரம் ஓடும்.

1920ஆம் ஆண்டில் லோகமான்ய பாலகங்காதர திலகர் அமரத்துவம் அடைந்தபொழுது பம்பாயில் லட்சக்கணக்கான மக்கள் ஊர்வலத்தில் சென்றனர். அந்நிகழ்ச்சியைச் செய்திப் படமாகத் தயாரித்தனர். அதுவே இந்தியர்களால் முதன் முதலாகத் தயாரிக்கப்பெற்ற செய்திப்படம் என்று அறிகிறேன்.

அதற்கு முன்னே ஆங்கிலேயரும் பிரெஞ்சுக்காரரும் இந்தியாவில் செய்திப்படம் பிடித்திருந்தார்கள். காந்தியடிகள் சட்டையும் குல்லாவும் அணிந்து ஒரு கூட்டத்தில் பேசிய காட்சியைப் பிரெஞ்சுக்காரர் ஒருவர் படம்பிடித்து வைத்திருந்தார்.

1920ஆம் ஆண்டில் முதலாவது செய்திப்படம் எடுத்த போதிலும் தொடர்ச்சியாக யாரும் செய்திப் படங்கள் தயாரிக்க வில்லை. அவ்வப்போது நடைபெற்ற முக்கிய நிகழ்ச்சிகளில் சிலவற்றைப் படம் பிடித்தார்கள். அவற்றில் சில, தேசீய இயக்கம் சம்பந்தமானவை.

இந்தியாவிலும் வெளிநாடுகளிலும் எடுத்திருந்த செய்திப் படங்களில் காந்தியடிகளைப் பற்றிய பகுதிகளைச் சேகரித்தும் பிற்காலத்தில் காந்தியடிகள் கூடவே இருந்து நிகழ்ச்சிகளைப் படம்பிடித்துச் சேர்த்தும் தொகுக்கப்பெற்றது காந்தியடிகள் வாழ்க்கைப்படம்.

அப்படம் தமிழ், தெலுங்கு, இந்தி முதலிய மொழிகளில் விளக்க உரையுடன் தயாரிக்கப்பெற்றது. அதனை ஆதாரமாகக் கொண்டு ஆங்கில விளக்க உரையுடன் அமெரிக்காவில் படத்தயாரிப்பு தொடங்கியது.

~

ஹால்ரோச் ஸ்டூடியோவில் காந்தியடிகள் படத்தயாரிப்புக் காக ஒரு தொகுப்பு அறையை வாடகைக்கு எடுத்துக் கொண்டார்கள். படத்தொகுப்பாளர் ராபர்ட் வார்விக். அவரை எல்லோரும் 'பாப்' **(Bob)** என்று அழைத்தார்கள். அவர் ஒரு மெக்ஸிகர். அவருடைய மனைவி ஓர் அமெரிக்கர்.

பாப் நல்ல ஒளிப்பதிவாளர். திரைப்படத் தொழிலில் அவருக்கு இருபத்தைந்து ஆண்டுகள் அநுபவம் உண்டு. அவர் ஒரு மெக்ஸிகர் என்ற காரணத்தால் அவரை ஒளிப்பதிவாளர்

தொழிற்சங்கத்தில் சேர்த்துக்கொள்ள மறுத்துவிட்டார்கள் என்றும், மிகுந்த பிரயாசையின் பேரில் படத்தொகுப்பாளர் தொழிற்சங்கத்தில் அங்கத்தினராகச் சேர்ந்ததாகவும் கூறினார். திரைப்படத் தொழிலில் ஒவ்வொரு பிரிவினருக்கும் தனித் தனித் தொழிற்சங்கங்கள் உண்டு.

பாப் மிக நல்ல சுபாவமுடையவர். சிறிதும் கடமை தவறாதவர். மெக்ஸிகோவில் பிறந்தவராகையால் சுதந்திரப் போராட்டம் என்ன என்பதை நன்கு அறிந்தவர். திறமையுள்ள அவர், படத்தொகுப்பாளராக வாய்த்தது அதிர்ஷ்டம் என்று ஈடித் மார்ட்டின் கூறினார்.

படத்தொகுப்பாளருக்கு வாரத்துக்கு முந்நூற்றைம்பது டாலர் – ஆயிரத்து எழுநூற்றைம்பது ரூபாய் சம்பளம். வேலை தொடங்கிய நாளிலிருந்து ஒரு வாரம் முடிந்ததும் அவருக்கு உதவியாளர் ஒருவரை அமர்த்த வேண்டும். உதவியாளரும் தொழிற்சங்கத்தைச் சேர்ந்தவராக இருக்க வேண்டும். அவருக்குக் குறைந்த சம்பளம் வாரம் ஒன்றுக்கு நூற்றைம்பது டாலர் – எழுநூற்றைம்பது ரூபாய்.

பாப், முதலில் காந்தியடிகள் பட பாசிட்டிவ் பிலிம் சுருள்களை எடுத்து, ஒவ்வொரு காட்சியாக வெட்டி, அவற்றைத் தனித்தனியே பிரித்து வரிசைப்படுத்தி இலக்கமிட்டார். அதற்கு ஒரு வாரம் ஆயிற்று.

ஈடித் மார்ட்டின் பெரும்பாலும் தொகுப்பு அறையிலேயே இருந்து வேலை செய்தார். செய்ய வேண்டிய விதத்தை அவர் விளக்கிச் சொல்லலாமே தவிர பிலிமைக் கையால் தொடக் கூடாது. படத்தொகுப்பாளரும் அவருடைய உதவியாளரும் தவிர, தொகுப்பு அறையில் பிலிமை யாரும் தொடக்கூடாது என்பது தொழிற்சங்கக் கட்டுப்பாடு.

~

ஸ்டூடியோவில் படங்களை அடிக்கடி திரையிட்டுப் பார்ப்பதற்கு இரண்டு சிறு காட்சிச்சாலைகள் இருந்தன. பூர்த்தியான சுருள் ஒன்றைத் திரையில் பார்த்தோம். சுருள் நடுவில் அறுந்து விட்டது. படம் காட்டியவரிடம் சென்று சுருளை அறுந்த இடத்தில் ஒட்டி, மீண்டும் ஓட்டும்படி கூறினேன்.

அதற்கு அவர், "தொழிற்சங்கக் கட்டுப்பாட்டின்படி பிலிம் சுருளை நான் தொடக்கூடாது. அறுந்த பிலிமை ஒட்டுவது படத் தொகுப்பாளர் வேலை; அவரிடம் எடுத்துச்செல்லுங்கள்" என்றார்.

“நான் ஓர் அந்நியன். தாங்கள் அன்புகூர்ந்து பிலிம் சுருளை ஒட்டி உதவ மாட்டீர்களா?” என்றேன்.

அதற்கு அவர், “உங்களுக்கு உதவி செய்ய எனக்கு விருப்பம் உண்டு. ஆனால் பிலிம் சுருளை ஒட்ட முடியாதது 'பற்றி வருந்துகிறேன். தயாரிப்பில் இருக்கிற ஒளிப்பதிவுச் சுருள் இது. இதற்கேற்றவாறு படத்தொகுப்பாளர் ஒலிப்பதிவுச் சுருளைப் பொருத்தி வைத்திருப்பார். அறுந்த இடத்தில் ஒட்டும்பொழுது சுருளின் மொத்த நீளத்தில் சிறிது குறையும். அதனால் ஒலிப்பதிவுச் சுருள் பொருத்தத்தில் மாற்றம் ஏற்படும். படத்தொகுப்பாளர் அதனைத் தெரிந்து தக்கவாறு ஓட்டுவார். ஒருவர் செய்துவைத்துள்ளதில் அவர் அறியாமல் வேறொருவர் தலையிட்டால் காலதாமதமும் வீண் விரயமும் உண்டாகும். ஒருவர் தமது வேலையைத் தாமே செய்வதால் ஒழுங்கும் திறமையும் ஏற்படும். இத்தகைய நன்மைகளைக் கருதியே அந்தக் கட்டுப்பாடு வகுத்திருக்கிறது” என்றார்.

காந்தியடிகள் லண்டனிலிருந்து பம்பாய் வந்திறங்கிய காட்சியைத் தொகுத்தனர். காந்தியடிகள் கப்பலை விட்டிறங் கியதும் கூட்டம் இருக்க வேண்டுமல்லவா? வரிசைப்படுத்தி இலக்கமிட்டுள்ள, கூட்டங்கள் என்ற தனிப் பிரிவில் பல பிலிம்கள் இருந்தன. அவற்றில் ஒன்றை எடுத்து இணைத்தார்கள். பிறகு படத்தைத் திரையிட்டுப் பார்த்ததில் அந்தக் கூட்டம் சென்னையில் நடந்த கூட்டம். பிறகு பம்பாய்க் கூட்டத்தின் சரியான பிலிமை எடுத்துக் கொடுத்தேன்.

அப்பொழுது படத்தொகுப்பாளரிடம், “அமெரிக்காவில் லாஸ் ஏஞ்சலஸ்க்கும் நியூயார்க்குக்கும் உள்ள தூரம் சுமார் மூவாயிரத்து இருநூறு மைல். அந்த இரண்டு நகரங்களில் எந்தப் பெருங்கூட்டத்தைப் படம் பிடித்தாலும் ஒரே மாதிரியாகத்தான் இருக்கும். அமெரிக்க நாட்டில் எந்த ஸ்டேட்டில் படம் பிடித்தாலும் அவ்வாறே இருக்கும். உங்கள் நாடு முழுதும் மக்கள் அணிவது ஒரே விதமான உடை. ஆனால் இந்தியாவில் ஒவ்வொரு ராஜ்யத்திலும் வெவ்வேறு விதமான உடைகளை அணிவார்கள்” என்றேன்.

ஒரே நாட்டில் வசிக்கும் மக்கள் வெவ்வேறு விதமாக உடையணிவது அவருக்கு ஆச்சரியமாக இருந்தது!

ஒரு முறை பாப் மும்முரமாக வேலைசெய்துகொண்டிருந்த பொழுது அவரைக் காப்பி அருந்தக் கூப்பிட்டேன்.

அதற்கு அவர், “காப்பி அருந்தச் சென்றால் பத்து நிமிஷமாகும். மத்தியில் வேலையை விட்டு வரக்கூடாது.

வேலை முடிந்ததும் வெளியே சென்று சாப்பிடுவோம். இவ்வாறு கூறுவதற்கு மன்னியுங்கள்” என்றார். அவருடைய கடமை உணர்ச்சியைக் கண்டு வியந்தேன்.

~

காந்தியடிகள் படத்தில் பகவத் கீதை புத்தகத்தையும் கிறிஸ்துவ வேதப் புத்தகத்தையும் **(Bible)** படம் பிடிக்க வேண்டியிருந்தது.

“சம்ஸ்கிருத எழுத்தில் அச்சிட்ட பகவத் கீதைப் புத்தகம் ஒன்று வேண்டும். அழகான சித்திர வேலைப்பாடுள்ள அட்டையுடன் கூடிய கிறிஸ்துவ வேதப் புத்தகம் ஒன்று வேண்டும்” என்றார் ஈடித் மார்ட்டின்.

அவற்றைத் தேடிக்கொண்டுவரும் பொறுப்பு எனக்கு அளிக்கப்பெற்றது.

பகவத் கீதை புத்தகத்தைத் தேடுவதில் எனக்குக் கஷ்டமே இல்லை. நான் தங்கியிருந்த அறையே ஒரு புத்தகசாலை. டாக்டர் கோவிந்த புட்டையவினுடைய புத்தகங்கள் ஆயிரத்துக்கு மேலிருந்தன. அவருடைய அனுமதி பெற்று, பகவத் கீதை புத்தகத்தை எடுத்துச் சென்றேன்.

ஆனால் மூன்று நாட்கள்வரை லாஸ் ஏஞ்சலஸ், ஹாலிவுட் முதலிய இடங்களில் மூன்று மாதா கோயில்கள் உள்படப் பல இடங்களுக்குச் சென்று தேடியும் சித்திர வேலைப்பாடுள்ள அட்டையுடன் கூடிய கிறிஸ்துவ வேதப் புத்தகம் கிடைக்கவில்லை.

கிறிஸ்துவ வேதப் புத்தகம் வெளியிடும் கழகத்தின் விலாசம் ஒன்று கிடைத்தது. பல மணி நேரம் அலைந்து அந்த இடத்தைக் கண்டுபிடித்தேன்.

கழகத்தின் நிர்வாகியைச் சந்தித்து, “காந்தியடிகள் படம் தயாரிக்கிறோம். அதில் கிறிஸ்துவ வேதப் புத்தகத்தைப் படம் பிடிக்க வேண்டியிருக்கிறது. அழகான அட்டையுள்ள கிறிஸ்துவ வேதப் புத்தகம் ஒன்று வேண்டும். தாங்கள் அன்பு கூர்ந்து ஒரு பிரதி தருவீர்களானால் படம் பிடித்து முடிந்ததும் அதை உடனே திருப்பிக் கொடுத்துவிடுகிறேன்” என்றேன்.

அதற்கு அவர், “உங்களைப் பார்த்தால் யோக்கியமானவர் போலத் தோன்றுகிறது. ஆனால் பொதுவாக நாங்கள் திரைப் படக்காரர்களை நம்புவதில்லை. ஒரு முறை திரைப்படக்காரர் ஒருவர் வேதப்புத்தகம் ஒன்றை இரவலாக வாங்கிச் சென்றார். அவர் அதைத் திருப்பிக் கொடுக்கவே இல்லை” என்றார்.

சிறிது நேரம் யோசித்தபின் அவர், “வேதப் புத்தகத்தின் விலை பன்னிரண்டு டாலர் (அறுபது ரூபாய்). அதனைத் தாங்கள் ஈடுதொகையாகக் கொடுத்தால் புத்தகம் ஒன்றைக் கொடுக்கிறேன். புத்தகத்தைத் தாங்கள் திருப்பித்தரும்பொழுது இந்தப் பணத்தையும் தங்களுக்குத் திருப்பிக் கொடுத்து விடுகிறேன்” என்றார்.

“சரி” என்று சம்மதித்தேன்.

உள்ளே சென்று சிறிது நேரத்தில் புதிய வேதப் புத்தகம் ஒன்றைக் கொண்டுவந்தார்.

அதைப் பார்த்ததும் எனக்குப் பெரிய ஏமாற்றம் ஏற்பட்டது. வேதப் புத்தகத்தின் மேலட்டை நன்றாக இருந்தது; ஆனால் சித்திர வேலைப்பாட்டுடன் இல்லை.

அவருடைய சிரமத்துக்கு நன்றி செலுத்திவிட்டுத் திரும்பினேன். திரைப்படக்காரர்களைப் பற்றி அவர் கூறியது அடிக்கடி நினைவுக்கு வந்தது.

எந்த நாட்டிலும் திரைப்படக்காரர்களை நம்புவதில்லை போலும்!

~

படத்துக்கு எந்தவிதமான பின்னணி சங்கீதம் அமைப்பது? இசை கோஷ்டியினரை இதற்காகவே நியமித்தால் செலவு அதிகமாகும். அமெரிக்காவில் தயாரான ‘ரூஸ்வெல்ட் ஸ்டோரி’ என்ற ஜனாதிபதி ரூஸ்வெல்ட் வாழ்க்கைச் சம்பவங்கள் கொண்ட டாக்குமெண்டரி படத்துக்குக்கூடத் தனி இசை கோஷ்டியினரை நியமிக்கவில்லையென்றும், ஏற்கெனவே ஒலிப்பதிவு செய்யப்பெற்ற இசையைத்தான் *(canned music)* உபயோகித்தார்கள் என்றும் கூறினார்கள்.

அமெரிக்காவில் இசை நிலையம் ஒன்றிருக்கிறது. அதில் பிரபலமான வித்துவான்களின் இசைக் கச்சேரிகளை ஒலிப் பதிவு செய்துவைத்திருக்கிறார்கள். அவை லட்சக்கணக்கான அடி நீளம் இருக்கும். அவர்களுக்கு ஒரு குறிப்பிட்ட தொகையைச் செலுத்தினால் நமக்குத் தேவையான இசைகளை நமது செலவில் பிரதி எடுத்துக்கொள்ள அனுமதிப்பார்கள். அவ்வாறு செய்து அதனைப் பின்னணியாக உபயோகித்தால் செலவு மிகக் குறையும்.

ஆனால் கெயின்ஸ்பரோவுக்கு அது பிடிக்கவில்லை. காந்தியடிகள் படத்தை எல்லா வகைகளிலும் சிறப்பாகத்

தயாரிக்க அவர் விரும்பினார். எட்வர்டு பால் என்ற பிரபலமான ஒருவரை இசைத் தயாரிப்புக்காக நியமித்தார்.

அமெரிக்காவில் தயாராகாத எந்த இசையையும் அமெரிக்கத் திரைப்படங்களில் சேர்க்கக் கூடாது என்பது தொழிற்சங்கக் கட்டுப்பாடு. யாராவது அதை மீறி நடந்தால் அந்தத் திரைப்படத்தைத் திரைப்படக் காட்சிச்சாலைத் தொழிலாளர் சங்கத்தார் திரையிட மறுத்துவிடுவார்கள்.

காந்தியடிகள் படத்தில் இந்திய இசையை ஓரளவு சேர்க்க வேண்டியிருந்தது. அதற்காக அமெரிக்கத் திரைப்பட இசைவாணர் தொழிற்சங்கத்தில் தனி அனுமதி பெற்றோம்.

படத்தை விளக்கிக் கூறுபவர் பிரபலமானவராக இருக்க வேண்டும் என்று கருதினார்கள். ஹாலிவுட்டில் மிகப் பிரபலமான நடிகர் ஒருவர் படத்துக்கு ஊதியமின்றி விளக்கிக் கூறச் சம்மதித்தார். விளக்க உரையின் பிரதியொன்றைத் தமக்கு அனுப்புமாறும், மற்றொரு பிரதியைத் தமது பிரதிநிதிக்கு (*agent*) அனுப்புமாறும் கூறினார்.

அமெரிக்காவில் நடிகர், நடிகை, இசைவாணர், பிரசங்கி முதலியோர் எல்லாம் பிரதிநிதி மூலமாகவே தங்கள் தொழிலை நடத்துகின்றனர். எல்லோரும் தனித்தனியே சம்பளம் கொடுத்துப் பிரதிநிதியை வைத்துக்கொள்ள இயலாதல்லவா? அதற்காகவே பிரதிநிதி நிலையங்கள் பல அமெரிக்காவில் இருக்கின்றன.

ஒரு நடிகர், தங்கள் படத்தில் நடிக்க வேண்டுமென்று விரும்பினால் படத்தயாரிப்பாளர் அந்த நடிகரின் பிரதி நிதியிடம்தான் செல்ல வேண்டும். நடிகருக்குக் கொடுக்கும் தொகை எவ்வளவு எந்த மாதிரி கொடுப்பது, போன்றவை களைப் படத்தயாரிப்பாளருடன் பேசி முடிவுசெய்வதும், நடிகர் கையெழுத்துச் செய்ய வேண்டிய ஒப்பந்தத்தின் ஷரத்து நடிகரின் நலன்களுக்குப் பாதகமில்லாமல் இருக்கிறதா என்று கவனிப்பதும் பிரதிநிதியின் வேலை. அதுமட்டுமல்ல; படத் தயாரிப்பாளர் பட விளம்பரங்களில் நடிகரைப் பற்றி முக்கியத்துவம் கொடுக்கிறார்களா என்று கவனிப்பதும், குறிப்பிட்ட தவணையின்படி படத்தயாரிப்பாளரிடமிருந்து பணவசூல் செய்வதும் பிரதிநிதியின் வேலை. அந்த வேலை களுக்காக நடிகருக்குக் கிடைக்கும் வருமானத்தில் சிறு விகிதாச்சாரம் பிரதிநிதி எடுத்துக்கொள்வார். பிரதிநிதி செய்யும் காரியங்கள் அனைத்தும் நடிகரின் சம்மதத்தின் பேரிலேயேதான்.

பட ஆரம்பத்தில் தலைப்பு ஏடுகள் (*title cards*) வருகின்றன அல்லவா? அதில் நடிகருக்கு எத்தகைய முக்கியத்துவம் கொடுப்பது என்பதை ஒப்பந்தத்திலேயே எழுதிக்கொள்வார்கள்.

பொதுவாக ஒரு படத்தில் ஸ்டூடியோவின் பெயர், படத்தின் பெயர், படப்பொறுப்பாளரின் பெயர், தயாரிப்பாளர் பெயர் முதலியவற்றுக்குத் தனித்தனித் தலைப்பு ஏடுகள் உண்டு.

தொழில்துறை நிபுணர் அனைவருக்கும், அதாவது ஒளிப்பதிவாளர், ஒலிப்பதிவாளர், ரசாயனச்சாலை அதிபர் ஆகிய அனைவருக்கும் அவர்களுடைய உதவியாளர்களுக்கும் ஒரே தலைப்பு ஏடுதான்.

பிரபல நடிகர் நடிகைகளுக்கு மட்டும் தனித் தலைப்பு ஏடுகள் உண்டு. ஏனைய நடிகர் நடிகைகளுக்கு ஒரே தலைப்பு ஏடுதான். அதிலும் சிறிது பிரபலமானவர்களின் பெயர்கள், மற்றவர்கள் பெயரைவிடக் கொஞ்சம் பெரிய எழுத்தில் எழுதப்பெறும்.

பிரபல இசை அமைப்பாளர் பெயர் தனித் தலைப்பு ஏடாக வருவதும் உண்டு.

தலைப்பு ஏடுகளில் தங்கள் நடிகரின் பெயர் ஒப்பந்தப்படி வந்திருக்கிறதா என்று கவனிப்பதும் பிரதிநிதியின் வேலை.

ஊதியமின்றி விளக்க உரை பேசுவதாகக் கூறிய பிரபல நடிகரின் பிரதிநிதியிடமிருந்து ஒரு கடிதம் வந்தது. அதில் காந்தியடிகள் படத்தின் விளக்க உரையைத் திரைப்பட இணைப்பு (*Motion Picture Co-ordination*) ஸ்தாபனத்துக்கு அனுப்ப வேண்டும் என்றும், அதனை அவர்கள் அங்கீகாரம் செய்தால் தான் தங்கள் நடிகர் பங்கெடுத்துக்கொள்ள இயலும் என்றும் பிரதிநிதி எழுதியிருந்தார்.

அமெரிக்காவில் தயாரிக்கப்பெறும் படங்களுக்கு அரசாங்கத் தணிக்கை கிடையாது. படத் தயாரிப்பாளர்கள் தாங்களாகவே அமைத்துக்கொண்டுள்ள கோட்பாடுகளுக்கு இணங்க, படம் தயாரித்தார்கள்.

திரைப்பட இணைப்பு ஸ்தாபனம் அரசாங்கத் தொடர்பு உடையது என்று கேள்விப்பட்டேன். அந்த ஸ்தாபனத்தாருக்கு, கதைகளையும் வசனங்களையும் பாடல்களையும் அனுப்ப வேண்டும். அவர்கள் ‘அங்கீகாரம்’ கிடைத்த பின்னர்தான் படம் தயாரிக்கலாம். அந்த ‘அங்கீகாரம்’ கிடைப்பதற்குப் பல மாதங்களாகும் என்று கூறினார்கள். அந்த அங்கீகாரத் தைத் தணிக்கை என்றே கூறலாம். கம்யூனிஸம் வராமல்

தடுப்பதற்காக மேற்கொண்டுள்ள வழிகளில் ஒன்று இந்த 'அங்கீகாரம்'.

அங்கீகாரம் கிடைக்கப்பெறாத எந்தப் படத்திலும் நடிகர், நடிகைகள் பங்குகொள்ளமாட்டார்கள். அவ்வாறு பங்கெடுத்துக்கொண்டால் தங்களைக் கம்யூனிஸ்டு என்றோ தேசத் துரோகி என்றோ கருதிவிடக்கூடும் என்ற பயந்தான் அதற்குக் காரணம்.

திரைப்படத் தொழிலில் சம்பந்தப்படாத ஒருவரை, காந்தியடிகள் படத்துக்கு விளக்க உரை கூற ஏற்பாடு செய்தார்கள். அவர் பெயர் குவெண்டின் ரெய்னால்ட்ஸ். அமெரிக்காவில் அவர் பிரபல நூலாசிரியர்; வானொலி விமர்சகர்.

நியூயார்க்கிலிருந்து இதற்காகவே அவர் ஹாலிவுட்டுக்கு வந்தார். அவருடைய வரவைத் திரைப்படப் பத்திரிகைகள் முக்கிய செய்தியாகப் பிரசுரித்தன.

விளக்க உரை பேசும் முன்பு, குவெண்டின் ரெய்னால்ட்ஸ் காந்தியடிகள் படத்தைப் பார்த்தார். படம் முடிந்து வெளியில் வந்ததும், கண்களில் நீர் ததும்ப, "மகாத்மா காந்தி மிகப் பெரியவர் என்பது எனக்குத் தெரியும். ஆசிரியர் வின்செண்ட் ஷீன் எழுதிய புத்தகத்தையும் படித்திருக்கிறேன். ஆனால் மகாத்மா எத்தகைய பெரியார் என்பதை இப்படத்தைப் பார்த்துத்தான் தெரிந்துகொண்டேன்" என்றார்.

ஈடித் மார்ட்டின் எவ்வளவு திறமையுடன் விளக்க உரை எழுதினாரோ, அவ்வளவு திறமையுடன் பேசினார் குவெண்டின் ரெய்னால்ட்ஸ். ஒலிப்பதிவு இரண்டு நாள் நடைபெற்றது. விளக்க உரையில் சம்ஸ்கிருத வார்த்தைகளும் இந்தியப் பெயர்களும் அறுபதுக்கு மேலிருந்தன. அந்த வார்த்தை களைச் சரிவர உச்சரிக்க குவெண்டின் ரெய்னால்ட்ஸைப் பயிற்றுவித்த ஆசிரியர் டாக்டர் கோவிந்த புட்டையா.

படத் தயாரிப்பு பூர்த்தியாயிற்று. பூர்த்தியான படத்தைப் பார்த்த பின்னர் வீட்டுக்குத் திரும்பினேன்.

கானடாவில் வான்கூவர் நகரத்திலிருந்து என்னை டெலிபோனில் கூப்பிட்டார்கள். எண்ணூறு மைல் தூரத்தி லிருந்து என்னுடன் பேசியவர் கானடாவில் உள்ள இந்தியத் தலைவர்களில் ஒருவரான கர்தார் சிங்.

"தங்கள் நிலை எப்படியிருக்கிறது?" என்றார் கர்தார் சிங்.

"படம் பூர்த்தியாயிற்று. இப்பொழுதுதான் அதைப் பார்த்து விட்டுத் திரும்பி வருகிறேன். ஆண்டவன் அருளால் படம் நன்றாக அமைந்திருக்கிறது" என்றேன்.

"படம் நன்றாக இருக்குமென்று எனக்குத் தெரியும். தங்களுடைய பொருளாதார நிலை எப்படியிருக்கிறது?" என்றார் கர்தார் சிங்.

"கையில் பணமே இல்லை" என்றேன்.

"நாளைய தினம் உங்கள் சான் பிரான்ஸிஸ்கோ விலாசத்துக்குத் தந்தியில் பணம் அனுப்புகிறேன்" என்றார்.

சில தினங்களுக்கு முன்னர்தான் வான்கூவரிலிருந்து எனக்கு ஒரு தந்தி வந்தது. "உதவி வருகிறது. ஸ்ரீ ராமஜெயம்" என்பது தந்தியின் வாசகம். அதை அனுப்பியவர் எனது பொருளாதார நிலையை உணர்ந்த நண்பர் ஆதிமூல மூர்த்தி.

'ஸ்ரீ ராமஜெயம்' என்ற வார்த்தையைப் படித்ததும் எனது உடல் சிலிர்த்தது. ஆண்டவன் அனுப்பும் உதவியே அது என்று எண்ணி மகிழ்ந்தேன்.

~

காந்தியடிகள் படம் பூர்த்தியான மறுநாளே ஹாலிவுட்டிலிருந்து சான் பிரான்ஸிஸ்கோ சென்றேன்.

1953ஆம் ஆண்டு பிப்ரவரி மாதம் பத்தாம் தேதி காந்தியடிகள் படத்தை அமெரிக்காவின் தலைநகரான வாஷிங்டனில் முதன் முதலாகத் திரையிட இந்திய அரசாங்கத் தூதர் ஏற்பாடு செய்தார்.

கலிபோர்னியாவில் உள்ள அன்பர் சிலரின் உதவியால் வாஷிங்டனுக்கும் பின்னர் நியூயார்க்குக்கும் விமானத்தில் செல்ல ஏற்பாடாயிற்று.

கலிபோர்னியா ஓர் ஆண்டு எனது உறைவிடமாக இருந்தது.

பிப்ரவரி மாதம் எட்டாந்தேதி இரவு பன்னிரண்டு மணிக்கு விமானம் புறப்படும் என்று கூறினார்கள். இரவு பத்து மணிக்கே ஒரு நண்பர் என்னை விமான நிலையத்தில் கொண்டுபோய்ச் சேர்த்தார்.

தினந்தோறும் சான் பிரான்ஸிஸ்கோவிலிருந்து நியூயார்க்குக்குப் பல விமானங்கள் சென்றன. ஆனால் குறைந்த கட்டணமுள்ள யாத்திரிகர் (tourist) விமானம் ஒன்றுதான். இரவு பன்னிரண்டு மணிக்குப் புறப்படும்

யாத்திரிகர் விமானம், மறுநாள் மாலை ஆறு மணிக்கு – பதினெட்டு மணி நேரத்தில் – நியூயார்க் சேரும்.

விமான நிலையம் மிகப் பெரிது. நூற்றுக்கணக்கான பிரயாணிகள் தங்க வசதி இருந்தது. பிரயாணிகள் தங்குமிடங்களில் பல இயந்திரங்கள் இருந்தன. அவற்றில் ஒன்றில் காசு போட்டால் 'சாக்லெட்' கிடைக்கும். மற்றொன்றில் 'சிகரெட்' கிடைக்கும். பிறிதொன்றில் குளிர்ந்த பானமும் அடுத்ததில் சூடான காப்பியும் கிடைக்கும். இன்னுமொரு இயந்திரத்தில் அமெரிக்கர் எப்பொழுதும் மெல்லுகிற 'சூயிங் கம்' என்ற இனிப்புப் பசை கிடைக்கும்.

அதைப் போலவே இன்ஷ்யூரன்ஸுக்கும் ஓர் இயந்திரம் இருந்தது. பிரயாணத்தின்போது ஆபத்து நேர்ந்தால் என்ன செய்வது? அந்த இயந்திரத்தில் உள்ள துவாரத்தில் குறிப்பிட்ட தொகையைப் போட்டால் ஒரு 'பாலிஸி' ஏடு வெளிவரும். ஒரு 'பாலிஸி' ஏடு ஐயாயிரம் டாலர் இன்ஷ்யூரன்ஸ் மதிப்பு உள்ளது. இருபத்தையாயிரம் டாலருக்கு இன்ஷ்யூர் செய்ய வேண்டுமானால் ஐந்து 'பாலிஸி' ஏடுகளைத் தனித்தனியே பூர்த்தி செய்ய வேண்டும். 'பாலிஸி' ஏட்டைச் சில விநாடிகளில் எளிதாகப் பூர்த்தி செய்யலாம். 'பாலிஸி' ஏடுகளின் ஓரத்தில் 'பாலிஸி'யின் எண் இட்ட பகுதி எளிதில் மடித்துக் கிழிக்கக் கூடியதாக இருக்கும். அதனைக் கிழித்து வைத்துக்கொள்ள வேண்டும். அதுதான் ரசீது. பூர்த்தி செய்த 'பாலிஸி' ஏட்டை இயந்திரத்தில் அதற்காக அமைத்திருக்கும் இடத்தில் உள்ளே போட்டுவிட வேண்டும்.

இன்ஷ்யூரன்ஸ் செய்வதற்கு ஏஜண்டோ, குமஸ்தாவோ தரகோ தொந்தரவோ ஒன்றும் கிடையாது. அவரவர் விருப்பப்படி செய்யலாம். பலர் இன்ஷ்யூரன்ஸ் 'பாலிஸி'கள் எடுத்துப் பூர்த்தி செய்ததைப் பார்த்தேன்.

இரவு பன்னிரண்டு மணிக்கு விமானம் புறப்பட்டது. விமானத்தில் அறுபது பேர் உட்கார இடமுண்டு. ஆனால் அன்றைய தினம் பிரயாணிகள் பத்துப் பேர்தான்.

மறுநாள் காலை எட்டு மணிக்கு டென்வர் விமான நிலையம் சேர்ந்தோம். எங்கும் ஒரே உறைபனி (snow). எங்கு பார்த்தாலும் வெள்ளைவெளேரென்று இருந்தது. சான் பிரான்ஸிஸ்கோவில் சூரிய வெளிச்சம்; டென்வரில் உறைபனி. விமானத் திடல் முழுதும் உறைபனியால் மூடப் பட்டிருந்ததால் விமானம் திடலில் இறங்கியபொழுது சிறிது அச்சமாக இருந்தது.

மீண்டும் பிரயாணமாகி சிகாகோ சென்றேன். அன்றிரவு பன்னிரண்டு மணிக்கு வாஷிங்டனுக்குப் புறப்படும் வேறொரு யாத்திரிகர் விமானத்தில் செல்ல முன்னரே ஏற்பாடு செய்திருந்தேன்.

அமெரிக்காவில் விமானப் பிரயாணம் செய்யும்பொழுது பிரயாணத் தேதி, எந்த ஸ்தாபனத்தைச் சேர்ந்த விமானம், புறப்படும் நேரம் ஆகியவைகளை எல்லாம் முன்கூட்டியே எழுதி உறுதிப்படுத்துவார்கள். அப்படியிருந்தாலும் நாம் ஓர் ஊரில் இறங்கியதும் அடுத்துப் பிரயாணம் செய்யப்போகும் விமான ஸ்தாபனத்துக்கு டெலிபோன் செய்து, நமது திட்டப் படியே பிரயாணம் செய்யப்போகிறோம் என்பதை உறுதிப் படுத்துவது அமெரிக்கர் வழக்கம். அவ்வாறு செய்ய வேண்டு மென்ற கட்டாயமில்லை. ஆனால், அவ்வாறு செய்தால் அதனைப் பாராட்டுவார்கள். கடைசி நிமிஷம்வரையில் நாம் வருகிறோமா இல்லையா என்று அவர்கள் காத்திருக்க வேண்டியதில்லை. ஒருவேளை நமது திட்டப்படி நாம் பிரயாணம் செய்ய இயலாமற்போனால் விமான ஸ்தாபனத்தார் காத்திருக்கும் மற்ற பிரயாணிகளுக்குக் காலாகாலத்தில் உதவி செய்யலாமல்லவா?

சிகாகோ விமான நிலையத்தில் நான் செல்லப்போகும் விமான ஸ்தாபனத்தில் காரியாலயத்துக்குச் சென்று, எனது பிரயாணத்தை உறுதிப்படுத்தி, எனது சாமான்களையும் அங்கிருந்த நிர்வாகியிடம் ஒப்படைத்தேன்.

சிகாகோ விமான நிலையம் மிகப் பெரிது. அங்கிருந்து நகரத்துக்கு பஸ்ஸில் செல்ல ஒரு மணி நேரமாயிற்று.

'பால்மர் ஹவுஸ்' என்பது சிகாகோவில் உள்ள மிகப் பெரிய பிரபல ஹோட்டல்களில் ஒன்று. அதன் அடித்தளத்தில் பல சிறு கடைகள் இருந்தன. அவற்றில் இந்தியச் சாமான்கள் விற்கும் கடை ஒன்றும் இருந்தது. அதன் சொந்தக்காரர் மும்தாஸ் கிச்சிலு.

மும்தாஸ் கிச்சிலு, இந்திய காங்கிரஸ் தலைவர்களில் ஒருவராக இருந்த டாக்டர் சைபுதீன் கிச்சிலுவின் நெருங்கிய உறவினர். இருபது ஆண்டுகளுக்கு முன் அமெரிக்காவுக்கு மாணவராகச் சென்றார். அமெரிக்கப் பெண்ணை மணம் செய்துகொண்டு அந்நாட்டிலேயே தங்கிவிட்டார். அவரும் அவர் மனைவியும் அன்புடன் உபசரித்தனர்.

இரவு பன்னிரண்டு மணிக்கு சிகாகோவிலிருந்து வாஷிங்டனுக்குப் பிரயாணம் செய்தேன். மறுநாள் காலை

மூன்று மணிக்கு விமானம் வாஷிங்டன் விமான நிலையத்தை அடைந்தது.

வாஷிங்டனில் காந்தியடிகள் படம் பார்த்தவுடன், அன்றிரவு பன்னிரண்டு மணிக்கு நியூயார்க் செல்ல ஏற்பாடு. ஹோட்டலுக்குச் சென்றால் காலை மூன்று மணியிலிருந்து இரவு பன்னிரண்டு மணிவரை தங்குவதற்கு இரண்டு நாள் வாடகை வசூலிப்பார்கள். ஹோட்டல் வாடகை எவ்வளவாகும் என்பதும் நிச்சயமாகத் தெரியாது. எனது பொருளாதார நிலையை உத்தேசித்து ஹோட்டலுக்குச் செல்வதில்லை என்று முடிவு செய்தேன்.

விமான நிலையக் கட்டிடத்தின் மேல்மாடிக்குச் சென்றேன். விசாலமான இடம்; அச்சமயத்தில் அமைதியாக இருந்தது. என்னுடைய நிலைமையில் உள்ளவர்கள் ஒவ்வொரு நாட்டிலும் சிலராவது இருப்பார்கள் அல்லவா? இரண்டு பிரயாணிகள் அங்கிருந்த சோபாக்களில் நன்றாகப் படுத்து உறங்குவதைப் பார்த்தேன். காலியாக இருந்த சோபா ஒன்றில் நானும் படுத்துத் தூங்கினேன்.

காலை ஆறு மணிக்கே எழுந்து காலைக்கடன்களை முடித்துக்கொண்டேன். அந்தப் பெரிய விமான நிலையத்தில் எல்லா வசதிகளும் இருந்தன; ஆனால் குளிப்பதற்கு மட்டும் வசதி கிடையாது.

எனது சாமான்களை விமான ஸ்தாபனத்தின் காரியாலயத்தில் ஒப்படைத்துவிட்டு, காலை ஆகாரம் சாப்பிடச் சென்றேன். ஏழு மணிக்குத்தான் உணவுச்சாலை திறந்தார்கள். அதுவரை வெளியே உட்கார்ந்திருந்தேன்.

என்னருகில் ஓர் அமெரிக்க இளைஞர் உட்கார்ந்திருந்தார். அவரும் உணவுச்சாலைக்குச் செல்வதற்காக என்னைப் போலவே காத்துக்கொண்டிருந்தார். அவர் இங்கிலாந்திலுள்ள அமெரிக்க விமானப் படையினருடன் இரண்டு ஆண்டுகள் தங்கிய பின்னர் தாய்நாட்டுக்குத் திரும்புவதாகவும், சில மணி நேரத்துக்கு முன்னர்தான் அவர் இங்கிலாந்திலிருந்து வந்ததாகவும் கூறினார். இங்கிலாந்தில் அமெரிக்க விமானிகளுக்காக உள்ள உணவுச்சாலையில் வேலை பார்த்தாராம். அவருக்கு இங்கிலாந்து கொஞ்சங்கூடப் பிடிக்கவில்லை. ஆங்கிலேயரின் சுவையற்ற உணவைக் குறித்துப் பரிகாசம் செய்தார். இங்கிலாந்தில் உள்ள மூடுபனியை நினைத்தாலே அவருக்கு வெறுப்பு.

உணவுச்சாலை திறந்ததும் இவரும் சென்று சாப்பிட்டோம். இரண்டு ஆண்டுகளுக்குப் பின்னர் அமெரிக்க உணவு

சாப்பிட்டது அவருக்கு ஆனந்தமாக இருந்தது. நான் வெளிநாட்டிலிருந்து வந்திருப்பதால் அன்று காலை நான் அவருடைய விருந்தினனாக இருக்கவேண்டுமென்று வற்புறுத்தினார்.

விமான நிலையத்திலிருந்து ஒரு பஸ்ஸில் நகரத்துக்குச் சென்று, இந்தியத் தூதர் காரியாலயத்தை அடைந்தேன்.

"ஐக்கிய அமெரிக்க நாடுகளின் ஜனாதிபதி இன்று உங்கள் படத்தைப் பார்க்க வருகிறார்" என்று கூறி அன்புடன் வரவேற்றார் பேராசிரியர் சுந்தரம். அவர் தூதராலயத்தில் கல்வித்துறை அதிகாரி.

தூதராலயத்தில் விளம்பர அதிகாரி பந்தாரியைச் சந்தித்தேன். காந்தியடிகள் படம் சம்பந்தமாக இரண்டு வாரங்களாக அவர் பத்திரிகைகளில் பிரசாரம் செய்துவந்தார்.

"பலருக்கு அழைப்பு அனுப்பினோம். சிலர் தங்களால் வர இயலாது என்று எழுதிவிட்டனர். ஜனாதிபதி வரப்போவது நான்கு நாட்களுக்கு முன்னர்தான் தெரியும். ஜனாதிபதி வரப்போகிறார் என்ற விஷயம் வெளியில் பரவவே ஏற்கெனவே வர இயலாது என்று எழுதிய சிலர் தங்கள் மனத்தை மாற்றிக்கொண்டார்கள்" என்றார் பந்தாரி.

"காட்சிச்சாலையில் நானூறு பேர்தான் உட்காரலாம். விருந்தினர்கள் தொகை அதிகமாய் இருப்பதால் குறிப்பிட்ட சில இந்தியர்களுக்கே அழைப்பு அனுப்பினோம். இரவு எட்டரை மணிக்கே தாங்கள் வரவேண்டும்" என்றும் கூறினார்.

படக்காட்சிக்காக அனுப்பிய அழைப்பில் 'உடை கறுப்புக் கழுத்துப் பட்டை' **(Dress - Black Tie)** என்று எழுதியிருந்தது. கறுப்புக் கழுத்துப்பட்டை கட்டிக்கொண்டுதான் உள்ளே வரவேண்டும். கழுத்துப்பட்டை மட்டும் கறுப்பு அல்ல; அணியும் மேற்சட்டையும் அதற்கு ஏற்றதாக இருக்க வேண்டும். அதற்கு 'மாலை உடை' **(evening dress)** என்று பெயர். ஒரு நிகழ்ச்சியின் முக்கியத்துவத்தையும் சிறப்பையும் காட்ட இவ்வாறு செய்வது வழக்கம். முழங்கால்வரை மட்டும் துணி அணிந்திருந்த காந்தி மகான் படம் பார்ப்பதற்குச் சிறப்பான மாலை உடை அணிய வேண்டுமாம்!

படக்காட்சிக்கு வரும் இந்தியர்கள் மாலை உடை அணிய வேண்டும்; அல்லது இந்திய தேசீய உடை அணிய வேண்டும். என்னிடம் இரண்டும் கிடையாது என்று பந்தாரியிடம் கூறினேன்.

“உடையைப் பற்றி நீங்கள் கவலைப்பட வேண்டாம். நீங்கள் அணிந்திருக்கும் சாதாரண உடையிலேயே வரலாம்” என்றார் பந்தாரி.

1938ஆம் ஆண்டில் வர்தாவில் காந்தியடிகளை நாங்கள் படம் பிடித்தபொழுது டாக்டர் பீட்டர் பொயிக்கே என்ற அமெரிக்கர் காந்தியடிகளுடன் தங்கியிருந்தார். காந்தியடிகள் ஒரு முறை உலாவச் சென்றபொழுது படம் பிடித்தோம். அப்பொழுது பொயிக்கேயும் அடிகளுடன் இருந்தார். அக்காட்சியைப் பார்க்கும்பொழுதெல்லாம் டாக்டர் பொயிக்கேயின் நினைவு வரும். ஆனால் அவர் விலாசம் எனக்குத் தெரியாமலிருந்தது. கானடாவில் தங்கியபொழுது ஒரு நண்பர் அவரது விலாசத்தைத் தந்தார்.

டாக்டர் பொயிக்கே, சின்சனாட்டி என்ற நகரில் வசித்து வந்தார். வாஷிங்டனுக்கும் சின்சனாட்டிக்கும் உள்ள தூரம் சுமார் எழுநூறு மைல். எனது வேண்டுகோளுக்கிணங்க, இந்தியத் தூதர் டாக்டர் பொயிக்கேக்கும் அவர் மனைவிக்கும் அழைப்பு அனுப்பியிருந்தார். டாக்டர் பொயிக்கே மட்டும் படம் பார்க்க வந்தார்.

இந்தியத் தூதருக்கு அடுத்தபடியாக உள்ளவர், முதலாவது காரியதரிசி பகதூர் சிங். அவர் மேற்கிந்தியத் தீவுகளில் ஒன்றான டிரினிடாடில் பிறந்தவர். அவர் ஏற்கெனவே எனக்கு அறிமுகமானவர். சகோதர அதிகாரிகளை எனக்கு அறிமுகப் படுத்தினார். பகல் சாப்பாடு பகதூர் சிங்குடன்.

மாலையில் இந்தியத் தூதர் ஜகன் விகாரிலால் மேத்தா தேநீர் அருந்த அழைத்தார். அரைமணி நேரம் பேசிக்கொண் டிருந்தோம்.

படக்காட்சிக்கு அழைப்புக் கிடைக்கப்பெறாத இந்தியர் பலர். எனது அழைப்பில் நான் ஒரு நண்பரை அழைத்துச் செல்லலாம். இதையறிந்த சிலர் என்னிடம் வந்து எப்படி யாவது தங்களை அழைத்துச் செல்ல வேண்டும் என்று கேட்டனர். அவர்களிலே ஏற்கெனவே எனக்குத் தெரிந்த ஓர் அன்பரைப் பார்த்து, “உங்களை என்னுடன் படக் காட்சிக்கு அழைத்துச் செல்கிறேன். ஆனால் ஒரு நிபந்தனை. காட்சிச்சாலைக்குப் போகுமுன் நான் குளிப்பதற்கு எப்படியாவது ஏற்பாடு செய்ய வேண்டும்” என்றேன்.

அன்பர் உடனே சம்மதித்தார். நேராக அவர் வீட்டுக்குச் சென்றோம். நன்றாகக் குளித்தேன். அவர் குடும்பத்தோடு வசித்தார். அவருடைய மனைவி சாம்பார், ரசம், தயிர்,

ஊறுகாய், அப்பளம், பாயசம் முதலியவற்றுடன் சுவையுள்ள சைவ உணவு அளித்தார்.

அன்பரும் நானும் அவருடைய மோட்டாரில் சரியாக எட்டரை மணிக்குக் காட்சிச்சாலையை அடைந்தோம். காட்சிச்சாலையின் பெயர் ‘டூபான்ட்’ **(Dupont)** என்பது. அது சிறியது; ஆனால் பிரபலமானது.

காட்சிச்சாலையின் வாயிலில் இரண்டு சீக்கியர்கள் இராணுவ உடையில் கம்பீரமாக நின்றுகொண்டிருந்தனர்.

வாஷிங்டன் நகரில் அப்பொழுதுதான் இந்தியக் கலைக் கண்காட்சி நடைபெற்று முடிந்த சமயம். அந்தக் காட்சியிலிருந்த முக்கியமான கலைப்பொருள்களைக் கொண்டு வந்து படக்காட்சிச்சாலையை அலங்கரித்திருந்தார்கள். காந்தி மகானின் சிறிய அழகிய உருவச்சிலையும், இந்தியாவின் மூவர்ணக் கொடியும் கலையழகுடன் வைக்கப்பெற்றிருந்தன.

விருந்தினர் ஒவ்வொருவராக வர ஆரம்பித்தனர். ஐக்கிய நாடுகள் சபையின் தலைவராக இருந்த ஜெனரல் ரோமுல்லோ தம்பதிகள், அமெரிக்காவில் உள்ள ருஷ்யத் தூதர் கிராம்க்யோ முதலியோர் வந்தனர்.

பத்திரிகை நிருபர்களும் புகைப்படக்காரர்களும் செய்திப் படக்காரர்களும் ஏராளமாக வந்திருந்தனர். பாதுகாப்புக்காக அமெரிக்காவின் ரகசியப் போலீசாரும் வந்திருந்ததாக அறிந்தேன்.

இரவு 8.50 மணிக்கெல்லாம் காட்சிச்சாலை நிரம்பி விட்டது. 8.55 மணிக்கு ஜனாதிபதி ஐஸன்ஹவரும் அவர் மனைவியும் துணையாளர்களும் வந்தனர். காட்சிச்சாலை நிர்வாகி, ஜனாதிபதி தம்பதிகளை உள்ளே அழைத்துவந்தார். இந்தியத் தூதர் மேத்தாவும் அவருடைய மகள் குமாரி அபர்ணாவும் ஜனாதிபதித் தம்பதிகளை வரவேற்றனர். ஸ்ரீமதி ஐஸன்ஹவருக்குக் குமாரி அபர்ணா அழகிய பூச்செண்டு ஒன்றைக் கொடுத்தாள்.

காட்சிச்சாலையில் எல்லோருக்கும் நடுவில் ஜனாதிபதி தம்பதிகள் அமர்ந்தனர். அவர்களுக்குத் தனியான இடமோ அல்லது தனியான ஆசனமோ கிடையாது.

ஆரம்பத்தில் இந்தியத் தூதர் மேத்தா ஜனாதிபதி தம்பதிகளையும் மற்றவர்களையும் வரவேற்றும் காந்தி மகானின் பெருமையைக் குறித்தும் சில வார்த்தைகள் கூறினார். பின்னர் படம் ஆரம்பமாயிற்று.

ஜனாதிபதி ஐஸன்ஹவர் பதவி ஏற்று அன்று இருபது நாட்கள்தான் ஆகியிருந்தன. அமெரிக்க ஜனாதிபதி பதவி ஏற்றபின் அன்றுதான் முதன்முதலாக வீட்டைவிட்டு வெளியில் வந்து ஒரு பொது விழாவில் கலந்துகொண்டார். வாஷிங்டன் நகரில் அன்று இருந்த முக்கியஸ்தர்கள் அனைவரும் காட்சிச்சாலையில் கூடியிருந்தனர். அன்றைய தினம் வாஷிங்டனில் – ஏன் அமெரிக்காவிலேயே –அதுதான் முக்கிய நிகழ்ச்சி.

படக்காட்சிக்கு ஆப்கனிஸ்தான், அர்ஜெண்டீனா, பர்மா, இலங்கை, டென்மார்க், இந்தோனேஷியா, ஈரான், இஸ்ரேல், மெக்ஸிகோ, பிலிப்பைன்ஸ், போலந்து, சவுதி அரேபியா, தாய்லாந்து, சோவியத் ருஷ்யா, யுகோஸ்லேவியா, சுவிட்சர்லாந்து, ஈராக், ஜோர்டன், லக்ஸம்பர்க், சிரியா, நேபாளம், யேமன் முதலிய நாடுகளின் தூதர்களும் மற்றும் பல நாடுகளின் பிரதிநிதிகளும் தங்கள்தங்கள் குடும்பத் தாருடன் வந்தார்கள்.

அமெரிக்கச் சட்டமன்ற அங்கத்தினர்களான வில்லியம் எப். நோலண்டு, பால் எச். டோக்ளஸ், தியோடர் கிரீன், கே.எம். கில்லட், ஹோமர் பர்கூஸன் முதலியோரும் அமெரிக்கக் கல்வி இலாகா அதிபர் மாக்ரெத், அமெரிக்கச் சட்டமன்ற புத்தகாலய நிர்வாகி ஈவான்ஸ், வால்டர் லிப்மென் முதலியோரும் குடும்பத்தாருடன் வந்திருந்தனர்.

மற்றும் பிரபல திரைப்பட நடிகைகளான ஷெர்லி டெம்பிளும் மிரினா லாயும் படம் பார்க்க வந்திருந்தனர். அவர்களுடைய கணவன்மார் வாஷிங்டனில் உயர்தர அரசாங்க அதிகாரிகள். ஷெர்லி டெம்பிளுக்கு இப்பொழுது ஸ்ரீமதி பிளாக் என்று பெயர்; மிரினா லாயுக்கு இப்பொழுது ஸ்ரீமதி சார்ஜெண்ட் என்று பெயர்.

இரவு பத்தரை மணிக்குப் படம் முடிந்தது. ஜனாதிபதி தம்பதிகள் காட்சிச்சாலையை விட்டுச் செல்லும்வரையில் விருந்தினர் அனைவரும் அமைதியாகத் தத்தம் ஆசனங்களில் அமர்ந்திருந்தனர்.

இந்தியத் தூதரிடமும் நண்பர்களிடமும் விடைபெற்றேன். என்னுடன் படக்காட்சிக்கு வந்த அன்பர் என்னை விமான நிலையத்தில் கொண்டுபோய்ச் சேர்த்தார்.

விமான நிலையத்துக்குச் செல்லும் வழியில் வாஷிங்டன் நகரின் பல பகுதிகளையும் ஆபிரகாம் லிங்கனின் ஜீவகளை யுள்ள உருவச் சிலையையும் கண்டு மகிழ்ந்தேன்.

வாஷிங்டனிலிருந்து நியூயார்க் நகரத்துக்கு நினைத்த நேரத்தில் விமானத்தில் செல்லலாம். காலையில் கால் மணி நேரத்துக்கு ஒரு முறை விமானம் புறப்பட்டது. பகல் நேரத்தில் அரைமணி நேரத்துக்கு ஒரு விமானமும் இரவு நேரத்தில் மணிக்கு ஒரு விமானமும் சென்றன. வாஷிங்டனுக் கும் நியூயார்க்குக்கும் இடையே பறக்கும் நேரம் நாற்பத்தைந்து நிமிஷங்கள்தான்.

இரவு நேரத்தில் நியூயார்க் சென்று என்ன செய்வது? நியூயார்க் விமான நிலையத்தில் படுத்து உறங்குவது சாத்தியமா என்று எனக்குத் தெரியாது. ஆனால் வாஷிங்டன் விமான நிலையத்தைப் பொறுத்தவரை ஏற்கெனவே அனுபவமுண்டு. எனவே, காலை ஐந்து மணி விமானத்தில் செல்ல ஏற்பாடு செய்துவிட்டு, முதல்நாள் படுத்த இடத்திலேயே அன்றும் படுத்துத் தூங்கினேன்.

அதிகாலையில் எழுந்ததும் காலைத் தினசரி பத்திரிகை களைப் பார்த்தேன். அன்று மாலை வெளியான பத்திரிகை களையும் பின்னர் பார்க்க நேர்ந்தது. பிரபலமான *வாஷிங்டன் போஸ்ட்* பத்திரிகை, மகாத்மா காந்தி படக்காட்சிக்காக அரைப்பக்கம் ஒதுக்கிற்று. எல்லாப் பத்திரிகைகளும் புகைப் படங்களைப் பிரசுரித்தன. படக் காட்சிச் செய்தி ஒரு சமூகச் செய்தியாகவே பிரசுரிக்கப்பெற்றது.

படக்காட்சிக்கு வந்தவர் யார்யார், அவர்கள் அணிந் திருந்த ஆடைகளின் நிறங்களும் ஆபரணங்களின் அழகும் அவர்கள் சூடியிருந்த மலர்களின் வகைகளுமே முக்கியமாகக் காணப்பெற்றன. ஒரு படத்தைப் பொதுமக்களுக்குத் திரை யிட்ட பின்னர்தான் அந்தப் படத்தைப் பற்றி விமர்சனம் செய்வார்கள். அந்த வழக்கத்தையும் மீறி, ஓர் அம்மையார் படக்காட்சியைப் பற்றி அரைப்பக்கம் எழுதிய செய்தியில் படத்தைப் பற்றி ஒரே ஒரு வாக்கியம் எழுதினார். "உருக்கமான படத்தின் முடிவில் கலங்காத கண்கள் மிகச் சிலவே" என்பதுதான் அந்த வாக்கியம்.

ஏ.கே. செட்டியார், *அமெரிக்க நாட்டில்*, சென்னை, 1956

பின்னிணைப்புகள்

காந்தி படப் பாடல்கள்

1

'ஆடு ராட்டே'

பாடியவர்: ஸ்ரீமதி டி. கே. பட்டம்மாள்

ஆடு ராட்டே சுழன்றாடு ராட்டே
சுழன்று சுழன்று சுழன்றாடு ராட்டே – இனி
சுயராஜ்யம் வந்ததென்று ஆடு ராட்டே!

பாபம் குறையுமென்று ஆடு ராட்டே – இனி
பயங்கள் மறையுமென்று ஆடு ராட்டே
கோபங் குறையுமென்று ஆடு ராட்டே – நல்ல
குணங்கள் மிகுந்ததென்று ஆடு ராட்டே!

மேலான ஜாதி என்று மிக்கப்பேசி – மிக
மாறான காரியங்கள் செய்து வாழும்
கீழான ஜனங்களின் வஞ்சனையெல்லாம் – இனி
மாண்டு மடியுமென்று ஆடு ராட்டே!

பட்டணத்து வீதிகளில் சுற்றியலைந்து – மிகப்
பாடுபடும் கிராமத்துப் பத்தினிப்பெண்கள்
இஷ்டமுடன் தங்குடிசை நிழலிலிருந்து – நூல்
இழைத்துப் பிழைப்பரென்று ஆடு ராட்டே!

வம்பளந்து வீண்பொழுது போக்க மாட்டார் –பெண்கள்
வாசலிலே கூட்டமிட்டுப்பேச மாட்டார்
துன்பமில்லை சோம்பியவர் தூங்கமாட்டார் – குடி
சுத்தப்படுமென்று சொல்லி ஆடு ராட்டே!

சாந்தி பெருகுமென்று ஆடு ராட்டே – மனச்
சாக்ஷி விளங்குமென்று ஆடு ராட்டே
காந்தி துலங்குமென்று ஆடு ராட்டே – அந்தக்
காட்சி சுதந்திரமென்று ஆடு ராட்டே!

~

2
'நம் காந்தியை'

பாடியவர் : ஸ்ரீமதி டி.கே.பட்டம்மாள்

காந்தியை நினைப்போமே – நல்ல
கதருடையை தரிப்போமே என்றும்
சுதந்திரத்தை மதிப்போமே ஈன
சுயநலத்தை மறப்போமே.

மாந்தர் யாவரும் சமானமாகவே
மானிலத்தினில் மேன்மையாகவே
இந்திர லோகமும் எங்கள் நாட்டுக்கே
இணையில்லை என்று மகிழ்வோமே.

நாற்றிசையும் ராட்டொலி முழங்கவே
நமது அன்னையின் துயர்கள் நீங்கவே
போற்றி ஜெயவென இசைகள் பாடியே
வேற்றுமை ஒழித்து வாழ்வோமே.

பஞ்சம் தீர்ந்திட பாவம் நீங்கிட
பாரதர் புகழ் பாரினில் ஓங்கவே
சஞ்சலங்கள் எல்லாம் ஓடவே
ஸந்ததம் சுகம் பெறுவோமே.

~

3
'உலகிலெதிலும்'

இந்த –
உலகிலெதிலும் ஒளிரும் மகா
உத்தமரவர் காந்தி – புகழ்
ஓங்கி நிலவும் சாந்தி – உண்மை
உணர்ந்த நல்ல வேதாந்தி   (உலகில்)

கொலுவிலும் பொம்மைக் காந்தி – கையில்
கொண்டு வரும் பையும் காந்தி
இலகும் பதக்கம் காந்தி – எதிர்
இருக்கும் காலண்டர் காந்தி
விலைக்கு விற்றிடும் பல பொருளுக்கும்
வைத்திடும் அடையாளம் காந்தி   (உலகில்)

தொகையறா

சாலையோடு சோலையும்
பாலமும் விளங்குமே
பாரிலுயர் காந்தி பேரால்

ஏ.கே. செட்டியார்

மேலை நாடெதிலுமே
மேலான அவர் புகழ்
போவாத இடமுமில்லையே

பாட்டு

நமது தியாகமூர்த்தி – அவர்
தமது அஹிம்ஸை நேர்த்தி
நமக்கு நல்லுரை சாற்றி – எந்
நாளும் வாழவே போற்றி   (உலகில்)

~

4
'மகிழ்வுறு நாளிதுவே'

மகிழ்வுறு நாளிதுவே
மகிதலத்தோர் மனம் – மிகவே

தலைவர்கள் சொல்மாரி – பொழிய
ஸமரஸ உடன்படிக்கை – செய்தாரே
நிலவிடும் ஊக்கமதே – இன்னாளே
இலகுறு காந்தி – சிறை விடுதலையே   (மகிழ்)

சிறையிருந்தே மீண்டார் – தேசிய
சிறந்த நல் வீரரெல்லாம் – சேர்ந்தே
திட மனமுள காந்தி – மகாத்மா
திரு உரைதனையே – தேர்ந்தறிந்தெவரும்   (மகிழ்)

அண்ணல் அடிச்சுவட்டில்

'காந்தி' பட விளம்பர நூலின் முகப்பு

மகாத்மா காந்தி

(அவரது வாழ்க்கையின் சம்பவங்கள்)

சேகரித்துத் தொகுத்தவர்
A. K. செட்டியார்

டெக்னிகல் டைரக்டர்
டாக்டர் P. V. பதி

டாக்குமெண்டரி காமிராமென்
பின்னணி சங்கீதம் மேற்பார்வை
P. சுப்பிரமணியம்

ஆப்பரேடிவ் காமிராமென்
ஆர். ரகுபீர்சிங்

ஒலிப்பதிவு
பெஹ்ராம் பருச்சா
வாடியா மூவிடோன், பம்பாய்

சம்பவங்களைத் தொகுத்தவர்
ராவ்பகதூர் S. V. சாரி

வசனம்
த. நா. குமாரசாமி

விளக்கிக் கூறுபவர்கள்
கோதைநாயகி அம்மாள்
டி. கே. ஜயராமய்யர்
செருகளத்தூர் சாமா
சா. கணேசன்

பின்னணிப் பாட்டுகள்
டி. கே. பட்டம்மாள்
சூர்யகுமாரி
C. ராஜரத்னம்
பாய் சுந்தரா பாய்

தயாரித்து வெளியிட்டவர்கள் :
டாக்குமெண்டரி பிலிம்ஸ் லிமிடெட்
ராயப்பேட்டை சென்னை

படத்தில் பங்காற்றியவர்கள் (விளம்பர நூலிலிருந்து)

Regd. No. M. 4162. SHAKTI August 1940

ராக்ஸியில் தமிழ் படம்

ஆகஸ்டு 23உ முதல்

உலகம் போற்றும் மகாத்மா காந்தியின் வாழ்க்கைச்
சம்பவங்கள் நிறைந்த தமிழ் சினிமாப்படம்

மகாத்மா காந்தி

—12 ரீல்கள்—

சேகரித்துத் தொகுத்தவர்
A. K. செட்டியார்

டெக்னிகல் டைரக்டர்
டாக்டர் பி. வி. பதி

உலகத்தின் பல பாகங்களிலும் 1912 முதல் சுமார் 100 காமிராக் காரர்களால் படம் பிடித்துத் தொகுக்கப்பெற்ற இந்தியாவின் முதலாவது டாக்குமெண்டரி பிலிம்

தினசரி 3 காக்ஷிகள் கட்டணம் வழக்கம்போல்

மதுரை, கோயமுத்தூர், காரைக்குடி, திருநெல்வேலி
முதலிய இடங்களிலும்

23-8-40 தேதி ஆரம்பம்

Produced & Distributed by

The Documentary Films Ltd.

77, Lloyds Road, Royapettah—Madras

Printed at Shakti Press Ltd., (Shanti Press), 52, Armenian Street, Madras. *Published by*: A. Krishnamurthi, *Managing Editor*: V. Govindan.

பட வெளியீட்டு விளம்பரம் (*சக்தி*, ஆகஸ்டு 1940)

காந்திப் பைத்தியம்

வை. மு. கோதைநாயகி அம்மாள்

உலகத்தில் அநேக விதமான பைத்தியங்கள் உண்டு. அவைகளில் 'காந்திப் பைத்தியம்' என்ற ஒரு புதுமைக் கூட்டத்தைச் சில வருஷங்களாக நாம் நமது நாட்டில் பிரத்தியக்ஷமாய்ப் பார்ப்பதைத் தவிர, வெளிநாடுகளிலும் இருப்பதை அறிந்து ஆச்சரியப்படுகிறோம். அத்தகைய காந்திப் பைத்தியங்களில் நானும் ஒருத்தி என்பதை மகிழ்ச்சியுடன் தெரிவித்துக் கொள்கிறேன்.

கடவுளின் பெயராலும் மதத்தின் பெயராலும் பெரியார்களின் பெயராலும் எந்தக் காரியத்தைச் செய்வதாயின் எத்தகைய உத்ஸாகமும் சந்தோஷமும் உண்டாகிறதோ, அதே போல் தேசீய விஷயமாக எத்தகைய சேவையும் செய்யத் தயாராகவிருக்கும் எனக்குத் திடீரென்று ஒருநாள், 'காந்தியின் படத்தில் உங்கள் குரல் வேண்டுமாம். இதுவும் ஒரு முக்கியமான தேச சேவையே என்பதில் ஆட்சேபணையே இல்லையாகையால் ஒப்புக்கொள்ள வேண்டும்' என்று காந்திப் பைத்தியங் கொண்ட ஒரு நண்பர் எழுதிய கடிதத்தைப் படித்ததும் நான் அடைந்த ஆனந்தத்திற்கு அளவேயில்லை.

பிறகு குதூகலத்துடன் பம்பாய் போய்ச் சேர்ந்தோம். டாக்குமெண்டரி பிலிம்ஸ் நிர்வாகஸ்தர் வெகு மரியாதையாய் வரவேற்று உபசரித்தார். அவர் செய்திருந்த ஏற்பாடுகளும், விசாரித்த அன்பும், கவனித்து நடத்திய பெருந்தன்மையும் கூறவே முடியாது. அவ்வளவு சௌகரியங்களைச் செய்ததற்கு அவரை நான் மிகவும் பாராட்டக் கடமைப்பட்டிருக்கிறேன்.

பம்பாய் சென்ற மறுதினமே படத்தைப் பார்க்க ஏற்பாடு செய்தார்கள். 'மகாத்மா காந்தி' படம் என்றால் அது என்ன, எப்படியிருக்கும் என்றெல்லாம் என் மனத்தில் யோசனை செய்துகொண்டே இருந்தேன். படத்தைப் பார்க்கும்போது

உண்மையில் எனக்குண்டாகிய வியப்பிற்கு ஓர் எல்லையே இல்லை.

படத்தைப் பார்க்கப்பார்க்க வியப்பெல்லாம் பிரமிப்பாக மாறியது. சில இடங்களில் அது ஒரு திரையில் காணும் சம்பவம் என்று தோன்றாது உண்மையாக நேரில் அப்போது தான் நடப்பது போன்ற உணர்ச்சியின் மிகுதியால் என்னையே நான் மறந்துவிட்டேன்.

மகாத்மாவின் தண்டி யாத்திரைத் திருக்கோலத்தைப் பல புகைப்படங்களில் கண்டிருக்கிறோம். விஷயத்தைப் படித் திருக்கிறோம். ஆனால், அங்கு அத்திருக்கோலத்தை நேரில் காணும்போது, அடடா! எழுத்தினால் அந்தக் காட்சியை எழுத முடியுமா? அந்த முகத்தின் தோற்றத்தில் எத்தனை விதமான உணர்ச்சிகள் ஜ்வாலை வீசி மக்களைப் பரவசமடையச் செய்கின்றன.

அந்த வயதில் அவர் ஓடுகிற ஓட்டமும் அவரைத் தொடர்ந்து தொண்டர்கள் செல்லும் பேரானந்தமும் உள்ளத்தை உருக்கின. இது போன்ற பல சந்தர்ப்பங்கள் அபாரமான எழிலுடன் அமைந்திருப்பதைப் பார்த்ததும் இந்தப் படம் எடுத்தவர்கள் சாதாரணப் பட்டவர்கள் அல்லர், கைதேர்ந்த மாலை கட்டும் நிபுணர்களின் வகையில் சேர்ந்தவர்கள் என்றுதான் தோன்றியது.

ஏனெனில் சுமார் 20 வருடங்களுக்கு மேலிருந்து இன்று வரையில் உள்ள தேசீய விஷயங்களைஅவ்வப்போது எடுத்து, அவைகளை ஒழுங்குபடுத்தித் தொடர்ச்சி குன்றாது, ருசி குறையாமல், விருவிருப்பு மாறாமல், ஒரு முழுச் சித்திரமாகச் சேர்த்துவைத்திருப்பதானது நந்தவனத்திலுள்ள பல தினுசான புஷ்பங்களையும் பறித்துக் கும்பலாகக் கொட்டி விட்டதினின்று அழகான மலர்களை ரகம் வாரியாகப் பொறுக்கி ஒன்று கூட்டி அருமையான மாலை கட்டியது போல் இருந்தது. புஷ்பங்களைப் பறித்துவிடுவது சுலபம். அவற்றைப் பரிமளிக்கும்படி கதம்பமாலை கட்டுவது சிரமமல்லவா?

சாதாரணமாக, நம்முடைய மூதாதையர்களைப் புகைப்படம் எடுக்காதிருந்தால், 'ஐயோ! ஒரு படமாவது எடுத்திருந்தால் பார்த்து மகிழலாமே' என்று நாம் சகஜமாக நினைக்கிறோம். உயிருடன் இருக்கும்போது சரியாக சம்ரக்ஷிக்காதவர்கள்கூட ஒரு சமயம் மேற்குறித்தபடி நினைப்பது இயல்பு.

ஒரு மந்திரக்காரன் 'மை போட்டு இறந்தவர்களைக் காட்டுகிறேன்' என்று கூறும்போதே ஒரு உத்ஸாகம் பிறக்கிறது.

அந்த உத்ஸாகத்தின் வேகத்தில் இறந்தவர்கள் கண் முன்பு தெரிவது போலவே ஒரு தோற்றமும் சிலருக்கு உண்டாகிக் களிக்கிறார்கள். அவர்கள் பேசவும் பேசிவிட்டால் கேட்க வேண்டுமா?

அதற்காக அப்படியிருக்கும்போது, ஸ்வராஜ்ய மூல மந்திரத்தை உபதேசித்து அதை அடைவதற்குப் பல துறை களிலும் அருமையாக வழியும் காட்டி, பின் உயிர் நீத்த பல தியாக மூர்த்திகளைப் படத்தில் பார்க்கும்போது, உண்மையில் நாம் பூலோகத்தில் இருக்கிறோமா, ஸ்வர்க்கத்தில் தானிருக்கிறோமா என்ற நினைப்புடன் கண்ணீர் பெருகி விட்டது. மயிர் சிலிர்த்தது. அன்று அழகுக் குன்றமாய், தேசீய அரண்மனையாய் விளங்கிக் காக்ஷி கொடுத்த நம் சென்னை காங்கிரஸ் மாளிகையை – இன்று நம் கண் முன்பு பரிதாபக் காக்ஷியாகத் தோன்றிக் கண்ணீரை உதிர்க்கச் செய்யும் அந்த மாளிகையை – பழைய அலங்காரத்துடன் படத்தில் பார்க்கும்போது உண்டாகிய உணர்ச்சியை நீங்களும் அனுபவித்தால்தான் தெரியும்.

நான்கைந்து தரம் படத்தைப் பார்த்து மகிழ்ந்தேன். படத்தில் சில பாகங்களை விமர்சனம் செய்வதற்கு ஸ்டூடியோ விற்குப் போகுமுன்பு, ‘ஸ்டூடியோ எப்படியிருக்குமோ? சினிமாக்காரர்கள் யாரிருப்பார்களோ?’ என்று ஒரு நினைப்பு மனத்தில் உலாவிக்கொண்டே இருந்தது.

நல்ல வேளையாக, ஸ்டூடியோவில் சினிமா வேலை முடிந்த பிறகு, இரவில் தனியாக இந்த வேலையை வைத்துக் கொண்டார்கள். அந்தப் படத்தில் சம்பந்தப்பட்ட ஒவ்வொரு வரும் வெகு அன்புடனும் மரியாதையுடனும் ஒத்துழைத்து விமர்சனத்தை ஒலிப்பதிவு செய்ததானது மிகவும் போற்றத் தக்கதாகும்.

விமர்சனத்தைப் படிக்கும்போது, ‘தேச சேவையில் இதுவும் ஒரு பங்கு. இது வெறும் வசனமல்ல. தேசீய புராணம். இதைப் படிக்கும் நீ நாளை இறக்கலாம். ஆனால் இந்தக் குரல் . . . இந்த வாக்கியம், இந்தக் காக்ஷி என்றும் சாச்வதமாய் தேசத் தொண்டாற்றி உயிருடன் உலாவும். பதினாயிரக்கணக்கான ஜனங்கள் முன்பு மகாத்மாவைப் பற்றி எத்தனையோ தரம் பேசியிருந்தபோதிலும் அது காதுக்கு மட்டுந்தான் உணர்ச்சி யளித்தது. இது கண்ணுக்கும் கருத்துக்கும் காதுக்கும் மனத்துக் கும் ஏக காலத்தில் உணர்ச்சியளித்துத் தன் சேவையைச் செய்யும். ஆகையால் பயப்படாதே’ என்று என்னிதயத்தில் ஏதோ ஒன்று சொல்லி என்னை ஊக்கியது. விமர்சனத்தைப்

படிக்கும்போது நானும் அதைக் கேட்கும் என் பர்த்தாவும் உண்மையில் உள்ளம் பூரித்தோம்.

மகாத்மாவின் படத்தை உருவகப்படுத்தி, உலகிற்கு உபகாரமாக அளித்த டாக்குமெண்டரி பிலிம்ஸ் நிர்வாகஸ்தர்களை ஓர் பெரிய தேச சேவை செய்தவர்களாகவே போற்றுகிறேன்.

மகாத்மா நீடூழி வாழ்க! அவருடைய லக்ஷியம் பரிபூரணமாய் வெற்றியடைய எல்லாம் வல்ல பாரதமாதா அருள் புரிவாளாக!

சுதேசமித்திரன், *காந்தி பட விசேஷ அனுபந்தம்*,
23-8-1940
மறுபதிப்பு : *குமரி மலர்*, மார்ச் 1979

மகாத்மா காந்தி படம்

எஸ். வி. சாரி

'காந்தி' படத் தயாரிப்பில் தன்னுடன் ஒத்துழைக்குமாறு இவ் வருஷ ஆரம்பத்தில் ஸ்ரீமான் ஏ.கே. செட்டியார் என்னை அழைத்தார். நான் அதற்கு இணங்கினேன். இந்த வேலையைச் செய்து முடிக்க ஸ்ரீமான் செட்டியார் பல திட்டங்களைப் போட்டிருந்தார். அவை பற்றி எனக்குத் தெரியும். இப்பட உற்பத்தி சம்பந்தமாக ஆரம்ப முதல் முடிவுவரை நடைபெற்ற சகல வேலைகளையும் நான் அறிந்துகொண்டேன். இது எனக்கு மகத்தான ஆச்சரியத்தையே விளைத்தது. இப்பட உற்பத்தியின் முயற்சி வெற்றிகரமாகப் பிரமிக்கும் வகையில் செய்யப்பட்டிருக்கிறது.

ஸ்ரீமதி சரோஜினிதேவி காந்தியைப் பற்றிப் பிரமாதமாகக் குறிப்பிட்டிருக்கிறார். இப்பேர்ப்பட்டவரின் வாழ்க்கை லட்சக் கணக்கான மக்களுக்கு ருசிகரமாகவே இருக்கும். ஸ்ரீமதி சரோஜினிதேவி காந்திஜியை இந்திய தேசத்தின் சின்னம், தியாகத்துக்கு உரு என்றெல்லாம் சொல்லியிருப்பதை இங்கு குறிப்பிடுதல் பொருந்தும்.

'காந்தி' என்ற பெயருடன் இப்போது தயாரிக்கப் பட்டிருப்பது ஒரு பேசும் படமாகும். இதில் காந்திஜியின் வாழ்க்கை வரலாறுகள் எடுத்துக்காட்டப்பட்டிருக்கின்றன. 30 வருஷகாலமாக இந்நாட்டின் சமூகப் பொருளாதாரத் துறைகளில் முன்னேற்றமேற்பட அரும்பெரும் சேவை செய்யும் அருந்தவப் புதல்வரின் கதை இதில் சித்தரிக்கப்பட்டிருக்கின்றது.

இந்திய தேசீய வாழ்க்கைக்காக காந்திஜி தமது வாழ்வை அர்ப்பணம் செய்திருக்கிறார். உயர்ந்தவர்களையும் தாழ்ந்தவர் களையும் தனவந்தர்களையும் ஏழைகளையும் கற்றோரையும் கயவரையும் அவர் ஒரே சீராக மாற்றிவிட்டார். இந்த நாடு

இழந்த மதிப்பைத் திரும்பப் பெற்று, இதர தேசங்கள் முன்பு அதன் கௌரவத்தை உயர்வாக்கினார்.

இப்பட உற்பத்தியில் நான் அதன் சரித்திரபூர்வமான அம்சங்களிலும் வியாக்கியானம் செய்யும் கட்டத்திலும் பங்கெடுத்துக்கொண்டேன். இவ்வம்சங்களில் இப்படம் ஒப்புயர்வற்று விளங்குகிறது.

எனக்கு ஓர் சிநேகிதை உண்டு. நான் இப்படத்தில் உதவியாக இருக்கிறேன் என்று அவருக்குத் தெரியும். இதைக் கொண்டு அவர் 'காந்திஜி என்ன ஓர் சினிமா நடிகராகி விட்டாரா?' என்று எனனைக் கேட்டார். இதே போல இன்று சில சிநேகிதர்களும் கேள்வி கேட்டார்கள். வாழ்க்கை வரலாறுகளை எடுத்துக்காட்ட வல்ல படம் என்றால் என்னவென்பதை அவர்களுக்குச் சொன்னேன். அதை வாசகர்களுக்கும் சொல்லுகிறேன்.

இம்மாதிரியான படங்கள் இந்நாட்டுக்குப் புதிது. இப்போது எடுத்த படம் ரொம்ப முக்கியமாகவிருக்கிறது. எனவே அதைப் பற்றித் தெரிந்துகொள்ள வேண்டும் என்பதும் இயற்கை.

'விக்டோரியா மகாராணி' என்ற சரித்திரப் படத்தை எடுத்தார்கள். இது சினிமா ரசிகர்களுக்குத் தெரியும். இப்படத்தில் தொழில் புரியும் நடிகர்கள் நடித்தார்கள். ஆனால் இப்போது தயாரித்துள்ள படம் வேறு மாதிரியானது. இப்படத்தில் வாழ்க்கையின் சகல அம்சங்களும் படரூபமாக எடுக்கப்பட்டுள்ளன. உண்மையாக நடந்த சம்பவங்களை அடிப்படையாகக் கொண்டே இது எடுக்கப்பட்டிருக்கிறது.

அன்றாட வாழ்க்கை சம்பந்தமாக, பிறந்தது முதல் இன்று வரை பத்து லட்சம் புகைப்படங்கள் உங்களிடம் கொடுப்பதாக வைத்துக்கொள்ளுங்கள். முக்கியமாக, இப்படத்தின் முக்கிய நடிகர் மூன்று கண்டங்களில் நடித்திருக்கிறார். இதிலிருந்து இப்படத் தயாரிப்பிலுள்ள கஷ்டம் எத்தகையதாகவிருக்கும் என்பதை நீங்கள் ஊகித்தறிய இயலும்.

வாழ்க்கையின் விவரம், முக்கியமான சம்பவங்கள், தேச வாழ்வை உருவாக்கிய அம்சங்கள் அனைத்தும் இதில் எடுத்துக் காட்டப்பட்டிருக்கின்றன. காந்தி காமிரா கூச்சமுள்ளவர். இது பிரசித்தம். இந்தியாவில் அவரை அறிந்தவர்களுக்கு இது தெரியும். இருந்தாலும் தற்கால உலகத்தில் அவரை அதிகமாகப் படம் பிடிக்கிறார்கள், பிடித்துமிருக்கின்றனர். இரு சந்தர்ப்பங்களில்தான் அவர் படம் பிடிக்க நின்றிருக்கிறார்.

பூனாவில் ஸாசூன் ஆஸ்பத்திரியில் காந்திஜிக்கு வயிற்றில் ஆபரேஷன் செய்யப்பட்டது. கர்னல் மாடக் ஆபரேஷன் செய்தார். அப்போது டாக்டருடன் உட்கார்ந்தவண்ணம் ஒரு படம் எடுக்கப்பட்டது. உடம்பு குணமானபோது கர்னலும், காந்திஜிக்கு சிஷ்ருஷை செய்த நர்ஸ்களும் சேர்ந்து காந்திஜி யுடன் ஒரு படம் எடுத்தார்கள். யார்க்ஷயரில் லார்டு ஹாலிபாக்ஸுடன் அவரது வாசஸ்தலத்தில் ஓர் படம் எடுக்கப் பட்டது.

தென்னாப்பிரிக்காவிலிருந்து இந்தியாவுக்குத் திரும்புவ தற்கு முன்பாக அவரை அநேக சந்தர்ப்பங்களில் படம் எடுத்தார்கள். பல இடங்களிலிருந்து இப்படங்கள் சேகரிக்கப் பட்டன. இந்தியாவில் காந்திஜிய்ின் அலுவல்கள் புகைப்படமாக வும் ஸினிமா படமாகவும் சந்தர்ப்பங்களுக்கும் காலத்துக்கும் ஏற்றவாறு எடுக்கப்பட்டிருக்கின்றன.

படத்தில் உள்ள சம்பவங்களை விளக்க ஓர் வியாக்கியானம் சேர்க்கப்பட்டுள்ளது. இது சரித்திர அம்சத்துக்கு ஒத்தவகையில் செய்யப்பட்டிருக்கிறது. படத்துடன் பேசும் பகுதிகளில் காந்திஜி பேசுவது அடங்கியிருக்கிறது. அது மட்டுமல்ல; எம். ரோமன் ரோலண்டு, ஸர் எஸ். ராதாகிருஷ்ணன் முதலிய பிரமுகர்கள் காந்திஜியைப் பற்றித் தெரிவித்த பாராட்டுரைகளும் சேர்க்கப் பட்டிருக்கின்றன.

இது தவிர, மகாத்மாஜி கலந்துகொண்ட முக்கியமான வைபவங்கள், கூட்டங்கள் முதலியவைகளும் இப்படத்தில் இணைக்கப்பட்டிருக்கின்றன. கிராமக் கைத்தொழிற் சங்கம், நூற்போர் சங்கம், காந்தி சேவா சங்கம் முதலிய ஸ்தாபனங்களின் நடவடிக்கைகளும் இத்துடன் சேர்க்கப்பட்டிருக்கின்றன.

செவிக்கு இன்பம் ஊட்டக்கூடிய வகையில் பின்னணிச் சங்கீதம் இப்படத்தில் அமைக்கப்பட்டிருக்கிறது. காந்தி போன்ற படங்களில் போதனைக்கு உகந்த அங்கமே அதிக இடம் பெறுகிறது. இருப்பினும் இப்படத்தில் அழகிய முறையி லும் செவிக்கு இன்பம் தரும் வகையிலும் பின்னணிச் சங்கீதம் அமைக்கப்பெற்றிருக்கிறது. இச்சங்கீதம் தேசம், சந்தர்ப்பங்கள் முதலியவற்றுக்கு அனுசரணையாகச் சேர்க்கப்பட்டிருக்கிறது. இதை ஒத்த முறையில் செய்வதற்காக விசேஷ சிரத்தை எடுத்துக்கொள்ளப்பட்டிருக்கிறது.

காந்திஜியின் வாழ்க்கையில் மனித சுபாவத்தில் உள்ள சாதாரண அம்சங்கள் அனைத்தும் தெளிவாக்கப்பட்டிருக் கின்றன. குழந்தைகள் என்றால் காந்திஜிக்கு ஆசை அதிகம்! இதுவும் எல்லோருக்கும் தெரியும். காந்திஜி லண்டனுக்கு

வட்டமேஜை மகாநாட்டுக்குச் சென்றிருந்தார். அவர் அப்போது கிழக்கு கோடியில் தங்கியிருந்தார். அவர் குழந்தைகளின் மத்தியில் சந்தோஷமாக இருப்பது படம் பிடிக்கப்பட்டுள்ளது. இன்னொரு சமயம் ஒரு பெண் குழந்தை காந்திஜிக்கு மாலை போடுகிறது. இதில் காந்திஜிக்கு வெகு சந்தோஷம். தனக்குப் போட்ட மாலையைக் குழந்தையின் கழுத்தில் தானே போடுகிறார். இதுவும் எடுக்கப்பட்டிருக்கிறது. புன்முறுவல் பொங்கித் தவழும் முகம் படைத்த குழந்தைகளுடன் காந்திஜி ஜுஹு கடற்கரையில் இருப்பதும் காலையில் நடமாடச் செல்வதும் இப்படத்தில் இடம் பெற்றிருக்கின்றன. கடற்கரையில் குழந்தைகள் சகிதம் காந்திஜி சிரித்து விளையாடுகிறார். இதெல்லாம் படத்தில் மிகவும் விசேஷமாக அமைந்துள்ளன.

சார்லி சாப்ளின் ஆங்கிலப் படங்களில் தோன்றும் பிரபல ஹாஸ்ய நடிகர். காந்திஜியை இவர் பேட்டி கண்டார். இதுவும், லண்டனில் காந்திஜியைத் தரிசிக்க கட்டுக்கடங்கா மக்கள் கூட்டம் பெருகிய காட்சியும் இப்படத்தில் சேர்க்கப் பட்டிருக்கின்றன. இந்த இடம் எல்லோரையும் பரவசப்படுத்தக் கூடியதாகும்.

காந்திஜி பக்கிங்ஹாம் அரண்மனைக்கு விஜயம் செய்தது, கைத்தொழில் பிரதேசத்துக்கும் இங்கிலாந்திலுள்ள நகரப் பிரதேசங்களுக்கும் சென்றது, அவர் பிரபலஸ்தர்களுடன் தொடர்பு கொண்டதும் படத்தில் சேர்க்கப்பட்டிருக்கிறது.

காந்திஜியின் சர்வதேசத் தொடர்பு இதில் தெளிவாக்கப் பட்டு அவர் பிரான்ஸ், ஸ்விட்ஸர்லாந்து, இத்தாலி முதலிய இடங்களுக்குச் சென்ற காட்சிகளும் சேர்க்கப்பட்டிருக்கின்றன. பாரீஸ் நகரத்தில் காந்திஜியைக் காணக் கூடிய பெருங்கூட்டமும், வில்லிநாவில் ரோமேன் ரோலண்டின் விருந்தினராக இருந்ததும் படமெடுக்கப்பட்டிருக்கின்றன. இத்தாலிக்கு விஜயம் செய்து முஸோலினியைப் பார்த்ததும் படம் எடுக்கப் பட்டிருக்கிறது.

நம்நாட்டில் லோகமானிய திலகர், தேசபந்து தாஸ் முதலியவர்களின் இறுதிச் சடங்குகளின்போது காந்திஜி பிரசன்னமாகவிருந்தது படம் பிடிக்கப்பட்டிருக்கிறது. காங்கிரஸ் விஜயம், சாந்தி நிகேதனம், ஹிந்து சர்வகலாசாலை, தண்டி யாத்திரை, பூனாவில் உபவாசம், பம்பாய் காங்கிரஸில் அரசியலிலிருந்து விலகியது முதலிய சம்பவங்கள் இதில் வருகின்றன.

இப்படம் சினிமா ரசிகர்களுக்கு விசேஷ ருசியைத் தருவதாக இருக்கும் என்பதில் சந்தேகமில்லை. ஒலிப்பதிவு

மிகவும் நன்றாக இருக்கிறது. படப்பிடிப்பில் பழுதொன்று மில்லை.

திருநெல்வேலியைச் சேர்ந்த எஸ்.வி.சாரி, கல்கத்தாவின் ஆங்கில தினசரியான *ஸ்டேட்ஸ்மன்* ஆசிரியர் குழுவில் பணியாற்றியவர். காந்தியடிகள் படத்தைப் பற்றி சென்னை *இந்தியன் எக்ஸ்பிரஸ்* மகாத்மா காந்தி பட விசேஷ அனுபந்தத்தில் (17-8-1940) ஆங்கிலக் கட்டுரை ஒன்று எழுதினார். சுதேசமித்திரன் மகாத்மா காந்தி பட விசேஷ அனுபந்தத்தில் வெளியான அதன் மொழிபெயர்ப்பு இது.

மறுபதிப்பு: *குமரி மலர்*, ஏப்ரல் 1979

பட உலகில் ஒரு புதுமை
'குடிநூல்'

பாரத நாட்டுக்குப் புத்துயிர் அளித்து, நம்மெல்லாரையும் ஆண் மக்களாக்கிய தனிப் பெருமை மகாத்மா காந்தியினுடையது. இந்தியர்கள் அனைவரிலும் முதல்வர் என்பது மட்டுமின்றி, உலக மக்கள் அனைவரிலுமே முதல்வர் எனப் பெயரெடுத்துள்ளார் காந்திஜீ.

அடிமை இந்தியாவின் உள்ளத்தைக் கொள்ளைகொண்ட மகாத்மாவின் வாழ்க்கை லட்சியம் என்ன என்பதை இப்போது சிறுகுழந்தைகள் முதல் அறிந்துகொண்டுவிட்டனர். அம் மகான் உயிரோடிருக்கும் காலத்தில் நாமும் வாழ்ந்தோம் என்பதே நமக்குப் பெருமையளிக்கிறது.

ஆனால், மகாத்மாவை நேரில் தரிசிக்கும் பாக்கியம் பெறாதவர்களும் நம் நாட்டில் இருக்கின்றனர். மேனாட்டினரைப் போல விளம்பர மோகம் கொண்டவரல்ல மகாத்மா. காரியமே கருத்தானவர். ஆதலால், அவரது வாழ்க்கைச் சரிதையை எழுத்தில் படிப்பதோடுதான் இதுவரை நாம் திருப்தியடைய வேண்டியிருந்தது. ஒரு தமிழரின் பெருமுயற்சியால் இப்போது தயாராகியிருக்கும் 'மகாத்மா காந்தி' சரித்திரப் படம், ஒரு மகத்தான தேவையைப் பூர்த்தி செய்கிறது. மகாத்மாஜீயை நேரில் பார்த்திராதவர்களுக்கு அவரைத் திரையில் பார்க்கவும், நேரில் பார்த்தவர்களுக்கு அவரது லட்சியங்களை நன்கு உணர்த்தவும் இப்படம் உதவுமென்றும் சொல்லலாம்.

இதர சினிமா படங்களுக்கும் இந்த காந்தி சரிதத்துக்கும் ஒரு முக்கிய வித்தியாசம், சாதாரண சினிமா படங்கள் கதையெழுதி, நடிகர்களைக் கொண்டு நடிக்கச் செய்து எடுக்கப் படுபவை. ஆனால், மகாத்மா காந்தி படமோ அப்படிப் பட்டதல்ல. இதில் காட்டப்படும் காட்சிகள் ஒன்றுகூட நடித்து எடுக்கப்பட்டவையல்ல. வாழ்க்கையில் அவ்வப்போது நடக்க

நடக்க எடுக்கப்பட்ட செய்திப் படங்களையும் சாதாரண படங்களையும் சேகரித்து, ஒழுங்குபடுத்தி, தொடர்ச்சியாக ஒருகதைபோல உண்டாக்கப்பட்டிருக்கிறது இப்படம்.

இப்படத்திற்காகச் செய்திச் சுருள்களும் போட்டோக் களும் சேகரிப்பதென்றால் எவ்வளவு கடினம் என்பது இம்மாதிரியான வேலைகளை மேற்கொண்டுள்ளவர்களுக்கே தெரியும். உதாரணமாக, மகாத்மா காந்தி தென் ஆப்பிரிக்காவில் இருக்கையில் ஸ்ரீ கோகலே அங்கு வந்தபோது எடுத்த ஒரு செய்திப் படம், எதிர்பாராதபடி, மகாத்மாவின் நண்பர் ஸ்ரீ ஹென்றி போலக்கினிடமிருந்து கிடைத்தது. இப்படத்தை ஸ்ரீ போலக் 27 வருஷங்களாக ஜாக்கிரதையாக வைத்திருந்தாராம்!

ஆனால், எல்லாருமே பழைய படங்களைப் பற்றி இவ்வளவு கவலை காட்டுவார்களா? பல படங்களை, எங்கெங்கோ, தூசி படிந்த பழங் குவியல்களிலிருந்து தேடியெடுக்க வேண்டி யிருந்ததாம்!

வைரம் மண்ணோடு மண்ணாய்க் கிடக்கும்போது அதற்கு பிரகாசம் அதிகமில்லை. ஆனால், தக்கவரால் பட்டை போடப் பட்டு, தக்கபடி ஆபரணமாக்கப்பட்டால் அதை உலகமே போற்றும். அதேபோல உலகின் மூலைமுடுக்குகளிலிருந் தெல்லாம் பல மணிகளைப் பொறுக்கி, கொண்டுவந்து பட்டை போட்டுக் கொடுக்கப்படும் பூரண ஆபரணம் போல் விளங்கு கிறது காந்தி சரிதப் படம்.

காந்தி சரிதப் படத்தில் மகாத்மாவின் வாழ்க்கையை மட்டும் சித்தரிப்பதில் பயனில்லை. மகாத்மாவுக்கு அவரது லட்சியங்களே உயிர். ஆகையால் இந்த லட்சியங்களையும் படத்தில் எடுத்துக்காட்டியுள்ளனர். முக்கியமாக கதர், மதுவிலக்கு, கிராமக் கைத்தொழில்கள், வர்தா கல்வி முறை முதலியவைகளைக் காட்டும் காட்சிகள் படத்தில் இருக்கின்றன. வெறும் பொழுதுபோக்கின்றி, உபயோகமான சேவையும் சினிமா மூலம் செய்யலாம் என்பதற்கு காந்தி சரிதப் படம் ஒரு சான்று. திருப்பூருக்கருகில் தமிழ்நாட்டுப் பெண்கள் நூல் நூற்றல், சேலம் மதுவிலக்கு ஆரம்பம், காந்தி பக்தை ஸ்ரீமதி முரியல் லிஸ்டர் மாவரைத்தல் முதலிய காட்சிகள் படத்திற்கு சோபையளிக்கின்றன.

மகாத்மா காந்தி இந்தியாவில் முதல்வர் என்பதைப் பற்றி நமக்குள் அபிப்பிராய பேதமேயில்லை. ஆனால், உலக பிரமுகர்கள் அவரைப் பற்றி என்ன நினைக்கின்றனர் என்று அறிவதில் நமக்கு ஆசைதானே? பாலர் கல்வி பண்டிதை

டாக்டர் ஸ்ரீமதி மாண்டெஸ்ஸோரி, பிரெஞ்சு அறிஞர் ரோமேன் ரோலந்து முதலியோர் மகாத்மா காந்தியைப் பற்றிக் கூறும் அபிப்பிராயங்களும் படத்தில் உள்ளன.

மகாத்மாவின் வாழ்க்கைச் சரிதத்துக்கு ஒரு மகிமை என்னவென்றால், அது ஒரு தனிமனிதரின் வாழ்க்கை மட்டுமல்ல. விழித்தெழுந்துள்ள பாரத தேசத்தின் வாழ்க்கைச் சரிதமாகவும் மகாத்மா சரிதம் திகழ்கிறது. ஆகையால், நம் தேச வாழ்வில் பல முக்கிய சம்பவங்களைப் படத்தில் காண்கிறோம். திலகர் மரணம், 1927–ல் மதராஸ் காங்கிரஸ், சைமன் கமிஷன் பகிஷ்காரம், 1929–ல் லாகூர் காங்கிரஸ், உப்பு சத்தியாக்கிரஹம், காந்தி – இர்வின் ஒப்பந்தம், வட்ட மேஜை மகாநாடு, ஜார்ஜ் சக்கரவர்த்தியைச் சந்திக்க மகாத்மா போவது, பெயிஸ்பூர் காங்கிரஸ், தேர்தல்கள், ஹரிபுரா காங்கிரஸ், எரிந்துபோன சென்னை கதர் சுதேசிக் கண்காட்சி, திரிபுரி காங்கிரஸ் முதலிய சரித்திரப் பிரசித்தி பெற்ற சம்பவங்களை நாம் மீண்டும் நேரில் நடப்பது போல் பார்க்கும்போது நாம் ஒரு சினிமா கொட்டகையுள் இருக்கிறோம் என்பதையே மறந்துவிடுகிறோம்.

டாகுமெண்டரி பிலிம்ஸ் கம்பெனியார் மகாத்மா காந்தி சரிதப் படம் எடுப்பதற்காக ஸ்ரீ ஏ.கே. செட்டியாரை உலகைச் சுற்றிவரும்படி அனுப்பியது பெரிதல்ல; மிகுந்த கஷ்டங்களிடையே செல்லரித்துப்போய்க்கொண்டிருந்த படங்களை அவர் தேடிப் பிடித்துக் கொண்டுவந்தது பெரிதல்ல; 50,000 அடிக்கு மேலிருந்த இந்த சம்பந்தா சம்பந்தமற்ற படக்குவியலிலிருந்து ஒரு தொடர்ச்சியான சரிதம் உண்டாக்கினது பெரிதல்ல; ஆனால், இதைப் பார்ப்பவர்கள் மனதில் மகாத்மா காந்தியின் உண்மை லட்சியங்கள் நன்கு பதியுமானால் அது ஒன்றே இவையெல்லாவற்றையும்விடப் பெரியதாகும். அப்படிப் பார்த்தால் காந்தீய பிரசாரத்தில் இப்படம் வழிகாட்டுவதாகவே சொல்ல வேண்டும்.

குடிநூல், காந்தி பட மலர், 15 ஆகஸ்டு 1940

காந்தி படம்

கோவை அ. அய்யாமுத்து

சென்னை 'டாகுமெண்டரி பிலிம்ஸ்' கம்பெனியார் மகாத்மா காந்தியின் வாழ்க்கையை ஒரு திரைப்படமாகப் பிடித்திருக் கிறார்கள். இப்படம் சென்ற மாதம் 23ந் தேதி முதல் தமிழ் நாட்டில் காட்டப்பட்டு வருகிறது. ஆந்திராவிலும் வட இந்தியாவிலும் காட்டுவதற்கேற்ப தெலுங்கு, ஹிந்தி, ஆங்கில மொழிகளிலும் தயாரிக்கப்படுமெனத் தெரிகிறது.

போரும் கொலையும் இம்சையும் துன்பமும் நிறைந்து இருள் பரவியிருந்த இவ்வுலகிலே சமாதானம், சகிப்புத்தன்மை, சாந்தி நிறைந்த பேரின்ப வாழ்வைப் புகுத்தும் பொருட்டு முடியைத் துறந்து தவவேடம் பூண்டு பன்னாள் பட்டினி கிடந்து முற்றிய ஞானமெய்தி அறிவொளி வீசிய புத்தர்பிரான் அவதரித்தது இப்பரத கண்டமன்றோ! எனவே, மகாத்மா காந்தியின் சரிதத்தைச் செப்புவதற்குப் புத்தரையே பின்னணி யாகக் கொள்வது சாலவும் சிறந்தது. ஏனெனில், பெரியார்களது சரிதமும் அவர்கள் வாழ்க்கையிலிருந்து பரவும் போதமும் ஒன்றையொன்று தொடர்ந்தும், ஒன்றுக்கொன்று துணை புரிந்தும் சத்தியத்தை வெளியாக்கி உலகில் நிலைநாட்டுவ தாகவே இருந்துவருகின்றன. உண்மை என்றும் அழியாதது. உண்மையைச் சிதைக்கவோ அழிக்கவோ எவராலும் முடியாது. உண்மையை மக்கள் ஒறுத்துப் பொய்மையின் வாய்ப்பட்டு உழன்று தங்கள் வாழ்க்கையைச் சீர்குலைத்துக்கொள்ளும் போதெல்லாம் மகான்கள் தோன்றி நித்தியமான சத்தியத்தை மீண்டும் உலகில் போதித்து வருகிறார்கள். 2,500 ஆண்டுகளுக்கு முன் தோன்றிய புத்தர் கண்ட உண்மையையே இன்று மகாத்மா புதிய ரூபத்தில் போதித்து வருகிறார். எனவே, மகாத்மாவின் வாழ்க்கையைச் சித்தரிக்க எத்தனித்த டாகுமெண்டரி பிலிம்ஸார் புத்தரினின்று தங்கள் படத்தை ஆரம்பித்தது அறிவுடைய செயலாகும்.

படத்தின் ஆரம்பத்தில் சாந்தமும் அமைதியும் கருணையும் நிறைந்த புத்தர் பிரானின் வெண்சிலை தோன்றுகிறது. அதனைத் தொடர்ந்து மக்களின் நாகரிகத்துக்கும் சீரழிவுக்கும் அவரவர் திறனுக்கும் புத்திக்கும் மனோபக்குவத்துக்கும் காலநிலைக்குமேற்பப் படையெடுத்தும் அரசாண்டும் வந்தவர்கள் காலத்தின் சின்னங்கள் பல காட்டப்படுகின்றன. புத்தரின் வழிபற்றி செங்கோலோச்சிய அசோகச் சக்ரவர்த்தியால் நிலைநாட்டப்பட்ட ஸ்தூபிகளும் இவ்வனித்யமான வாழ்வையும் அதன் சுகபோகங்களையுமே பெரிதென மதித்து, மக்களுக்காற்ற வேண்டிய செவ்விய கடன்களையெல்லாம் மறந்து, தற்புகழையும் மனதைக் குழப்பிக்கொண்டெழும் துர்க்கிருத்திய வெறிகளையும் நிறைவேற்றுதலே தங்கள் வாழ்க்கையின் நோக்கமெனக் கருதிப் பல விதத்தும் சூழ்ச்சிகள் புரிந்தும், மாச்சர்யமடைந்தும் போர், கொலை, அழிவு ஆகிய சிறு குணங்களுக்கும் சிறுமைச் செயல்கட்கும் ஆளாகி இந்நாட்டையாண்ட பற்பல மன்னர் என்போர்களும் அவர்களின் துன்மந்திரிகளும் வீழ்ந்த பின் அவர்கள் சவங்கள் மீது எழுப்பப்பட்ட பல கட்டிடங்களும் சின்னங்களும் பிறவும் வரிசையாகக் காட்டப்படுகின்றன.

காந்திஜீயின் வாலிபம்

மகாத்மா தனது வாலிபப் பருவத்தினின்று முறையே இன்றுவரை அவரது சீரிய வாழ்க்கையில் தோன்றிய பற்பல மாறுதல்களுடன் காட்சியளிக்கின்றார். இளஞ்செல்வன் காந்தியைக் காண்கின்றோம். உயர்தரப் படிப்பின் நிமித்தம் சீமை சென்ற வாலிபனைக் காண்கின்றோம். பாரிஸ்டராக ஆபிரிக்கா சென்ற கனவானாகக் காண்கின்றோம். பொருளீட்டச் சென்ற விடத்திலே மக்களின் இருளையும் அவமதிப்பையும் போக்கப் படை திரட்டி, அஹிம்சைப் போர் தொடுத்து வெற்றி கண்டு, முரசார்த்திய சத்தியாக்கிரஹியாகக் காண்கின்றோம். போயர் யுத்தத்தில் செஞ்சிலுவைச் சேவையில் ஆர்வமுடன் கடனாற்றிய தொண்டராகக் காண்கின்றோம். இந்தியா திரும்பிய பின் ராஜீயத்துறையிலீடுபட்டு காங்கிரஸ் மகாநாடுகளில் சொற்பொழிவாற்றியும், தீர்மானங்கள் வகுத்தும் ஒத்துழையாமைப் போர் தொடங்கியும், தண்டி யாத்திரை சென்றும், உப்புக் காய்ச்சிச் சட்டத்தை மீறிச் சிறைப்பட்டும், சமரஸத் தூதுவனாக ஆங்கில ராஜப்பிரதிநிதியுடன் விவாதித்துப் பேசி ஒப்பந்தம் செய்தும், இந்தியாவின் அபிலாஷைகளுக்கு ஏகப் பிரதிநிதியாக லண்டன் வட்டமேஜை மகாநாட்டுக்குச் சென்றும், இந்தியாவிலே அழிப்பன அழித்தும், ஆக்குவனவாக்கியும், சீர்நெறி பரப்பிய செவ்விய துறவியும், செப்பருங்

கருமயோகியும், சாந்த சொரூபியும், அஞ்சா வீரனும், அசையா நெஞ்சனும், தெளிந்த ஞானியுமான காந்தியின் பற்பல காட்சிச் செயல்களைக் காண்கின்றோம்.

இடையிடையே காந்தியுடன் இணங்கியும் பிணங்கியும் தொழிலாற்றிய பற்பல தலைவர்கள், தொண்டர்கள், மாது சிரோமணிகள் ஆகியோரில் இன்றிருப்போர்களையும் பூதவுடல் காய்ந்து புகழுடம்போடு விண்ணகம் சேர்ந்தோர் களையும் ஒருங்கே அவர்களின் நடை, உடை, பாவனை, பேச்சு வீச்சுகளுடன் நேரிற் கண்டது போலக் காண்கின்றோம்.

இந்தியாவின் செப்பரிய தொண்டர் கோபால கிருஷ்ண கோகலே தென்னாப்பிரிக்காவிலே மகாத்மாவுடன் சேர்ந்து செல்லல், காண்பதற்கரிய காட்சி. லோகமான்ய பால கங்காதரரின் சவ ஊர்வலமும் பண்டித மோதிலால் நேரு, தேசபந்து தாஸ், மௌலானா ஷவுகத் ஆலி, சென்குப்தா, கமலா நேரு, டாக்டர் அன்சாரி போன்ற காலஞ்சென்ற திலகங்களை உயிருடன் நேரிற் பார்ப்பது போல் அவர்களின் நடமாட்டங்களைக் காண்பது என்னவோர் பாக்கியம்! மற்றும் இன்னும் நம்முடன் ஒன்றுபட்டோ, ஒதுங்கிநின்றோ தத்தமக்குத் தோன்றிய வழியில் சேவை செய்துவரும் பற்பல காங்கிரஸ் தலைவர்களையும், ஜனாப் ஜின்னா போன்ற முஸ்லீம் தலைவர்களையும் காண்பது குதூகலமளிக்கிறது. உலகின் பல்வேறு பாகத்திலுள்ள பெரியார்கள், சிறப்புற்ற ஞானிகள், அவர்கள் வதியும் நகரங்கள் யாவுங் காணலாம். சென்னை, கராச்சி, கல்கத்தா, பம்பாய், லட்சுமணபுரி, பெய்ஸ்பூர், ஹரிபுரா, திரிபுரி, ராம்கார் முதலிய இடங்களில் நடைபெற்ற காங்கிரஸ் மஹாசபைகளின் நடவடிக்கைகளும் வைபவங்களும் தலைவர்கள் சொற்பொழிவாற்றுந் திறனும் பிரத்தியட்சமாகக் காணலாம்.

மகாத்மாவுக்கு மிகவும் பிரியமான கதர்த்தொழிலில் ஈடுபட்டுள்ள பல்லாயிரம் தமிழ்நாட்டுப் பெண்மணிகளும் வடநாட்டுப் பெண்களும் பட்டாளம் போல் அணிவகுத்து வீற்றிருந்து நூல் நூற்பது கண்கொள்ளாக் காட்சியாகும். மற்றும் தாழ்த்தப்பட்டவர்களைக் கைதூக்கிவிடும் இயக்கம், கிராமக் கைத்தொழில், புனருத்தாரண இயக்கம், வர்தா கல்வித் திட்டம் போன்ற நிர்மாண வேலைகள் ஆங்காங்கு நடைபெற்றுவரும் இனிமையான காட்சிகளையும் காணலாம்.

இத்தாலியில் முஸோலினியின் வரவேற்பு

இப்படத்தில் இரண்டு மகத்தான சம்பவங்கள் பார்ப்போர் மனதை நிச்சயம் பரவசமடையச் செய்யும். கப்பலில் செல்லுகை

யில் கைக்குழந்தையொன்றைத் தூக்கி காந்தியார் கொஞ்சிக் குலாவும் காட்சி நெஞ்சையள்ளுகிறது. மற்றொன்று அவர் இதாலிக்குச் சென்றபொழுது முசோலினியாலும் மற்றும் ஆங்குள்ள பிரமுகர்களாலும் நன்கு வரவேற்கப்படுதலும், அத்தேசத்து ராணுவம் அணிவகுத்து அவருக்கு மரியாதை செலுத்தலும் இணையற்ற சம்பவமாகும். பல்லாண்டுகள் அந்நியரின் காலடியில் அடிமைகளாய் வாழும் இந்நாட்டவர்க்கு உலகோர் முன் மதிப்பைத் தேடிக்கொடுத்து மேலும் அழியாப் புகழைத் தோற்றுவிக்கத் தன் வாழ்நாளை அர்ப்பணம் செய்துள்ள அண்ணலை என்ன சொல்லிப் புகழ்வது.

இப்படத்தில் வேடிக்கை மிகுந்த மற்றோர் காட்சி, உப்புச் சத்தியாக்கிரஹ வீரர்களையும் அவ்வமயம் பம்பாயில் கூடிய மாபெரும் ஜனத்திரளையும் போலீசார் தடி கொண்டு தாக்கிக் கலைப்பதாகும்.

இப்படத்தைத் தயாரிக்க வேண்டும் என்ற எண்ணம் செட்டிநாட்டில் ஒரு பகுதியான கோட்டையூர் வாசியான திரு ஏ.கே. செட்டியாரின் உள்ளத்துதித்தது. அறிவாற்றலும் மனத்துணிவும் விடா முயற்சியும் கொண்ட காரியத்தில் குன்றாக் கருத்தும் சலியாத உழைப்பும் படைத்த இவ்வாலிபர் இப்படத்தைத் தயாரிக்கும்பொருட்டு இவ்வுலகையே இருமுறை சுற்றிவந்தாரென்றால் யாராவது நம்புவார்களா? அழையா வீட்டுக்கு நுழையாச் சம்பந்தியென நமது நண்பர் ஏ.கே. செட்டியார், எடுத்த காரியத்தில் கண்ணுடையவராய் எங்கும் செல்வார், எவரையுங் காண்பார், எதற்கும் (தீமைக்கும் புன்மைச் செயலுக்குமல்ல) அஞ்சார். என்னே அவரது வல்லமை! திரைகடலோடியுந் திரவியம் தேடு என்பதைக் குலதர்மமாகக் கொண்டுள்ள செட்டிநாட்டுச் செல்வர்கள் தர்ம காரியங்களில் எவருக்கும் பின்னடையாது முன்சென்று வழிகாட்டும் சைவத் திருப்பாணர்கள் வழித்தோன்றிய நமது நண்பர் ஏ.கே. செட்டியாரும் திரை கடலோடித் திரவியம் சேர்த்துவந்துள்ளார். அவர் பொருட்டல்ல, பிறர் பொருட்டு. அழியுஞ் செல்வமல்ல, அழியாச் செல்வம். நாள் செல்லச் செல்லக் கீர்த்தியும் புனிதமான எண்ணமும் செயலும் பரவும் ஆற்றலுக்கு ஊற்றுப் போன்ற பொக்கிஷம்.

இவ்வரிய பொக்கிஷத்தைத் தேடிச் சேர்ப்பதற்கு ஸ்ரீ ஏ.கே. செட்டியாருக்குத் தோன்றாத் துணையாகயிருந்து மனஞ்சளையாது பொருள் தந்துதவிய கொத்தமங்கலம் லெ. நடேசன் அவர்களுக்கும் நாம் கடமைப்பட்டுள்ளோம்.

சாதாரணமாகத் திரையில் வரும் படங்கள் சில காலம் ஓடிப் பின்னர் மறைந்துபோகக் கூடியவை. ஆனால் காந்தி படம் அவ்வினத்தைச் சேர்ந்ததல்ல. நாட்கள், வாரங்கள், வருடங்கள், ஏன் யுகங்கள் செல்லச்செல்ல காந்தி படம் வனப்பும் புதுமையும் பெற்றுக்கொண்டே போகும். மற்றும் இப்படம் இத்துடன் தீர்ந்துபோன விஷயமல்ல. இப்படத்தை மகாத்மா காந்தி உள்ளளவும் விஸ்தரித்து நீட்டிக்கொண்டே போகலாம். இதனைத் தொடர்ந்து இனிதே செய்யவல்ல ஊக்கமும் முயற்சியும் அன்பர் ஏ.கே.செட்டியாரின் உள்ளத்தில் குன்றாதிருக்குமாக. அவராற்றியுள்ள இத்திவ்யமான தொண்டினைத் தமிழர்களும் பிற இந்தியரும் உணர்ந்து, லட்சக்கணக்கில் சென்று பார்த்து உற்சாகமளித்து வருவார்கள் என்று திடமாக நம்புவோமாக. எல்லாம் வல்ல இறைவன் இவருக்கும், இவருக்குத் தோன்றாத் துணையாயிருந்துவரும் லெ.நடேசனுக்கும் நீண்ட ஆயுளும் குறைவற்ற செல்வமுங் கீர்த்தியும் அருளுவாராக.

குடிநூல், 15 செப்டம்பர் 1940

மகாத்மா ஓடுகிறார்!

'கர்நாடகம்' (கல்கி)

என்ன அவசரம்! எதற்காக இப்படி ஓடுகிறார் மகாத்மாஜி! யாராவது அவரைத் துரத்திக்கொண்டு வருகிறார்களா? துரத்துகிறவர்களுக்குப் பயந்துகொண்டு ஓடுகிறாரா? அல்லது 'ரன்னிங் ரேஸ்' ஏதாவது நடக்கிறதா? இதெல்லாம் ஒன்று மில்லை. பின் எதற்காக இப்படி ஓட வேண்டும்? அதோ அவரைப் பின்தொடர்ந்து வருகிறவர்கள் மூச்சுவாங்கவாங்க ஓடி வருகிறார்களே? கொஞ்சம் நின்று போகக் கூடாதா?

முடியாது; மகாத்மாவினால் நிற்க முடியாது. அவருக்கு ரொம்ப அவசரந்தான். இந்தியா சுதந்திரம் பெற வேண்டுமென் பதில் அவருக்கு அவ்வளவு அவசரம். அதற்காகவே அப்படி ஓடுகிறார். சமுத்திரக் கரையை நோக்கி ஓடுகிறார். எதற்காக, ஒருவேளை சமுத்திரத்தில் முழுகி ..? இல்லை, இல்லை. இந்திய மக்களிடம் அவ்வளவு நிராசை அவருக்கு இன்னும் ஏற்பட்டு விடவில்லை. இந்தக் கோழை ஜனங்களையும் சுயநலம் பிடித்த ஜனங்களையும் வீரர்களாயும் தியாகிகளாயும் ஆக்கிவிடலா மென்ற நம்பிக்கை அவருக்கு இன்னும் இருக்கிறது. அவர் சமுத்திரத்தை நோக்கி ஓடுவது வேறு காரியத்துக்காக. சமுத்திரக் கரையை அடைந்து, அங்கிருந்து சுதந்திர உப்பு எடுத்து இந்திய மக்களுக்கு விநியோகிக்க வேண்டுமென்று அவருக்கு ஆசை. இத்தனை நாளும் சர்க்காருக்கு வரி கொடுத்த உப்பைத் தின்றதனால் ரோஷமற்றுப்போன ஜனங்கள், சுதந்திர உப்பின் ருசி கண்டதும் ரோஷமுள்ள வீரபுருஷர்கள் ஆவார்கள் என்று அவர் நம்புகிறார். அந்த ஆசையினாலும் நம்பிக்கையினாலுந்தான் அவர் இப்படி விரைந்து ஓடுகிறார்!

மேற்படி சம்பவம் பத்து வருஷத்துக்கு முன்னால் குஜராத் மாகாணத்தில் நடந்தது. ஆனால் இதோ நம் கண் முன்னால்

நடப்பது போல் அந்தச் சம்பவத்தைப் பார்த்துக் களிக்கும் சந்தர்ப்பம் தமிழர்களுக்கு இப்போது கிடைத்திருக்கிறது.

பாரத நாட்டுச் சுதந்திரப் போரின் சரித்திரத்திலும் சரி, மகாத்மா காந்தியின் வாழ்க்கை வரலாற்றிலும் சரி தண்டி யாத்திரையைப் போன்ற மகத்தான சம்பவம் வேறொன்று நடந்தது கிடையாது. சென்ற 1929ஆம் வருஷத்தில் இந்த 'தண்டி யாத்திரை' நடந்துகொண்டிருந்தபோது நமக்கெல்லாம் ஏற்பட்டிருந்த உள்ளக் கிளர்ச்சியை இப்போது நினைத்தாலும் மயிர்க்கூச்சு எறிகிறது. அந்த யாத்திரையைப் பற்றிய அற்புத விவரங்களைப் பத்திரிகைகளில் படித்த போதெல்லாம் நாம் ஒவ்வொருவரும், 'ஆஹா! இப்பேர்ப்பட்ட மகத்தான சம்பவங்கள் நடக்கும் காலத்தில் நாமும் உயிர் வாழ்ந்திருக்கிறோமே! நம்முடைய பாக்கியமே பாக்கியம்!' என்று எண்ணி மகிழ்ந்தோம். அதே சமயத்தில், 'அடாடா! அந்த அற்புதக் காட்சியை நாம் நேரில் பார்க்க முடிய வில்லையே!' என்ற மனக்குறையும் நம்மைப் பீடித்தது. தமிழ்நாட்டில் ராஜாஜி நடத்திய 'வேதாரண்ய யாத்திரை'யைப் பார்த்தவர்களுக்கோ மேற்சொன்ன ஆவல் இன்னும் அதிகமா யிருந்தது. 'உருசி கண்ட பூனை'யைப் போல் அவர்கள் 'இந்த அற்புதத்தைப் பார்த்தோம், சரிதான்; ஆனால் அந்த மகா அற்புதத்தைப் பார்க்கவில்லையே?' என்று குறைபட்டார்கள்.

சென்ற வாரத்தில், ராக்ஸி தியேட்டரில் 'மகாத்மா காந்தி வாழ்க்கைப் படம்' பார்த்தபோது மேற்கண்ட மனக்குறை எனக்கு ஒருவாறு தீர்ந்தது. காந்தியடிகளின் பிரசித்திபெற்ற தண்டி யாத்திரையை நேரில் காண்பது போலவே உற்சாகம் உண்டாயிற்று. மகாத்மா அப்படி ஓட்டம்ஓட்டமாக ஓடியதைப் பார்த்தபோது என்னுடைய கால்களும் துருதுருவென்றன. நானும் எழுந்திருந்து அவரைத் தொடர்ந்து ஓடலாமா என்று எண்ணினேன். அதற்குள் சட்டென்று காட்சி மாறியபடியால், 'இது நிஜமல்ல; ஸினிமா காட்சி' என்பது ஞாபகம் வந்தது.

~

'மகாத்மா காந்தி வாழ்க்கைப் படம்' வரப்போகிறதென்பது நேயர்களுக்கு வெகுநாளாகத் தெரியும். இதற்காக ஸ்ரீ ஏ.கே. செட்டியார் செய்துவந்த பெருமுயற்சிகளைப் பற்றி அவ்வப்போது பத்திரிகைகளில் படித்து வந்தோம். தேசத்தின் அரசியல் நிலைமையை உத்தேசித்து, 'இந்தப் படம் எவ்வித இடையூறும் இல்லாமல் வெளிவர வேண்டுமே?' என்று கவலைப் பட்டுக்கொண்டும் இருந்தோம். நல்ல வேளையாக எல்லாத்

தடங்கல்களையும் தாண்டி, படம் வெளிவந்துவிட்டது. தமிழர்கள் அநேகர் பார்த்தும் ஆயிற்று. பார்த்தவர்கள் எல்லாரும் ஸ்ரீ ஏ.கே. செட்டியாரின் முயற்சி இவ்வளவு தூரம் வெற்றி அடைந்தது குறித்து வாழ்த்துக் கூறியும் விட்டார்கள்.

காரியம் எவ்வளவு கடினமானது என்பதை நினைக்கும் போது இது நல்ல வெற்றியே என்பதில் சந்தேகமில்லை.

இன்னும் படம் பார்க்காதவர்களுக்காக ஓர் எச்சரிக்கை கூற விரும்புகிறேன். மகாத்மா காந்தி வாழ்க்கைப் படம் என்றால் அவருடைய வாழ்க்கையின் முக்கியமான சம்பவங்கள் எல்லாம் இதில் தொடர்ச்சியாக வரும் என்று எதிர்பார்க்கக் கூடாது. 'மகாத்மா காந்திக்கும் அன்னை கஸ்தூரி பாய்க்கும் கல்யாணம் நடந்ததை ஏன் காட்டவில்லை?' என்று கேட்கக் கூடாது? இன்னும் 'மகாத்மாவை ஒரு வெள்ளைக்காரன் அடித்து அவருடைய பல்லை உதிர்த்தானே, அதைக் காட்டி யிருக்க வேண்டாமா?' என்றும், 'தேவதாஸ் காந்தியைக் குழந்தையாய்க் காட்டாமல் திடீரென்று யௌவன பருவத்தில் காட்டியிருக்கிறதே அது சரியா?' என்றும் கேட்கக் கூடாது. 'மௌலானா ஷவுகத் அலி மகாத்மாவைத் தமது சட்டைப் பையில் போட்டுக்கொண்டதைக் காட்டியிருக்கக் கூடாதா?', 'ஹரிஜனங்களுக்காக 21 நாள் உண்ணாவிரதம் இருந்தாரே? அதில் ஒருநாள் விரதத்தைக் காட்டியிருக்கக் கூடாதா? உண்ணாவிரதத்தைக் காட்டாவிட்டாலும் மௌன விரதத்தை யாவது காட்டியிருக்கக் கூடாதா?' என்றெல்லாம் கேட்கக் கூடாது.

ஏனென்றால், இந்த 'மகாத்மா காந்தி வாழ்க்கைப் படம்' சாதாரண ஸினிமாக்களைப் போல் நடிகர்களைக் கொண்டு நடிக்கச் செய்து எடுத்த படமல்ல. மகாத்மாவின் வாழ்க்கையில் அவ்வப்போது சிற்சில சம்பவங்கள் ஸினிமாப் படமாகப் பிடிக்கப்பட்டிருக்கின்றன. வெவ்வேறு காலத்தில் வெவ்வேறு மனிதர்களால் பிடிக்கப்பட்ட அந்தப் படங்களைச் சேகரித்துக் கொண்டுவந்து, அவற்றைக் கூடியவரையில் வரிசைக் கிரமமாக வும் பொருத்தமாகவும் இணைத்து இந்தப் படத்தில் காட்டு கிறார்கள். மகாத்மாவின் வாழ்க்கையுடன் சம்பந்தப்பட்ட வேறு பல அரசியல் நிகழ்ச்சிகளையும் ஆங்காங்கு பொருத்த மாகச் சேர்த்திருக்கிறார்கள். இன்னும் சில நிகழ்ச்சிகளைப் பொருத்தமில்லாமலும் சேர்த்திருக்கிறார்கள்.

ஆம்; பொருத்தமில்லாமலுந்தான். 'அவ்வளவு அண்டா நிறைய உள்ள பாயஸத்தில் அரைப் படி வெந்தயத்தையும் கால் படி கடுகையும்தான் போட்டு வைப்போமே!' என்ற மனோபாவத்தில் சில காட்சிகள் சேர்க்கப்பட்டிருக்கின்றன.

உதாரணமாக, ஸ்ரீ சுபாஷ் சந்திர போஸ் இந்தப் படத்தில் அடிக்கடி தோற்றமளித்துக்கொண்டேயிருக்கிறார். ஸ்ரீ சுபாஷ் சந்திர போஸ் படத்தில் காட்டத் தகுதியுடைய தலைவர் என்பதை நான் மறுக்கவில்லை. அதற்காக அவரை அகாரணமாக இந்தப் படத்தில் கொண்டுவந்து அடிக்கடி திணிக்க வேண்டியதில்லை. தனியாக, 'ஸ்ரீ சுபாஷ் போஸின் வாழ்க்கைப் படம்' ஒன்றுக்கு அவற்றை வைத்துக்கொண்டிருக்கலாம்.

பொருத்தமும் சம்பந்தமுமில்லாதனவென்று தோன்றும் இன்னும் சில காட்சிகள் படத்தின் ஆரம்பத்திலேயே வருகின்றன. கௌதம புத்தர் காலத்துச் சிதிலமான கட்டிடம், அசோகரின் ஸ்தம்பம், குதுப் மினார், ஹுமாயூன் சமாதி இவற்றைக் காட்டிவிட்டு, திடீரென்று கிழக்கிந்தியக் கம்பெனிக்கு வந்து, உடனே மகாத்மாவின் தென்னாப்பிரிக்கா பிரயாணத்துக்குப் படம் பாய்கிறது. இந்தியாவின் பூர்வ சரித்திரத்தை ஞாபகப்படுத்துவது நோக்கமாயிருந்தால் அக்பர், சிவாஜி முதலியவர்களை விட்டிருக்கக் கூடாது. இந்தியாவின் புராதன நாகரிகத்தைக் காட்டுவது நோக்கமானால் எல்லோரா குகைச் சிற்பங்களையும் மகாபலிபுரத்துக் கற்கோயில்களையும் காட்டியிருக்க வேண்டும். அல்லது 'மகாத்மா பாரத நாட்டு மகா புருஷர்களின் வழித் தோன்றியவர்' என்று குறிப்பிட விரும்பியிருந்தால் புத்தருக்குப் பின் சங்கரர், ராமானுஜர், சைதன்யர், ஸ்ரீ ராமகிருஷ்ண பரமஹம்சர் ஆகியவர்களைக் காட்டியிருக்க வேண்டும்.

மகாத்மா காந்தியின் வாழ்க்கையில் அகப்பட்ட படங்களைச் சேர்த்துக் கோத்தது சரி; ஆனால் அதே முறையை தேச சரித்திரத்துக்கும் பின்பற்றியிருக்கக் கூடாது. கொஞ்சம் முயன்றால் பொருத்தமான படங்களைப் பிடித்திருக்கலாம். அவ்வளவு சிரமம் எடுக்க சாத்தியமில்லாவிட்டால் சிவனே என்று மகாத்மா சரித்திரத்தையே ஆரம்பித்திருக்கலாம்.

மற்றப்படி, இந்தப் படத்தில் மகாத்மா வருகிற ஒவ்வொரு கட்டமும் நன்றாய்த்தான் இருக்கிறது. 'வெல்லப் பிள்ளையாரில் எந்தப் பக்கம் அதிக தித்திப்பு' என்று சொல்ல முடியாதது போல் இந்தப் படத்திலும் மகாத்மா எந்த சந்தர்ப்பத்தில் நமக்கு அதிக மகிழ்ச்சியளிக்கிறார் என்று சொல்வதற்கில்லை. அவர் ஓடுவதும், நடப்பதும், கப்பலில் ஏறுவதும் இறங்குவதும், குழந்தையுடன் கொஞ்சுவதும், நண்பர்களுடன் வாதிடுவதிலும் கைவிரலை ஆட்டுவதும், தலையைத் தடவிக்கொள்வதும் எல்லாம் நமக்கு நன்றாய்த்தானிருக்கின்றன. ஒவ்வொரு வருஷத்துக் காங்கிரஸுக்கும் மகாத்மா காந்தி, 'வழக்கம்போல்

தான் வருகிறார்; விசேஷம் ஒன்றும் இல்லை' என்று படக்காரர்களே இடித்துஇடித்துச் சொன்னபோதிலும், 'பருப்பு இல்லாமல் கல்யாணம் உண்டா?' என்பது நமக்கே தெரிந்திருந்த போதிலும், அந்த மகாத்மா வரும்போது மட்டும் நம்மை நிமிர்ந்து உட்காரத்தான் சொல்கிறது. வானத்தில் எத்தனை நட்சத்திரம் மினுக்கினாலும் சந்திரனைக் கண்டதுந்தான் சமுத்திரம் பொங்குவது போல் நமக்கும் மகாத்மாவைக் கண்டதுந்தான் குதூகலம் உண்டாகிறது.

இந்தப் படத்தில் பொருத்தமாகச் சேர்ந்திருக்கும் அதிகப்படியான காட்சிகளில் ராட்டினப் போட்டிக் காட்சியை விசேஷமாகக் குறிப்பிட வேண்டும். ஆயிரக்கணக்கான ராட்டைகள் அடுத்தடுத்துச் சுற்றும் காட்சி ஓர் ஆனந்தக் காட்சிதான். இந்த ஆனந்தத்தை அதிகப்படுத்துமாறு 'ஆடு ராட்டே' என்னும் பாட்டும் இந்த இடத்தில் அற்புதமாய் அமைந்திருக்கிறது.

ஒரு வஸ்து எவ்வளவுக்கெவ்வளவு நன்றாயிருக்கிறதோ, அவ்வளவுக்கு அது 'இன்னும் நன்றாயிருக்கக்கூடாதா?' என்று நாம் ஆசைப்படுவது இயல்பு. அம்மாதிரியே, இந்த மகாத்மா காந்தி படத்திலும், 'பின்னால் விஷயங்களை விளக்கிச் சொல்கிறவர்கள் இன்னும் கொஞ்சம் நன்றாய்ச் சொல்லி யிருக்கக் கூடாதா?' என்று நாம் ஆசைப்படுகிறோம். அங்கங்கே கருணை, சோகம், ஹாஸ்யம் முதலிய ரஸங்களை லேசாகக் கலந்து, எல்லாரும் குரலிலும் கொஞ்சம் வேற்றுமை காட்டிப் பேசியிருந்தால் எவ்வளவோ நன்றாயிருந்திருக்கும்.

ரேடியோவில் தினந்தோறும் செய்திகள் கேட்பதுண்டா? 'எதிரி விமானங்கள் 75 நாசம். நம்முடைய விமானங்களில் 18 நஷ்டமாயின. ஆனால் நமது விமானிகள் 9 பேர் சௌக்யம்' என்ற செய்தியைத் தினசரி திருப்பித்திருப்பிச் சொல்கிறவர்கள், அதில் எவ்வளவு பாவ உணர்ச்சி ததும்பும்படி பேசுகிறார்கள்? பாரத நாட்டின் ஒப்பற்ற தலைவருடைய வாழ்க்கைச் சம்பவங்களைப் பற்றிச் சொல்லும்போது இன்னும் எவ்வளவு நன்றாய்ச் சொல்லலாம்!

ஆனாலும் இம்மாதிரி உண்மைச் சம்பவங்கள் அடங்கிய வாழ்க்கைப் படம் கொண்டுவருவதில் இதுதான் முதல் முயற்சி என்பதை நாம் மறந்துவிடக் கூடாது. முதலாவது முயற்சியே இவ்வளவு நன்றாயமைந்ததற்கு நம்முடைய அதிர்ஷ்டமும் மகாத்மாவின் பெருமையுந்தான் காரணமாகும்.

'குளிக்கப் போய்ச் சேறு பூசிக்கொள்வது' போல் பொழுது போக்குக்கென்று நாம் எத்தனையோ டாக்கிகளுக்குப் போய்

அங்கே கண்ட ஆபாசக் காட்சிகளால் மனதை அசுத்தப்படுத்திக் கொண்டு வந்திருக்கிறோம். 'பல தீட்டுக்கு ஒரு முழுக்கு' என்பது போல், அந்த அசுத்தத்தையெல்லாம் இந்த 'மகாத்மா காந்தி படம்' ஒன்றைப் பார்ப்பதனால் போக்கிக்கொண்டு மனத் தூய்மையுடன் திரும்பி வரலாம்.

சாந்தி பெருகுமென்று ஆடு ராட்டே – மனச்
சாட்சி விளங்குமென்று ஆடு ராட்டே
காந்தி துலங்குமென்று ஆடு ராட்டே – அந்தக்
காட்சி சுதந்திர மென்றாடு ராட்டே!

ஆனந்த விகடன் 8.9.1940
மறுபதிப்பு : *குமரி மலர்,* ஜூலை 1982

அவதாரமூர்த்தியின் படம்

சங்கு சுப்ரஹ்மணியன்

“சபர்மதி முனிவர் தமது சீடர்களோடு ஆமதாபாத் நகரை விட்டுத் தண்டி யாத்திரையாகப் புறப்பட்ட அந்தக் காட்சி, அன்று ராமச்சந்திரன் சீதா லட்சுமணர்களோடு அயோத்தி மாநகர் விட்டுப் புறப்பட்ட காவிய நிகழ்ச்சிக்கு நிகராகும்” என்று ஒரு பத்திரிகை நிருபர் வெகு உருக்கமாக 1930ஆம் வருஷத்தில் தந்தி அடித்தார்.

‘எதுவானாலும் சரி, பதினான்காண்டு வனம் போந்திருந்தே தீருவேன்’ என்று அன்று ஸ்ரீ ராகவன் புறப்பட்டதே போல ‘தேசத்துக்குச் சுயராஜ்யம் பெறாமல் இந்தச் சபர்மதி ஆசிரமத்தில் இனி நுழையேன்’ என்று வீர சபதம் பூண்டு மகாத்மாஜி புறப்பட்டாரென்பதை நாமறிவோம்.

அயோத்தியை விட்டுப் புறப்பட்ட ஸ்ரீராமன் எப்படிப் போனார்? வெகு வேகமாகப் போனாரா? தாம் பிறந்து வளர்ந்து பெருமை பெற்ற அந்த அணிநகரைத் திரும்பித் திரும்பிப் பார்த்துக்கொண்டே போனாரா? அல்லது லட்சியமே குறியாகக் கடிந்து நடந்தாரா? வால்மீகியும் கம்பனும் தங்கள் கற்பனையில் உதித்தவாறு அதைப் பலவிதம் வர்ணிக்கிறார்கள். நாம் கவியுள்ளம் கொண்டு பார்ப்போமானால் ராகவனின் புறப்பாடு நமக்கு மற்றொருவிதக் காட்சியாகத் தோன்றலாம். ஆனால் யாவும் கற்பனைகளே.

இதோ மகாத்மாஜி தண்டி யாத்திரை போகிறார். அவர் நடையே ஓட்டமாக இருக்கின்றது. ‘எனது சவம் சமுத்திரத்தில் மிதந்தாலும் சரி; உப்பெடுத்தே தீருவேன்’ என்று கூறி விட்டுப் புறப்பட்டுள்ள நடையல்லவா? அந்த ஆவேச நடையை நேருக்கு நேரே திரையில் காணும் சந்தர்ப்பம் தமிழருக்குக் கிடைக்கிறது. அஹிம்சா தர்மமே கோதண்டமாகவும் சத்தியமே அம்புறாத் தூணியாகவும் கொண்டு இந்த அவதாரமூர்த்தி யுத்தக் கோலத்தில் செல்லும் வீரக்காட்சியை நேருக்கு நேரே காணும் பாக்கியத்தை டாக்குமெண்டரி பிலிம்ஸார் உலகுக்கு அளித்திருக்கிறார்கள்.

இந்தத் தலைமுறையில் பிறந்துள்ளவர்கள் மட்டுமன்றி, இனிப் பிற்காலத்தில் வரும் பாரத சந்ததியாருக்கும் சாசுவத சாஸனமாக இந்த அவதாரமூர்த்தியின் லீலைகளடங்கிய இந்தப் படம் இருக்கப்போகின்றது.

~

ஒரு தடவை நான் எனது ஆப்த நண்பரொருவரோடு எரவாடாச் சிறைச்சாலைக்கு மகாத்மாவைக் காணுமாறு செல்ல நேரிட்டது. மகாத்மாவின் *ஹரிஜன்* பத்திரிகையைச் சென்னையில் அச்சுப் போட்டுத் தர விரும்பி மகாத்மாவிடம் சென்றிருந்தோம். எரவாடாச் சிறையில் ஒரு முற்றத்தில் கட்டிலில் மகாத்மா வெளியில் படுத்திருந்த திருக்கோலம், தூரத்தில் மாஞ்செடி, அதனருகே இரண்டு சிறிய அறைகள், ராட்டை – அந்தக் காட்சி ஒரு காவியக் காட்சியாக இருந்தது. 'இதைப் படமெடுக்க வசதியில்லையே! இந்தப் புனிதனின் வாழ்விலே பளிச்சிடும் பல சம்பவங்கள் வருங்காலச் சந்ததிக்கு உற்சாகமூட்டுவனவாயிற்றே' என்றெல்லாம் நான் நினைத்தேன். நான் நினைத்ததெல்லாம் போட்டோ படம் எடுப்பதைப் பற்றியேதான். ஆனால் இந்த மகானின் வாழ்க்கையின் பல சம்பவங்களை ஆங்காங்கு பக்தர்கள் பிலிம்களாகவே எடுத்து மூலைக்குமூலை வைத்திருந்தார்கள். அந்தப் பிலிம்களை எல்லாம் வாங்க நாடுநாடாகப் போய் ஏராளமாகப் பொருள்கள் கொடுத்து அவற்றைத் திரட்டித் தொகுத்து இப்பொழுது உலகுக்கே ஒரு பொக்கிஷமாகத் தந்திருக்கிறார் ஸ்ரீ ஏ.கே. செட்டியார் என்ற தமிழர். என்ன உழைப்பு! காந்திஜீயிடத்தில் எத்தகைய பக்தி! ஸ்ரீ செட்டியார் தந்துள்ள இந்த மகத்தான படத்தைப் பார்க்கும்போது தமிழர் அனைவருமே பெருமிதமடைகின்றோம்.

மகாத்மாவோடும் மகாத்மாவின் இயக்கங்களோடும் தமிழர்களுக்கு எப்போதுமே நெருங்கிய உறவு இருந்து வந்திருக்கிறது. தென்னாப்பிரிக்காவிலே மகாத்மாஜி சத்தியாக்கிரக ஆயுதத்தை முதன்முதலாகப் பரீட்சை செய்தாரே அப்போது அவருடன் நின்று சேவை செய்தவர்களில் பெரும்பாலோர் தமிழ் மக்கள் என்று கேள்விப்பட்டிருக்கிறோம்; படித்திருக் கிறோம். ஆனால் இந்தப் பிலிம் படத்திலே அந்தச் சத்தியாக்கிரக மகா சம்பவத்தைப் பற்றிய காட்சிகள் சிலவற்றையும் பார்க்குமாறு கிடைத்திருக்கிறதே இதை எதிர்பாராத பாக்கியமென்றே சொல்ல வேண்டும். அங்கு சத்தியாக்கிரகத்துக்கு முதற்பலி யாக ஆகிய வீரத்தமிழ்ப் பெண்மணி வள்ளியம்மையின் உருவத்தை இந்தப் பிலிமில் பார்க்கும்போது நமக்கு மயிர்க்கூச்செறிகிறது.

இந்த 'மகாத்மா' என்ற படத்தை ஆங்கிலப் படமாக ஆக்கி மேனாடுகளுக்கு அனுப்புவதோடு மட்டும் நின்று விடாமல், தமிழ் மக்களும் காணவேண்டுமென்று நினைத்து, தமிழிலே பேச்சு, தமிழிலே பாட்டு, தமிழிலே வர்ணனை சகிதம் தமிழ்ப் படமாகவும் ஆக்கியிருக்கின்றார்களே அதற்காக டாகுமெண்டரி பிலிம்ஸாருக்குத் தமிழர் பெரிதும் கடமைப்பட்டிருக்கிறோம்.

~

இப்போது நாம் பார்த்துவரும் பல சினிமா படங்களுக்கும் 'மகாத்மா காந்தி' என்ற இந்தச் சாஸனப் படத்துக்கும் முக்கியமான வித்தியாசமொன்றை நாம் உணர்வோம். அரிச்சந்திரன் கதையையோ அருந்ததி கதையையோ ஒரு பிலிமில் பார்க்கப்போனால் அங்கு அரிச்சந்திரனாகவும் அருந்ததியாகவும் தோன்றுகின்றவர்கள் செயற்கையாக நடிக்கத்தான் நடிக்கின்றார்கள். அவ்வளவுதான்; அவ்வளவே தான். அவர்கள் விஸ்தரித்துக் காட்டும் உன்னத லட்சிய வாழ்வுகளுக்கும் அந்தப் பாத்திரங்களையேற்றுத் தோன்றும் ஜடசரீரிகளின் வாழ்க்கைக்கும் நாம் ஒட்டுப்போட்டுப் பார்ப்பதேயில்லை; பார்க்க வேண்டிய அவசியமுமில்லை. ஏனெனில் நாம் திரையில் காண்பது வெறும் நடிப்புத்தானே?

ஆனால் இந்த 'மகாத்மா காந்தி' என்ற படத்திலே கதாநாயகன் நடிக்கவேயில்லை; இயற்கையாகவே வாழ்கிறான்! எந்த லட்சியங்களை உலகுக்குப் போதிக்கிறாரோ அதைத் தம் வாழ்க்கையில் வாழ்ந்துகாட்டுகிறார் காந்திஜீ. கண்ணுக்கு நேரே காணும் அதே ஜடசரீரம்தான் அந்தச் சூட்சும லட்சியங் களையும் போதித்து வருகிறது; சந்தேகமேயில்லை. அவரது புனித வாழ்க்கையில் சில பாகங்களை அமரத்தன்மை வாய்ந்தனவாக ஆக்குகின்றன காமிராக்கள்.

சென்ற ஐரோப்பிய மகாயுத்தத்துக்கு முன் தொடங்கி இப்போது நடக்கும் ஐரோப்பிய யுத்தகாலம் வரை 26 வருஷங் களில் நடந்துள்ள சில முக்கிய சம்பவங்களை இந்தப் படத்தில் தொகுத்திருக்கிறார்கள். இரண்டு யுத்த காலங்களை எல்லைக் கற்களாகப் போட்டு இந்தப் படத்தை ஆக்கியிருக்கின்றார்களே அது இந்த உலகத்தில் பலாத்கார தாண்டவத்தை மெய்ப்பிக் கின்றது. இந்த அமளியினிடையே உன்னதமான அஹிம்சா தர்மத்தை உலகுக்கு உபதேசிக்கும் ஒரு புண்ணிய மூர்த்தி இருக்கின்றார் என்று உலகையே சுட்டிக்காட்ட ஏற்பாடு செய்ததுபோலவும் இருக்கின்றது இந்தச் சாஸனப் படம்.

இந்தப் படம் அமெரிக்காவில் காட்டப்பட ஏற்பாடாகி விட்டதாம். ஆஸ்திரேலியாவுக்குப் போகப்போகிறதாம்.

ஜப்பானுக்கும் போகும். அமளி அடங்கிய பின்பு ஐரோப்பிய நாடுகளுக்கும் செல்லும் என்பதில் சந்தேகமில்லை. இந்த உலகத்துக்கு ஒரு புதிய வாழ்வைப் போதிக்கப் புறப்பட்டுள்ள நமது அவதாரமூர்த்தியின் வாழ்வைக் கண்ட பின்னராவது உலகு ஓரளவு திருந்துவதற்கு, மறத்திமிர் மடிவதற்கு வழியுண்டா என்று சோதித்துவிடலாம். அத்தகைய பெருஞ்சோதனைக் கருவியாக வாய்த்திருப்பது இந்த மகாத்மா காந்தி என்ற படம்.

~

இது இந்திய நாட்டின் சுதந்திர சமுதாய வளர்ச்சியைக் காட்டும் படம் மட்டுமன்றி, பிலிம் தொழில் எப்படி வரவர முன்னேறி வந்திருக்கிறது என்பதையும் காட்டுகின்றதை ரசிகர்கள் கவனிப்பார்கள். கோபால கிருஷ்ண கோகலே காலத்தில் எப்படி சினிமாப் படம் எடுக்கும் தொழிலிருந்தது என்பதிலிருந்து இன்றைக்கு எவ்வளவு அழகாகப் படம் எடுக்க முடிகிறது என்பதுவரை இந்த ஒரு படத்திலிருந்தே கவனித்துவிடலாம். **இது பிலிம் தொழிலுக்கும் ஒரு சாஸனப் படம் என்பது மிகையன்று.**

இந்தத் தேசத்தின் கைங்கரியத்துக்காகவே வாழ்ந்து உயிர் நீத்த புனிதப் புருஷர்களான பால கங்காதார திலகர், சித்த ரஞ்சன தாஸர் முதலியவர்களின் சுதந்திர யாத்திரைகளை இப்படத்தில் காணும்போது தேசபக்தன் மனது உருகுகின்றது; அந்நிய நாட்டுக்குச் சென்று அக்கிராசனர் வித்தல்பாய் பட்டேல் செய்த அரிய பிரசாரக் காட்சிகளை இந்தப் படத்திலே காட்டுகின்றார்கள்.

மகாத்மாவோடு இப்பொழுது நம்மிடை வாழ்ந்துவரும் வீரசிகாமணிகளான பண்டித நேரு, ஆஸாத், வல்லபாய் படேல், கிருபளானி முதலிய தேசபக்தர்கள் வருவதையும் போவதையும் காணும்போது நமக்கு உணர்ச்சி ஊறுகின்றது.

மகாத்மா எப்படி வாழ்கிறார், எப்படி குழந்தைகளோடு விளையாடுகிறார், அவரை இங்கிலாந்தில் எப்படி வரவேற்றார்கள் முதலிய பல காட்சிகளும் இந்தப் படத்திலே தொடர்ச்சியாக வருகின்றன. இவை நமது சரித்திர ஞானத்தைக் கிளறும் காட்சிகளாகும்.

இவ்வாறு பல்வேறு சிறப்புக்கள் கொண்ட இந்தப் புனித சாஸனத்தை முதன்முதலிலே பார்க்கும் பாக்கியமும் தமிழனுக்கே கிடைத்திருப்பது அவனது பேரதிர்ஷ்டமல்லவா?

சக்தி, விக்கிரம ஆவணி (ஆகஸ்ட் 1940)

காந்தி வாழ்க்கைக் காட்சிகள்

வ.ரா.

நவநாகரிகம்! இது என்ன கோரக்காட்சி? இதன் கொடுமையை யாரால் சகிக்க முடியும்?

உடல் இன்பம், ஓய்வு, தேக ஆரோக்கியம் - இவைகள் தான் நவநாகரிகத்தின் குறிகள். இந்த இலட்சியங்களைக் கொண்ட இந்த நாகரிகப் போக்கின் விளைவுகள் என்ன? பயம், சந்தேகம், பொறாமை, சூது - இவைகள்தான் இந்த நாகரிகப் போக்கில் கைகண்ட பலன்கள்.

இருந்தாலும், இதில் மோகம் கொண்டு, மனிதர்கள் விட்டில் பூச்சிகளைப்போல மடிவதைக் காண மிகவும் பரிதாபமாயிருக்கிறது.

அயல்வீட்டானால் பயம், அந்நிய நாட்டானால் அபாயம்! இவைகளின் மத்தியில் மனிதன் எப்படி இன்பம் அனுபவிக்க முடியும் என்று எனக்குத் தெரியவில்லை.

சமாதான காலத்தில்தான் கலைகள் வளர முடியும். அபாயமும் பயமும் மனிதன் கண்ணில் படாமல் இருந்தால் தான் அவன் இன்பத்தைப் பூரணமாக அனுபவிக்க முடியும். அயல்வீட்டான் எப்பொழுது வசைமொழி வீசுவானோ, அன்னிய நாட்டான் எப்பொழுது ஆகாயத்திலிருந்து குண்டு சொரிவானோ, மதங்கொண்ட சர்வாதிகாரி எப்பொழுது சிறையில் தள்ளுவானோ, உழைப்புக்குக் கூலி கிடைக்காது போலிருக்கிறதே, அடுத்த வேளை சாப்பாடு எங்கு கிடைக்குமோ என்ற அச்சத்தாலும் ஏக்கத்தாலும் வாடி வதங்கிக்கொண் டிருக்கும் தற்காலத்து மனிதர்களுக்கு இன்பம் ஏது?

ஆகவே, நவநாகரிகத்தின் மூலமாக சுதந்திரத்தையும் சுகத்தையும் இன்பத்தையும் எதிர்பார்ப்பது கானல்நீர் வேட்டை என்பதில் சந்தேகமில்லை.

இப்பேர்ப்பட்ட கேவலமான நிலைமையில், உயர்ந்த இலட்சியத்தைக் குறிப்பிட்டு, தற்போதைய வாழ்க்கை முறை

களை மாற்றிக்கொண்டாலொழிய மனித வர்க்கத்துக்கு கதிமோட்சம் கிடையாது.

உயர்ந்த இலட்சியத்தைப் பற்றிப் பேசினால் உடனே அறிவாளிகள் உள்பட, மக்களுக்கு கோபம் வருகிறதைப் பார்க்க வேண்டுமே! அப்பா! என்ன வினோதக் காட்சிகள்! 'என்னடா! தத்துவம் வேண்டியிருக்கிறது!' என்று முக்காலத்தையும் உணர்ந்த ஞானி போல ஒருவர் பேசுவார்.

'அனுபவத்துக்கு ஒவ்வாத விஷயங்களைப் பற்றிப் பேசுவதால் பைசாவுக்குப் பிரயோஜனம் உண்டா' என்று ஒருவர் கேலிசெய்வார். 'மனித இயற்கையை யாரால் மாற்ற முடியும்' என்று மற்றொருவர் பேச்சை முடிக்கப் பார்ப்பார். 'வேறு வேலை இல்லையோ' என்று நாலாமவர் முடிவு கட்டி விடுவார். இப்படி பேசுவதெற்கெல்லாம் காரணம் என்ன? ஒரு விஷயத்தைப் பற்றி யோசிப்பதற்கு மனமில்லாமையே காரணமாகும். மிதமிஞ்சிய சோம்பல் இந்த மனமில்லாமைக்குக் காரணம்.

மனிதனுக்கு, சோம்பலைப் போல மிகக் கெட்ட எதிரி வேறொன்றுமில்லை. நரகத்தைக்கூட அனுபவித்துவிடலாம். ஆனால், சோம்பல் புகையின் மத்தியில் மூச்சுவிடுவது முடியாத காரியம். சோம்பல், மனிதன் உடலுக்குள்ளும் உள்ளத்துக் குள்ளும் எப்படி, தெரியாமல் ஏறிவிடுகிறது! சர்வ ஜாக்கிரதை யோடு இல்லாவிட்டால் சோம்பல் ஆளைத் தலைகுப்புற அடித்துவிடும். நமது நாட்டைக் கெடுத்துப் பாழாக்கினது உடல் சோம்பலும் உள்ளச் சோம்பலுமாகும்.

சோம்பல் எப்படி மனிதனுக்கு எதிரியோ அதைப் போல் கோணலான பாதையில் உழைக்கும் உழைப்பும். அறத்தை அடிவலுவாகக் கொள்ளாத உழைப்பு, போரிலும் சர்வாதிகாரத் தத்துவத்திலும் கொண்டுபோய்த் தள்ளிவிடும். நெறியும் குறியுமில்லாத உழைப்பு என்ற பாதையில் செல்லும் மனிதன் கண்டிப்பாக நரகத்துக்குப் போய்ச் சேருவான். இதற்கு ஐரோப்பிய நாடுகளின் வரலாறு உத்திரவாதம்.

ஆண்டவன் படைத்துப் பரிபாலிக்கும் இந்த உலகத்தில் நெறியில்லாத உழைப்பாலும் பொறுப்பில்லாத சோம்பலினாலும் மனிதன் அவஸ்தைப்பட்டு உழலுவதைக் கண்டு காந்தி உள்ளம் உருகுகிறார். இளகிப் பாகாய்ப்போன அவரது உள்ளத்தில் தோன்றிய அற்புதத்துக்குத்தான் சத்தியாக்கிரகம் என்று பெயர்.

இப்பொழுது, உலக முழுதும், மனிதர்கள் விலங்குகளாகவும் அரக்கர்களாகவும் மாறிவரும் கோரக் காட்சியை வாயால் சொன்னால் பாபம், வர்ணித்தால் துக்கம்.

இந்த நிலைமைக்கு மாற்றுத் தேடாமல் இருந்தால் உலகம் நாசமாய்ப் போகாதா? நாசமாக்குவதில் ஆண்டவனுக்கு இஷ்டமில்லை. நாசமாகப் போகாமலிருப்பதற்காக ஆண்டவன் காந்தியை உலகத்துக்கு அனுப்பியிருக்கிறார். உலகத்தைக் காப்பாற்றப்போகும் வழி மெழுகாய்க் கரைந்து வழியும் காந்தியின் இதயத்தில் தோன்றிய சத்தியாக்கிரகம்தான்.

தங்கள் மூக்கு நுனிக்கு அப்பால் பார்க்க முடியாதவர்கள், 'ஹெஹ்ஹே'யென்று வெடிச் சிரிப்பு சிரிக்கவும் கூடும். ஆனால், அது கவைக்கு உதவாத கட்டையின் சத்தம்.

பெரியார்களின் வாழ்க்கையை வரலாறு மூலமாகப் படித்தால் மட்டும் போதாது. கட்டுரைகளின் மூலமாகக் கண்டறிய முயன்றாலும் போதாது. நேரே அவர்களைத் தரிசனம் கண்டு பரவசமடைந்தால்தான் உள்ள நிறைவு உண்டாக முடியும். சாதாரண மனிதர்களுக்குப் பிரசங்கம் பெரிதும் பயன்படாது.

ஒரு சங்கதியைப் புத்தியால் யோசிப்பதைக் காட்டிலும், அவர்கள் கண்ணால் பார்த்து, காதால் கேட்டால் அவர்களுடைய மனதில் அதிகமான பதிவு உண்டாகின்றது. இது அனுபவம். இதனால்தான் நாடகம் சிறப்புடையது என்று பெரியார்கள் சொல்லுகிறார்கள்.

காந்தி வாழ்க்கையை நாடகக் காட்சிகளாக, படக்காட்சி களாக அமைத்துக்காட்டினால் எவ்வளவு நல்ல பயன் உண்டாகும்!

இந்த உத்தமமான கைங்கரியத்தை மேற்கொண்டவர் ஏ.கே. செட்டியார் அவர்கள். காந்தியை நேரே இந்தத் தலைமுறையில் பார்க்கக் கொடுத்துவைக்காதவர்களும் பின்னால் வரும் தலைமுறையார்களும் ஏ.கே. செட்டியார் அவர்களை மனப்பூர்வமாக வாழ்த்துவார்கள் என்பதில் சந்தேகமே இல்லை.

எனக்கு ஒருவாறு செட்டியார் அவர்களைத் தெரியும். ஆனால், அவர் செய்து முடித்திருக்கும் அருமையான காரியத்துக்காக அவருக்கு நான் தலைவணங்குகிறேன்.

ஆக்க வேலை எவ்வளவு கஷ்டம் என்பதை அனுபவத்தில் உணர்ந்தவர்களுக்கு நான் மிகைப்பட அவருக்கு மரியாதை செய்துவிடவில்லை என்பது தெரியும்.

இப்பேர்ப்பட்ட மகத்தான முயற்சியைக் கைக்கொண்டவர் களுக்கு எந்தெந்த வகையில் இடையூறுகள் நேர்ந்திருக்கும்

என்பதை அட்டவணைப்படுத்திப் பார்த்தால்தான் அந்த முயற்சியின் மாண்பு தென்படும்.

அலைச்சல், மனக்கிலேசம், நண்பர்களின் உதாசீனம், பணக்கஷ்டம், எதிர்பார்த்த ஒத்துழைப்பு கிடைக்காமை, சுகக் குறைவு, அதிகாரிகளால் இடைஞ்சல், எதிரிகளின் எக்காளம், இதனால் என்ன லாபம் என்ற சந்தேகம், திடீரென்று மனக் குழப்பம்... இன்னும் எத்தனையோ கஷ்டங்களுக்கு ஏ.கே. செட்டியார் ஆளாயிருக்கக்கூடும்.

கருமமே கண்ணாயிருந்து முடிப்பவர்களுக்கு மற்றவர்கள் செய்யக்கூடியது ஒன்றே ஒன்றுதான். அவர்களைக் கரவில்லா மல் வாழ்த்த வேண்டும். காந்தி படக்காட்சிகளால் செட்டியாருக்கு ஏராளமாக லாபம் வருவதாக வைத்துக் கொள்ளுவோம். அதனால் அவருக்கு இன்பம் உண்டாகாது. சகோதர மனிதன் கொடுக்கும் மதிப்பினால்தான் மனிதன் மகிழ்ச்சி அடைய முடியும்.

செட்டியாருக்கு வயது முப்பதுதான். இதற்குள் அவர் உலகத்தை ஓரிரண்டுமுறை சுற்றி வந்துவிட்டார். எவ்வளவு பாக்கியம் பெற்றவராக இருக்க வேண்டும்!

பரம்பரையாலோ பெற்றோர்களின் உதவியினாலோ பெரியார்களின் தயவினாலோ ஒருவன் பதவி பெறுவது எளிது. இடையூறுகளைத் தனிநின்று எதிர்த்துப் போராடி, காரியத்தைச் சாதிக்கும் மனிதர்கள்தான் மிகவும் உயர்ந்தவர்கள். இந்த இனத்தைச் சேர்ந்தவர் செட்டியார் அவர்கள். ஆகையால் அவரைப் போற்றுகிறேன்.

காந்தியின் வாழ்க்கை நிகழ்ச்சிகளைப் படக்காட்சிகளாக அமைத்து, உலகத்துக்குப் பேருபகாரம் செய்த புண்ணியம் ஒரு தமிழனுக்குக் கிடைத்ததே என்று நான் ஆனந்தத் தாண்டவம் ஆடுகின்றேன்.

செட்டியாருக்கு உடனிருந்து உதவிசெய்த எனது நண்பர் லெ. நடேசன் அவர்களை இந்தச் சந்தர்ப்பத்தில் என்னால் குறிப்பிடாமல் இருக்க முடியாது. அவருடைய நெஞ்சு கலங்காத மௌன உதவிதான் பெரும்பாலும் ஏ.கே. செட்டியாருக்கு ஊக்கம் அளித்திருக்க வேண்டும்.

கடைசியாக, ஒருமுறை ஏ.கே. செட்டியாரை வாழ்த்து கின்றேன்.

'காந்தி சினிமா அனுபந்தம்',
தினமணி, 16 ஆகஸ்டு 1940

படங்கள்

ஏ. கே. செட்டியார்

இளமைத் தோற்றம்

நடுவயது தோற்றம்

முதுமைத் தோற்றம்

டோரதி – கிருஷ்ணமூர்த்தி, இருவரின் மகள் ஞானதீபா, ‘மவுண்ட் ஹவுஸ்’ ராமசாமி ஐயர், ஏ.கே. செட்டியார் (நாமக்கல், 1979).
(பட உதவி: பா. கிருஷ்ணமூர்த்தி)

நிற்போர்: பா. கிருஷ்ணமூர்த்தி, ல. கி. ராமாநுஜம், தெரியவில்லை. அமர்ந்திருப்போர்: ரங்கராஜன், ‘மவுண்ட் ஹவுஸ்’ ராமசாமி ஐயர், ஏ. கே. செட்டியார், கனகசபை (நாமக்கல், 1979).
(பட உதவி: பா. கிருஷ்ணமூர்த்தி)

ரோமெய்ன் ரோலந்து மற்றும் அவர் மனைவியுடன்
ஏ. கே. செட்டியார் (*சக்தி*, பிப்ரவரி 1945)

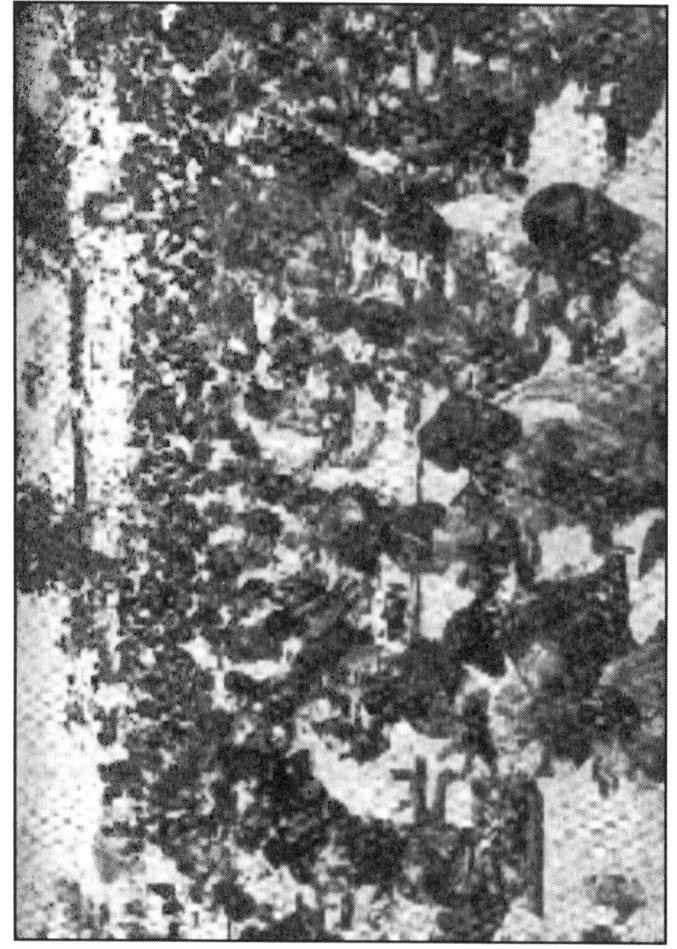

'காந்தி' படத்தின் புகழ்பெற்ற இராட்டை சுற்றும் காட்சி

(பட உதவி: சு. தியடோர் பாஸ்கரன்)

அய்யாசாமி, தி.ஜ.ர., ஏ.கே. செட்டியார், அ.லெ. நடராஜன், சின்ன அண்ணாமலை.

பா. இராதாகிருஷ்ணன், ச.ர.கோ. நாகமாணிக்கம், ஏ.கே. செட்டியார்

பா. இராதாகிருஷ்ணன், ஏ.கே. செட்டியார்,
ச.ர.கோ. நாகமாணிக்கம்,

பி.வி. பதி